പെണ്ണുങ്ങൾ

Pennungal
Novel

B M Zuhara

CHINTHA PUBLISHERS
Thiruvananthapuram

First Edition
May 2022

Second Edition
August 2022

Third Edition
March 2023

Second Impression
May 2023

Fourth Edition
September 2024

Published
Chintha Publishers, Thiruvananthapuram

Printed at
Repro India Ltd, Mumbai

Cover Design
Vinod Mangoes

ISBN : 978-93-93468-87-1

CR - 3511 / 7019

Email: chinthapublishers@gmail.com
Website: www.chinthapublishers.com

A version is available at National Libraries
Kolkata, Mumbai, Chennai and Delhi

Distribution
DESHABHIMANI BOOKHOUSE
H O Thiruvananthapuram 695035

Branch
Head Office Kunnukuzhi • Statue Thiruvananthapuram
Saphalyam Complex Thiruvananthapuram
Machingal Lane Thrissur • IG Road Kozhikode
Mavoor Road Kozhikode • NGO Union Building Kannur
Central Bus Terminal Complex Thavakkara Kannur

പെണ്ണുങ്ങൾ

ബി എം സുഹറ

ചിന്ത പബ്ലിഷേഴ്സ്
തിരുവനന്തപുരം-695 035

ബി എം സുഹറ

കോഴിക്കോട് ജില്ലയിലെ തിക്കോടിയിൽ ജനിച്ചു. പിതാവ്: വൈദ്യേരകത്ത് മമ്മദുകുട്ടി ഹാജി. മാതാവ്: ബടയക്കണ്ടി മാളിയേക്കൽ മറിയുമ്മ.

തിക്കോടി പ്രൈമറി സ്കൂൾ, കോഴിക്കോട് പ്രോവിഡൻസ് ഹൈസ്കൂൾ, പ്രോവിഡൻസ് കോളേജ് - എന്നിവിടങ്ങളിൽ വിദ്യാഭ്യാസം.

കൃതികൾ: *കിനാവ്, മൊഴി, ഇരുട്ട്, നിലാവ്, നിഴൽ, ആകാശ ഭൂമികളുടെ താക്കോൽ, വർത്തമാനം, പെണ്ണുങ്ങൾ* (നോവൽ), *ചോയിച്ചി, ഭ്രാന്ത്, കൂഹു കൂഹു..., സുഹറയുടെ കഥകൾ* (കഥകൾ), *മലമുകളിലെ അപ്പൂപ്പൻ, കുട്ടികളുടെ അറബിക്കഥകൾ, ഏഴാങ്ങളമാരും ഒരു കുഞ്ഞിപ്പെങ്ങളും, നീലക്കുറുക്കനും മറ്റുകഥകളും, പവിഴപ്പുറ്റ്, പഞ്ചതന്ത്ര കഥകൾ, മന്ത്രമോതിരം* (ബാലസാഹിത്യം), *അമൃതപുത്രി, കൊട്ടാരത്തെരുവ്, സൈനിന്റെ കല്യാണം, റഷ്യൻ നാടോടി ക്കഥകൾ* (പുനരാഖ്യാനം).

പുരസ്കാരങ്ങൾ: ലളിതാംബിക അന്തർജ്ജനം സ്മാരക വിശേഷാൽ പുരസ്കാരം, കെ ബാലകൃഷ്ണൻ സ്മാരക അവാർഡ്, കേരളസാഹിത്യ അക്കാദമി സമഗ്രസംഭാവന അവാർഡ്.

ഇരുട്ട്, നിലാവ്, മൊഴി എന്നീ നോവലുകൾ ഇംഗ്ലീഷി ലേക്കും അറബിയിലേക്കും പരിഭാഷപ്പെടുത്തിയിട്ടുണ്ട്. *മൊഴി* കന്നടയിലേക്ക് പരിഭാഷപ്പെടുത്തിയിട്ടുണ്ട്.

ഭർത്താവ് : ഡോ. എം എം ബഷീർ
മക്കൾ : അജ്മൽ ബഷീർ, അനീസ് ബഷീർ
വിലാസം : മാളിയേക്കൽ, ചേവായൂർ പി ഒ
കോഴിക്കോട് -673017.
E-mail : bmzuhara10@hotmail.com

പ്രസാധകക്കുറിപ്പ്

പുരുഷാധിപത്യ ചിന്തയുടെ മൂശകളിൽ വാർത്തെടുത്ത സ്ത്രീ സങ്കല്പങ്ങൾ തീവ്രമായി ചോദ്യം ചെയ്യപ്പെടുന്ന ലോകത്താണ് നാമിന്നു ജീവിക്കുന്നത്. നൂറ്റാണ്ടുകൾകൊണ്ട് നിർമ്മിക്കപ്പെട്ട ആഖ്യാനങ്ങൾ നമ്മുടെയൊക്കെ മനസ്സുകളിൽ കോറിയിട്ട രൂപങ്ങളും സങ്കല്പങ്ങളും പൊളിച്ചെഴുതുക ഒട്ടും സുഖകരമല്ല. പക്ഷേ, ഇത്തരം തിരുത്തിയെഴുതലുകളുടെ കഥയാണ് മനുഷ്യചരിത്രം. സ്ത്രീപക്ഷത്തു നിന്നുകൊണ്ട് അതോർമ്മപ്പെടുത്തുകയാണ് *പെണ്ണുങ്ങളിലൂ*ടെ സുഹറ.

പരിപാവനമെന്നു നാം വിശേഷിപ്പിക്കുന്ന കുടുംബ സങ്കല്പങ്ങൾ പല സന്ദർഭങ്ങളിലും അതിന്റെ യഥാർത്ഥ സ്ത്രീവിരുദ്ധ മുഖം പുറത്തു കാട്ടുന്നത് നാം കാണാറുണ്ട്. ഇനിയും വേണ്ടത്ര ഗൗരവത്തിൽ കുടുംബവും കുടുംബ ബന്ധങ്ങളും പ്രശ്നവല്ക്കരിക്കപ്പെട്ടിട്ടില്ല. അതുപോലെതന്നെയാണ് മുഖ്യധാരാ ലൈംഗിക കർത്തൃത്വങ്ങൾക്ക് പുറത്തു നില്ക്കുന്നവരുടെ ജീവിതവും. തന്റെ സവിശേഷമായ ആഖ്യാന പാടവത്തിലൂടെ സുഹറ ഈ വിഷയങ്ങൾ *പെണ്ണുങ്ങളിലൂ*ടെ വരച്ചുകാട്ടുന്നു.

എന്റെ ശരീരത്തിന്റെയും മനസ്സിന്റെയും ഉടമ ഞാൻ മാത്രമാണെന്ന് പരസ്യമായി ലോകത്തോട് വിളിച്ചു പറയുന്നവളാണ് ഇന്നത്തെ സ്ത്രീയെന്നും ഈ നോവലിലെ ഓരോ കഥാപാത്രവും നമ്മെ ഓർമ്മപ്പെടുത്തുന്നു.

ചിന്ത പബ്ലിഷേഴ്സ്

ആമുഖം

കാലത്തെ അടയാളപ്പെടുത്തുക എഴുത്തുകാരുടെ ബാദ്ധ്യതയാണെന്ന ഉൾവിളിയാണ് പുതിയ രചനയ്ക്കു പലപ്പോഴും പ്രചോദനമാകാറുള്ളത്. ഇനിയൊരു പുതിയ നോവൽ എഴുതാൻ ഉള്ളിൽ ഒന്നുമില്ലല്ലോ എന്ന ദുഃഖഭാരത്തോടെയാണ് ഓരോ നോവലും പൂർത്തിയാക്കാറുള്ളത്. ഞാനൊരു എഴുത്തുകാരിയാണെന്ന കാര്യമേ മറന്ന് മക്കളെ കാണാനുള്ള യാത്രകളും കുടുംബസന്ദർശനങ്ങളുമൊക്കെയായി അർമാദിച്ച് നടക്കുന്നതിനിടയിലായിരിക്കും മനസ്സിൽ തട്ടുന്ന, മുറിപ്പെടുത്തുന്ന, കരളലിയിപ്പിക്കുന്ന ചില സംഭവങ്ങൾ കണ്ണിൽപ്പെടുക. അതോടെ ഉള്ള് വിങ്ങും. പുതിയ രചനയുടെ തപസ്സ് അവിടെ തുടങ്ങുന്നു.

'പെണ്ണുങ്ങൾ' എന്ന പേരിൽ നോവലെഴുതാൻ തീരുമാനിച്ചപ്പോഴും ഉള്ള് ശൂന്യമായിരുന്നു. പെണ്ണുങ്ങളെക്കുറിച്ചുതന്നെയാണ് ഞാൻ കൂടുതലും എഴുതിയിട്ടുള്ളത്. എന്നിട്ടും, പറയാനുള്ളത് മുഴുവൻ എഴുതി ഫലിപ്പിക്കാൻ സാധിക്കുന്നില്ലല്ലോ എന്ന ആധി പലപ്പോഴും വ്യാധിയായി മാറാറുണ്ട്. കൊറോണക്കാലത്തെ ഒറ്റപ്പെടലും വീട്ടിലൊതുങ്ങലുമുണ്ടാക്കിയ മാനസികസമ്മർദ്ദങ്ങൾ ചെറുതായിരുന്നില്ല. ഇഷ്ടപ്പെടുന്നതൊന്നും ചെയ്യാനാവാതെ, പ്രിയപ്പെട്ടവരെ കാണാൻ സാധിക്കാതെ ഉള്ള് നീറിയപ്പോൾ അതിൽനിന്ന് മുക്തമാകാൻ ഞാൻ കണ്ടെത്തിയ മാർഗ്ഗം വായനയായിരുന്നു. ലോക ക്ലാസിക്കുകളും *ആരോഗ്യനികേതനം, നെല്ലിന്റെ ഗീതം* തുടങ്ങിയ ബംഗാളി വിവർത്തനങ്ങളും പുനർവായനയ്ക്ക് വിധേയമാക്കിയപ്പോഴാണ് എഴുത്തിൽ കാലത്തിനുള്ള പ്രാധാന്യത്തെക്കുറിച്ച് പുനരാലോചന വേണമെന്ന തോന്നൽ ശക്തമായത്. സർഗ്ഗാത്മക

കൃതികളിലൂടെ താൻ ജീവിക്കുന്ന കാലത്തെ അടയാളപ്പെടുത്തുക എഴുത്തുകാർക്ക് ശ്രമകരമായ കാര്യം തന്നെയാണ്. വായനക്കാരെ അലോസരപ്പെടുത്താതെ, വായനാസുഖം നഷ്ടപ്പെടാതെ തുടക്കം മുതൽ ഒടുക്കം വരെ കഥയുടെ ചരടു മുറിഞ്ഞുപോകാതെ കൊണ്ടു പോകേണ്ടതുണ്ട്. പെണ്ണുങ്ങൾ എന്ന തലക്കെട്ടും മനസ്സിൽ പേറി ഏറെക്കാലം നടന്നിട്ടും ഒരുവരിപോലും എഴുതാനാകാതെ ഉള്ള് വിങ്ങി. ഇനി മതി എന്നു തോന്നിത്തുടങ്ങിയതിനിടയിലാണ് ഞാൻ അതുവരെ കണ്ടിട്ടും കേട്ടിട്ടുമില്ലാത്ത ചിലർ പരാതിയും പരിഭവങ്ങളുമായി മുന്നിലെത്തിത്തുടങ്ങിയത്. ആദ്യമെത്തിയത് സുനി കല്യാണി എന്ന എഴുത്തുകാരി. പിന്നെ ഹൈറു, മുഷ്ത്തരി, സീനത്ത്, ലിസ, മീന അങ്ങനെ കുറേ പെണ്ണുങ്ങൾ നിരന്തരം മുന്നിൽ വന്നു കഥ പറയാൻ തുടങ്ങിയപ്പോഴാണ് എഴുത്തു തുടങ്ങിയത്. സുനിത, മുഷ്ത്തരി തുടങ്ങിയവരുടെ ഇമേജ് മനസ്സിലുണ്ടെങ്കിലും സീനത്ത്, ലിസ, മീന തുടങ്ങിയ ഭിന്നശേഷിക്കാരായ സ്ത്രീകൾ എനിക്കു തീർത്തും അപരിചിതരായിരുന്നു. 1985 ലെ ബോംബെ യാത്രയ്ക്കിടയിലാണ് ആൺരൂപവും ശബ്ദവും പെൺവേഷവുമുള്ള ട്രാൻസ്ജന്ററുകളെ ആദ്യമായി കാണുന്നത്. അവരുടെ പ്രത്യേക രീതിയിലുള്ള കൈയടിയും സംസാരവും വല്ലാത്ത അസ്വസ്ഥതയുണ്ടാക്കി. മൂത്തമകന്റെ കവിളിൽ അതിലൊരാൾ കിള്ളിയപ്പോൾ അവൻ പേടിച്ച് നിലവിളിക്കുന്നതു കണ്ട് ഇളയവനും കരച്ചിൽ തുടങ്ങി. ഞാൻ പണിപ്പെട്ടാണ് കരച്ചിൽ നിയന്ത്രിച്ചത്. അവരുടെ മുന്നിൽവച്ച് പഴ്സ് തുറന്നാൽ അവർ ചിലപ്പോൾ കാശ് തട്ടിപ്പറിച്ചെടുക്കുമെന്ന് യാത്രയുടെ തുടക്കത്തിൽ ആരോ പറഞ്ഞതോർത്ത് ഹാന്റ് ബാഗ് തുറക്കാനും ധൈര്യംവന്നില്ല. എന്റെ ഭർത്താവ് പേഴ്സ് തുറന്ന് പണമെടുത്തു കൊടുക്കുന്നത് ഭീതിയോടെയാണ് ഞാനും മക്കളും നോക്കിയത്. പണം കിട്ടിയപ്പോൾ അവർ അടുത്ത സീറ്റിലേക്ക് പോയി. അപ്പോഴേ ഒരു നോവായി അവർ എന്റെ ഉള്ളിലുണ്ടായിരുന്നു. പുതിയ നോവലെഴുതാനിരുന്നപ്പോൾ പെട്ടെന്നാണ് അതിലൊരാൾ മിന്നായംപോലെ എന്റെ മുന്നിലൂടെ കടന്നുപോയത്. അവരെക്കുറിച്ച് കൂടുതലൊന്നും എനിക്കറിയില്ലായിരുന്നു. അതുകൊണ്ടുതന്നെ അവരെപ്പറ്റി പഠിക്കേണ്ടി വന്നു. അതും എനിക്ക് പുതിയ അനുഭവമായിരുന്നു. ഞാൻ കണ്ടതും കേട്ടതും അനുഭവിച്ചതുമൊക്കെയാണ് സാധാരണ നോവലിന് പ്രമേയമാക്കാറുള്ളത്. ഇതുവരെ എഴുതിയതിൽ നിന്ന് വ്യത്യസ്തമായൊരു നോവലെഴുതണമെന്ന ആഗ്രഹം ശക്തമായപ്പോഴാണ് പുതിയൊരു പ്രമേയത്തിനായി തപസ്സു തുടങ്ങിയത്. തുടക്കം എളുപ്പമായിരുന്നെങ്കിലും അഞ്ചാറ് അദ്ധ്യായങ്ങളായതോടെ സഡൻ ബ്രെയ്ക്കിട്ടതുപോലെയായി.

കൊറോണക്കാലമായതിനാൽ യാത്രകളില്ല. ബന്ധുജന സന്ദർശനങ്ങളില്ല. മരണവീട്ടിലോ വിവാഹവീടുകളിലോ പോകാറില്ല. സാംസ്കാരിക പരിപാടികളുമില്ല. വിരുന്നുകാരുമില്ല. മിണ്ടാനും പറയാനും ഒരുത്തരുമില്ല. ഇതുപോലൊരവസ്ഥ ജീവിതത്തിൽ മുൻപുണ്ടായിട്ടുമില്ല. എഴുത്തും വായനയും മാത്രമായിരുന്നു ഏകാശ്വാസം. വീട്ടുജോലികളൊക്കെ ഒതുക്കി കുളി കഴിഞ്ഞ് ദിവസവും രാവിലെ പതിനൊന്നു മണിയാവുമ്പോൾ ലാപ്ടോപ്പും തുറന്നുവച്ച് അട്ടം നോക്കിയിരിക്കും. ആദ്യമാദ്യം ഒരുവരിപോലും എഴുതാത്ത ദിവസങ്ങളുണ്ടായിരുന്നു. ചില ദിവസം ഒരു ഖണ്ഡിക, ചിലപ്പോൾ ഒരു പേജ്. ഒരു കൊല്ലത്തോളം അങ്ങനെ പോയി. പിന്നീടാണ് ഒരു ഒഴുക്ക് കിട്ടിത്തുടങ്ങിയത്. അതോടെ എഴുത്ത് എളുപ്പമായി. എന്നിട്ടും രണ്ടു വർഷമെടുത്തു. എഴുതിക്കഴിഞ്ഞ് പ്രസിദ്ധീകരണത്തിനയയ്ക്കുന്നതോടെ എഴുത്തുകാരുടെ റോൾ കഴിഞ്ഞു. രചന നല്ലതോ ചീത്തയോ എന്നു തീരുമാനിക്കേണ്ടത് വായനക്കാരാണ്. എന്നെ എന്നും സ്നേഹിക്കുകയും പ്രോത്സാഹിപ്പിക്കുകയും ചെയ്തിട്ടുള്ള വായനക്കാരുടെ മുന്നിൽ *പെണ്ണുങ്ങൾ* എന്ന നോവലും സമർപ്പിക്കുന്നു. തള്ളണോ കൊള്ളണോ എന്ന് തീരുമാനിക്കുക!

സ്നേഹാദരങ്ങളോടെ,
ബി എം സുഹറ

ഒന്ന്

"ഇങ്ങള് കൊറേക്കാലായില്ലേ സുനിയേച്ച്യേ കഥയെയ്തണ്..എന്നിട്ടെന്താ ഇന്നപ്പോലത്തെ കഷ്ടപ്പെടുന്ന പെണ്ണുങ്ങമ്മാരെ കഥ എയ്താത്തേ?"

"ഏത് പെണ്ണിനാ ലോകത്ത് കഷ്ടപ്പാടില്ലാത്തത് ഹൈറു? ഓരോരുത്തരുടെ തലവരപോലെ കഷ്ടപ്പാടിന്റെ തോത് ഏറിയും കുറഞ്ഞുമിരിക്കും. ഉറച്ച മനസ്സുണ്ടായാൽ കുറെയൊക്കെ നമുക്ക് തരണം ചെയ്യാം."

"ഇങ്ങളെ സാഹിത്യമൊന്നും ഇനിക്ക് പുടിയില്ല. ഇന്റെ റബ്ബേ.... ഗ്യാസുമ്മല് ചട്ടിവെച്ചിട്ടാ പോന്നത്......"

അവളുടെ നെട്ടോട്ടം കണ്ടാൽ തോന്നും കൂട്ടാൻചട്ടി കരിയുന്നതാണ് ലോകത്തിലെ ഏറ്റവും വലിയ ദുരന്തമെന്ന്! അടുത്തയാഴ്ചത്തെ സെമിനാറിനുള്ള പ്രബന്ധം തയ്യാറാക്കിക്കൊണ്ടിരിക്കെയായിരുന്നു ഹൈറുവിന്റെ ചോദ്യം. ചിന്തയുടെ ചരടു മുറിച്ചു. ലാപ്ടോപ് ഷട്ട് ഡൗൺ ചെയ്യാനൊരുങ്ങുമ്പോൾ സ്ക്രീനിൽ ഹൈറുവിന്റെ കത്തുന്ന മുഖം.

"ഇന്നെത്തൊട്ടാൽ.... കൊല്ലും ഞാൻ ഹിമാറേ....."

കൈയിൽ വാക്കത്തിയുമായി കിളുന്തുപെണ്ണ് നിന്ന് കിതയ്ക്കുന്നു. അവളുടെ കാലിലൂടെ ഒഴുകുന്ന ചോര. പേടിച്ചരണ്ട രോഗിയായ അവളുടെ ഉമ്മ മകളെ കെട്ടിപ്പിടിച്ചുനിന്ന് വിറയ്ക്കുന്നു. മുറ്റത്തെ ആൾക്കൂട്ടം അനുകൂലിച്ചും പ്രതികൂലിച്ചും കലപില കൂട്ടുമ്പോൾ ജീൻസും ടീഷർട്ടും ധരിച്ച ചെറുപ്പക്കാരൻ അലറുന്നു.

"ഇപ്പമിറങ്ങണമിവിടന്ന്..... വീടൊഴിയാൻ പറഞ്ഞപ്പോൾ മാനം കെടുത്തുന്നോ?"

“എടാ പെരുങ്കള്ളാ..... ഇന്നെ പറഞ്ഞു മയക്കീട്ട്...... ഇയ്യെന്താ പെപ്സിയെന്നും പറഞ്ഞ് ഇനിക്ക് കുടിക്കാൻ തന്നത്....? റബ്ബേ...... ഇന്റെ വയറു കത്തണല്ലോ...”

“അള്ളോ.....ചോര..... മോളേ.....”

ഹൈറുവിന്റെ ഉമ്മ തളർന്നു വീഴുന്നു.... ചെറുപ്പക്കാരൻ ഹൈറുവിനെ അടിക്കാൻ കൈയോങ്ങുമ്പോൾ ആൾക്കൂട്ടം അയാൾക്കെതിരെ തിരിയുന്നു. അതിനിടയിൽ ഒരാൾ ചെറുപ്പക്കാരനെ പിടിച്ചുവലിച്ച് റോഡിൽ നിർത്തിയിട്ട കാറിലേക്ക് തിരക്കിട്ട് നടക്കുന്നു. കാർ ശറേന്ന് മുന്നോട്ടു കുതിക്കുന്നു.

കോളേജിലെ പ്യൂൺ മുസ്തഫയും ഹൈറുവും പറഞ്ഞ കഥകൾ കോർത്തിണക്കി ഞാൻ നെയ്തെടുത്ത ഹൈറുവിന്റെ കഥ പലപ്പോഴും അസ്വസ്ഥയാക്കാറുണ്ട്.

“സുനിയേച്ചീ, ഉച്ചയ്ക്ക് നെയ്ച്ചോറ് വെക്കട്ടേന്ന് ചോയിക്കാനെയിനും ഞാൻ വന്നത്. അപ്പളാ, ചട്ടി കരിഞ്ഞമണം വന്നത്. ഇന്ന് സലാമ്ക്ക ചെമ്മീനാ കൊണ്ടന്നത്. ചെമ്മീൻ വറുത്തരച്ചുവെച്ചതും നെയ്ച്ചോറും നല്ല കൊമ്പിനേസനാ അല്ലേ...?”

“കോമ്പിനേസനല്ല ഹൈറൂ, കോമ്പിനേഷൻ.” സുനി തിരുത്തി.

“അങ്ങനെയെങ്കിൽ അങ്ങനെ. നെയ്ച്ചോറ് വയ്ക്കട്ടെ.”

“നീ നെയ്ച്ചോറ് തീറ്റിച്ച് എന്റെ കൊളസ്ട്രോള് കൂട്ടും.”

“ഇങ്ങക്കയിനു മാത്രം കൊളസ്ട്രോളൊന്നുമില്ലെന്നാ ഇങ്ങളെ ചങ്ങായിച്ചി ഡോക്ടറമ്മ പറഞ്ഞത്. അല്ലേച്ചീ, ഡോക്ടറമ്മേന്റെ മോളെ ഡയവോയിസ് കെയിസെന്തായി?”

“ഹൈറു, ഇംഗ്ലീഷ് വാക്ക് തെറ്റായി ഉച്ചരിക്കരുതെന്ന് നിന്നോട് ഞാൻ പലവട്ടം പറഞ്ഞതാ. ഞാൻ ഇംഗ്ലീഷ് അദ്ധ്യാപികയാണെങ്കിലും എനിക്ക് ഇംഗ്ലീഷിനേക്കാൾ മലയാളമാണ് വഴങ്ങുക. അതുകൊണ്ട് സംശയം മലയാളത്തിൽ ചോദിച്ചാ മതി. കേട്ടല്ലോ.”

“ഞാനെന്താക്കാനാ ഏച്ച്യേ. ഇങ്ങളൊപ്പരംകൂടി ഇനിക്കിപ്പോ ഇംഗ്ലീഷേ നാവില് വരൂ...”

എന്നു കളി പറഞ്ഞ് അവൾ വീണ്ടും തിരക്കിട്ട് അടുക്കളയിലേക്ക് നടന്നു. അടുക്കളപ്പണിക്കിടയിൽ ഞാൻ വീട്ടിലുണ്ടെങ്കിൽ ഇങ്ങനെ പലതവണ നിസ്സാര സംശയങ്ങളുമായി അവൾ മുറിയിലെത്തും. ഏറെ ദുരന്തങ്ങൾ ഏറ്റുവാങ്ങിയിട്ടും ഇപ്പോഴും ഇത്രയും പ്രസരിപ്പോടെ ഓടിനടക്കുന്നുണ്ടല്ലോ അവൾ. ഹൈറുവിനെക്കൂടെ കൂട്ടിയതോടെ വീടിന് അനക്കം വെച്ചു.. അന്നവൾ പ്രശ്നങ്ങളുടെ നടുക്കടലിലായിരുന്നു. ഹൈറുവിനെപ്പോലെ അനേകായിരം പെണ്ണുങ്ങൾ മനസ്സിൽ തിക്കിത്തിരക്കി കടന്നുവരുമ്പോൾ എവിടെ തുടങ്ങണമെന്നറിയാതെ കുഴങ്ങുകയാണ് എഴുത്തുകാ

രിയും ആക്ടിവിസ്റ്റും ഇംഗ്ലീഷ് അദ്ധ്യാപികയുമായ സുനി കല്യാണി എന്ന ഞാൻ. സുനിതയെന്നാണ് അമ്മയും അച്ഛനുമിട്ട പേര്. എഴുതിത്തുടങ്ങിയപ്പോഴാണ് പേരുമാറ്റണമെന്ന് തോന്നലുണ്ടായത്. സുനിത ഒരു സാധാരണ പേര്. പെട്ടെന്നാരും ശ്രദ്ധിച്ചെന്നു വരില്ല. പഴയ കാലമല്ല. എഴുത്തുകാരുടെ ദേഹത്ത് മുട്ടാതെ അങ്ങാടിയിൽക്കൂടി നടക്കാൻ വയ്യാത്ത അവസ്ഥയാണെന്നാണ് എഴുത്തുകാർ അച്ചംപുച്ചം പറയുന്നത്.. ഫെമിനിസവും പുരുഷവിദ്വേഷവും ആൺപെൺ ഉടലുകളുടെ വർണ്ണനയും ഇണചേരലുമൊക്കെ പച്ചയ്ക്ക് പറഞ്ഞിട്ടും പലരും എവിടെയുമെത്തുന്നില്ല. തുടക്കത്തിൽ റോക്കറ്റുപോലെ കുതിയ്ക്കുമെങ്കിലും താമസിയാതെ പൊത്തോന്നു താഴെ വീഴുകയും ചെയ്യുന്നു. അതുകൊണ്ടൊന്നുമല്ല അമ്മയുടെ പേരുകൂടി ചേർത്ത് സുനി കല്യാണിയായത്. എനിക്ക് അച്ഛനെ കണ്ട ഓർമ്മയില്ല. എന്നെ പത്തുമാസം ചുമന്നു പെറ്റ് ആൺതുണയില്ലാതെ പോറ്റി വളർത്തിയ അമ്മയെ ഓർക്കാൻ ഇതിലും നല്ല മാർഗ്ഗമില്ല എന്ന തോന്നലും അതിനു പിറകിലുണ്ട്. എനിക്കു മൂന്നു വയസ്സായപ്പോൾ പുഴയിൽ കുളിക്കാനിറങ്ങിയ അച്ഛൻ മഴക്കാലത്തെ ഒഴുക്കിൽപ്പെട്ടു. മൂന്നാംനാൾ ഏതോ ചുള്ളിക്കൊമ്പിൽ തടഞ്ഞ് ചീഞ്ഞു നാറിയ മൃതദേഹമാണ് കിട്ടിയത്. അമ്മ പറഞ്ഞ അറിവ് മനസ്സിൽ സൂക്ഷിക്കുന്നുണ്ടെങ്കിലും അച്ഛന്റെ മുഖംപോലും ഓർമ്മയിലില്ല. എല്ലാ സംശയങ്ങൾക്കും ഉത്തരം തന്നിരുന്ന അമ്മയുടെ തണലുമിന്നില്ല. കണ്ണ് നിറഞ്ഞു.

"ഇഞ്ഞെന്തിനാണെ കരയുന്നത്? വല്യ എയ്ത്തുകാരിയാന്നു പറഞ്ഞ് ഞെളിഞ്ഞു നടന്നാപ്പോരാ, മനക്കട്ടി വേണം."

അമ്മയുടെ ഒച്ചകേട്ട് അന്തംവിട്ട് നോക്കുമ്പോൾ ലാപ്ടോപ്പ് സ്ക്രീനിൽ നിറഞ്ഞു നില്ക്കുന്നു.

"ഇന്റെ അച്ഛൻ മരിക്കുമ്പോ എനക്ക് ചൊട്ടിയാ ചോര തെറിക്കുന്ന പ്രായം. ഉറ്റോരും ഉടയോരും ശത്രുക്കൾ. എന്നിട്ടും ഇന്നെ ഞാൻ പോറ്റി വലുതാക്കി ഈ നിലയിലാക്കിയില്ലേ? ഇന്നെപ്പോലെ പഠിപ്പും പത്രാസുമൊന്നും എനക്കില്ലേനും. എന്നിട്ട് ഞാൻ കരേന്നത് നീ കണ്ട്ക്കോ. എനക്ക് കരയാൻ നേരമില്ലേനും. ഇന്റെ അച്ഛൻ എന്റെ പേരിലെയ്തിത്തന്ന പൊരേം പറമ്പും കൈമ്മലാക്കാൻ വന്നോലെ ഞാൻ ഒറ്റക്കാ നേരിട്ടത്. അവിടെ പണിയെടുത്താ ഇന്നെ ഞാൻ അല്ലലറിയിക്കാതെ വളർത്തിയത്. പശു, ആട്, കോഴി - വളർത്തൽ, കൃഷി. അച്ഛന്റെ ചങ്ങായി രാമേട്ടൻ എല്ലാത്തിനും കൂടെ ഉണ്ടേനും. അയിനും നാട്ടുകാര് അപഖ്യാതി പറഞ്ഞു. പക്ഷേങ്കി, രാമേട്ടന്റെ ഓള് ചിരുതേടത്തി എനക്ക് തുണയായി കൂടെനിന്നു നാട്ടാരോട് പൊരുതി. ആലോചിച്ചാ അന്തോം കുന്തോമില്ല കുഞ്ഞാ.... ഇന്നെ ഇന്റെ അച്ഛനെപ്പോലെ സ്നേഹമുള്ള ഒരാളെ ഏല്പി

ക്കണമെന്ന പൂതി മാത്രം അമ്മയ്ക്ക് നിറവേറ്റാനായില്ല. എനക്കില്ലാതെ പോയ ജീവിതം ഇനിക്കെങ്കിലും....'' അമ്മയുടെ സ്വരം ഇടറി.

''നാട്ടുകാരോട് ഒറ്റയ്ക്ക് മല്ലിട്ട തെറിച്ചിക്കല്യാണി കരയുന്നോ..... അയ്യേ..... പഴങ്കഥകളൊക്കെ ഒന്നു പറഞ്ഞേ. പുതിയ നോവലിനുള്ള വക കിട്ടോന്ന് നോക്കട്ടെ.''

''ഇന്നോട് പറയാത്ത ഒരു കഥയും ബാക്കിയില്ല.''

''ഇങ്ങളെ കല്യാണക്കഥ പറ.''

''ഞാളെ കല്യാണത്തിനു കൂട്ടക്കാരും കുടുംബക്കാരുമൊന്നും കൂടീക്കില്ല. അമ്പലത്തില്വെച്ച് താലി കെട്ടി പൊടവേം തന്ന്. അതെന്നെ.''

''അമ്മന്റെ സൗന്ദര്യത്തിൽ മയങ്ങി എന്റെ പാവം അച്ഛൻ എല്ലാവരേയും വേണ്ടാന്നുവച്ചു അല്ലേ?''

''ഇഞ്ഞി വെറുതേ എന്നെ ഊറ പിടിപ്പിക്കണ്ട. ഞാൻ നാട്ടിലെ എണ്ണംപറഞ്ഞ മൊഞ്ചത്തി തന്നേര്ന്ന്. പനങ്കുലപോലത്തെ മുടി. വടിവൊത്ത മേനി. നാട്ടിലെ ചെല തീയ്യത്തികളെപ്പോലെ കോപ്പക്കൂട്ട് നെറമൊന്നുമല്ല. ഇരുനെറം.''

''കോപ്പക്കൂട്ടോ...അതെന്ത്ന്നാ?'' എന്റെ സംശയം.

''പണ്ട് സായിവന്മാര് ഊടയുള്ള കാലത്ത് ഓാറെ ബട്ളറമ്മാറെല്ലാം തീയറാ. തീയപ്പുരയിലെ പെങ്കുട്ട്യേളെ കാണുമ്പം സായിപ്പങ്ങളികും, അങ്ങനെ ചെലറെ ഓല് മംഗലം കയിച്ചിക്ക്. ഇംഗ്ലണ്ടില് കൊണ്ടോവേം ചെയ്തിക്ക്. മംഗലം കയിക്കാന്നും പറഞ്ഞ് പറ്റിച്ച് സ്ഥലംവിട്ട സായിവന്മാരുമുണ്ട്. ഓലെ മക്കക്ക് നല്ല വെള്ളപ്പിഞ്ഞാണത്തിന്റെ നെറാ. ഓലെ ഞാളെ നാട്ടില് കോപ്പക്കൂട്ടെന്നാ അച്ചംപുച്ചം പറയാറുള്ളത്. എന്നാ ഞമ്മളെ കുടുംബത്തിലൊന്നും അത്തരക്കാരില്ല. എന്റെ അച്ഛൻ കമ്യൂണിസ്റ്റേനും. ഇന്റച്ഛൻ കോങ്ക്രസ്സും. അതാ അച്ഛൻ എന്റെ മംഗലത്തിന് ആദ്യം എതിരായത്. എന്നാലും ഇന്റെ അച്ഛൻ മരിച്ചേന്റേശം അച്ഛൻ തന്നേനും എനക്ക് തൊണ. ഇന്റെ അച്ഛനെ വശീകരിച്ച് കൈക്കലാക്കീന്നും പറഞ്ഞ് നായമ്മാരും തീയരുടെ മാനംകെടുത്തിയെന്നു പറഞ്ഞ് തീയമ്മാരും നാട്ടിലുണ്ടാക്കാത്ത പുക്കാറില്ല. എനക്കന്ന് മൂപ്പരോട് അങ്ങനത്തെ ഒരിഷ്ടമൊന്നും ഇല്ലേനും....''

''എങ്ങനത്തെ......എങ്ങനത്തെ........ഇഷ്ടം....?''

''പോണെ...... കൊഞ്ച്ന്ന്. പശൂനെ തീറ്റാൻ പോകുമ്പം പൊയവക്കത്ത്ന്ന് മൂപ്പരെ കാണലുണ്ട്. ഓറ് വലിയ ജന്മി. അതോണ്ട് കാണുമ്പം ഞാൻ ഒതുങ്ങി മാറിനിക്കും.''

'നീ സഖാവ് കണാരന്റെ മോളല്ലേ?'

''ഒരിക്ക ചോദിച്ചപ്പം ഞാൻ നാണിച്ചാ തലയാട്ടിയത്.''

''അതെന്തിനാ അമ്മ നാണിച്ചേ....?''

“മൂപ്പരെപ്പോലത്തെ നാട്ടുപ്രമാണി അങ്ങനെ ചോയിക്കുമ്പോൾ അടക്കോം ഒതുക്കോം ഉള്ള പെങ്കുട്ട്യേള് അങ്ങനാ. ഇന്നെപ്പോലത്തെ തെറിച്ചിക്കോതകൾക്ക് അത് പറഞ്ഞാ മനസ്സിലാവൂലാ. ഞാൻ ചെല്ലുമ്പ ളെല്ലാം മൂപ്പരും പൊയവക്കത്തുണ്ടായിട്ടും ഇങ്ങനൊരു പൂതി മനസ്സിലു ണ്ടെന്ന് ഞാനറിഞ്ഞിക്കില്ല. ഒരിക്കല് ഇങ്ങളെ മോളെ എനക്ക് മംഗലം കയിപ്പിച്ചു തരോന്ന് മൂപ്പര് പൊരേല് വന്ന് അച്ഛനോട് ചോദിച്ചപ്പം ഞാനങ്ങ് അയിവായിപ്പോയി. ഇങ്ങളെപ്പോലത്തെ ബൂർഷാ ജന്മിക്ക് ഞാനെന്റെ മോളെ തരില്ലാന്ന് അച്ഛൻ പറഞ്ഞപ്പോ എനക്ക് സങ്കടംവന്ന് മുട്ടി. കല്യാണീ, ഞാൻ വിളിച്ചാ നീ എറങ്ങി വരോന്ന് മൂപ്പര് ചോയി ച്ചപ്പോ ഓന്ന് ഞാൻ മൂളിയതും എന്റെ കൈയുംപിടിച്ച് മൂപ്പര് പടിയിറ ങ്ങി. അച്ഛൻ തരിച്ചു നിന്നുപോയി. നേരെ മൂപ്പരെ ഒരു ചങ്ങായിന്റെ വീട്ടി ലേക്കാ കൊണ്ടോയത്. പിറ്റേന്ന് താലീം പൊടവയുമായി വന്ന് അമ്പല ത്തില് കൊണ്ടോയി താലികെട്ടി. ഊയന്റമ്മോ.. അന്നുണ്ടായ പുകില്. നായമ്മാരും തീയമ്മാരും ഒരുപോലെ ഇളകി. മംഗലം കയിച്ചു തരൂലാ ന്നൊക്കെ പറഞ്ഞെങ്കിലും അച്ഛനാ ഞമ്മക്ക് തുണയായി നിന്നത്. ബൂർഷ യാണെങ്കിലും ഓനാള് നേരും നെറിയുമുള്ളോനാന്ന് അച്ഛൻ അമ്മേനോട് പറേന്നത് ഞാൻ കേട്ടിക്ക്. അന്ന് മൂപ്പരെ കൈയുംപിടിച്ച് ഇപ്പൊരേല് കേറിയതാ. ഇനി ഈടന്നു വേണം ചിതയിലെടുക്കാൻ. എനക്ക് യോഗല്ല ണ്ടായിപ്പോയി. മംഗലം കയിഞ്ഞ് ആശേം പൂതീം തീരണേനു മുന്നം ദൈവം കൊണ്ടോയീലേ... കുടുംബക്കാറാരോ ചതിച്ചതാന്നും പറേന്നു ണ്ടായിരുന്നു. നന്നായി നീന്തലറിഞ്ഞിട്ടും.... നക്കിപ്പളും വിശ്വസിക്കാൻ പറ്റുന്നില്ല. മോളിലിരുക്കുന്നോന്റെ പരീക്ഷണമെന്നല്ലാതെ എന്ത്നാ പറ യേണ്ടത്. അന്നു മുതല് ഇനിക്കു വേണ്ടിയാ അമ്മ ജീവിച്ചത്. ഇന്റെ അച്ഛന്റെ പൂതിപോലെ ഇന്നെ പഠിപ്പിച്ച് വലിയ ആളാക്കണം..... എന്നിട്ട് പഠിപ്പും പത്രാസുമുള്ള ഒരാളെ കൈയിലേല്പിക്കണം എന്നു കരുതീ ട്ടാ, അല്ലെങ്കിൽ അന്നേ ആ പൊയേല്...”

“അമ്മ പോയിരുന്നെങ്കി എന്റെ അവസ്ഥ എന്താകുമായിരുന്നു.. അതോണ്ട് എന്റെ കല്യാണി ഈറ്റാലത്തെ വർത്താനൊന്നും പറേല്ലെ. അമ്മയുടെ മോഹംപോലെ ഞാൻ പഠിച്ച് നല്ലനിലയിലെത്തിയില്ലേ?”

“ഈ ലോകത്ത് ഒരു പെണ്ണിന് ഒറ്റയ്ക്ക് ജീവിക്കാൻ വലിയ പാടാ. ഞാനനുഭവിച്ചറിഞ്ഞതാ. അതോണ്ടാ പഠിപ്പ് കയിഞ്ഞതും മംഗലമാലോ യിച്ചത്. ഇന്ന് നാളാന്നും പറഞ്ഞ് നീയെന്നെ പറ്റിച്ചില്ലേ? പ്രായം തികഞ്ഞ പെണ്ണിനെ അങ്ങാടീല് മേയാൻ വിടുന്നെന്നും പറഞ്ഞ് അയിനും ഞാൻ പഴികേട്ടു. രാമേട്ടൻ കൊണ്ടന്ന ഗൾഫ്കാരൻ എഞ്ചിനീയറെ മംഗലം കയി ച്ചിനെങ്കില് ഇന്ന് പൊറംനാട്ടില് അന്തസ്സായിട്ട് കയിഞ്ഞൂടേനോ... തല വര നന്നാകണം. എനക്ക് കൂട്ടിന് നീയുണ്ടേനും, ഇനിക്കിനി ആരാള്ള

ത്? ശാപം കിട്ടിയോളാ ഞാൻ. അതല്ലെ നിന്നെ ഒരു കരപറ്റിക്കുന്നതിനു മുന്നം ദൈവം എന്നെ മേലോട്ടെടുത്തത്. ഇന്നെപ്പറ്റി ആലോയിച്ച് ഇവിടേം എനക്ക് സ്വൈരമില്ല. പൊന്നുമോളേ, ഇനിക്കത്തര പ്രായമൊന്നുമായി ക്കില്ല. അമ്മേന്റെ മനസ്സ് തണുക്കണമെങ്കില് നീയൊരു മംഗലം കയിക്ക ണം, ഇനിക്കിഷ്ടപ്പെട്ട ആരെ വേണേങ്കിലും......"

അമ്മയുടെ കരച്ചിലു കണ്ട് സഹിക്കാനാകാതെ ലാപ്ടോപ് ഷട്ട് ഡൗൺ ചെയ്ത് ബാല്ക്കണിയിലെ കസേരയിൽച്ചെന്നിരുന്നു. ജീവിച്ചി രുന്നപ്പോൾ അമ്മ കരയാറില്ല. കുറ്റം ചാർത്തുന്നവരെ പൊരുതിത്തോ ല്പിക്കും. മരണശേഷം അമ്മ എപ്പോഴും കലങ്ങിയ കണ്ണുകളുമായാണ് മനസ്സിലെത്തുന്നത്. ഈയിടെയായി എഴുതാനിരിക്കുമ്പോൾ മനസ്സ് പിറ കോട്ട് പായുന്നത് സാധാരണമായിരിക്കുന്നു. ഏറെക്കാലം തപസ്സിരുന്ന് ഒരു പ്രമേയം വീണുകിട്ടുമ്പോഴാണ് എഴുതാനിരിക്കുന്നത്. അപ്പോഴേക്കും അമ്മ പറഞ്ഞുകേട്ട കഥകളും കഥാപാത്രങ്ങളും സ്ക്രീനിൽ തള്ളിക്ക യറി സ്വൈരം കെടുത്തുന്നു. അക്കഥകളെല്ലാം എഴുതാൻ സാധിച്ചിരു ന്നെങ്കിൽ സുനി കല്യാണിയെന്ന എഴുത്തുകാരിയെ ലോകം അറിഞ്ഞേ നെ. അമ്മ മരിച്ച് കാലം കടന്നുപോയിട്ടും അമ്മ കൂടെയുള്ളതുപോലെ യാണ്. മനസ്സു വിഷമിക്കുമ്പോഴേക്കും ചിരിച്ചും കരഞ്ഞും അമ്മ മുന്നി ലെത്തും. ഇത് വല്ല മാനസികരോഗത്തിന്റെയും തുടക്കമാണോ എന്ന് സുഹൃത്തായ കൗൺസിലറോട് ചോദിക്കുമ്പോൾ അവൾ പരിഹസിച്ചു തള്ളും. ഞാൻ വിവാഹം കഴിക്കാത്തതാണ് അമ്മയുടെ ദുഃഖം. അതി നുള്ള കാരണം എങ്ങനെയാണ് ഒരമ്മയോട് പറയുന്നത്. വിവാഹത്തെ ക്കുറിച്ചോർക്കുമ്പോൾ തല പെരുക്കും. നഗ്നനായ ഒരു പുരുഷരൂപം.... വയറിലപ്പോൾ ഉരുണ്ടു കയറ്റം....ശ്വാസം കിട്ടാതെ പിടഞ്ഞുകൊണ്ട് ഊ യന്റമ്മോ എന്നു നിലവിളിച്ച് ഉറക്കത്തിൽ ഞെട്ടിയുണർന്ന് കരഞ്ഞിട്ടു ണ്ട്. അമ്മ ഉണ്ടായിരുന്നപ്പോൾ കൈയിലും കഴുത്തിലും പൂജാരി ജപി ച്ചൂതിയ ചരടുകളും തകിടുകളുണ്ടായിരുന്നു. എന്തുകണ്ടാണ് പേടിക്കു ന്നതെന്ന് അമ്മയോട് പറഞ്ഞിട്ടില്ല. ആരോടെങ്കിലും പറയണമെന്നുണ്ട്.

ആറാംക്ലാസിൽ പഠിക്കുമ്പോഴായിരുന്നു സംഭവം. സ്കൂൾവിട്ട് ഇട വഴിയിലൂടെ നടക്കുകയായിരുന്നു. കൂട്ടുകാരികൾ ഓരോരുത്തരായി പിരിഞ്ഞ് ഒറ്റയ്ക്കായിരുന്നു. കാവിനടുത്തുള്ള വീതികുറഞ്ഞ ഇടവഴിയി ലൂടെ പതിവുപോലെ ആലോചനയിൽ മുഴുകി നടക്കുമ്പോൾ, മുന്നിൽ ഒറ്റമുണ്ടുടുത്ത ഒരാൾ. താൻ ഒതുങ്ങി വഴി മാറിക്കൊടുക്കുന്നതിനിടയിൽ അയാൾ പിടിച്ചണച്ച് മടിക്കുത്തിൽനിന്ന് കടലാസ് പൊതിയഴിച്ച് നാര ങ്ങമിഠായി നീട്ടി. ഞാൻ വേണ്ടെന്നു പറഞ്ഞ് കുതറിമാറാൻ നോക്കു ന്തോറും അയാളെന്നെ വലിച്ചടുപ്പിക്കുന്നു... ശ്വാസം മുട്ടുന്നു. അയാൾ വായ തുറന്നപ്പോൾ ആയിരം ഓവുചാലുകൾ ഒന്നിച്ചു തുറന്ന നാറ്റം..

കുതറുന്നതിനിടയിൽ പിടുത്തംകിട്ടിയത് അയാളുടെ മുണ്ടിലായിരുന്നു, അയാൾ ഉരിഞ്ഞുവീഴുന്ന മുണ്ടിൽ പിടിച്ചെങ്കിലും മുണ്ട് ഉരിഞ്ഞു താഴെ വീണു. ഒന്നേ നോക്കിയുള്ളൂ... അമ്മേ... ആർപ്പിട്ടു. അയാൾ കുനിഞ്ഞ് ഉരിഞ്ഞുവീണ മുണ്ടെടുത്ത് ചുറ്റുന്നതിനിടയിൽ കുതറി ഓടിയത് ഓർമ്മയുണ്ട്. വീണ്ടും ഓർമ്മ വന്നപ്പോൾ വീട്ടിലെ കട്ടിലിൽ പനിച്ചു വിറച്ചു കിടക്കുകയായിരുന്നു. അയാളുടെ ശരീരത്തിന്റെ ചാണകനാറ്റവും തുടയിലെ വഴുവഴുപ്പും..... അമ്മേ..... അങ്ങനെ പതിനാലു ദിവസം പനിച്ചു വിറച്ചു കിടന്നെന്നും കൊണ്ടുപോയി കാവിലെ ദേവിയെ തൊഴീച്ചപ്പോഴാണ് പനി മാറിയതെന്നുമാണ് അമ്മ പറഞ്ഞത്. അമ്മ കല്യാണക്കാര്യം പറയുമ്പോൾ അയാളൊരു മുഖമില്ലാ ശരീരമായി എന്നെ അലോസരപ്പെടുത്തുന്നു.

"പി ജി കഴീന്നതുവരെ അമ്മ മംഗലക്കാര്യം എന്നോട് മിണ്ടരുത്. അമ്മയെ ഞാൻ ബുദ്ധിമുട്ടിക്കില്ല. ബാങ്ക്ന്ന് കടം കിട്ടും. ആദ്യം സ്വന്തം കാലിൽ നില്ക്കട്ടെ."

"ഇനിക്കെന്താ പെരാന്താ? കടം വാങ്ങിയാ അതു വീടണ്ടേ. രാമേട്ടൻ ഒരാലോചന കൊണ്ടേന്ന്ക്ക്. ചെക്കൻ ഗൾഫില് ഇഞ്ചിനീയറാ. ഇനിക്കറിയാം, ഞമ്മളെ വടക്കുമ്പാട്ടെ ഗോപാലേട്ടന്റെ മോൻ. ഓന് പഠിപ്പുള്ള പെണ്ണു വേണോന്നു. നല്ല മൊഞ്ചും വേണോന്ന്. ഓൻ കയിഞ്ഞ പ്രാവശ്യം നാട്ടില് വന്നപ്പോ ഇന്നെ കണ്ടിക്ക് പോലെ."

"എനക്കിപ്പോ കല്യാണം വേണ്ട. ഗൾഫ്കാര് വേണ്ടേ വേണ്ട. എന്റ്മ്മനെ ഇവിടെ ഒറ്റക്കാക്കി ഞാനെങ്ങോട്ടും പോവൂലാ."

"ഇഞ്ഞി പോണ്ടണേ. ഓനിക്കാടെ എണ്ണക്കമ്പനീലാ പണി. രണ്ടു മാസം കൂടുമ്പം നാട്ടില് വരാം. ഓനുള്ളപ്പം മാത്രം ഇഞ്ഞി ഓന്റെ പൊരേല് താമസിച്ചാ മതി. അല്ലാത്തപ്പം ഇനിക്കീടത്തന്നെ നിക്കാം. പഠിപ്പു തുടരൂം ചെയ്യാം."

"ഇതൊക്കെ മംഗലം കയീന്നതുവരെയുള്ള പറച്ചിലായിരിക്കും. പാലം കടന്നാ കൂരായണാന്ന് പറയും. അയാക്ക് ആടെ എന്താ പണി, ഏതുവരെ പഠിച്ചു എന്നൊക്കെ അമ്മ അന്വേഷിച്ചോ?"

"ഇഞ്ചിനീയരാന്നാ രാമേട്ടൻ പറഞ്ഞത്. പോളി ടെകനികിലാ പഠിച്ചത്."

"അമ്മേ പോളിടെകനിക്കില് പഠിച്ചാ ഇഞ്ചിനീയറാവൂലാ. പത്താം ക്ലാസ് കയിഞ്ഞ് ഡിപ്ലമോ എടുത്തതായിരിക്കും. അമ്മന്റെ എം എ ക്കാരി മോക്ക് ഒരു ഡിപ്ലമോക്കാരൻ മതിയോ? എം എ കഴിഞ്ഞാ എംഫിൽ, പിന്നെ പി എച്ച് ഡി, പിന്നെ അമ്മേന്റെ മോള് ഡോക്ടരാവൂലേ? ഡോക്ടർ സുനി കല്യാണി. എങ്ങനെയുണ്ട് പേര്?"

"ഇഞ്ഞിയെന്താ ഇങ്ങനെ തല തിരിഞ്ഞുപോയത്? സ്വന്തം പേര്

ആരെങ്കിലും മാറ്റ്വോ? ഇന്റ്ച്ഛൻ ആശിച്ചിട്ട പേരാ സുനിതാന്ന്."

"എനക്ക് വാലായി എന്റെ അമ്മ മതി. അമ്മ നോക്കിക്കോ, ഈ പേരു വച്ച് ഞാൻ കസറും. സ്ത്രീ സ്വാതന്ത്ര്യത്തിനുവേണ്ടി സ്വന്തം പേരു പോലും തിരുത്തിയ സുനി കല്യാണി..."

"സുനിയെച്ച്യേ, എയയ്ത്ത് കയഞ്ഞീലേ, ചോറൊന്നും മാണ്ടേ?"

ഹൈറു വിളിക്കുന്നതുകേട്ട് എഴുന്നേറ്റു.

രണ്ട്

"**സു**നിയേച്ച്യേ, ഇന്റെ കഥ ഇങ്ങള് പറഞ്ഞില്ലെങ്കില് ഞാനെയ്തും ട്ടോ."

ഹൈറു ഇടയ്ക്കിടെ ഭീഷണിപ്പെടുത്താറുണ്ട്. ഹൈറു മാത്രമല്ല, ഒരു പാട് സ്ത്രീകൾ ഉറക്കിലും ഉണർവ്വിലും ഇടയ്ക്കിടെ ശല്യംചെയ്യുന്നുണ്ട്.. എങ്ങനെയെഴുതണമെന്നതാണ് കുഴയ്ക്കുന്നത്. എഴുത്തിന് ആയിരം വഴികളുണ്ട്, അതിൽ അവനവന്റെ വഴി തിരഞ്ഞെടുക്കുകയാണ് ഏറെ വിഷമകരം എന്ന് എവിടെയോ വായിച്ചത് പെട്ടെന്നാണ് ഓർമ്മ വന്നത്. അതേ, എഴുത്ത് വളരെ പ്രയാസകരമായ ഏർപ്പാടുതന്നെയാണ്. എഴുത്തുകാരി നേരിട്ട് കഥ പറയണോ. അതോ കഥാപാത്രങ്ങളെക്കൊണ്ട് കഥ പറയിക്കണോ? ഇങ്ങനെ ഓരോന്നാലോചിച്ച് തല പുകയ്ക്കുമ്പോൾ അമ്മ പ്രത്യക്ഷപ്പെട്ടു.

"നീയാദ്യം എന്റെ കഥ പറ."

"ഇങ്ങളെന്നെ എഴുതാൻ സമ്മതിക്കൂന്ന് തോന്നുന്നില്ല. പഴഞ്ചൻ തീമുകൾക്കൊന്നും ഇന്ന് വലിയ പ്രസക്തിയില്ലമ്മേ."

"ആര് പറഞ്ഞു? അവനവന്റെ ജീവിതമെങ്ങനാ പയേതാകുന്നത്. മരിച്ച് മേലോട്ടെടുത്തിട്ടും എനക്കങ്ങനെ തോന്നീക്കില്ല."

"ഇങ്ങളെന്നും പുതുമക്കല്ല്യാണിയല്ലേ. അതുപോലാണോ ഞാൻ? അല്ലലില്ലാതെ വളർത്തി എന്നെ നാശാക്കീന്ന് ഇങ്ങള്തന്നല്ലെ പറയാറുള്ളത്?"

"ഇന്നെപ്പോലെ പഠിപ്പൊന്നുമില്ലെങ്കിലും ഞാനും എമ്പാടും വായി

ക്കുമായിരുന്നു. അച്ഛൻ വായനശാലേന്ന് പുസ്തകം കൊണ്ടത്തരുമായിരുന്നു.''

''*കമ്യൂണിസ്റ്റ് മാനിഫസ്റ്റോ* ആയിരിക്കും അല്ലേ? ഇങ്ങക്കയിന് വായിക്കാനേടേനും നേരം? അപ്പളത്തിന് പ്രേമം തലയിൽ കേറി നാടു പുക്കാറാക്കീലേ?'' അമ്മയെ ചൊടിപ്പിക്കാനായി പറയും.

''ആ പ്രായത്തില് ഒരാളോട് ഇഷ്ടം തോന്നുന്നതു തെറ്റല്ല. ആണുങ്ങളെ അടുപ്പിക്കൂലാന്ന് പറഞ്ഞ് മംഗലം കയിക്കാതിരിക്കുന്നതാ നട്ടപ്രാന്ത്.''

''അതേ, എനക്ക് നട്ടപ്രാന്താ. എന്റെ ഉള്ളുരുക്കം ഇങ്ങക്ക് പറഞ്ഞാ മനസ്സിലാവൂലാ.''

''ഉള്ളിലുള്ളത് പറയാണ്ടെങ്ങനാ ഞാനറീന്നത്? ജീവിച്ചിരുന്ന കാലത്തും എന്നും ഇതുതന്നെയല്ലേ ചോദിച്ചത്. നീ എത്രകാലാന്നുവച്ചിട്ടാ ഇങ്ങനെ ഒറ്റാന്തടിയായി കഴീന്നത്?''

''നിങ്ങള് വെറുതേ ഇക്കാര്യം പറഞ്ഞ് എന്നോട് പിണങ്ങണ്ട. ഒരാണിനെയും ഞാനെന്റെ ജീവിതത്തിലേക്ക് അടുപ്പിക്കില്ല.'' എന്റെ സ്വരം കടുത്തു.

''ആണിനെയല്ലാതെ പെണ്ണിനെ ആരെങ്കിലും കല്യാണം കയിക്ക്വോ? നാവെടുത്താ തലതിരിഞ്ഞ വർത്താനേ പറയൂ. ടീച്ചറായിട്ടും അതിനു മാറ്റമില്ല.''

''നേരായ കാര്യം പറയുമ്പം ചൂടാകരുത്. പുറംനാട്ടിലൊക്കെ ആണ് ആണിനേം പെണ്ണ് പെണ്ണിനേമൊക്കെ നിയമപരമായിത്തന്നെ വിവാഹം കഴിക്കുന്നുണ്ട്. നമ്മുടെ നാട്ടിലും ഇന്നിപ്പോൾ അതിനു തടസ്സമില്ല. ഞാൻ ഗേ ആണ്. ലസ്ബിയനാണ് എന്നൊക്കെ പറയുന്നത് ഇന്നത്തെക്കാലത്ത് പൊതുരംഗത്ത് റെയിറ്റ് കൂട്ടുന്ന ഏർപ്പാടുകളാ.''

''നീ ഏതെങ്കിലും ഡോക്ടരെച്ചെന്ന് കണ്ട് ഇന്റെ ആൺപേടി മാറ്റ്. നീ ആണും പെണ്ണുമല്ലാത്താളൊന്നുമല്ല. പത്തരമാറ്റ് തനിത്തങ്കംപോലത്തെ പെണ്ണാ. തലതിരിഞ്ഞ വിചാരമൊക്കെ മാറ്റി നീ കല്യാണം കയിച് കുടുംബായിട്ട് കയീന്ന കണ്ടാലല്ലേ എന്റെ ആത്മാവിന് ശാന്തികിട്ടു. ഇന്റെ മംഗലം കയീന്നതുവരെ ഭൂമിയിലുണ്ടാകണമെന്ന് ആശിച്ചതാ. മുത്തപ്പൻ കേട്ടില്ല. ഇന്നോട് വർത്തമാനം പറേന്ന നേരംകൊണ്ട് എന്റെ കൂട്ടരായ പ്രേതാത്മാക്കളോട് സൊറ പറഞ്ഞാ ഉള്ള മനസ്സമാധാനം കളയാണ്ടെ നോക്കാം.''

''അമ്മേ, പോവല്ലേ...''

''പടച്ചോനേ.... ഇങ്ങളാരോടാ ഈ വർത്താനം പറേന്നത്? എയ്ത്തകാർക്ക് വട്ടാന്ന് ഡോക്ടറമ്മ വെറുതെയല്ല പറേന്നത്.'' ജോലിക്കിടയിൽ ഹൈറുവിന്റെ അശരീരി.

"ഞാൻ എഴുതാനിരിക്കുമ്പം നാലയലത്തും കണ്ടുപോകരുതെന്ന് നിന്നോട് ഞാൻ പറഞ്ഞിട്ടുള്ളതാ."

"ഇന്റള്ളോ..... ഞാൻ പോണ്. ഇങ്ങളെപ്പോലെ മരിച്ചോലോട് വർത്താനം പറയാൻ ഇനിക്കേടെയാ നേരം?"

"കണ്ണേ, കരളേ എന്നുവിളിച്ച്
പെങ്കുട്ട്യേളെ പാട്ടിലാക്കി
കൊത്തിക്കീറി വലിച്ചെറിയണ
ശൈത്താന്മാരുടെ ചെപ്പക്കുറ്റി
അടിച്ചുപൊളിക്കേണം."

നിലം തുടയ്ക്കുന്നതിനിടയിലാണ് ഹൈറുവിന്റെ ഈണത്തിലുള്ള പാട്ട്.

"ഈ ഉശിര് അന്നു കാണിച്ചിരുന്നെങ്കില് ഇങ്ങനെ ആരാന്റെ അടുക്കളയില് കഷ്ടപ്പെടേണ്ടി വരുമായിരുന്നോ?"

"ഇങ്ങളിനിക്കാരാനാ..... അപ്പം ഇങ്ങളങ്ങനെയാ എന്നെ കാണുന്നത് അല്ലേ...?" ഹൈറുവിന്റെ തൊണ്ടയിടറി.

"സോറി, സോറി. ഞാനതല്ല ഉദ്ദേശിച്ചത്. നിനക്ക് നല്ലൊരു ജീവിതമില്ലാതായിപ്പോയല്ലോന്നോർത്ത് പറഞ്ഞുപോയതാ."

"ഇനിക്കിപ്പമെന്താ കൊറവ്? ഉമ്മ മരിച്ച ശേഷം സ്വന്തം കൂടപ്പിറപ്പിനെപ്പോലെയല്ലേ ഇങ്ങളെന്നെ നോക്കുന്നത്...? ആ ബലാലിന്റെ വാക്കും വിശ്വസിച്ച് നാടുകാണാനിറങ്ങിപ്പൊറപ്പെട്ട് നശിച്ച് നാറാണക്കല്ലും കണ്ടില്ലേ....ഇന്റെ ഉമ്മാനോട് കള്ളത്തരം പറഞ്ഞ് ഓന്റൊപ്പരം ചുറ്റാൻ പോയേന് പടച്ചോനെന്നെ ശിക്ഷിച്ചതാ."

"മതി, മതി, വെറുതേ സ്വയം കുറ്റപ്പെടുത്തണ്ട. ഇന്ന് നിന്റെ കഥ എഴുതിയാലോ എന്നാ ആലോചിക്കുന്നത്."

"ഞാനെത്ര നാളായി ഇങ്ങളോട് ഇക്കാര്യം പറയുന്നു. ഹൈറൂനെപ്പോലെ വില കെട്ടോളെ ജീവിതം ആരും എയ്തൂലാ....ഇങ്ങളും."

"നിന്നെപ്പോലെയും എന്നെപ്പോലെയുമുള്ള ഒരുപാട് സ്ത്രീകളുടെ കഥ മനസ്സിലുണ്ട്. പക്ഷേ, എഴുതാനിരിക്കുമ്പം ആകെയൊരു ശൂന്യത. പലതവണയായി നീ പറഞ്ഞത് ഉള്ളിലുണ്ട്. നീ പറഞ്ഞതുപോലെ സങ്കല്പിക്കാൻ എനിക്കാവുന്നില്ല. നീ തോറ്റു മടങ്ങരുത്. ജയിച്ചു ജ്വലിക്കണം. അതുകൊണ്ട് നല്ലോണം ആലോചിച്ച് ഒന്നുകൂടി പറഞ്ഞാ...."

"സുനിയെച്ച്യേ ഇങ്ങളിന്നെ വെറുതേ മക്കാറാക്കണ്ട. നടന്നത് പറഞ്ഞാ ഇങ്ങള് സമ്മയിക്കൂലാ.. ഇങ്ങക്കെന്നെ വിശ്വാസല്ല."

"വിശ്വാസമില്ലാഞ്ഞിട്ടല്ല. വൃത്തികെട്ട ഒരാൺരൂപം കൈഞൊടിച്ചതും നീ അവന്റെ കൂടെ ഇറങ്ങിത്തിരിക്കുക, അവനും കൂട്ടുകാരും നിന്റെ

ശരീരം പിച്ചിച്ചീന്തുക... എനിക്കാകെ അറപ്പു തോന്നുന്നു.''

''ഒരാളെ മനസ്സോണ്ട് ഇഷ്ടപ്പെട്ടാൽ അറപ്പൊന്നും തോന്നൂല സുനി യേച്ച്യേ.''

''അപ്പോ സന്തോഷത്തോടെയാണോ നീ ചെകുത്താന്മാർക്ക് വഴ ങ്ങിക്കൊടുത്തത്..?''

''ഇന്റെ റബ്ബേ... ഓലെ വെടിവെച്ച് കൊല്ലുന്നത് കെനാക്കണ്ട് എത്രയോ രാത്രികളിൽ ഞാൻ ഞെട്ടിയെണീറ്റിട്ടുണ്ട്. ഇങ്ങളല്ലെ അപ്പ ളൊക്കെ ഇനിക്ക് ധൈര്യം തന്നത്. ഓനെ വിശ്വസിച്ച് കൂടെയിറങ്ങുമ്പം ഓൻ ഇന്റെ ഖൽബിലെ മുത്തേനും.''

''ഖൽബിലെ മുത്ത്....ഥൂ.....''

എനിക്ക് കലിയടക്കാനായില്ല.

''ആണുങ്ങളെല്ലാം ചതിയന്മാരാന്ന് അക്കിടി പറ്റിയതോണ്ടല്ലേ സുനി യേച്ചി ഞമ്മക്ക് തോന്നുന്നത്?''

''അക്കിടി പറ്റിയത് ഞമ്മക്കല്ല, നിനക്ക്. അത്തരം അക്കിടി പറ്റാതി രിക്കാനാ ഞാനക്കൂട്ടരെ അടുപ്പിക്കാത്തത്.''

''ഇങ്ങളെ ആൺപേടി മാറ്റാൻ പടച്ചോൻ തന്നെ വിചാരിക്കണം. ഒരു കാര്യം പറയാൻ മറന്നു പോയീട്ടാ. ഇന്നാള് ഇങ്ങളില്ലാത്തപ്പം കൊറച്ച് തലേക്കെട്ട്കാര് ഇവിടെ വന്നീനിട്ടോ.''

''തലേക്കെട്ട്കാരോ...? എന്തിന്?''

''ഇന്നെ ദീൻ പഠിപ്പിക്കാൻ വന്നോരാ. ഏതോ സംഘടനയുടെ പേരു പറഞ്ഞു. ഇസ്ലാമായ ഞാൻ കാഫറായ ഇങ്ങളൊപ്പരം നിക്കുന്നത് പട ച്ചോൻ പൊറുക്കൂലാന്ന്. ഓലൊപ്പൊരം പോയാല് നല്ല ദീനികളായ ചെക്കൻമാരെക്കൊണ്ട് കല്യാണം കയിപ്പിച്ചുതരാന്ന്.''

''എന്നിട്ട് നീ എന്തുപറഞ്ഞു?''

''ആട്ടിവിട്ടു. ഹാജ്യാരുടെ മോൻ എന്നെ ഓന്റെ ചങ്ങായിമാർക്ക് കായ്ചവെച്ചപ്പോ ഇങ്ങളെ ആരേം കണ്ടില്ലല്ലോ. ഇന്നേം ഇന്റെ ഉമ്മാനേം മുക്കാപ്പെശതരാന്നും പറഞ്ഞ് പൊരേന്ന് എറക്കിവിടാൻ ഇങ്ങളും ഓലിക്ക് കൂട്ടു നിന്നില്ലേ? ഇങ്ങളിച്ചെലരല്ലേ ആ കേസ് തേച്ചുമാച്ച് കള യാൻ ഓലൊപ്പരം നിന്നത് എന്നൊക്കെ കണക്കിനങ്ങ് പറഞ്ഞു.''

''അസ്തഅഫുറുള്ളാഹ് അളീം..... ഒരിസ്ലാംപെൺകുട്ടി കാഫറായി പോണ്ടാന്ന് കരുതി ഇന്നെ രക്ഷിക്കാൻ വന്നതാ ഞമ്മളെ തെറ്റ്?''

''ഒരു താടിക്കാരൻ കൈ മേലോട്ടുയർത്തി അള്ളാനെ നേരിട്ട് കാണു ന്നതു പോലേനും പറച്ചില്. ഇന്നെ പടച്ച റബ്ബ് ഇന്നെ രക്ഷിച്ചോളും. ഇങ്ങ ളതാലോചിച്ച് തല പൊകക്കണ്ട. ഇസ്ലാമായിട്ട് ജനിപ്പിച്ച അള്ളതന്നെ ഇന്നെ ഇസ്ലാമായിട്ട് മരിപ്പിക്കൂം ചെയ്യും എന്നുപറഞ്ഞതും ശൈത്താമ്മാര് തെറീം പറഞ്ഞ് എറങ്ങിപ്പോയി.''

“ആരെങ്കിലും വന്ന് എന്തെങ്കിലുമൊക്കെ പറയുന്നതിന് ഉത്തരം പറയാനൊന്നും പോകണ്ട. കച്ചറയുണ്ടാക്കാൻ കാരണമന്വേഷിച്ച് നടക്കണ കൂട്ടര് നാട്ടിൽ ഏറിവരികയാണ്.”

“ഇങ്ങളൊപ്പരം കൂടിയതോടെ പേടിയൊക്കെ പോയി. ഞാനും ഇങ്ങളെപ്പോലെ ആറ്റിവിസ്റ്റായി.”

“ഹൈറു നീ ദയവുചെയ്ത് ഇംഗ്ലീഷ് പറയരുത്.”

“ഇങ്ങക്കെന്താ ആണുങ്ങളെ ഇത്ര പേടി?”

“എനിക്ക് പേടിയല്ല. അറപ്പാ. ഹോ.. ആലോചിക്കുമ്പം ഓക്കാനം വരും. നീ പോ.”

“അള്ളോ...ഇതൊരു വല്ലാത്ത സൂക്കേട് തന്നെ.”

അതേ, വല്ലാത്ത സൂക്കേടുതന്നെ. പണ്ടെങ്ങോ ഒരു കാമപ്രാന്തൻ വൃത്തികേട് കാട്ടിയതിന് ലോകത്തെ ആണുങ്ങളെ മുഴുവൻ ശത്രുക്കളായി കണ്ടാൽ ജീവിതം കോഞ്ഞാട്ടയാകുമെന്ന് മനസ്സിനെ പറഞ്ഞുപഠിപ്പിച്ചിട്ടുണ്ട്. അതുകൊണ്ട് ആണുങ്ങളെ കാണുമ്പോൾ ഇപ്പോൾ പഴയതുപോലുള്ള അസ്വസ്ഥതകളൊന്നുമില്ല. പക്ഷേ, വിവാഹമെന്നു കേൾക്കുമ്പോൾ നാട്ടിലെ കുണ്ടനിടവഴിയും അന്നു നടന്ന സംഭവങ്ങളും മനസ്സിലെത്തുന്നതോടെ തലപെരുക്കും. ശരീരം തളരും.. അപ്പോൾത്തന്നെ നടന്ന സംഭവങ്ങൾ അമ്മയോട് പറഞ്ഞിരുന്നെങ്കിലെന്ന് ആലോചിച്ച് ഇനി തല പുണ്ണാക്കിയിട്ട് കാര്യമില്ല. മരിച്ചിട്ടും എനിക്കു ചുറ്റും ആയിരം കണ്ണുമായി വട്ടം കറങ്ങുന്ന പാവം അമ്മ വിവാഹത്തെക്കുറിച്ച് നിരന്തരം ഓർമ്മിപ്പിക്കുമ്പോൾ ഇനി ഞാൻ തറുതല പറഞ്ഞ് അമ്മയെ വേദനിപ്പിക്കില്ല. ജീവിച്ചിരിക്കുമ്പോൾ എനിക്കു തണലേകാൻ സ്വയം വെന്തുരുകിയ അമ്മയുടെ പരലോകമോക്ഷത്തിനായി പ്രാർത്ഥിക്കാം. തൊടിയിലും വീട്ടിലും നിറഞ്ഞു നടന്ന അമ്മ പെട്ടെന്നാണ് അവശതയിലായത്. ചെറിയ ക്ഷീണം, അവശത, ഭക്ഷണം വേണ്ടായ്ക — അങ്ങനെയായിരുന്നു തുടക്കം. ഏറെ നിർബ്ബന്ധിച്ചിട്ടാണ് ഡോക്ടറെ കാണാൻ കൂട്ടാക്കിയത്. പരിശോധനകൾ കഴിഞ്ഞപ്പോഴാണ് കരളിൽ അർബുദം പടർന്നുപിടിച്ചിട്ടുണ്ടെന്നും ഇനി അധികം നാളുകളില്ലെന്നും അറിഞ്ഞത്. അമ്മയെ ഒറ്റയ്ക്കാക്കി കോളേജിൽ പോകാൻ വിഷമിക്കുന്നത് കണ്ടപ്പോഴാണ് സഹായത്തിന് ഒരാളെ നോക്കട്ടെയെന്ന് കോളേജിലെ പ്യൂൺ മുസ്തഫ ഇങ്ങോട്ട് ചോദിച്ചത്.

“വിശ്വസിച്ച് അമ്മയെ ഏല്പിക്കാൻ പറ്റിയ ആളെ കിട്ടണ്ടേ?”

“ഒരു കുട്ടിയുണ്ട്. പക്ഷേ, ആകെ കുഴഞ്ഞു മറിഞ്ഞ കേസാ.”

“കാര്യം പറ മുസ്തഫാ.”

“ഇബിടത്തെ അറിയപ്പെടുന്ന മൊതലാളീന്റെ പൊരേലെനും ഓളെ ഉമ്മ പണിയെടുത്തത്. ഉമ്മാക്ക് വയ്യാണ്ടായപ്പോ ഇവളെ പണിക്കയച്ചു. ഓല് പണ്ടെ മുതലാളീടെ ആശ്രിതരാ. അങ്ങനാ മുതലാളി ഇക്കുട്ടിയുടെ

ഉപ്പാപ്പാക്ക് താമസിക്കാൻ മൂപ്പരെ പറമ്പില് ചെറ്റ കെട്ടിക്കൊടുത്തത്. മുതാളിച്ചി ഇടപെട്ടാണ് പൊര അടച്ചൊറപ്പാക്കിക്കൊടുത്തത്. പെണ്ണ് കാണാൻ നല്ല ഓജാറുള്ള കൂട്ടത്തിലാ. പഠിത്തം കയിഞ്ഞ് പുറംന്നാട്ടിന്നെത്തിയ മുതാലാളീന്റെ മോന് പെണ്ണിനെ കണ്ടപ്പം എളക്കം. നലുന്ത് പെണ്ണല്ലേ. ചതിക്കൂന്ന് വിചാരിച്ചിട്ടുണ്ടാവൂലാ. ഓളെ പറഞ്ഞു മയക്കി ചങ്ങായിമാരുടെ മുന്നിലിട്ടുകൊടുത്തു.''

''അവളെന്തിനു പോയി? കണ്ടവർക്ക് പെരുമാറാൻ നിന്നുകൊടുത്തതെന്തിന്? അങ്ങനെയുള്ള ഒരു കുട്ടിയെ വീട്ടില് നിർത്തുന്നത് ശരിയാണോ. അമ്മ മാത്രല്ലെ വീട്ടിലുണ്ടാകൂ?''

''ഓളെ ചെറുപ്പത്തിലെ എനക്കറിയാം. ഓളെ ഉമ്മാനേം. ഞങ്ങള് അയല്ക്കാരാ. ഗതികെട്ടാലും വഴിവിട്ട് നടക്കണോരല്ല. പെപ്സിക്കുപ്പീല് ബ്രാണ്ടി നിറച്ചുകൊടുത്ത് മയക്കി പെണ്ണിനെ ഹലാക്കാക്കീന്നാ കേട്ടത്. ചോരയില് കുളിച്ച് ചാകാറായ പെണ്ണിനെ അന്തിപ്പാതിരാക്ക് ഓളെ പൊരേന്റെ മുറ്റത്തിട്ട് ചെക്കന്മാര് കടന്നുകളഞ്ഞ്. രാവിലെ അതുവഴി നടന്നുപോകുമ്പോൾ വെറുതെ ഞാൻ അവിടെയൊന്നു കേറിയതാ. അതോണ്ട് സമയത്ത് ആസ്പത്രീലെത്തിക്കാനായി.. ഹാജ്യാരും കൂട്ടരും എടപെട്ട് കേസ് തേച്ചുമാച്ച് കളഞ്ഞ് ചെക്കനെ അക്കരെ കടത്തീന്നു മാത്രല്ല ഇവളേം ഉമ്മാനീം പൊരേന്ന് എറക്കി വിടൂംചെയ്ത്. ഞങ്ങളീച്ചെലര് ചേർന്നാ രണ്ടാളേം അഗതിമന്ദിരത്തിലാക്കിയത്. അധികം താമസിയാതെ തള്ള മരിച്ചു. അവിടന്നൊന്നു കരകയറ്റിത്തരണേന്ന് ഞാൻ കയിഞ്ഞായ്ച ചെന്നു കണ്ടപ്പളും പെണ്ണു പറഞ്ഞു. ഓളെ ആടന്ന് ചാടിക്കാൻ ആരോ മെനക്കെടുന്നുണ്ടെന്നാ കേൾവി. ഇന്റെ മോളെ പ്രായാ. ഇനിയെങ്കിലും ഓള് വയിതെറ്ററുതെന്ന് വാചാരിച്ചിട്ടാ ഞാൻ മെനക്കെടണത്. അയിനെ രക്ഷിച്ചാ പടച്ചോന്റെ പക്കന്ന് ഗുണം കിട്ടും.''

''അവിടന്ന് വിളിച്ചുകൊണ്ടുവരാൻ സർക്കാർ അനുവാദമൊക്കെ വേണ്ടേ?''

''അതൊക്കെ ഞമ്മക്ക് ശരിയാക്കാം ടീച്ചറേ. ഇങ്ങളാദ്യം ഒളെ വന്നൊന്ന് കാണ്.''

''അമ്മയോടൊന്ന് ചോദിക്കട്ടെ. അമ്മയറിയാതെ ഞാനൊന്നും ചെയ്യാറില്ല. മുസ്തഫ നാളെ വാ.''

''തള്ളയില്ലാത്ത പെണ്ണല്ലേ. ജാതീം മതോന്നും നോക്കണ്ട. നീ നാളത്തന്നെ അയിനെ ഇങ്ങോട്ടു കൊണ്ടുവരാനുള്ള ഏർപ്പാടുണ്ടാക്ക്. ഒന്നിനെയെങ്കിലും കരകയറ്റാനായാ അത്രയും നല്ലത്.''

അമ്മകൂടി സമ്മതം മൂളിയപ്പോൾ രണ്ടും കല്പിച്ചിറങ്ങി. ആ തീരുമാനം തെറ്റായിരുന്നില്ലെന്ന് ഹൈറു തെളിയിച്ചു. അമ്മയെ സ്വന്തം ഉമ്മയെപ്പോലെയാണ് അവൾ നോക്കിയത്. അവസാനം അമ്മ തീരെ കിടപ്പി

ലായിരുന്നു. ഹൈറു ഉള്ളതുകൊണ്ടാണ് ആസ്പത്രിയിൽ പോകാതെ വീട്ടിൽത്തന്നെ ചികിത്സിക്കാൻ സാധിച്ചത്.

ഹൈറുവിന്റെ ജീവിതം അവളിൽനിന്നും മുസ്തഫയിൽനിന്നും പലപ്പോഴായി പല വേർഷനായി കേട്ടിട്ടുണ്ട്. അത് ഡെവലപ്പ് ചെയ്ത് ഒരു നോവലെഴുതണമെന്നാണ് ആദ്യം കരുതിയത്. എന്നാൽ, അനേകം പെൺകുട്ടികളുടെ ഇത്തരം അനുഭവങ്ങൾ കേൾക്കാൻ തുടങ്ങിയതോടെ ഹൈറുവിന്റെ കഥ മാത്രം ഹൈലൈറ്റു ചെയ്യുന്നതിൽ പുതുമ പോരെന്നു തോന്നി. വ്യത്യസ്തരായ കുറേ പെണ്ണുങ്ങളുടെ കഥകളാണ് പറയാനുള്ളത്. മറക്കാൻ കഴിയാത്ത ചിലരുടെ പേരുകൾ മനസ്സിൽ കുറിച്ചിട്ടിട്ടുമുണ്ട്. സാധാരണയായി ഒരു പ്രമേയം മനസ്സിൽ രൂപപ്പെട്ടു വരുന്നതോടെ മുന്നിൽ കഥാപാത്രങ്ങളുടെ തള്ളിക്കയറ്റമായിരിക്കും. കഴിഞ്ഞയാഴ്ചവരെ കോളേജിൽ പരീക്ഷയുടെ തിരക്കായിരുന്നു. യു ജി സി ശമ്പള സ്കെയിൽ വന്നതോടെ അദ്ധ്യാപകരുടെ കഷ്ടകാലം തുടങ്ങിയെന്നാണ് സുഹൃത്തുക്കളുടെ പരാതി. കുട്ടികളെ പഠിപ്പിക്കുന്നതിനോടൊപ്പം കോളേജിലെ ക്ലറിക്കൽ ജോലിയും അദ്ധ്യാപകർതന്നെ ചെയ്യേണ്ട ഗതികേടിലാണ്. വെക്കേഷൻ കാലത്തും എക്സാം ഡ്യൂട്ടി, പരീക്ഷപ്പേപ്പർനോട്ടം. അങ്ങനെ എന്നും കുന്നും തിരക്കുതന്നെ. വീട്ടുകാര്യംകൂടെ നോക്കേണ്ട ചില സുഹൃത്തുക്കളുടെ പരാതികൾക്ക് അറുതിയില്ല. ഹൈറു ഉള്ളതുകൊണ്ടും കുടുംബമില്ലാത്തതുകൊണ്ടും എനിക്ക് സുഖം. പക്ഷേ, എഴുതാനിരിക്കുമ്പോൾ മനസ്സ് ശൂന്യമാകുന്നത് വല്ലാതെ അസ്വസ്ഥയാക്കുന്നുണ്ട്. സരിഗമരാഗം രാക്കിളികൾ മൂളുന്നു..... ഫോണിൽ ഹൈറു സെറ്റു ചെയ്തുവച്ച മാപ്പിളപ്പാട്ട് കേട്ട് എഴുന്നേറ്റു.

മൂന്ന്

എന്റെ ശിഷ്യ മുഷ്ത്തരിയായിരുന്നു വിളിച്ചത്. ഇപ്പോൾ ഒരു പ്രൈവറ്റ് സ്കൂളിൽ ഇംഗ്ലീഷ് അദ്ധ്യാപികയാണ്. അങ്ങനെയൊരു മുസ്ലിം പേര് മുമ്പ് കേട്ടിരുന്നില്ല. ഇതാരാ ഇങ്ങനൊരു പേരിട്ടത് എന്നു ചോദിക്കുകയും ചെയ്തു, സ്കൂൾ മാഷായ ബാപ്പയുടെ സെലക്ഷനാണെന്നാണ് പറഞ്ഞത്.

“ടീച്ചർ ഫ്രീയാണോ, ഞാനൊന്നങ്ങോട്ട് വരട്ടെ?”

“എന്തു പറ്റി, സുഖമില്ലേ? ഒച്ചയൊക്കെ അടഞ്ഞിരിക്കുന്നു. ഞാനങ്ങോട്ടു വരണോ?”

“ബുദ്ധിമുട്ടില്ലെങ്കിൽ ഇങ്ങോട്ടു വരുമോ?”

“പിന്നെന്താ. ഊണുകഴിച്ചിട്ടു പോരേ? ഇല്ലെങ്കിൽ ഹൈറു പടയുണ്ടാക്കും.”

എന്റെ പരിചയക്കാർക്കെല്ലാം പരിചിതയാണ് ഹൈറു. ബോഡിഗാർഡ് എന്ന് ഹൈറുവിനെ ആദ്യം വിളിച്ചത് മുഷ്ത്തരിയായിരുന്നു. ഇപ്പോൾ എല്ലാവരും അങ്ങനെയാണ് വിളിക്കുന്നത്.

“മതി. ഞാൻ കാത്തിരിക്കും.”

മുഷ്ത്തരി ഫോൺ കട്ടുചെയ്തു. എന്തോ പ്രശ്നമുണ്ട്. അവളുടെ സ്വരം കേട്ടാലറിയാം. വീട്ടിലെ അസ്വാരസ്യങ്ങളെക്കുറിച്ച് ഇടയ്ക്ക് സൂചിപ്പിക്കാറുണ്ട്. അമ്മായിയമ്മയുമായിട്ടാണ് ഉരസൽ. ജോലി ഉപേക്ഷിച്ച് കുടുംബകാര്യങ്ങളും നോക്കി വീട്ടിലിരിക്കണമെന്നാണ് അവരുടെ ആവശ്യം. ഏറെ ആശിച്ചു നേടിയ ജോലിയാണ്. അത് രാജിവയ്ക്കില്ലെന്ന് മുഷ്ത്തരി തീർത്തു പറഞ്ഞതാണ് അവൾ ചെയ്ത തെറ്റ്. അവളുടെ

ഭർത്താവാണെങ്കിൽ ഒരു മിണ്ടാപ്പൂതം. കുടുംബത്തിലെ ഏകമകൻ. ഉമ്മ യുടെ വാക്ക് തെറ്റി നടക്കില്ല. ബിസിനസ്സ് കുടുംബം. ഇഷ്ടംപോലെ പണം. ബാപ്പ മരിച്ചതോടെ മുഷ്ത്തരിയുടെ ഭർത്താവ് ഹൈദർ അലി യാണ് എല്ലാം നോക്കി നടത്തുന്നത്.

"ഹൈറൂ, ഊണു കഴിച്ചാലോ? എനിക്കു മുഷ്ത്തരിയുടെ വീടുവരെ ഒന്നുപോണം."

"സുനിയേച്ചി എന്തിനാ അങ്ങോട്ടു പോണത്. ഓലിക്കിങ്ങോട്ടു വന്നൂ ടെ? വലിയ ബങ്കീശക്കാര്."

പണക്കാരെന്നു കേട്ടാൽ ഹൈറുവിന്റെ രക്തം തിളയ്ക്കും.

"എന്നെ വിസ്തരിക്കാണ്ടെ നീ ചെന്ന് ചോറെടുത്ത് വയ്ക്ക്. ഞാൻ സാരി മാറട്ടെ."

"ഇബലിക്കാരേക്കും ഇങ്ങനെയൊരു പേരിട്ടത്. മുശ്ത്തരി... എന്നാ മുന്തിരീന്നിട്ടൂടൈനോ?"

അവളുടെ അരിശം വാക്കുകളിൽ പ്രകടമായിരുന്നു.

"ഇങ്ങളെ കാര്യത്തില് പ്രത്യേകം ശ്രദ്ധ വേണോന്ന് അമ്മന്റെ ഒസ്യ ത്താ. അത് ഇങ്ങള് മറന്നാലും ഞാൻ മറക്കൂലാ."

എന്റെ രക്ഷിതാവ് ചമഞ്ഞുകൊണ്ട് അവളുടെ ഇടയ്ക്കിടെയുള്ള പറച്ചിൽ അമ്മ കൂടെയുണ്ടെന്ന തോന്നലുണ്ടാക്കുന്നു. ഊണ് കഴിക്കാൻ ചെന്നിരുന്നപ്പോഴും അവളുടെ മുഖത്ത് തെളിച്ചമില്ല.

"നീയെന്തിനാ മുഖം കൊട്ടപോലെ കേറ്റിവച്ചിരിക്കുന്നത്?"

"ഇന്റെ മോറ് അങ്ങനെയായിപ്പോയി. ഇങ്ങളെ ഓരോരുത്തര് മിസി യൂസി ചെയ്യുമ്പം ഇനിക്ക് സഹിക്കൂലാ."

"എന്ത് യൂസ്....?"

"മിസിയൂസി......മുതലെടുക്കല്.....ഇങ്ങളിന്നാള് ഫോണില് ആരോടോ അങ്ങനെ പറേന്നത് കേട്ടല്ലോ."

"മുത്തേ, സത്തേ, നമുക്കിടയിൽ മലയാളം മതീട്ടോ."

"മതി. മുന്തിരിട്ടീച്ചർക്കെന്താ പ്രശ്നം? ഓലെ പിയ്യാപ്ല ആള് ശരിയ ല്ലാന്നാ ഇനിക്ക് തോന്നുന്നത്."

"എന്താ അങ്ങനെ തോന്നാൻ?"

"ഓല് ഇങ്ങളോട് പറയണത് ഞാൻ കേട്ട്ക്കണ്."

"ഒളിഞ്ഞു കേൾക്കുന്ന സ്വഭാവം മാറ്റുന്നതാ നിനക്ക് നല്ലത്."

"അള്ളാണെ, നബിയാണെ ഒളിഞ്ഞു കേട്ടതല്ല. ഇങ്ങളെ മുമ്പില് നിന്നാ ഞാൻ കേട്ടത്."

"നിന്നെക്കൊണ്ട് ഞാൻ തോറ്റു. തിരിച്ചുവന്നിട്ട് മുഷ്ത്തരി പറഞ്ഞ കാര്യങ്ങൾ നീണ്ടകഥയാക്കി നിന്നെ കേൾപ്പിക്കാം. പോരെ?"

അതോടെ അവളുടെ മുഖം തെളിഞ്ഞു. ഞാൻ ഊണ് കഴിച്ചെത്തി

യപ്പോഴേക്ക് കാറ് പൊടി തട്ടി, ഗെയിറ്റ് തുറന്ന് താക്കോലുമായി അവൾ ഷെഡിൽ കാത്തുനില്ക്കുന്നുണ്ടായിരുന്നു.

"നീ ചെന്ന് ചോറു തിന്നോളൂ. ആരെങ്കിലും വന്നാൽ വാതില് തുറക്കണ്ട. അകത്തുനിന്ന് കാര്യം ചോദിച്ചാ മതി." താക്കോൽ വാങ്ങുമ്പോൾ ഓർമ്മിപ്പിച്ചു.

"ഇന്നെപ്പറ്റി ഇങ്ങള് ബേജാറാവണ്ട. ഇങ്ങളെ കാറ് പൊറത്തുപോകണ ഒച്ച കേട്ടാ അപ്പറത്തെ അമ്മച്ചീന്റെ പത്തു കണ്ണും ഇങ്ങോട്ടാ. ഇന്ന് പോത്തിറച്ചി ഉലർത്ത് പഠിപ്പിച്ചുതരാന്ന് പറഞ്ഞിട്ടുണ്ട്. അരിപ്പത്തിരീം പോത്തിറച്ചീം.... നാവില് വെള്ള മൂറുന്നു. സുനിയേച്ചീ, നോക്കി ഓടിക്കണേ."

അവൾ ഗെയിറ്റടച്ച് അകത്തു കയറുന്നതുവരെ പതിവുപോലെ കാറ് പുറത്തുനിർത്തി. അടുത്തടുത്ത് വീടുകളുണ്ടെങ്കിലും അവളെ ഒറ്റയ്ക്കാക്കി പോകുമ്പോൾ വേവലാതി തോന്നാറുണ്ട്. ഈ മോശപ്പെട്ടകാലത്ത് ആർക്കും എന്തുവേണമെങ്കിലും സംഭവിക്കാം. ഹൈറുവിന്റെ നാവിനാണെങ്കിൽ ഏഴുമുഴമാണ് നീളം. അടി ഇരന്നു വാങ്ങുന്ന കൂട്ടത്തിലാ. രണ്ട് തിരിച്ചുകൊടുക്കാനും മടിക്കില്ല. അമ്മയ്ക്ക് സുഖമില്ലാതായപ്പോൾ ചികിത്സയ്ക്കുവേണ്ടി വാടകയ്ക്കെടുത്തതായിരുന്നു ഈ വീട്. അതുവരെ നാട്ടിൽനിന്നും നിത്യേന നഗരത്തിലെത്തുകയായിരുന്നു പതിവ്. ബസിൽ അരമണിക്കൂർ മതി. നാടുവിട്ടപ്പോൾ ആദ്യം അമ്മ അസ്വസ്ഥയായയെങ്കിലും പിന്നീട് ഈ വീടും പരിസരവുമായി ഇണങ്ങി. അപ്പുറവും ഇപ്പുറവും താമസിക്കുന്ന ഏലിയാമ്മച്ചേടത്തിയും കൗജുത്താത്തയും അമ്മയുടെ ഇഷ്ടക്കാരാവുകയും ചെയ്തു. ഏലിയാമ്മച്ചേടത്തിയുടെ മൂത്ത മകൻ ജോണും മകൾ ട്രീസയും യു എസിലാണ്. ഇളയവൻ ജോണി ഇറ്റലിയിലും. അപ്പച്ചൻ മരിച്ചിട്ടും ഏലിയാമ്മച്ചേടത്തി തോട്ടത്തിൽത്തന്നെയായിരുന്നു താമസം. മക്കൾ മൂന്നുപേരും വിദേശത്തേക്ക് പോയതോടെയാണ് ഇങ്ങോട്ടേക്ക് താമസം മാറ്റിയത്. ഇപ്പെഴും ആഴ്ചയിലൊരിക്കൽ എസ്റ്റേറ്റിൽച്ചെന്ന് കാര്യങ്ങളൊക്കെ അന്വേഷിക്കാറുണ്ട്. കൗജുത്താത്തയുടെ മക്കളും വിദേശങ്ങളിലാണ്. ഭർത്താവ് മരിച്ചതോടെ കാടാറുമാസം നാടാറുമാസം എന്നായിരിക്കുന്നു മൂപ്പത്തിയുടെ രീതി. ഇപ്പോൾ സൗദിയിലുള്ള മകന്റെകൂടെയാണ്. ഇവരുമായുള്ള അടുപ്പമാണ് ഈ വീട് വാങ്ങാൻ അമ്മയെ പ്രേരിപ്പിച്ചത്.

"ആ നാട്ടുമ്പുറത്ത് നീ ഒറ്റപ്പെട്ടുപോകും. കോളേജിൽ പോകാനും വരാനും ഇവിടെ നില്ക്കുന്നതാ നല്ലത്."

അമ്മ പറഞ്ഞപ്പോൾ ഈ വീടിന്റെ ഉടമസ്ഥർക്ക് വീട് വിൽക്കാൻ താല്പര്യമുണ്ടോ എന്നുപോലും അറിയുമായിരുന്നില്ല. ഏലിയാമ്മച്ചേടത്തി അങ്ങനെയൊരു സൂചന അമ്മയ്ക്ക് കൊടുത്തിരുന്നു എന്നാണ്

ഹൈറു പറഞ്ഞത്. ചേടത്തിതന്നെയാണ് അവരുമായി സംസാരിച്ച് വീടു വാങ്ങാനുള്ള ഏർപ്പാടുണ്ടാക്കിയത്. ന്യായമായ വിലയ്ക്ക് വീട് കച്ചവട മാക്കിത്തന്നു. ലോണെടുത്താണ് പണമുണ്ടാക്കിയത്. നാട്ടിലെ വീടും അത്യാവശ്യസ്ഥലവും ഒഴിച്ച് ബാക്കി ഭൂമി വിറ്റാണ് ലോൺ തീർത്തത്. അതേതായാലും നന്നായി. ഇവിടെ ഒറ്റയ്ക്കാണെന്ന തോന്നലില്ല. ഏലി യാമ്മച്ചേടത്തിയുടെ ഒരുകണ്ണ് എപ്പോഴും ഹൈറുവിലുള്ളതുകൊണ്ട് അവൾ വീട്ടിൽ തനിച്ചാവുന്നതിൽ പേടിയില്ല. അവൾക്കു നല്ലൊരു ചെറു ക്കനെ കണ്ടുപിടിക്കാൻ മുസ്തഫയെ മാത്രമല്ല കൗജുത്താത്തയേയും ഏല്പിച്ചിട്ടുണ്ട്.

"ഇങ്ങളെ കല്യാണം ആദ്യം നടക്കട്ടെ. ഇന്നെപ്പോലെ പെയച്ചോല് കല്യാണം കയിച്ചാല് ജീവിതകാലം മുയുമൻ തൊന്തരവാ."

എന്നാണ് ഹൈറു പറയുന്നത്. മുഷ്ത്തരി ഗേറ്റും തുറന്നിട്ട് ഉമ്മറ ത്തുതന്നെ ഇരിക്കുന്നുണ്ടായിരുന്നു. കാറ് അകത്തു കയറ്റി ഗേറ്റടച്ച് അവ ളുടെ തൊട്ടടുത്ത കസേരയിലിരുന്നു. വീട്ടിൽ ആളനക്കമില്ല.

"ഇവിടെ ആരുമില്ലേ?" ചോദിച്ചു.

"അതുകൊണ്ടല്ലേ ടീച്ചറെ ധൈര്യമായി ഇങ്ങോട്ടേക്കു ക്ഷണിച്ചത്. വാ അകത്തിരിക്കാം."

അവൾ എഴുന്നേറ്റ് അകത്തേക്കു നടന്നപ്പോൾ കൂടെച്ചെന്നു. വിശാ ലമായ സ്വീകരണമുറിയിലിരിക്കാതെ ഊണുമുറിയിൽനിന്നും വരാന്തയി ലേക്കുള്ള വലിയ കണ്ണാടിവാതിൽ തുറന്നു മുഷ്ത്തരി വരാന്തയിലേക്കി റങ്ങിയപ്പോൾ കാറ്റും വെളിച്ചവും മത്സരിച്ച് അകത്തെത്തി. കാറ്റിനു പൂമ ണം.. അവിടെ ഒരു ചെറിയ പുൽത്തകിടിയും ചെടിച്ചട്ടികളുമൊക്കെയുണ്ട്. വീട്ടിലെ ഊണുമുറിയുടെ ജനാല പൊളിച്ചുമാറ്റി അവിടെ ഇതുപോലൊരു വാതിലും മേലെ ഷീറ്റു വിരിച്ച് ഒരു വരാന്തയും കൊച്ചുപൂന്തോട്ടവും ഉണ്ടാക്കണമെന്ന് ഏറെ നാളായി വിചാരിക്കുന്നു. ഈ വെക്കേഷൻകാ ലത്ത് എന്തായാലും ചെയ്യണം.

"ചെടികൾക്കൊന്നും ഒര് ഉഷാറില്ലല്ലോ. എന്തുപറ്റി?"

അവളെന്തെങ്കിലും പറയട്ടെ എന്നു വിചാരിച്ചാണ് ചോദിച്ചത്.

"ഇരിക്ക് ടീച്ചറേ?"

അവിടെ ഉണ്ടായിരുന്ന ഊഞ്ഞാലക്കട്ടിലിലിരുന്ന് വെറുതെ ആടി. മുഷ്ത്തരി അതിന് നേരെ മുന്നിലുള്ള കസേരയിലിരുന്നു.

"എവിടെപ്പോയി എല്ലാവരും? മക്കളെ അനക്കമൊന്നും കേൾക്കുന്നി ല്ലല്ലോ."

"ഇന്നലെ ഉപ്പച്ചി വന്നപ്പം അവര് വീട്ടിലേക്കു പോയി."

"ഇവിടത്തെ ഉമ്മയോ?"

"ഉമ്മ മകനേംകൂട്ടി അവരുടെ നാട്ടിൽ പോയതാ. മോന് പെണ്ണു

നോക്കാനാന്നാ പറേന്നത് കേട്ടത്..''

''ഏത് മോന്?''

''അവർക്കാകെ ഒരു മോനല്ലേയുള്ളൂ.''

''അയാളുടെ ഭാര്യയല്ലേ നീ......പിന്നെ...?''

''ഇസ്‌ലാമിന് ഒന്നിലധികം ഭാര്യമാർ ഹലാലല്ലേ.''

''എന്തൊക്കെയാ മുഷ്ത്തരി പറയുന്നത്?''

''ഉള്ളതാ ടീച്ചറേ. ഞാൻ ജോലി രാജിവെച്ച് അടങ്ങിയൊതുങ്ങി വീട്ടിലിരുന്നില്ലെങ്കിൽ മോനെക്കൊണ്ട് വീണ്ടും കെട്ടിക്കുമെന്നു കുറേക്കാലമായി ഭീഷണിപ്പെടുത്തുന്നു.''

''ഹൈദറെന്താ പറയുന്നത്?''

''ഉമ്മ പറയുന്നത് അനുസരിക്കണമെന്ന്.''

''എന്ത്...?''

''ജോലി രാജിവച്ച് വീട്ടിലിരിക്കാൻ. അതൊഴികെ എന്തുമാവാമെന്ന് ഞാൻ കേണു പറഞ്ഞിട്ടും മൂപ്പർക്ക് മിണ്ടാട്ടമില്ല.''

''നിങ്ങക്ക് രണ്ടു മക്കളില്ലേ. അവരുടെ കാര്യമാലോചിക്കണ്ടേ?''

''ടീച്ചറെപ്പോലെ ഒരദ്ധ്യാപികയാവുക എന്നത് എന്റെ ചെറുപ്പം മുതലേയുള്ള ആശയാ. പിഎച്ച് ഡി കംപ്ലീറ്റാക്കി നെറ്റെഴുതി കോളേജിൽ കയറണമെന്ന എന്റെ മോഹം ടീച്ചർക്കറിയാവുന്നതല്ലേ. ഡോക്ടറേറ്റ് നേടുക എളുപ്പമല്ലെന്ന് ടീച്ചറ്തന്നെയല്ലേ എന്നെ എപ്പോഴും ഓർമ്മപ്പെടുത്താറുള്ളത്. സ്കൂളിൽനിന്ന് മടങ്ങുന്ന വഴിയാണ് ലൈബ്രറിയിൽ കയറി പുസ്തകമെടുക്കുന്നത്. ഹൈദറിക്കാന്റൊപ്പം ടീച്ചറടുത്ത് വരണെങ്കിൽപ്പോലും നൂറായിരം കളവു പറയണം.''

''തല്ക്കാലം ഈ പണി രാജിവെച്ച് നീ നിന്റെ തിസീസ് മുഴുവനാക്ക്.''

''ഈ പണി രാജിവെച്ചാ എനക്കീ വീട്ടിന്ന് പുറത്തിറങ്ങാൻ സാധിച്ചൂന്ന് വരില്ല. അതോടെ ഇനിയങ്ങോട്ടുള്ള പഠനവും തുടരാനാകില്ല. ടീച്ചർക്കറിയാഞ്ഞിട്ടാ ഇവിടത്തെ രീതികൾ. പെണ്ണുങ്ങള് പണിക്കുപോകുന്നത് അവർക്ക് മാനക്കേടാ. എന്റെ മോഹങ്ങളെല്ലാം അടിയറവെച്ച് ഞാനിവിടെ തുടരണമെന്നാ എന്റെ ഉമ്മച്ചിയും ഉപ്പച്ചിയും പറയുന്നത്.'' മുഴുമിക്കാനാകാതെ അവൾ തേങ്ങി.

''നീ വെറുതേ അപ്സെറ്റാവല്ലെ. ഹൈദറുമായി ഉള്ള് തുറന്ന് സംസാരിക്ക്. പഠിത്തം കഴിഞ്ഞ് കല്യാണത്തെക്കുറിച്ച് ചിന്തിച്ചാ മതിയെന്ന് അന്നേ ഞാൻ നിന്നോട് പറഞ്ഞതാ. ഇനിയിപ്പം രണ്ടുകുട്ടികളുമായിട്ട് തെറ്റിപ്പിരിയുകയെന്നൊക്കെ പറഞ്ഞാൽ.....?''

''പഠിത്തം തുടരാൻ അനുവദിക്കുമെന്നു ഹൈദർക്കാന്റെ ബാപ്പ ഉപ്പച്ചിക്ക് വാക്കുകൊടുത്തതാ. ഓല് രണ്ടാളും ചങ്ങായിമാരായതുകൊണ്ടാ

ണല്ലോ ഇക്കല്യാണം നടന്നത്. ബാപ്പ ഉണ്ടായിരുന്നെങ്കില് ഇങ്ങനെയൊരു പ്രശ്നം ഉണ്ടാവില്ലായിരുന്നു.''

"ഹൈദർ അധികം സംസാരിക്കുന്ന കൂട്ടത്തിലല്ലെങ്കിലും നിന്നെ വലിയ കാര്യമാണെന്നാണ് എനിക്കു തോന്നിയിട്ടുള്ളത്. നീയും അങ്ങനെ പറഞ്ഞുവെന്നാണ് എന്റെ ഓർമ്മ.''

"ഞാനും അങ്ങനെയാ ടീച്ചറേ വിചാരിച്ചത്.''

"എന്നു പറഞ്ഞാ...?''

"ഞാനുമിപ്പോൾ കൺഫ്യൂഷനിലാണ്. രാത്രി ഇഷ്ടത്തിന് കൊറവൊന്നുമില്ല. നേരം വെളുത്താ മട്ടുമാറി. ഉമ്മാനെ കാണുമ്പം മുട്ടുവിറയ്ക്കും. എനിക്ക് സ്കൂളിൽ പോകാനും വരാനും ഒരു ടൂവീലർ വാങ്ങിക്കാൻ ഇക്കാക്കമാര് കാശയച്ചിട്ട് മാസം ആറായി. ഉമ്മാനോട് സമ്മതം ചോദിക്കാതെ വാങ്ങിയാ അതിന്റെ പൊല്ലാപ്പ് തീരില്ലാന്നു പറഞ്ഞ് മൂപ്പര് കൈയൊഴിഞ്ഞു.''

"ഇവിടെ രണ്ടു കാറുള്ളപ്പം നിനക്കെന്തിനാ ടൂ വീലർ?''

"കാറുണ്ടായിട്ട് എനക്കെന്താ കാര്യം? മൂപ്പര് രാവിലെ അതുമായിട്ടിറങ്ങിയാ രാത്രീലെ തിരിച്ചെത്തു.''

"ഉമ്മയ്ക്കായിട്ട് ഒരു കാറുണ്ടെന്നല്ലെ നീ പറഞ്ഞത്?''

"അത് അവർക്ക് കല്യാണത്തിനും മരിപ്പിനും ബന്ധുസന്ദർശനങ്ങൾക്കുമുള്ളതാണ്. അങ്ങനെ പോവുമ്പം അണിഞ്ഞൊരുങ്ങി ഞാനും കൂടെ പോകുന്നത് അവർക്ക് സന്തോഷംതന്നെ. അല്ലാതെ, ഒറ്റയ്ക്ക് ഞാനായിട്ട് എങ്ങോട്ടും പോവരുത്.''

"സ്ഥിരം ഡ്രൈവറില്ലേ? അയാളോട് സ്കൂളിൽ ഇറക്കിത്തരാൻ പറഞ്ഞൂടെ?''

"നല്ല കഥയായി. അന്യനൊരുത്തന്റെകൂടെ ബല്യക്കാരത്തിപ്പെണ്ണ് ഒറ്റയ്ക്ക് കാറിലിരിക്കണത് അള്ള പൊറുക്കൂലാന്ന്. ഹൈദർക്കയോ ഉമ്മയോ കൂടെയുണ്ടെങ്കിലേ എനക്ക് കാറിൽ സീറ്റുള്ളൂ.''

"നിനക്ക് ഡ്രൈവിങ് ലൈസൻസുണ്ടല്ലോ. നീ കാറോടിച്ചാ പോരേ?''

"പെണ്ണൊരുത്തി കാറോടിക്ക്യേ........നന്നായി!''

"നിന്റെ അമ്മായിയമ്മ ഏതു യുഗത്തിലാടോ ജീവിക്കുന്നത്?''

"ശിലായുഗത്തിൽ. പെണ്ണൊരുമ്പെട്ടാൽ നാടുമുടിയും. പെണ്ണിന്റെ മൊഞ്ച് പുതിയാപ്ലമാർക്ക് മാത്രം ആസ്വദിക്കാനുള്ളതാണ്. പർദ്ദയണിയാതെ കെട്ടിയൊരുങ്ങി ആണുങ്ങളുമായി ഇടപഴകുന്ന ഞാൻ നരകക്കൊള്ളിയാണെന്ന് നാഴികയ്ക്ക് നാലപതുവട്ടമാ ഉമ്മ പറയുന്നത്.''

"ഇങ്ങനെ പോയാൽ ശരിയാവുമോ?''

"അതുതന്നെയാ ഞാനും ചോദിക്കുന്നത്. എനിക്ക് മതിയായി. മക്കളെയോർത്താ മിണ്ടാതിരിക്കുന്നത്. വലിയ പുരോഗമനം പറയുന്ന

എന്റെ ഉപ്പച്ചിപോലും ഇപ്പോൾ കൂടെയില്ല. പലതും കണ്ടില്ലെന്ന് വയ്ക്കാം. പക്ഷേ, എത്രകാലം? ഞാനേതായാലും കുറച്ചുദിവസം വീട്ടിൽ പോയി നില്ക്കാൻ തീരുമാനിച്ചു. ഉപ്പച്ചി അനുകൂലിച്ചാലും ഇല്ലെങ്കിലും. തിസീസ് സബ്മിറ്റ് ചെയ്യുന്നതുവരെ അവിടെ നിക്കും. ബാക്കിക്കാര്യം പിന്നെ.''

"അവര് ഹൈദറിന് പെണ്ണു നോക്കുന്നുണ്ടന്നല്ലേ നീ പറഞ്ഞത്? നിന്നോടുള്ള വാശിക്ക് അത് നടത്തിയാലോ? അവർക്കതിന് നിന്റെ സമ്മതം വേണ്ടല്ലോ.''

"അവര് നടത്തട്ടെ. ഹൈദർക്കയുടെ ശാരീരീകാവശ്യങ്ങൾ മാത്രം നിറവേറ്റുന്ന ഒരു യന്ത്രമായി ജീവിക്കാൻ എനിക്കു താല്പര്യമില്ല. എനിക്ക് എന്റേതായ ഇഷ്ടാനിഷ്ടങ്ങളുണ്ട്. കോളേജ് അദ്ധ്യാപികയാവുക എന്നത് എന്റെ സ്വപ്നമാണ്. അത് ഞാൻ ആർക്കുവേണ്ടിയും അടിയറവയ്ക്കില്ല. എന്റെ മക്കളെ ഞാൻ വളർത്തും. ഇക്കാര്യത്തിൽ എനിക്കൊരു മാനസികപിന്തുണ തരാനാണ് ടീച്ചറെ കാണണമെന്നു പറഞ്ഞത്.''

"അതിപ്പം....... ഞാനെന്താ പറയേണ്ടത്. നിന്റെ വീട്ടുകാർ കൂടെ നില്ക്കുമോ?'' "ഒന്നും പറയാൻ പറ്റില്ല. ഉപ്പച്ചിയും ഉമ്മച്ചിയും എന്റെ കണ്ണീര് കണ്ട് എന്റെ പക്ഷം നിന്നേക്കാം. പക്ഷേ, ആങ്ങളമാരും നാത്തൂന്മാരും എങ്ങനെ പ്രതികരിക്കുമെന്നറിയില്ല.. ഭർത്താവുപേക്ഷിച്ച പെണ്ണിനെ സപ്പോർട്ട് ചെയ്യുന്നവർ ഇന്നും കുറവാ ടീച്ചറെ. അവർക്കെല്ലാം പണക്കാരനായ അളിയനെ വലിയ കാര്യമാ. ദുബായിലുള്ള ചെറീക്ക ഹൈദർക്കയുടെ ബിസിനസ്സ് പാർട്ണർകൂടിയാണ്.''

"ഹൈദറിന് മറ്റൊരു വിവാഹം കഴിക്കാൻ നിന്റെ സമ്മതം വേണ്ട, നിന്നെ ഉപേക്ഷിക്കയും വേണ്ട, എന്നാണ് ഞാൻ മനസ്സിലാക്കിയത്. ശരിയല്ലേ.''

"അങ്ങനെയാണ് നാട്ടുനടപ്പെങ്കിലും അത് ശരിയല്ലെന്ന് *ഖുറ്ആൻ* പലയിടങ്ങളിലായി വ്യക്തമാക്കുന്നുണ്ട്. നിങ്ങളെത്ര ശ്രമിച്ചാലും ഭാര്യമാർക്കിടയിൽ തുല്യനീതി പാലിക്കാനാവില്ല. അതിനാൽ നിങ്ങൾ ഒരുവളിലേക്ക് പൂർണ്ണമായി ചാഞ്ഞ് മറ്റൊരുവളെ കെട്ടിയിടപ്പെട്ടവളായി കൈയൊഴിയരുത്. നിങ്ങൾ ഭാര്യമാരോട് നന്നായി വർത്തിക്കുക. സുക്ഷ്മതപാലിക്കുകയും ചെയ്യുക. എങ്കിൽ അള്ളാഹു ഏറെ പൊറുക്കുന്നവനും കരുണാനിധിയുമാണ് - എന്നാണ് 'സൂറത്തുൽ നിസാഅ്' എന്ന അദ്ധ്യായത്തിൽ ഖണ്ഡം 129 - ൽ പറഞ്ഞിരിക്കുന്നത്. മാത്രമല്ല ഭർത്താവ് ഭാര്യയോടും ഭാര്യ ഭർത്താവിനോടും എങ്ങനെ പെരുമാറണമെന്നും *ഖുറ്ആൻ* വിശദമായി വ്യക്തമാക്കുന്നുണ്ട്. നമ്മുടെ പുരുഷകേസരികൾ മാത്രമല്ല കുലസ്ത്രീകളും ഇതെല്ലാം കണ്ടില്ലെന്നു നടിച്ച് പുരുഷപക്ഷമേ സംസാരിക്കൂ. പുരുഷന്റെ തെറ്റ് ചൂണ്ടിക്കാട്ടുന്ന സ്ത്രീകളെ സമൂഹത്തിൽ ഒറ്റപ്പെടുത്തുകയും ചെയ്യും.''

"മുത്തലാഖ് നിരോധിച്ചതുകൊണ്ട് ഇനി ഒറ്റയടിക്ക് വിവാഹമോചനം സാദ്ധ്യമല്ലാതായില്ലേ. അതിനെക്കുറിച്ചെന്താ നിനക്കു പറയാനുള്ളത്?"

"മുത്തലാഖ് *ഖുറ്ആൻ* പണ്ടുമുതലേ നിരോധിച്ചതാ. ഇന്ത്യയിലെപ്പോലെ നിന്നനില്പിന് നിന്നെ ഞാൻ മൂന്നു മൊഴിയും ചൊല്ലി ഒഴിവാക്കിയെന്നു പറഞ്ഞാൽ വിവാഹമോചനമാവില്ല. ഇസ്ലാമികരാഷ്ട്രങ്ങളിലൊന്നും മുത്തലാഖ് അനുവദനീയവുമല്ല. പക്ഷേ, അവിടെയൊന്നും വിവാഹമോചനം നടത്തുന്ന പുരുഷന്മാരെ ക്രിമിനൽക്കുറ്റം ചുമത്തി ജയിലിലടയ്ക്കാറില്ല."

"ആദ്യ ഭാര്യയെ പെരുവഴിയിലാക്കി മറ്റൊരുത്തിയോടൊപ്പം സുഖിക്കുന്നവനെ പിന്നെ എന്തു ചെയ്യണമെന്നാ നിങ്ങൾ പറയുന്നത്?"

"അതിനുള്ള മാർഗ്ഗവും *ഖുറ്ആൻ* നിർദ്ദേശിക്കുന്നുണ്ട്. ഏതെങ്കിലും സ്ത്രീയോ പുരുഷനോ വിവാഹബന്ധം അവസാനിപ്പിക്കാൻ ആഗ്രഹമുണ്ടെങ്കിൽ അവർക്കതിനുള്ള സ്വാതന്ത്ര്യമുണ്ട്. ഒരു സ്ത്രീ ഭർത്താവിൽനിന്ന് അവഗണനയോ പിണക്കമോ ഭയപ്പെട്ടാൽ അവർ അന്യോന്യം ആലോചിച്ച് വേർപിരിയുന്നതിൽ ഇരുകൂട്ടർക്കും തെറ്റില്ല. എന്നാൽ, ഒത്തുതീർപ്പാണ് ഉത്തമം. മനുഷ്യമനസ്സ് എപ്പോഴും സങ്കുചിതമായിരിക്കും. നിങ്ങൾ നല്ല നിലയിൽ കഴിയുകയും പരസ്പരം പൊറുക്കുകയും ചെയ്യുകയാണെങ്കിൽ അള്ളാഹു നിങ്ങളോടൊപ്പമുണ്ടാവും. നിങ്ങൾ ചെയ്യുന്നതൊക്കെ അവൻ സൂക്ഷ്മമായി അറിയുന്നു - ഇതുപോലുള്ള ഒരുപാട് സൂക്തങ്ങൾ *ഖുറ്ആനി*ലുണ്ട്. സ്ത്രീവിരുദ്ധമെന്നു തോന്നിക്കുന്ന ചില സൂക്തങ്ങളുമുണ്ട്. അതെന്നെ വല്ലാത്ത ആശയക്കുഴപ്പത്തിലാക്കാറുമുണ്ട്. ഉപ്പച്ചിയുമായി ഇതേക്കുറിച്ചൊക്കെ ചർച്ച ചെയ്യാറുമുണ്ട്. ഇത്തരം അനാചാരങ്ങളെ എതിർക്കുന്ന ഉപ്പച്ചി സ്വന്തം മകളുടെ കാര്യം വന്നപ്പോൾ കാലുമാറുന്നതാ എനിക്കു മനസ്സിലാകാത്തത്."

"ഒത്തുതീർപ്പാണ് ഉത്തരമെന്നല്ലെ *ഖുറ്ആൻ* നിർദ്ദേശിക്കുന്നത്. അതുകൊണ്ടായിരിക്കും ഉപ്പച്ചി നിന്നെ അനുനയിപ്പിക്കാൻ ശ്രമിക്കുന്നത്."

"വിട്ടുവീഴ്ച ഇരുഭാഗത്തുനിന്നും വേണ്ടെ ടീച്ചറേ?"

"വിവാഹമെന്നു പറഞ്ഞാൽ കോംപ്രമൈസാണെന്ന കാര്യത്തിൽ എനിക്ക് യാതൊരു സംശയവുമില്ല. പരസ്പരമറിയാത്ത രണ്ടുവ്യക്തികൾ ഒന്നിച്ചു ജീവിതമാരംഭിക്കുമ്പോൾ ഇരുകൂട്ടരും പലതും കണ്ടില്ലെന്നും കേട്ടില്ലെന്നും നടിച്ചാലെ ജീവിതം സുഗമമായി മുന്നോട്ടു പോവുകയുള്ളൂ. വിട്ടുവീഴ്ചയിൽ എപ്പോഴും നഷ്ടം സ്ത്രീകൾക്കായിരിക്കും. അതുകൊണ്ടല്ലേ വിവാഹം വേണ്ടെന്നു ഞാൻ തീരുമാനിച്ചത്."

"ടീച്ചർക്ക് തീരുമാനമെടുക്കാനുള്ള സ്വാതന്ത്ര്യമുണ്ടായിരുന്നു, എനിക്കതില്ലല്ലോ."

"ആ സ്വാതന്ത്ര്യം എനിക്കാരും താലത്തിൽ വച്ചു നീട്ടിത്തന്നതല്ല കുട്ടീ, ഞാൻ നേടിയെടുത്തതാ."

"ടീച്ചറുടെ അമ്മ കൂടെ ഉണ്ടായതുകൊണ്ടല്ലേ അതിനു സാധിച്ചത്. ഞങ്ങളുടെ സ്ഥിതി അതാണോ? പെണ്ണു ജനിക്കുന്നതും വളരുന്നതും ജീവിക്കുന്നതും ആണിനെ സന്തോഷിപ്പിക്കാനും തൃപ്തിപ്പെടുത്താനും വേണ്ടി മാത്രമാണെന്നാണ് ചെറുപ്പംമുതലേ ഞങ്ങളെ പഠിപ്പിക്കുന്നത്."

"അതും നേരാ. എനിക്ക് അമ്മയെ മാത്രം കാര്യങ്ങൾ പറഞ്ഞു ബോദ്ധ്യപ്പെടുത്തിയാൽ മതിയായിരുന്നു. ജീവിച്ചിരുന്നപ്പോൾ അമ്മ പുലിയായിരുന്നു, സ്വന്തം ഇഷ്ടത്തിനു വിവാഹം കഴിച്ചതിന്റെ പേരിൽ സമൂഹവും സമുദായവും ഒറ്റപ്പെടുത്തിയിട്ടും അമ്മ പൊരുതി ജീവിച്ചു. അച്ഛൻ ചെറുപ്രായത്തിൽ അകാലമരണമടഞ്ഞത് അമ്മയുടെ ജാതകദോഷംകൊണ്ടാണെന്ന് അച്ഛൻവീട്ടുകാർ നാടുമുഴുക്കെ പ്രചരിപ്പിച്ചു. അന്യജാതിയിലെ ഒരുത്തനെ വിവാഹം കഴിച്ചതിന്റെ പാപഫലമാണ് അനുഭവിക്കുന്നതെന്ന് അമ്മവീട്ടുകാരും പെരുമ്പറ കൊട്ടി. അച്ചാച്ചൻ മരിക്കുന്നതുവരെ നേരിട്ടാരും പോരിനു വന്നില്ല. അച്ചാച്ചൻ മരിച്ചതോടെ അമ്മ ഇരുകൂട്ടരെയും അകറ്റി നിർത്തി. സമൂഹത്തിൽ പിടിച്ചുനില്ക്കാൻ അമ്മ എന്തുമാത്രം പ്രയാസപ്പെടുന്നുണ്ടെന്ന് ഞാനും കണ്ടതാണ്. എന്നിട്ടും ഞാൻ വിവാഹം കഴിച്ച് കുടുംബമായി കഴിയണമെന്ന അമ്മയുടെ മോഹം സാധിച്ചുകൊടുക്കാതെ ഞാനും അമ്മയെ കഷ്ടപ്പെടുത്തി. പാവം! എന്റെ അമ്മ. മരിച്ചിട്ടും നീ എനിക്കു സ്വസ്ഥത തരുന്നില്ലല്ലോ എന്ന് പരാതി പറയാത്ത ദിവസങ്ങളില്ല."

"മരണം എല്ലാത്തിൽനിന്നുമുള്ള മോചനമാണെന്ന് ടീച്ചർക്കു തോന്നുന്നുണ്ടോ?"

"നീ വേണ്ടാത്ത കാര്യങ്ങളൊന്നും ആലോചിക്കേണ്ട. ജീവിത്തിൽനിന്ന് ഒളിച്ചോടുന്നവർ ഭീരുക്കളാണ്. ആത്മഹത്യ ഹറാമാണെന്ന് നീ തന്നെയല്ലേ ഒരിക്കൽ എന്നോട് പറഞ്ഞത്?"

"അള്ളോ...... അത്തരം വേണ്ടാത്ത ചിന്തകളൊന്നും തല്ക്കാലം എന്റെ മനസ്സിലില്ല. വിശ്വാസിയായിട്ട് ജനിച്ചു. അങ്ങനെതന്നെ മരിക്കുകയും വേണം."

"ജനനവും മരണവുമൊന്നും നമ്മുടെ കൈയിലല്ലല്ലോ. ഞാൻ ഹിന്ദുവായിട്ടും നീ മുസ്ലിമായിട്ടും ജനിച്ചത് നമ്മുടെ ആവശ്യപ്രകാരമോ ആഗ്രഹപ്രകാരമോ അല്ലല്ലോ. ഓരോ ജാതിയിലും മതത്തിലും ജനിച്ചതുകൊണ്ട് അതതു മതത്തിന്റെ ആചാരാനുഷ്ഠാനങ്ങൾ ജീവിതത്തിന്റെ ഭാഗമായതല്ലേ? ഭരണം നിലനിർത്താൻ ജാതിക്കളി അനിവാര്യമാണെന്ന രാഷ്ട്രീയക്കാരുടെ പിടിവാശിയല്ലേ നമ്മുടെ നാടിന്റെ ഇന്നത്തെ അവസ്ഥയ്ക്ക് കാരണം. ഇങ്ങനെ പോയാൽ നമ്മുടെ രാജ്യത്ത് ജനാധിപത്യ

വ്യവസ്ഥിതി അധികകാലം നീളുമെന്ന് എനിക്കു തോന്നുന്നില്ല.''

“നേരാണ് ടീച്ചറേ. ഈയിടെയായി എല്ലാവരും പരസ്പരം സംശയത്തോടെ നോക്കുന്നതും അകലാൻ ശ്രമിക്കുന്നതും എന്നെയും വല്ലാതെ അലോസരപ്പെടുത്താറുണ്ട്. അള്ളാ.... സംസാരിച്ചിരുന്ന് ടീച്ചർക്ക് ചായ തരാൻപോലും മറന്നു.''

“ചായയൊന്നും വേണ്ട. നീ എടുത്തുചാടി തീരുമാനങ്ങളൊന്നുമെടുക്കല്ലേ. പിരിയാൻ എളുപ്പമാണ്. അത് കുട്ടികളുടെ ഭാവി ഇരുളിലാക്കുമെന്ന് നിങ്ങള് രണ്ടുപേരും ഓർക്കുന്നത് നന്നായിരിക്കും.''

“എനിക്കിനി മറ്റൊരു വിവാഹമില്ലെന്നത് ഉറപ്പായ കാര്യമാണ്. എന്റെ കരിയറും വ്യക്തിസ്വാതന്ത്ര്യവും നഷ്ടപ്പെടുത്തി ഇത്തരത്തിൽ മുന്നോട്ടു പോകണോന്ന് ഞാനിപ്പോൾ സംശയത്തിലാണ്.''

“തിസീസ് ഏതാണ്ട് അവസാനഘട്ടത്തിലാണെന്നും അതു മുഴുമിപ്പിക്കുന്നതുവരെ വീട്ടിൽ നില്ക്കാനാഗ്രഹിക്കുന്നെന്നും നീ ഹൈദറിനെ പറഞ്ഞു മനസ്സിലാക്ക്. ക്ഷമയോടെ വേണം കാര്യങ്ങൾ നീക്കാൻ. ക്ഷമിക്കുന്നവരോടൊപ്പമാണ് ഞാൻ എന്നാണല്ലോ ദൈവം നിരന്തരം നമ്മെ ഓർമ്മിപ്പിക്കുന്നത്. ഫോണടിക്കുന്നു. ഹൈറുവായിരിക്കും. ഞാനിറങ്ങട്ടെ.''

“താങ്കസ് ടീച്ചറെ. മനസ്സൊന്നു തണുത്തു. ഞാൻ വിളിക്കാം.''

നാല്

"സുനിയേച്ചേ്യ....... വേം വരീം..... അപ്പറത്തെ അമ്മച്ചി നെലോളിക്കുന്നു."

മുറ്റമടിക്കുകയായിരുന്ന ഹൈറു കാറി വിളിക്കുന്നതുകേട്ട് വായിച്ചുകൊണ്ടിരുന്ന പത്രം താഴെയിട്ട് ഓടിച്ചെന്നു. ഏലിയാമ്മച്ചേടത്തി ഫോണും കൈയിൽപിടിച്ച് വലിയ വായാലെ കരയുന്നു. ഹൈറു കൈയിൽ ചൂലുമായി അന്തംവിട്ടു നില്ക്കുന്നു.

"എന്താ ചേടത്തി കാര്യം. ആരാ വിളിച്ചത്?"

"ട്രീസയാ. അവള് ജോലി ചെയ്യുന്ന ആശുപത്രി നെറയെ കൊറോണ കേസുകളാണെന്ന്. ഇതിനകം പലരും അത്യാസന്ന നിലയിലാണെന്ന്. ഈ രോഗത്തിന് മരുന്നില്ലാന്ന്. മോളെ എന്റെ മക്കള്..."

ഏലിയാമ്മച്ചേടത്തി എന്റെ തോളിൽ തലചായ്ച്ച് തേങ്ങി. ഞാൻ അവരുടെ കൈയിൽനിന്ന് ഫോൺ വാങ്ങി ചെവിയിൽ വച്ചു. ട്രീസ അപ്പോഴും ലൈനിലുണ്ടായിരുന്നു.

"ട്രീസാ...... ഞാനാ സുനി. അവിടെ എന്താ സ്ഥിതി? നിങ്ങക്ക് പ്രശ്നമൊന്നുമില്ലല്ലോ."

"അമ്മച്ചി എന്തിയേ ടീച്ചറേ?"

"ഇവിടെയുണ്ട്. കരച്ചിലോട് കരച്ചിലാ."

"അമ്മച്ചിയെ കരയിക്കാൻ പറഞ്ഞതല്ല ടീച്ചറെ. ഇവിടെ സ്ഥിതി വഷളായി വരികയാണെന്നും പ്രാർത്ഥനയിൽ ഉൾപ്പെടുത്തണമെന്നുമേ പറഞ്ഞുള്ളു. അപ്പഴയ്ക്കും വിളിതുടങ്ങി."

"അമ്മമാരങ്ങനെയാ ട്രീസാ. ചേടത്തിയെക്കുറിച്ചാലോചിച്ച് അപ്

സെറ്റാവണ്ട. ഇവിടെ ഞങ്ങളൊക്കെയുണ്ടല്ലോ. ട്രീസേടെ മക്കളെല്ലാം കൂടെയുണ്ടല്ലോ. സണ്ണിച്ചായനും ജോണും സുഖമായിരിക്കുന്നോ?''

''പിള്ളാരൊക്കെ വീട്ടിലിരുപ്പാ. സണ്ണിച്ചായൻ ജോലി ചെയ്യുന്ന ആശുപത്രി ഒരു വില്ലേജിലാ. അവിടെ ഇതുവരെ കൊറോണ റിപ്പോർട്ട് ചെയ്തിട്ടില്ല. പക്ഷേ, സുരക്ഷിതരാണെന്നൊന്നും പറയാൻ സാധിക്കില്ല. പെട്ടെന്ന് വ്യാപിച്ചുകൊണ്ടിരിക്കയാ. ഇത്രവേഗം സംഗതി വഷളാകുമെന്ന് ആരും കരുതിയില്ല. സാധാരണ ജലദോഷപ്പനിയാണെന്നു കരുതി ആദ്യം ആരും സംഗതി ഗൗരവമായി എടുത്തില്ല. വയസ്സു തൊണ്ണൂറായാലും ഇവിടത്തുകാർക്ക് വീട്ടിലിരിക്കുന്ന ശീലമില്ലല്ലോ. ഇതിങ്ങനെ തൊട്ടാൽ പടരുന്ന അസുഖമാണെന്ന് ആരും അറിഞ്ഞതുമില്ല. ചൈനക്കാരെ വെറുതെ വിടരുത്. രോഗം ഗുരുതരമാണെന്നറിഞ്ഞിട്ടും അവര് സ്വന്തം പൗരന്മാർക്ക് മറ്റു രാജ്യങ്ങളിൽ പ്രവേശിക്കുന്നതിന് വിലക്കൊന്നും ഏർപ്പെടുത്തിയുമില്ല. ഇനിയെല്ലാം കർത്താവിന്റെ കൈയിലാ. ടീച്ചറേ, ആശുപത്രീന്ന് കോൾ വരുന്നു. അമ്മച്ചിയെ നോയിക്കോളണേ.''

''ഡോൺഡ് വറി, ഞങ്ങളുണ്ട് കൂടെ.'' പറയുന്നതിനുമുമ്പേ ട്രീസ ഫോൺ കട്ടുചെയ്തു.

ഏലിയാമ്മച്ചേടത്തി അപ്പോഴേക്കും സമനില വീണ്ടെടുത്തിരുന്നു.

''അവള് എന്നതാ കൊച്ചേ പറയുന്നത്?''

''തല്ക്കാലം കൊഴപ്പമൊന്നുമില്ല ചേടത്തീ. ഒന്നും വരാതിരിക്കാൻ പ്രാർത്ഥിക്കണെന്നു പറയാനാ വിളിച്ചത്. അപ്പോഴേക്കും ഇങ്ങനെ ഒപ്പാരി വച്ചപ്പോ പാവം ട്രീസ ആകെ ഭയന്നുപോയി.''

''നീ വാട്സാപ്പില് അവളെയൊന്നു വിളിച്ചേ. എനിക്കൊന്നുമില്ലെന്ന് അവളോടൊന്നു പറയട്ടെ.''

''ട്രീസയ്ക്ക് ആശുപത്രീന്ന് കോളുണ്ടെന്നു പറഞ്ഞു. ഇപ്പോ വിളിച്ചാ ചെലപ്പോ കിട്ടില്ല. നമുക്ക് രാത്രി വിളിക്കാം.''

''എന്നാലും ചൈനേന്ന് ഇതിത്രവേഗം ഇറ്റലീലെത്തുമെന്ന് ആരെങ്കിലും കരുതിയോ? ചൈനേന്ന് ഇതിനിടെ തൃശൂരെങ്ങാണ്ട് രണ്ടു കൊച്ചുങ്ങള് വന്നാരുന്നല്ലോ. അവരുടെ ദീനം മാറിയോ കൊച്ചേ?''

''അവർക്കു കൊഴപ്പമൊന്നുമില്ലാന്നാ ആരോഗ്യമന്ത്രി പറഞ്ഞത്. പക്ഷേ, ഇതിവിടംകൊണ്ടൊന്നും നില്ക്കില്ല. നമ്മളൊക്കെയും സൂക്ഷിക്കണമെന്നാ മുന്നറിയിപ്പ്.''

''ഇന്റെ റബ്ബേ.... ഇവിടേം എത്ത്വോ കൊറോണ?''

ചൂലും കൈയിൽപിടിച്ച് അതുവരെ അന്തംവിട്ടു നില്ക്കുകയായിരുന്ന ഹൈറു ആശങ്കയോടെ ചോദിച്ചു.

''ഈശോയേ.... ഈ കൊച്ച് ഇത്രേംനേരം ഒരക്ഷരം ഉരിയാടാതിരുന്നത് അതിശയമായിരിക്കുന്നു. ഞാനൊന്നു പ്രാർത്ഥിക്കട്ടെ കൊച്ചുങ്ങ

ളെ. മനസ്സാകെ കലങ്ങി. ജോണിന്റെ അവസ്ഥ എന്താണാവോ?"

"ചേടത്തി വാതിലടച്ചോളൂ."

ഞാൻ പുറത്തേക്കിറങ്ങിയപ്പോൾ ഹൈറുവും പിന്നാലെ പോന്നു.

"ആസാദി സമരം ഇതിന്റേടേല് പൊട്ടിപ്പോവ്വോ. എത്രയോ പാവപ്പെട്ട പെണ്ണുങ്ങമ്മാരാ ആ മഞ്ഞത്ത് ഷഹീൻബാഗിൽ പന്തലുകെട്ടി സമരമിരിക്കുന്നത്. എൺപത് വയസ്സു കയിഞ്ഞ ഉമ്മാമാരും ആടെ സമരമിരിക്കുന്നുണ്ടത്രേ. ഇങ്ങള് ഒറ്റക്കായിപ്പോവ്വോന്ന് പേടിച്ചിട്ടാ ഞാൻ മിണ്ടാതിരിക്കുന്നത്." ഗൗരവത്തിലാണ് ഹൈറു പറഞ്ഞത്.

"ആഹാ....നീ ആളുഷാറായിപ്പോയല്ലോ. ഡൽഹിക്ക് പോണോ നിനക്ക്?"

"ഡൽഹിക്കല്ലേച്ചീ. ഇവിടേംണ്ടല്ലോ ആസാദി സമരം. ഇങ്ങളിന്നാള് പോയീലേ?"

"അത് ശരി. അപ്പം നീയെന്താ എന്റൊപ്പം പോരുന്നുണ്ടെന്ന് പറയാഞ്ഞത്. ആട്ടേ, എന്തിന്റെ പേരിലാ ആ സമരമെന്ന് അറിയ്യോ?"

"അങ്ങനെ കളിയാക്കണ്ട. ഇങ്ങള് പോയാ പേപ്പറ് അരച്ചുകലക്കി കുടിക്കലും ടിവി കാണലുമാ എന്റെ പണി. പൗരത്വനിയമ ഭേദഗതി ബില്ലിനെതിരായുള്ള സമരം. അന്യനാട്ട്ന്ന് അഭയാർത്ഥികളായെത്തുന്ന മുസ്ലിമീങ്ങൾക്ക് ഇന്ത്യൻ പൗരത്വം കൊടുക്കൂലാന്ന് പറേന്നത് അത്ര ശരിയായിട്ട് ഇനിക്ക് തോന്നണില്ല. ഇസ്ലാമീങ്ങളെല്ലാം നല്ലോരാണെന്നൊന്നും ഞാൻ പറീണില്ല. എല്ലാ കൂട്ടത്തിലും വില്ലമ്മാരുണ്ട്. ഇക്കണ്ട കാലമായിട്ട് ഇവിടെ ഇസ്ലാമീങ്ങളും മറ്റു ജാതിക്കാരും എന്തോരു സ്നേഹത്തിലാ കയിഞ്ഞിരുന്നത്. പ്രത്യേകിച്ചും ഇന്നപ്പോലത്തെ പാവപ്പട്ടോര്. ഉമ്മാക്ക് വയ്യാണ്ടാവുമ്പം അയലക്കത്തുള്ള നാരാണേട്ടനും ജാനേടത്തിയുമാ ആസ്പത്രീ കൊണ്ടോവുന്നത്. ജാന്വേച്ചിക്ക് സുഖമില്ലാഞ്ഞാ ഞാനാ ആസ്പത്രീല് കൂട്ടിരിക്കുന്നത്. ഇന്നിപ്പം അത്തരം അടുപ്പമൊന്നുമില്ലാട്ടോ. മനുഷ്യന്മാർക്ക് എന്തേക്കും പറ്റിപ്പോയത്?"

ഞാൻ ഹൈറുവിനെ അന്തംവിട്ട് നോക്കി. ഇവളുടെ ഉള്ളിലുമുണ്ടല്ലോ തീ. ഉള്ളിൽ കനലെരിയുന്ന ഇത്തരം ചെറുപ്പക്കാരുണ്ടെങ്കിൽ എന്റെ നാട് ഇരുളിലമരില്ല.

"അള്ളാ നേരംപോയി. ഇപ്പം ചായ റെഡ്യാക്കട്ടോ. ഇന്നു പുട്ടാ. ചെലപ്പം വേഗം റെഡ്യാവും ചെലപ്പം റെഡിയാവൂല്ലാ. എന്നാലും ഞമ്മളത് റെഡ്യാക്കും. എങ്ങനെണ്ട്?"

"അസ്സലായിട്ടുണ്ട് മോളെ. നീ, ഞാൻ വിചാരിച്ചതുപോലൊന്നുമല്ല കേട്ടോ. വാർത്താശേഖരണത്തിൽ എന്നെക്കാൾ മുന്നിലാ."

ഞാൻ അകത്തേക്കു കയറി. താഴെക്കിടന്ന പത്രമെടുത്ത് വീണ്ടും നിവർത്തി. നേതാക്കന്മാരുടെ പരസ്പരമുള്ള പോര്. ഭരണപക്ഷത്തെ

എന്തിനും ഏതിനും കുറ്റപ്പെടുത്തുന്ന പ്രതിപക്ഷം. കള്ളക്കടത്ത്, സ്ത്രീപീഡനം, മയക്കുമരുന്ന്, കൊല.. ആകെ ചടച്ചു. പത്രം മടക്കിവച്ച് വെറുതേ മുറ്റത്ത് ഉലാത്തി. ഹൈറുവിന്റെ സംരക്ഷണയിൽ തോട്ടം പൂത്തുലഞ്ഞു നില്ക്കുന്നു. റോസ്, മുല്ല, പിച്ചകം, പലനിറത്തിലുള്ള ഇലച്ചെടികൾ. ഒക്കെക്കൂടി മനസ്സിനൊരു കുളിർമ. അവൾക്കൊരു പച്ചക്കറിത്തോട്ടവുമുണ്ട്, പുറകിൽ. തക്കാളിയും പച്ചമുളകും ഈയിടെയായി പുറത്തുനിന്ന് വാങ്ങാറില്ല. കറിവേപ്പും നന്നായി തളിർത്തിട്ടുണ്ട്. ഇതെല്ലാം കഴിഞ്ഞ് ഉച്ചയ്ക്കുശേഷമാണ് ഫോണിൽ സോഷ്യൽ മീഡിയയിലൂടെയുള്ള അഭിരമിക്കൽ. അറിയാത്തവരുടെ പോസ്റ്റുകൾക്ക് കമന്റോ ലൈക്കോ കൊടുക്കരുതെന്നും അവളായിട്ടൊന്നും എഴുതരുതെന്നുമൊക്കെ ഇടയ്ക്കിടെ ഓർമ്മിപ്പിക്കാറുണ്ട്. ആരെയും വിശ്വസിക്കാൻ പറ്റാത്തൊരു കാലം. ഇനിയൊരു വിവാഹജീവിതം വേണ്ടെന്നാണ് അവളുടെ ശാഠ്യം. ഇതിനിടയിൽ പത്താംക്ലാസ് പരീക്ഷ പ്രൈവറ്റായി എഴുതിച്ചു. മോശമില്ലാത്ത മാർക്കുവാങ്ങി ജയിക്കുകയും ചെയ്തു. പ്രൈവറ്റായി പഠിച്ച് ഡിഗ്രി എടുക്കാമെന്നു വാക്കു തന്നിട്ടുണ്ട്. അവളെക്കൊണ്ട് ബിരുദമെടുപ്പിക്കണമെന്നാ മോഹം. അവളുംകൂടി സഹകരിച്ചാൽ നടക്കും. പക്ഷേ, അതിനിടയിൽ ചില മുസ്ലിം സംഘടനാ പ്രവർത്തകർ മതത്തിന്റെ പേരിൽ കളിക്കാൻ ശ്രമിക്കുന്നുണ്ട്. അവരുടെ കൈയിൽ അവളെ വിട്ടുകൊടുക്കില്ല. അവൾക്കിവിടെ ഇസ്ലാമായി ജീവിക്കുന്നതിനു യാതൊരു തടസ്സവുമില്ല. മുസ്തഫയെപ്പോലുള്ള ചില നല്ല ആളുകൾ കൂടെയുള്ളതിന്റെ കരുത്തിലാണ് മുന്നോട്ടു പോകുന്നത്. ചില ഹിന്ദുമതസംഘടനകളും ഇടപെടാൻ ശ്രമം തുടങ്ങിയിട്ടുണ്ട്.. ഞാൻ ഇസ്ലാമായെന്ന് അവരും ഞാൻ ഹൈറുവിനെ ഹിന്ദുവാക്കിയെന്ന് മറുകൂട്ടരും പ്രചരിപ്പിക്കുന്നത് കേട്ട മട്ട് കാണിക്കാറില്ല. എന്നാൽ, ഹൈറുവിനെന്തെങ്കിലും ആപത്തുവരുമോ എന്ന ആശങ്കയും നന്നായുണ്ട്. മൊബൈലടിക്കുന്നത് കേട്ട് ഉമ്മറത്തേക്കു കയറി. ഡൽഹിയിലെ ജാമിയ മില്ലയയിൽനിന്ന് എന്റെ പൂർവ്വവിദ്യാർത്ഥി സുബൈറായിരുന്നു.

“ടീച്ചറേ, ഇവിടെ സ്ഥിതി ആകെ വഷളാവുകയാണ്. ഞങ്ങളുടെ ഹോസ്റ്റലിൽ കയറി പൊലീസ് നരനായാട്ടാ നടത്തിയത്. പലരും പരുക്കേറ്റ് ആശുപത്രിയിലാ.”

“പത്രത്തിൽ കണ്ടു. കേരളത്തിലെ പെൺകുട്ടികളുടെ ചെറുത്തുനില്പിന്റെ ഫോട്ടോയുമുണ്ടായിരുന്നു. നിങ്ങൾക്കാർക്കും പരിക്കൊന്നും പറ്റിയില്ലല്ലോ. നിങ്ങള് സെയിഫല്ലേ?”

“തല്ക്കാലം സെയിഫാ ടീച്ചറേ. എത്ര കാലത്തേക്കാണെന്ന് പറയാനാവില്ല. ഞങ്ങളെ കള്ളക്കേസിൽ കുടുക്കി രാജ്യദ്രോഹികളാക്കി ജയിലിലടയ്ക്കാൻ കാലതാമസമില്ലെന്നാ തോന്നുന്നത്.”

“സൂക്ഷിക്കണം. സമരം പൊളിക്കാൻ തക്കംനോക്കി നടക്കുന്നവർ എന്തിനും മടിക്കില്ല.”

“മടുത്തു ടീച്ചറേ. നമ്മുടെ നാട് എങ്ങോട്ടേക്കാ പോകുന്നത്? രാഷ്ട്രീയ ലാഭത്തിനുവേണ്ടി എന്തതിക്രമവും നടത്താൻ തയ്യാറുള്ള നേതാക്കളും അണികളും അവർക്കു കൂട്ടിന് സർക്കാരുമുണ്ടെങ്കിൽ ഏത് സമരമാ ടീച്ചറേ പൊളിയാത്തത്?”.

“തളരരുത് കുട്ടീ. നിന്നെപ്പോലുള്ള യുവാക്കളിലാ ഞങ്ങളുടെ പ്രത്യാശ. നമുക്ക് തെറ്റാണെന്നു തോന്നുന്നത് ഉറക്കെ വിളിച്ചു പറയാൻ ആരെയും പേടിക്കേണ്ട. അതേസമയം പഠിപ്പ് മുടങ്ങാതെ നോക്കുകയും വേണം.”

“താഴേക്കിടയിലുള്ള കുടുംബങ്ങളിലുള്ളവരാണ് ഇവിടെ കൂടുതലുമുള്ളത്.. കഷ്ടപ്പെട്ടാണ് ഫീസിന് കാശു കണ്ടെത്തുന്നത്. ധാരാളം മുസ്ലീം പെൺകുട്ടികൾ ഇവിടെ പഠിക്കുന്നുണ്ട്. തങ്ങൾക്ക് കിട്ടാതെപോയ സൗഭാഗ്യം തങ്ങളുടെ പെൺമക്കൾക്ക് ലഭിക്കണമെന്ന് അവരുടെ ഉമ്മമാർക്കാണ് നിർബ്ബന്ധം. മക്കളെ പഠിപ്പിച്ച് സ്വന്തം കാലിൽ നില്ക്കാൻ പ്രാപ്തരാക്കാൻവേണ്ടി ജീവിക്കാൻ മറന്നു പോകുന്നവരാണ് ഞങ്ങളുടെ ഉമ്മമാർ. പഠിപ്പു മുടങ്ങിയാ ഞങ്ങളുടെ ജീവിതവും മുടങ്ങും. എന്നുകരുതി അനീതിക്കെതിരെ പ്രതികരിക്കാതിരിക്കാൻ പറ്റുമോ? ചരിത്രം തിരുത്തിക്കുറിക്കുമ്പോൾ മിണ്ടാതിരിക്കാൻ സാധിക്കുമോ ടീച്ചറേ? ജാതിമതലിംഗഭേദമില്ലാതെ എല്ലാവർക്കും ഒരേതരത്തിലുള്ള നീതി നടപ്പാക്കണമെന്നു പറയുന്നത് രാജ്യദ്രോഹമാകുന്നതെങ്ങെനെയാണെന്ന് എത്ര ആലോചിച്ചിട്ടും പിടികിട്ടുന്നില്ല.”

“എന്താ പറയേണ്ടതെന്ന് എനിക്കറിയില്ല സുബൈറേ. ഇങ്ങനെ പോയാൽ ലോകത്തിൽ ജനാധിപത്യം ഇല്ലാതാകുമോ എന്ന് ഞാനും ഭയപ്പെടുന്നുണ്ട്. അധികാരത്തിലേറിയാൽ വർഷങ്ങളോളം എങ്ങനെ അവിടെ അള്ളിപ്പിടിച്ചിരിക്കാമെന്നാണ് ഭൂരിപക്ഷം രാഷ്ട്രത്തലവന്മാരുടെയും ചിന്ത. എന്നാലല്ലേ അവരുടെ അജണ്ടകൾ ജനങ്ങളിൽ അടിച്ചേല്പിക്കാൻ സാധിക്കൂ. അതിനെക്കുറിച്ചൊക്കെ നീ നാട്ടിലെത്തുമ്പോൾ നമുക്ക് വിശദമായി ചർച്ചചെയ്യാം. നിന്റെ തിസീസ് എന്നത്തേക്ക് സബ്മിറ്റ് ചെയ്യാൻ പറ്റും?”

“ഈ വർഷാവസാനം കൊടുക്കണമെന്നു കരുതിയതാ. കുറച്ചു മെറ്റീരിയൽസു കൂടി കളക്ട് ചെയ്യാനുണ്ട്. ഇവിടെ ഞങ്ങളെ ലൈബ്രറിയിൽ പ്രവേശിക്കാൻ പൊലീസ് അനുവദിക്കുന്നില്ല. ഭീകരപ്രവർത്തകരോടെന്നപോലെയാണ് ഞങ്ങളോട് പെരുമാറുന്നത്. ഈ സമരവും പൊളിയും. അവരുടെ അജണ്ട നടപ്പാവുകയും ചെയ്യും. അതിനോടൊപ്പം കൊവിഡ് വൈറസിന്റെ വ്യാപനംകൂടിയായാൽ ആകെ വലയും.”

"കൊവിഡ് ഇന്ത്യയിലും പിടിമുറുക്കുമെന്നാണോ നീ പറയുന്നത്?"

"പിന്നല്ലാതെ. ഡൽഹി വ്യാപനത്തിന്റെ വക്കിലാ. ചേരിപ്രദേശങ്ങളിൽ പടർന്നാലുള്ള സ്ഥിതി ഊഹിക്കാമല്ലോ. ഷഹീൻബാഗിലെ സമരപ്പന്തലിൽനിന്ന് സമരക്കാരെ ഒഴിപ്പിക്കാനുള്ള പതിനെട്ടടവും സർക്കാർ പയറ്റുന്നുണ്ട്. വ്യാജ ഏറ്റുമുട്ടലുണ്ടാക്കി അവരെ അവിടന്ന് ഒഴിപ്പിക്കാൻ മാത്രമല്ല കള്ളക്കേസുകൾ ചുമത്തി ജയിലിലടയ്ക്കാനും സാദ്ധ്യതയുണ്ട്. പരിചയമില്ലാത്ത ചിലരെ സമരപ്പന്തലിൽ കണ്ടെന്നും അവിടെയുള്ളവരെ തമ്മിലടിപ്പിക്കാൻ ശ്രമം നടക്കുന്നുണ്ടെന്നുമൊക്കെ കേൾക്കുന്നു. അവിടത്തെ സ്ത്രീകൾ പക്ഷേ, വിട്ടുകൊടുക്കാൻ തയ്യാറല്ല. പുരുഷന്മാരുടെ സപ്പോർട്ടുള്ളതുകൊണ്ട് കുഞ്ഞുകുട്ടികളടക്കം സമരപ്പന്തലിൽത്തന്നെയാണ് അന്തിയുറക്കവും."

"ഡൽഹിയിലെ തണുപ്പിൽ പാവങ്ങൾക്ക് എത്രകാലം പിടിച്ചുനില്ക്കാൻ സാധിക്കും?"

"അറിയില്ല ടീച്ചർ. ഇപ്പോൾ മറ്റു സംസ്ഥാനങ്ങളിലുള്ളവരും ഈ സമരത്തിൽ പങ്കാളികളാകുന്നത് ഞങ്ങളുടെ മനക്കരുത്ത് കൂട്ടുന്നുണ്ട്. കേരളത്തിൽ ടീച്ചറുമൊക്കെ ചേർന്ന് നടത്തുന്ന ചെറുത്തു നില്പ് അറിയുന്നുണ്ട്."

"അനീതിക്കെതിരെ പേനകൊണ്ടെങ്കിലും ചെറുക്കാൻ സാധിച്ചില്ലെങ്കിൽ പിന്നെന്തിനാ എഴുത്തുകാര്, അദ്ധ്യാപകർ എന്നൊക്കെ പറഞ്ഞ് ഞെളിഞ്ഞു നടക്കുന്നത്? ക്യാമ്പസുകളിൽപോലും അവർ, ഞങ്ങൾ എന്ന വേർതിരിവുണ്ടാകുന്നത് കുറച്ചൊന്നുമല്ല സുബൈറേ ഭയപ്പെടുത്തുന്നത്. മുഖ്യധാരാരാഷ്ട്രീയ പാർട്ടികൾപോലും തിരഞ്ഞെടുപ്പടുക്കുമ്പോൾ അതുവരെ പറഞ്ഞതെല്ലാം മറന്ന് ഈർക്കിലി വർഗ്ഗീയ പാർട്ടികളുമായിപ്പോലും രഹസ്യകരാറുണ്ടാക്കുന്നത് നാടിന്റെ ഭാവിയ്ക്ക് അപകടമാണെന്ന് അവർക്ക് അറിയാഞ്ഞിട്ടല്ലല്ലോ. അധികാരമോഹം തലയ്ക്കുപിടിച്ചാൽ ആദർശം മറക്കുന്നവരായി നമ്മുടെ നേതാക്കന്മാർ മാറിക്കൊണ്ടിരിക്കുകയാണ്."

"സുനിയേച്യേ ചായകുടിക്കാൻ വരീ....." ഹൈറുവിന്റെ നീട്ടിവിളി കേട്ട് സുബൈറിനോട് കരുതൽ വേണമെന്ന മുന്നറിയിപ്പു നല്കി ഫോൺ കട്ടുചെയ്തു.

അഞ്ച്

"സുനിയേച്ച്യേ.......നാട്ടില് നടക്കുന്നതൊന്നും അറിയാണ്ട് ആ കുന്തത്തിന്റെ മുന്നില് കുത്തിരുന്നോളീ ഇങ്ങള്. എന്നാ ഇന്നപ്പോലുള്ള ഗതികെട്ടോല കഥ പറഞ്ഞ് വായനക്കാരെ രസിപ്പിക്ക്വോ.....ഊഹും...."

"നിന്റെ പൈങ്കിളിക്കഥ എഴുതി ജനപ്രിയ എഴുത്തുകാരിയാവാൻ തല്ക്കാലം എനിക്കു താല്പര്യമില്ല കുഞ്ഞോളേ..."

അവളെ ചൊടിപ്പിക്കാനായി ഉറക്കെ പറഞ്ഞു.

"ഞാൻ പൈങ്കിളിയാ, അതോണ്ടല്ലേ ജീവിതം കാറ്റിൽ പറന്നത്. അതുവിട് സുനിയേച്ച്യേ. ഇറ്റലീല് മരിച്ച ആൾക്കാരെ മറമാടാൻ ആളില്ലാന്ന്. ഇന്റെ റബ്ബേ... ഇങ്ങള് നോക്കി... വലിയോരു കുയിയെടുത്ത് എല്ലാ പെട്ടീം പ്ലാസ്റ്റിക്കിൽ കെട്ടിപ്പൊതിഞ്ഞ് അയിനാത്തേക്കതാ തട്ടണ്. ഇറ്റലീലെ ആസ്പത്രീന്ന് നെലോളിച്ചുംകൊണ്ട് ഒരു നഴ്സയച്ച വീഡിയോ കണ്ടാ ആരും കരഞ്ഞുപോകും. അള്ളാ, ഞമ്മളെ അമ്മച്ചീന്റെ മക്കളെ നീ കാത്തോളണേ." തൊണ്ടയിടറിക്കൊണ്ട് ഹൈറു പറയുന്നതു കേട്ട് അങ്ങോട്ടു ചെന്നു.

"ഫോണിൽ വരുന്ന എല്ലാ വാർത്തകളും നേരായിരിക്കണമെന്നില്ല. ഒരുപാട് ഫെയിക് മെസേജുകള് വരുന്നുണ്ട്. നീ ഇതൊക്കെ കൊണ്ടുക്കാണിച്ച് ആ അമ്മച്ചിയെ പേടിപ്പിക്കരുത്."

താക്കീതു ചെയ്തുകൊണ്ട് അവളുടെ കൈയിൽനിന്ന് ഫോൺ വാങ്ങി. വൃദ്ധരെ താമസിപ്പിക്കുന്ന നഴ്സിങ് ഹോമുകളിൽ കൊവിഡ് പടർന്നു പിടിക്കുകയാണ്. ആശുപത്രികളിൽ സ്ഥലമില്ലാത്തതിനാൽ രക്ഷ

പ്പെടാൻ സാദ്ധ്യതയുള്ളവരെ മാത്രമേ പ്രവേശിപ്പിക്കുന്നുള്ളു. ഐ സി യുവിലെ സ്ഥലപരിമിതിയും ഓക്സിജൻ ക്ഷാമവും മരണസംഖ്യ കൂട്ടിക്കൊണ്ടിരിക്കുകയാണ്. കേരളത്തിലുള്ളവർ കൊവിഡിനെ നിസ്സാരമാക്കിത്തള്ളാതെ പ്രായമുള്ളവരെയും അസുഖം ബാധിച്ചവരെയും വീട്ടിനു പുറത്തിറങ്ങാനനുവദിക്കരുത് - എന്നുമൊക്കെ ഇറ്റലിയിലിൽനിന്ന് ഒരു മലയാളി നഴ്സ് കണ്ണീരോടെ പറയുന്ന വീഡിയോ ദൃശ്യങ്ങൾ കണ്ട് എന്റെ മനസ്സും ഇടിഞ്ഞു. എന്നിട്ടും ഹൈറുവിനെ താക്കീതു ചെയ്തു,

"എല്ലാം കണ്ണുമടച്ച് വിശ്വസിക്കണ്ട. അമ്മച്ചിയോട് ഇക്കഥയൊന്നും പറയാനും നിക്കണ്ട. കേട്ടല്ലോ."

എന്റെ ഫോണടിച്ചു. സൗദിയിൽനിന്ന് കൗജുത്താത്തയുടെ വാട്സ് ആപ് കോളായിരുന്നു.

"സുനിത തിരക്കിലാണൊ?"

"അല്ല, കൗജുത്താ, എന്താ അവിടെ വിശേഷം?"

"ഒന്നും പറയണ്ട കുട്ട്യേ. ആകെ വിഷമത്തിലാ. പരിചയമുള്ള പലർക്കും കൊവിഡ് കിട്ടി. ചിലർ മരിച്ചതായും കേൾക്കുന്നു. ഇനിയും കൂടാനാണ് സാദ്ധ്യത. നോമ്പിന് ഒരു ഉംറ ചെയ്ത് പെരുന്നാളാകുമ്പളത്തിന് നാട്ടിലെത്തണമെന്നു കരുതിയതാ. ഇനിയതൊക്കെ നടക്വോന്നറീലാ. ഓന്നും തിരിയുന്നില്ല...".

കൗജുത്താത്തയുടെ സ്വരം ഇടറുന്നുണ്ടായിരുന്നു.

"മക്കളുടെയൊക്കെ സ്ഥിതിയെന്താ? സിമിയുടെ ഭർത്താവ് ആസ്പത്രിയിൽ പോകുന്നുണ്ടോ?"

"മൂപ്പരിക്ക് പോവാതെ പറ്റില്ലല്ലോ. നല്ല ബേജാറുണ്ട്. ഞാൻ കയിഞ്ഞ ആയ്ചയാണ് സാദിഖിന്റെ അടുത്തുനിന്ന് ഇങ്ങോട്ട് പോന്നത്. സിമി ജിദ്ദയിലാണല്ലോ. ഉമ്മാനെ നോമ്പിന് ഉംമറയ്ക്ക് കൊണ്ടാവാന്നും പറഞ്ഞ് കൂട്ടികൊണ്ടേന്നതാ. ഇക്കൊല്ലം ഹജ്ജും ഉംമറയുമൊന്നുമില്ലാന്നാ കേക്കുന്നത്. എനക്കാണെങ്കിൽ ഇന്നത്തെ അവസ്ഥയില് റിയാദിലുള്ള സാദിഖിന്റടുത്തേക്ക് പോകാനും പറ്റില്ല. നാട്ടിലേക്ക് വരാനും പറ്റൂലാ. എന്നെക്കൊണ്ട് കുട്ട്യേള് കഷ്ടത്തിലാവ്വോന്നാ പേടി."

"വെറുതേ ഒരോന്നാലോചിച്ച് തല പുണ്ണാക്കണ്ട. എവിടെയാണോ ഉള്ളത് അവിടെത്തന്നെ തങ്ങുന്നതായിരിക്കും സെയിഫ്. സാദിഖിന് പ്രശ്നമൊന്നുമില്ലാലോ."

"പടച്ചോൻ സഹായിച്ച് ഓന് കൊയപ്പല്ല. വീട്ടിലിരുന്നാ പണി. കുട്ട്യേക്ക് സ്കൂളുമില്ല. പക്ഷേങ്കില് ശമ്പളം പകുതിയാക്കുമെന്നൊക്കെ പറേന്നുണ്ട്. അതൊന്നും സാരല്ല. എന്റെ കുട്ട്യളേം ലോകമെമ്പാടുമുള്ള

ജനങ്ങളേം ഈ മഹാമാരീന്ന് പടച്ചോൻ കാത്താ മതി. ഏലിയാമ്മയും വെഷമത്തിലാണെന്ന് ഇന്നലെ പറഞ്ഞു. മൂപ്പത്തീന്റെ മക്കളും മരുമക്കളും നഴ്സ്മാരല്ലെ. ഇറ്റലീലും അമേരിക്കേലും സ്ഥിതി വഷളാന്ന് സിമി പറേന്നത് കേട്ടു. എല്ലാരേം അള്ള കാക്കട്ടെ. നാട്ടിലെ സ്ഥിതിയെന്താ?"

"ഇതുവരെ കൊഴപ്പമൊന്നുമില്ലായിരുന്നു. വിദേശത്തുനിന്ന് ആളുകളെത്തിത്തുടങ്ങിയതോടെ രോഗികളുടെ എണ്ണം കൂടുന്നുണ്ട്. കാസർഗോഡും കണ്ണൂരും പത്തനംതിട്ടയിലുമൊക്കെ രോഗികളുണ്ട്. ഇറ്റലീന്ന് എത്തിയ ഒരു കുടുംബം അക്കാര്യം മറച്ചുവെച്ച് ബന്ധുവീടുകളിൽ സന്ദർശനം നടത്തിയതിന്റെ ഫലമായി അവരുമായി അടുപ്പമുള്ള പലർക്കും രോഗം കിട്ടി. ബന്ധുക്കൾ പറഞ്ഞാണ് രോഗവ്യാപനത്തിന്റെ ഉറവിടം കണ്ടെത്തിയത്. കാസർഗോഡും ഒരാളിൽനിന്ന് പലർക്കും കിട്ടയെന്നാണ് കേട്ടത്. ജനങ്ങളുംകൂടി സഹകരിച്ചാലെ രോഗവ്യാപനം തടയാനാകൂ എന്ന് സർക്കാർ നിരന്തരം ഓർമ്മപ്പെടുത്തുന്നുണ്ട്. തല്ക്കാലം ഓടിപ്പിടിച്ച് ഇങ്ങോട്ടു വരാനൊന്നും ശ്രമിക്കണ്ട."

"മക്കളും അതുതന്നെയാ പറയുന്നത്."

"മരുന്നൊക്കെ കിട്ടുന്നുണ്ടല്ലോ."

"ഇതുവരെ ഒന്നിനും കൊയങ്ങീട്ടില്ല. മേലിലും അള്ള കാക്കട്ടെ. മലയാളികള് എമ്പാടും മരിക്കുന്നുണ്ട്. ഈ സമയത്ത് മരിച്ചാ ഇവിടെത്തന്നെ അടക്കേണ്ടിവരും. മക്കക്ക് മയ്യത്തു കാണാൻകൂടി പറ്റലുണ്ടാവില്ല. ആലോയിച്ചാൽ അന്തല്ല കുട്ട്യേ."

"വെറുതേ ഓരോന്നോർത്ത് സൂഖക്കേട് വരുത്തിവയ്ക്കണ്ട.. ഇത് നമ്മുടെ മാത്രം അവസ്ഥയല്ലല്ലോ. ലോകം മുഴുവൻ ദുരിതത്തിലല്ലേ. കൗജുത്താത്ത മകളുടെ കൂടെയല്ലേ? ഏലിയാമ്മച്ചേടത്തിയുടെ കാര്യം ആലോചിച്ചു നോക്ക്. മക്കള് മൂന്നുപേരും കൂടെയില്ല..പാവം വല്ലാത്ത വിഷമത്തിലാ. ബി പിയും ഷുഗറുമൊക്ക കൂടിയിട്ടുണ്ട്. ഞാനിന്നലെ ലാബിന്ന് ആളെ വരുത്തിയാ ചോര പരിശോധിപ്പിച്ചത്. ആസ്പത്രിയിൽ പോകാൻപോലും പേടിക്കേണ്ട കാലം. ഇങ്ങനെയൊരുകാലം നമ്മളാരെങ്കിലും പ്രതീക്ഷിച്ചതാണോ?"

"മനുഷ്യന്മാരിക്ക് അഹങ്കാരം കൂടിപ്പോയി. അള്ളാനെ പേടിയില്ലാത്ത കളിയല്ലേ കളിച്ചുകൂട്ടുന്നത്. കല്യാണത്തിനും സല്ക്കാരത്തിനും ലോകമെമ്പാടുമുള്ള തീറ്റസാധനങ്ങള് വിളമ്പി വിളിച്ചോരെ ഞെട്ടിക്കാൻ മത്സരം. ഒരു ദിവസമിടാനുള്ള ഡ്രസിന് ലക്ഷങ്ങൾ. മുഖം മിനുക്കാനും അണിയിച്ചൊരുക്കാനും പതിനായിരങ്ങൾ. കാണുമ്പോ എന്റെ ചങ്കിടിക്കും. ഞാൻ ഇങ്ങോട്ടു വരണേന് ഒരായ്ച മുമ്പ് ആങ്ങളന്റെ മൊളെ കുട്ടിന്റെ കല്യാണത്തിന് ഭക്ഷണം വിളമ്പിയതു കണ്ട് അന്തംവിട്ടുപോയി മോളേ.

ചൈനീസ്, ജാപ്പനീസ്, ഇറ്റാലിയൻ, കോണ്ടിനന്റൽ.... എന്റള്ളോ.... നെരത്തിവെച്ചതു കണ്ട് ചങ്കിടിച്ചു. അതും കേരളത്തിലെ ജനങ്ങൾ വെള്ളപ്പൊക്കത്തിൽ നട്ടംതിരിയുന്ന സമയത്ത്. ഇങ്ങനെ കിബറ് കാണിക്കാണ്ട് ചെറുമട്ടത്തിൽ നടത്തി ബാക്കിപ്പൈശ ദുരിതാശ്വസനിധിയിലേക്ക് കൊടുത്തൂടേനോ എന്നു ചോദിച്ചതിന് ആങ്ങള പെണങ്ങൂം ചെയ്തു.''

''ഉള്ളതു പറഞ്ഞതിന് പെണങ്ങുന്നെങ്കില് പെണങ്ങിക്കോട്ടെ കൗജുത്താത്താ.''

''കെട്ടകാലത്തിലായിപ്പോയല്ലോ നമ്മള് ജീവിക്കുന്നത്. ഞാൻ നിങ്ങളെ നിരന്തരമായി പരീക്ഷിക്കുമെന്നും അഹങ്കാരം മൂത്ത് നിങ്ങൾ അതിക്രമത്തിനു തുനിയുകയും പരസ്പരം പൊരുതി നാടു കുട്ടിച്ചോറാക്കുകയും ചെയ്യുമ്പോൾ ഞാൻ നിങ്ങളെ ഒരു പിടിത്തം പിടിക്കും. അന്നു നിങ്ങളെ രക്ഷിക്കാൻ ആരുംതന്നെയുണ്ടാവില്ലാന്ന് പടച്ചോൻ പറഞ്ഞിട്ടുണ്ട്. എല്ലാ നല്ലകാലത്തിനു ശേഷവും ഒരു ദുരിതകാലത്തെക്കുറിച്ച് *ബൈബിളി*ലും *ഖുർആനി*ലും പറഞ്ഞിട്ടുണ്ട്. ഫറോവൻ അഹങ്കാരം മൂത്ത് വിശ്വാസികളെ നിരന്തരം ഉപദ്രവിച്ചപ്പോൾ മൂസാനബിയുടെ കാലത്ത് പേമാരിയിറക്കി അള്ളാഹു അക്രമകാരികളെ പരീക്ഷിച്ചു. ഈസാനബിയുടെയും മുഹമ്മദ് നബിയുടെയും കാലത്തും ഇത്തരം ദുരിതങ്ങൾ വർഷിച്ച് സർവ്വശക്തൻ മനുഷ്യരെ നശിപ്പിച്ചിട്ടുണ്ട്. ഇനി ലോകാവസാനത്തിന് അധികകാലമൊന്നുമില്ലാന്നാ തോന്നണത്. ഞാൻ പിറന്നുവീണ മണ്ണിൽ അടങ്ങണമെന്ന് മോഹമുണ്ട്. അത് അള്ളാഹു സാധിപ്പിച്ചു തന്നാൽ മതിയാരുന്നു.''

''*ബൈബിളും ഖുറാനും* മാത്രമല്ല വേദങ്ങളും ഉപനിഷത്തുകളും *രാമായണവും മഹാഭാരതവു*മെല്ലാം ഇത്തരം പരീക്ഷണങ്ങളെക്കുറിച്ച് മനുഷ്യരെ ഓർമ്മിപ്പിക്കുന്നുണ്ട്. ഒറ്റയ്ക്കിരുന്ന് ഇങ്ങനെ ഓരോന്ന് ആലോചിച്ചു കൂട്ടണ്ട. നമ്മളെല്ലാം ഇനിയും ഒത്തുചേരും. സന്തോഷം പങ്കിടും. തിന്മ വെടിയും നന്മ ചെയ്യും. ഈയൊരു ചിന്തയില്ലെങ്കിൽ ലോകം ഇരുളിലാണ്ടുപോകും. മനസ്സു ക്ഷയിച്ചാ അത് ശരീരത്തേയും ബാധിക്കും. അതുകൊണ്ട് തല്ക്കാലം മക്കളോടും പേരമക്കളോടുമൊപ്പം സന്തോഷമായിട്ടങ്ങ് കഴിഞ്ഞോ. എല്ലാവരേയും ഞാൻ ചോദിച്ചതായി പറയണം.''

''ആയ്ക്കോട്ടെ, ഇങ്ങളും നല്ലോണം ശ്രദ്ധിക്കണേ. ഇവിടെ നിയമം ശക്തമായതുകൊണ്ട് രോഗം തടയാനും എളുപ്പമാകും. നാട്ടിലങ്ങനെയാണോ. നിയമം തെറ്റിച്ചാലെ ഞമ്മളെ ആൾക്കാരിക്ക് സമാധാനം കിട്ടൂ. എന്നാ ശരി, ഞാൻ പിന്നെ വിളിക്കാം.'' കൗജുത്താത്ത ഫോൺ വെച്ചു.

''എന്താ മൂപ്പത്തി പറേന്നത്. നാട്ടിലേക്ക് വരുന്നുണ്ടോ?'' ഫോൺ സംഭാഷണം കേട്ടുകൊണ്ടിരുന്ന ഹൈറു ചോദിച്ചു.

“തല്ക്കാലമില്ല. നിന്റെ പണിയൊക്കെ കഴിഞ്ഞോ? ഏതുനേരവും ഫോണുമായി മല്ലടിക്കാതെ പരീക്ഷ എഴുതുന്ന കാര്യത്തെക്കുറിച്ചാലോചിക്ക്.”

“അമേരിക്കേലും ഇറ്റലീലുമുള്ള മനുഷ്യര് പുയുക്കളെപ്പോലെ പെടഞ്ഞുമരിക്കുമ്പളാ ഇങ്ങളെ പരീക്ഷ. കൊവിഡുകാലം കയിഞ്ഞ് ബാക്കിയുണ്ടെങ്കില് അയിനെപ്പറ്റി ആലോയിക്കാം.”

തിരക്കിട്ട് അടുക്കളയിലേക്കു നടക്കുന്നതിനിടയിൽ അവൾ പറഞ്ഞു.

ആറ്

വീടിനകം ലോകമായി മാറിയിട്ട് വർഷം ഒന്നാകുന്നു. ആദ്യം കുറച്ചു ദിവസം വലിയ ഉത്സാഹത്തിലായിരുന്നു. രാവിലെ തിരക്കുപിടിച്ച് കോളേജിലേക്കോടണ്ട. വൈകുന്നേരങ്ങളിലെ മടുപ്പിക്കുന്ന പൊതുപരിപാടികളിലും പങ്കെടുക്കേണ്ട. എന്റെ സമയം എന്റെ സ്വന്തം എന്നൊരഹങ്കാരവും തോന്നാതിരുന്നില്ല. സാഹിത്യലോകത്ത് അറിയപ്പെട്ടു തുടങ്ങിയ കാലത്ത് പൊതുപരിപാടികളിൽ പങ്കെടുക്കുന്നത് ഒരുതരം ലഹരിപോലെയായിരുന്നു. വായിച്ചു പഠിച്ച് വിഷയങ്ങളവതരിപ്പിച്ചു തുടങ്ങിയതോടെ സംഘാടകർക്ക് അരങ്ങു കൊഴുപ്പിക്കാൻ സുനി കല്യാണി കൂടിയേതീരൂ എന്നായി. പുസ്തകപ്രകാശനമില്ലാത്ത ഒരു വൈകുന്നേരംപോലും നഗരത്തിലുണ്ടാകാറില്ല. പുസ്തകം വായിക്കാതെ വന്ന് രചയിതാവിനെ പുകഴ്ത്തുന്ന പ്രഭാഷകരെ വേദിയിൽവച്ചുതന്നെ പരിഹസിച്ചു തുടങ്ങിയതോടെ ശത്രുക്കളുടെ എണ്ണവും കൂടിക്കൊണ്ടിരുന്നു. കണ്ടത് വെട്ടിത്തുറന്നു പറയുകയും സ്ത്രീകൾക്കുവേണ്ടി സംസാരിക്കാൻ തുടങ്ങുകയും ചെയ്തതോടെ നഗരത്തിൽ പെട്ടെന്നു താരമായി. ആദ്യനോവൽ ഹിറ്റായതിന്റെ തലപ്പൊക്കവും നല്ലോണമുണ്ടായിരുന്നു. അന്നൊക്കെ പത്രത്താളുകളിൽ ഫോട്ടോയും വാർത്തയും വരുമ്പോൾ സ്വയം ഒരു മതിപ്പൊക്കെ തോന്നുമായിരുന്നു. പൊതുസ്ഥലത്തുവെച്ച് ആളുകൾ തിരിച്ചറിയുകയും പരിചയപ്പെടാനെത്തുകയും ചെയ്യുമ്പോഴും വിനയം ഭാവിക്കാറുണ്ടെങ്കിലും അതു പൊള്ളയായിരുന്നോ എന്ന സംശയവും തോന്നാതിരുന്നില്ല. ഒറ്റയും തെറ്റയുമായി അവാർഡുകൾകൂടി കിട്ടിത്തുടങ്ങിയതോടെ അമ്മ പറഞ്ഞതുപോലെ തറയിലായിരുന്നില്ല നടപ്പ്.

“കാലം ബെടക്കാ സുനിതേ. മോന്തിയാകുമ്പളത്തിനെങ്കിലും പൊരേലെത്തണമെന്നു പറഞ്ഞാ കേക്കണ്ട. അന്തിമയങ്ങുമ്പളേക്ക് കള്ളുംകുടിച്ച് പൂസാകുന്ന കോന്തമ്മാരിൽ ചിലര് കോലുമ്മ ചേല ചുറ്റിയത് കണ്ടാലും തോണ്ടാനും തൊടാനും നിക്കും. അതുംപറഞ്ഞ് ഓലോട് ലഹളയ്ക്കുനിന്നാൽ നാറുന്നത് പെണ്ണുങ്ങളാ. അതു മറക്കണ്ട.”

“ഇങ്ങളെപ്പോലുള്ളോരെ ഈ മനോഗതിയാ ഇവിടത്തെ പെണ്ണുങ്ങളെ വീട്ടിനകത്ത് തളച്ചിടുന്നത്. നാണംകെട്ടവര് തോണ്ടാൻവന്നാൽ ആളുകളുടെ മുന്നിൽവച്ച് മുഖമടച്ചൊന്നു കൊടുക്കണം. പിന്നവൻ കൈപൊക്കില്ല.”

“പിന്നേ....ഓള് വലിയൊരു വമ്പത്തി. അന്തിക്ക് കുറുക്കൻ ഓരിയിട്ടാ അമ്മേന്റെടുത്ത് പാഞ്ഞുവരുന്നോളാ തടിമാടൻമാരെ തല്ലാൻ പോണത്.”

“അതുപിന്നെ.....കുറുക്കന്റെ വൃത്തികെട്ട ശബ്ദം അലോരസപ്പെടുത്തുമ്പം....”

“ഇന്റെ സാഹിത്യം എന്നോട് മാണ്ട. നീ നിനക്ക് പറ്റിയ ഒരുത്തനെ കണ്ടുപിടിച്ച് മംഗലം കയിക്ക്. എന്നിട്ട് ഇങ്ങള് രണ്ടാളുംകൂടി നാടു നന്നാക്കാനോ ബെടക്കാക്കാനോ എറങ്ങിക്കോ. ഇന്നെ ഒറ്റയ്ക്കാക്കൂലാന്ന് ഇന്റച്ഛന് ഞാൻ വാക്കു കൊടുത്തതാ.”

“ഞാൻ ഒറ്റയ്ക്കല്ലല്ലോ. എന്റെ പൊന്നാര അമ്മ, അച്ഛന്റെ ചങ്കുപറിച്ചെടുത്ത തെറിച്ചിക്കല്യാണി കൂടെയില്ലേ.”

അമ്മയെ കെട്ടിപ്പിടിച്ച് മുത്തം കൊടുക്കുന്നതോടെ അമ്മ അടങ്ങും.

“കാലാകാലം ഭൂമിയിലുണ്ടാകാൻ ഞാൻ അമൃതൊന്നും കുടിച്ചിക്കില്ല. ബാല്യക്കാരത്തിപ്പെണ്ണ് എന്നും അന്തിമയങ്ങുമ്പം പൊരേക്കേറി വരുമ്പം ആളേള് അതുമിതും പറേന്നത് കേട്ടാ എന്റെ നാവ് അടങ്ങിയിരിക്കില്ല. ഇഞ്ഞി ഈ ബയസ്സുകാലത്ത് എന്നെ തെറിച്ചിക്കല്യാണി ആക്കരുത്.”

“ആരിക്കാ വയസ്സായത്....ഇങ്ങക്കോ....? വയസ്സറുപത് കഴഞ്ഞിട്ടും ഒരു മുടി നരച്ചിട്ടില്ല. മുഖമാണെങ്കില് ഇപ്പളും തക്കാളിപോലെ. എന്നാ എന്റെ മുടി നരച്ചുതുടങ്ങി.”

“നേരാനേരത്തിന് തിന്നേം കുടിക്കേം ചെയ്യാതെയും തലയിലും മേത്തും എണ്ണതേച്ച് കുളിക്കാതേം സമയത്തിന് ഉറങ്ങാതേമൊക്കെ നടന്നാ നീ താമസിക്കാതെ തൈക്കിളവിയാകും. അന്നേരം കല്യാണം കയിക്കണോന്ന് തോന്നിയാ നടക്കൂലാ. പറഞ്ഞില്ലാന്നുവേണ്ട.”

“ദാഹിച്ച് വിശന്ന് വീട്ടിൽ കേറിവരുന്ന മോൾക്ക് ഒരിറ്റ് വെള്ളം തരാതയല്ലേ അമ്മക്കുട്ടിയുടെ സാരോപദേശം. വിശക്കുന്നമ്മേ, ഞാൻ

പെട്ടെന്നു മേക്കഴുകീട്ട് വരാം."

അതോടെ അമ്മ തണുക്കും. കുളി കഴിഞ്ഞെത്തുമ്പോൾ അടുത്തിരുന്ന് ഊട്ടും.

"എന്റമ്മേന്റെ മീൻകറി കൂട്ട്യാ.... പിന്നൊന്നും വേണ്ടെന്റെ പൊന്നേ... തിത്തോ തിത്തോ....."

"മതിയാക്കെണേ ഇന്റെ കുട്ടിക്കളി."

"ഞാനൊരു ഇള്ളക്കുട്ടിയാണെന്ന് അമ്മയ്ക്കിപ്പൊ മനസ്സിലായില്ലേ. അമ്മേന്റെ പൂമക്കുട്ടിക്ക് കൊറച്ച് പണിയുണ്ട്. കുട്ടികളെ പഠിപ്പിക്കല് ചെറിയ പണിയല്ല. നന്നായി തയ്യാറെടുത്തില്ലെങ്കില് കുട്ട്യേള് തലേക്കേറി തുള്ളും. അമ്മ ചെന്നു കിടന്നോ. പാത്രം കഴുകലും അടുക്കള വൃത്തിയാക്കലും ഞാനായിക്കോളാം."

"പകലുമുഴുവൻ അലഞ്ഞുവന്നിട്ട് നിയ്യിപ്പം അടുക്കളയിലൊന്നും കേറണ്ട. എനക്കാവുന്നിടത്തോളം ഇതൊക്കെ ഞാൻ തന്നെ ചെയ്യും."

അസുഖംവന്ന് കിടപ്പിലാകുന്നതുവരെ വീട്ടുജോലിയൊന്നും എന്നെക്കൊണ്ട് ചെയ്യിക്കില്ല. വീട്ടിലുള്ള അവധി ദിവസങ്ങളിൽ അടുക്കളയിൽ അതിക്രമിച്ചു കയറിയാണ് അമ്മയെ സഹായിക്കുന്നത്. കുറച്ചുകാലമായി അവധിദിവസങ്ങളിൽ പലപ്പോഴും യാത്രയിലായിരിക്കും. അമ്മയുടെ പരാതി വകവയ്ക്കാതെ നാടുചുറ്റുമ്പോൾ അമ്മ എന്നും കൂടെയുണ്ടാകുമല്ലോ എന്ന ചിന്ത വല്ലാത്തൊരു കരുത്തായിരുന്നു. അമ്മയ്ക്ക് അസുഖം വരുന്നതുവരെ അമ്മയെക്കുറിച്ച് ചിന്തിക്കാൻ സമയം കിട്ടിയില്ലല്ലോ എന്നോർത്ത് ഇനി വേദനിച്ചിട്ട് കാര്യമില്ലെന്നറിയാം. ചിലപ്പോൾ വല്ലാതെ സങ്കടം തോന്നാറുണ്ട്..അമ്മ കൂടെയില്ലെങ്കിലും അമ്മയുടെ വാക്കുകൾ അന്തരീക്ഷത്തിൽ പാറിനടക്കുന്നതുപോലെ. അമ്മയുണ്ടായിരുന്നപ്പോൾ ഏത് പാതിരാത്രി കയറിവന്നാലും വിളക്കും കത്തിച്ച് കാത്തിരിക്കുന്നുണ്ടാകും. അക്കാലത്ത് ദൂരസ്ഥലങ്ങളിലൊക്കെ പ്രസംഗിക്കാൻ പോകാറുണ്ടായിരുന്നു. പ്രസംഗം ഒരു ഹരമായതോടെ എഴുത്തു നടക്കാതായി. പരിചയക്കാർ നിർബ്ബന്ധിക്കുമ്പോൾ പലപ്പോഴും ഒഴിഞ്ഞുമാറാനും സാധിച്ചിരുന്നില്ല. അങ്ങനെ ആകെ മടുത്ത് ഇതിൽനിന്ന് ഒഴിയാനെന്തു മാർഗ്ഗമെന്ന് തലപുകയ്ക്കുന്ന സമയത്താണ് കൊവിഡ് വ്യാപനം തുടങ്ങിയത്. അതോടെ നാടു മുഴുവൻ അടച്ചു. അത്യാവശ്യസാധനങ്ങൾ വാങ്ങാൻപോലും പുറത്തിറങ്ങാൻ സാധിക്കാത്ത അവസ്ഥ. ഉദ്യോഗസ്ഥരായ പല വീട്ടമ്മമാരും ആദ്യം വലിയ സന്തോഷത്തിലായിരുന്നു. വീട്ടിൽ വെപ്പും വിളമ്പും തീറ്റയും കുടിയുമായി അർമാദിച്ചിരുന്നവർക്കൊക്കെ മടുത്തു തുടങ്ങിയിരിക്കുന്നു. രാവിലെ എന്തെങ്കിലുമൊക്കെ തട്ടിക്കൂട്ടി ഉദ്യോഗ സ്ഥലത്തേക്കു മണ്ടിയിരുന്ന ജോലിക്കാരായ സ്ത്രീകളോട് വിഭ

വങ്ങൾ കുറഞ്ഞുപോകുന്നതിനെക്കുറിച്ച് ഭർത്താക്കന്മാർ പരാതിപ്പെടാറുണ്ടായിരുന്നില്ല. എന്നാൽ, മുഴുവൻ സമയവും വീട്ടിലിരിക്കുമ്പോഴെങ്കിലും നല്ല ഭക്ഷണം പാകം ചെയ്യരുതോ എന്നു ചോദിച്ചു ഭർത്താക്കന്മാരും മക്കളും പോരു തുടങ്ങിയതോടെ പല വീടുകളിലും അശാന്തിയുടെ നിഴൽ പരക്കാൻ തുടങ്ങിയിരിക്കുന്നു. വീട്ടമ്മമാരുടെ കാര്യം അതിനേക്കാൾ കഷ്ടം. രാവിലെ ഭർത്താക്കന്മാർ ജോലിക്കും കുട്ടികൾ സ്കൂളിലേക്കും പോയിക്കഴിഞ്ഞാൽ പകൽസമയം അവർക്ക് സ്വന്തമായിരുന്നു. ഇപ്പോൾ ഒരു രക്ഷയുമില്ലെന്നാണ് പല വാട്ട്സ് ആപ് സുഹൃത്തുക്കളും മെസേജയക്കുന്നത്. പല ഗ്രൂപ്പുകളിലായി സുഹൃത്തുക്കളുടെ ഒരു വലിയ നിരതന്നെയുണ്ട്. കോളേജ് വിദ്യാർത്ഥികൾ, സഹപ്രവർത്തകർ, എഴുത്തുകാരികൾ, അങ്ങനെ വെവ്വേറെ ഗ്രൂപ്പുകളായി സുഹൃത്തുക്കൾ അനവധി. അവരൊന്നും അമ്മയുടെ വിടവ് നികത്തുന്നില്ല. സുഹൃത്തുക്കൾ എമ്പാടുമുണ്ടെങ്കിലും ഉള്ളംതൊട്ടറിയുന്നവരും ചിരിയും കണ്ണീരും പങ്കുവയ്ക്കുന്നവരും വിരലിലെണ്ണാവുന്നവർപോലുമില്ലല്ലോ എന്നൊക്കെയോർത്ത് ഈയിടെയായി വെറുതേ വേവലാതിപ്പെടാറുണ്ട്..

വീട്ടമ്മമാർ വല്ലാത്ത പ്രതിസന്ധിയിലാണെന്നു പറഞ്ഞ് സുഹൃത്തായ വീട്ടമ്മ പങ്കുവെച്ച സ്വകാര്യദുഃഖം കുറച്ചൊന്നുമല്ല ഉലച്ചത്..

“ഇതുപോലൊരു ദുരിതം ജീവിതത്തിലുണ്ടായിട്ടില്ല ടീച്ചറേ. രാവിലെ മൂപ്പരും മക്കളുമിറങ്ങിയാൽ വീട്ടുപണികൾ തീർത്തുവെച്ച് കുളിയും ഉച്ചയൂണും കഴിഞ്ഞ് സ്വസ്ഥമായി സീരിയലുകൾ കാണാറുണ്ടായിരുന്ന എനിക്ക് ഇപ്പോൾ നടുനിവർക്കാൻ നേരമില്ല. രാവിലെ ഇഡ്ഢലിയും ദോശയും കഴിച്ചിരുന്നവർക്ക് ഇപ്പോൾ പറോട്ടയും ഇറച്ചിയും മതി. ഉച്ചയ്ക്ക് മൂന്നുകൂട്ടം കറിയും പോരാതായിരിക്കുന്നു. മോന് എത്ര തിന്നിട്ടും വിശപ്പടങ്ങുന്നില്ല. മകൾക്കാണെങ്കിൽ ഇടയ്ക്കിടെ കൊറിക്കാൻ വേണം. ബേക്കറികൾ തുറക്കാത്തതുകൊണ്ട് പലഹാരങ്ങളും അമ്മയുണ്ടാക്കണം. മൂപ്പരെ കാര്യം പറയൂം വേണ്ട. മുമ്പ് അന്തിക്ക് ഒരു പെഗ്ഗടിച്ച് രാത്രി എന്റെ ഉറക്കം കെടുത്തിയിരുന്ന ആൾ പകലേ വെള്ളമടിച്ച് എന്നെ ശല്യം ചെയ്യുന്നു. കുട്ടികൾ വീട്ടിലുണ്ടെന്നുപോലും നോട്ടമില്ല. എനിക്കാകെ മടുത്തു ടീച്ചറേ. മനസ്സ് പിടിവിട്ടു പോകുന്നു. ഞാൻ മാത്രം ഭൂമിയോളം ക്ഷമിച്ച് എല്ലാവരെയും സന്തോഷിപ്പിച്ച് കഴിയണമെന്നു ശാഠ്യം പിടിക്കുന്നവരോട് ഇടയ്ക്കൊന്നു പൊട്ടിത്തെറിക്കാൻപോലും എനിക്കവകാശമില്ലേ. ജീവിക്കണമെന്ന മോഹംപോലും ഇല്ലാതായിക്കൊണ്ടിരിക്കുന്നു. സങ്കടം സഹിക്കാഞ്ഞിട്ട് എഴുതിപ്പോയതാണ് ആരോടും പറയല്ലേ.... കുലസ്ത്രീയാണ് എന്റെ ഭാര്യയെന്ന് മൂപ്പര് സുഹൃത്തുക്കളോട് പറഞ്ഞ് ഞെളിയാറുണ്ട്. ഭർത്താവിനെയും കുടുംബത്തെയും തള്ളി

പ്പറയാത്തവരും സ്വന്തം സുഖം മറ്റുള്ളവർക്കുവേണ്ടി ത്യജിക്കുന്നവരുമാണ് കുലസ്ത്രീകളെന്ന് പുട്ടിനു തേങ്ങിയിട്ടപോലെ എന്നെ ഉപദേശിക്കാറുള്ള മൂപ്പരുടെ കണ്ണിലെങ്ങാനും ഈ മെസേജ് പെട്ടാലുള്ള പൊട്ടിത്തെറി ടീച്ചർക്ക് ഊഹിക്കാമല്ലോ. ഇത്തരം മെസേജുകളെല്ലാം അയച്ച ഉടൻ ഡെലീറ്റു ചെയ്യലാണ് പതിവ്. മൂപ്പർ ചിലപ്പോൾ, ഞാനറിയുന്നില്ലെന്ന് വിശ്വസിച്ച് എന്റെ ഫോൺ പരിശോധിക്കുന്നത് ഒളിഞ്ഞുനിന്നു കാണുന്നത് എനിക്കിന്നൊരു ഹരമാണ്.''

കൊറോണക്കാലത്തെ ഒറ്റപ്പെടൽ പലരേയും ഈയൊരവസ്ഥയിലെത്തിച്ചിരിക്കുന്നുവെന്നും മനസ്സു കൈവിട്ടുപോകാതെ നോക്കണമെന്നും അവരെ ഉപദേശിക്കുമ്പോഴാണ് എന്റെ മനസ്സും ഏതാണ്ട് അങ്ങനെയൊരവസ്ഥയിലാണല്ലോ എന്ന ബോദ്ധ്യമുണ്ടാകുന്നത്. ഓൺലൈൻ ക്ലാസുകൾ നടക്കുന്നുണ്ടെങ്കിലും കുട്ടികളെ നേരിൽ കണ്ട് അവരുടെ കളിചിരികളിൽ പങ്കുകൊണ്ട് അവരുടെ പരാതികൾകേട്ട് സംശയം തീർത്ത്...ഇനിയങ്ങനെയൊരു കാലമുണ്ടാകുമോ എന്ന ഭീതി ചിലപ്പോൾ ഉള്ളിലാകെ ഇരുട്ടുപരത്തും. ഗൂഗിളിൽ വെറുതേ പരതി. ഒരു വെബിനാറിൽ എഴുത്തുകാരിയും ആക്ടിവിസ്റ്റുമായ ട്രാൻസ്ജന്റർ താഹാ മുഹമ്മദ് സീനത്ത് സംസാരിക്കുന്നു. അവളുടെ സ്ഥിരം വിഷയംതന്നെ. മുഖ്യധാരാ സമൂഹത്തിൽ ട്രാൻസ്ജന്ററുകളുടെ ഇടം. ആദ്യതവണ അവളുടെ പ്രസംഗം കേട്ട് ഉള്ളിൽ ചോര കിനിയുന്നതുപോലെ തോന്നിയിരുന്നു. താഹാ മുഹമ്മദ് സീനത്തിനെ ഒരു പുസ്തക പ്രകാശനച്ചടങ്ങിൽവെച്ചാണ് പരിചയപ്പെട്ടത്. അവൾ കൈയും കലാശവും കാണിച്ച് വെബിനാറിൽ സംസാരിക്കുമ്പോൾ എന്റെ മനസ്സിൽ ഞാനും അവളും പങ്കെടുത്ത പുസ്തകപ്രകാശനച്ചടങ്ങ് തുടങ്ങുന്നതിനുമുമ്പുള്ള ഇടവേളയിൽ അവൾ ഉള്ള് നൊന്തു പറഞ്ഞ കാര്യങ്ങളായിരുന്നു.

"ചേച്ചിയുടെ നോവലുകൾ ഞാൻ വായിക്കാറുണ്ട്. കാണണമെന്ന് മോഹവുമുണ്ടായിരുന്നു. ഇപ്പോൾ വിചാരിക്കാതെ ഒരവസരവും കിട്ടി.''

ശരീരം ആകെ ഇളക്കി മറിച്ച് ആടയാഭരണങ്ങൾ ഒട്ടാകെ ഉലച്ചുകൊണ്ട് അവൾ പറയുന്നത് കൗതുകത്തോടെയാണ് നോക്കിയത്. ഒരു ട്രാൻസ്ജന്ററിനെ അടുത്തു കാണുന്നത് ആദ്യമായിട്ടായിരുന്നു.

"ചേച്ചിയെന്താ ഇങ്ങനെ അന്തംവിട്ട് നോക്കുന്നത്?''

അവൾ ചോദിച്ചപ്പോൾ ചമ്മൽ മറയ്ക്കാനായി ലോഹ്യം ചോദിച്ചു.

"എന്തു ചെയ്യുന്നു?''

"ഫുൾടൈം എഴുത്തുകാരിയാകണമെന്നാ മോഹം. പക്ഷേ, അതുകൊണ്ട് ജീവിക്കാനാവില്ലല്ലോ. ഞാനും രണ്ട് സുഹൃത്തുക്കളും ചേർന്ന്

കോഫി ഷോപ്പ് നടത്തുന്നു. പണ്ടത്തെ മാതിരിയല്ലല്ലോ. ഇപ്പോ ഞങ്ങക്ക് സർക്കാർ സഹായമൊക്കെ കിട്ടുന്നുണ്ട്. സാംസ്കാരികലോകം ഞങ്ങളെ അംഗീകരിച്ചുതുടങ്ങിയിട്ടുണ്ട്.''

''എന്താ ഇങ്ങനെയൊരു പേര്...?'' സംശയിച്ചുകൊണ്ടാണ് ചോദിച്ചത്.

''എല്ലാരും ഇതുതന്നെയാ ചോദിക്കുന്നത്. ഉമ്മയും വാപ്പയുമിട്ട പേര് താഹ മുഹമ്മദ് എന്നാണ്.. പെണ്ണായിട്ടും ആ പേര് മാറ്റാൻ തോന്നിയില്ല. അതുകൊണ്ടാ അതിനോടൊപ്പം സീനത്ത് എന്നുകൂടി ചേർത്ത് താഹാ മുഹമ്മദ് സീനത്ത് ആയത്. രൂപം മാറുമ്പോൾ പേരിലും പുതുമവേണ്ടേ? ആഴ്ചപ്പതിപ്പിൽ വന്ന ചേച്ചിയുടെ അഭിമുഖം ഞാൻ വായിച്ചിരുന്നു. അമ്മയോടുള്ള ആരാധന മൂത്താണല്ലോ പേര് സുനി കല്യാണിയെന്നാക്കിയത്. സ്ത്രീവാദികളായ എഴുത്തുകാർപോലും അച്ഛന്റെയോ ഭർത്താവിന്റെയോ പേര് വാലായി ചേർക്കുമ്പോ ഞാനൊരു ഫെമിനിസ്റ്റല്ല എന്നു പറയുന്ന ചേച്ചിയുടെ പേരുമാറ്റൽ എനിക്കങ്ങിഷ്ടപ്പെട്ടു. ചേച്ചിയെന്താ ഇപ്പളും സിംഗിളായിട്ടു കഴീന്നത്? സുന്ദരിയായ ചേച്ചിയുടെ കല്യാണം എന്തേ നടക്കാതെ പോയത്? പ്രേമം.....''

''ഹേയ്......കല്യാണം അത്യാവശ്യമാണെന്ന് ഇതുവരെ തോന്നിയിട്ടില്ല. എനിക്ക് വിദ്യാഭ്യാസമുണ്ട്, ജോലിയുമുണ്ട്. എന്റെ ഇഷ്ടത്തിനൊത്ത് ജീവിക്കാനുള്ള കെല്പും സ്വാതന്ത്ര്യവുമുണ്ട്. അതൊക്കെ ഏതെങ്കിലുമൊരാൾക്ക് അടിയറവച്ച് അസ്വാതന്ത്ര്യം വിലയ്ക്കു വാങ്ങാൻ ധൈര്യമില്ല.''

''അതൊക്കെ വെറും തോന്നലാ. ഒരാളെ ഇഷ്ടപ്പെട്ടാൽ അയാളോടൊപ്പം അയാളുടെ ഇഷ്ടത്തിനൊത്ത് ജീവിക്കുന്നതിൽപരം സുഖം മറ്റൊന്നില്ല എന്നാണ് വിവാഹിതരായ എന്റെ പല സുഹൃത്തുക്കളും എന്നോട് പറഞ്ഞത്. എന്റെ ഏറ്റവും വലിയ മോഹം എന്താണെന്നു ചേച്ചിക്കറിയോ?''.

''എന്താ?''

''ഒത്ത ഒരു പുരുഷനോടൊപ്പം അയാളുടെ കുടുംബിനിയായി അയാളുടെ എല്ലാ ഇംഗിതങ്ങൾക്കും വഴങ്ങി സന്തോഷത്തോടെ ജീവിക്കണമെനിക്ക്.''

ഞാനാകെ വിഷമത്തോടെ അവളുടെ മുഖത്ത് പകച്ചുനോക്കുമ്പോഴേക്കും പരിപാടി തുടങ്ങിയിരുന്നു. പിന്നീട് കണ്ടുമുട്ടുമ്പോഴെല്ലാം അവൾക്ക് പറയാനുണ്ടായിരുന്നത് മനസ്സിനെ കീറിമുറിക്കുന്ന കാര്യങ്ങളായിരുന്നു..

''ഞങ്ങളെപ്പോലുള്ളവർ നിങ്ങളിൽ പലർക്കും പരിഹാസപാത്രങ്ങ

ളായേക്കാം. പെൺവേഷംകെട്ടി നടക്കുന്ന ആണുങ്ങളെന്നു പറഞ്ഞ് പലരും അധിക്ഷേപിക്കാറുമുണ്ട്. ട്രാൻസ്ജൻ്റേഴ്സ് എന്തിനാ ഇങ്ങനെ പെൺവേഷം ആഘോഷമാക്കുന്നതെന്ന് പലരും അച്ചംപുച്ചം പറയുന്നത് കേൾക്കാറുണ്ട്. കടുംനിറത്തിലുള്ള ഞങ്ങളുടെ വേഷവും കൈയിലെയും കഴുത്തിലേയും ആഭരണങ്ങളും ചായംതേച്ചു ചുവപ്പിച്ച ചുണ്ടുകളുമൊക്കെ പലർക്കും അരോചകമാകുന്നതും ശ്രദ്ധയിൽപെട്ടിട്ടുമുണ്ട്. വേഷം കെട്ടി ആണുങ്ങളെ മയക്കാൻ നടക്കുന്ന നാണവും മാനവുമില്ലാത്തവർ, ലൈംഗികത്തൊഴിലാളികൾ.... അങ്ങനെ സമൂഹം ഞങ്ങളെ അധിക്ഷേപിക്കുമ്പോഴും പെണ്ണായിത്തന്നെ കഴിയാനാണ് ഞങ്ങളാഗ്രഹിക്കുന്നത്. എത്തിനോട്ടങ്ങളും നെറ്റിചുളിക്കലുകളും അസഹ്യമാവുമ്പോൾപോലും പ്രതികരിക്കാനാവാതെ വിങ്ങിപ്പൊട്ടി നില്ക്കുന്നത് ഞങ്ങളുടെ ബലഹീനതയല്ല പെണ്ണാവാനുള്ള അത്യാശയാണെന്നു നിങ്ങൾ മനസ്സിലാക്കണം.

കുട്ടിക്കാലംമുതൽ സ്ത്രീയാകാൻ കൊതിക്കുന്ന ആൺവേഷക്കാരായ ഞങ്ങളോട് സമൂഹം കാണിക്കുന്ന അവജ്ഞയും വെറുപ്പുമൊക്കെയാണ് ഇത്തരം വേഷംകെട്ടിന് ഞങ്ങളെ പ്രേരിപ്പിക്കുന്നതെന്നാണ് എനിക്കു തോന്നിയിട്ടുള്ളത്. ആൺകുട്ടിയാണെങ്കിലും നാണംകുണുങ്ങിയായിരുന്നു ഞാൻ. എന്റെ പെൺശബ്ദവും പെൺനടത്തവും കാരണം ആൺകുട്ടികൾ എന്നെ കൂട്ടത്തിൽ കൂട്ടാറില്ല. ആൺവേഷം പെൺകുട്ടികളെയും എന്നിൽ നിന്നകറ്റി. അങ്ങനെ ക്ലാസിൽ ഒറ്റപ്പെട്ടു. നന്നായി പഠിക്കുമെങ്കിലും എന്റെ ആണും പെണ്ണുമല്ലാത്ത പെരുമാറ്റം അദ്ധ്യാപകർക്കും അരോചകമായി തോന്നിയതുകൊണ്ടാകാം അവരും അകൽച്ച കാണിച്ചത്. ആണും പെണ്ണുംകെട്ടവൻ എന്ന് അഞ്ചാംക്ലാസിലെ മാഷ് അധിക്ഷേപിച്ചപ്പോൾ ഞാനനുഭവിച്ച മാനസികസമ്മർദ്ദം കുറച്ചൊന്നുമായിരുന്നില്ല.

"ഞങ്ങൾ മൂന്നു മക്കളായിരുന്നു. മൂത്തവർ രണ്ടുപേരും പെണ്ണായതുകൊണ്ട് മൂന്നാമതായി ആൺകുട്ടി പിറന്നപ്പോഴുള്ള സന്തോഷത്തിലായിരുന്നു ഉമ്മയും വാപ്പയും. അതുകൊണ്ടാണ് രാത്രിയിൽ ഇത്താത്തമാരുടെ പാവാടയും ബ്ലൗസും ധരിച്ച് ഉറങ്ങുന്നതിനും പെൺകുട്ടികളുമായി കൂട്ടുകൂടി നടക്കുന്നതിനും അവരെന്നെ ശിക്ഷിച്ചത്. വയസ്സുകാലത്ത് അവർക്ക് താങ്ങാവേണ്ട ചെക്കൻ പെണ്ണുസനായി നടക്കുമ്പോൾ അവരനുഭവിച്ച വേദന മനസ്സിലാക്കാനുള്ള ബുദ്ധിയും വിവേകവും അന്നെനിക്കില്ലായിരുന്നു.

"ഇച്ചെക്കൻ ഇങ്ങനെ തൊടങ്ങിയാ ഞമ്മളെ പെൺമക്കളെ ഹാലെന്താ. ഇവൻ ആണും പെണ്ണുംകെട്ടവനാണെന്നറിഞ്ഞാ ഓലിക്ക് പിയ്യാപ്ളാരെ കിട്ട്വോ. ഒരു ഡോക്ടരെ കാണിച്ചാലോ?" ഉമ്മയുടെ വേവലാതി

ഒളിഞ്ഞുനിന്ന് കേട്ടിട്ടുണ്ട്.

“ഇനിക്കെന്താ പെരാന്താ? ഓൻ ചെറിയ കുട്ടിയല്ലേ. കൊറച്ച് വലുതാകുമ്പം ഇപ്പളത്തെ രീതിയൊക്കെ മാറും.”

“വാപ്പ ഉമ്മയെ സമാധാനിപ്പിക്കുമ്പോൾ പെണ്ണാകാനുള്ള മോഹം അടക്കാൻ കഴിയാതെ ഞാൻ തലയണയിൽ മുഖമമർത്തി പൊട്ടിക്കരയും.

“ഇയ്യിന്തിനാടാ നെലോളിക്കണത്. ബാപ്പ തച്ചോ?”

“വല്ലിത്ത തലയിൽ തലോടി ചോദിക്കും. എന്നാൽ എന്റെ ഉള്ളിലെ നീറ്റൽ അവരോട് പറയാൻ എനിക്കു സാധിക്കാറില്ല. ഇത്താത്തമാർ അണിഞ്ഞൊരുങ്ങുമ്പോൾ ഉള്ളം വിങ്ങിയാണ് ഞാനെന്റെ നിക്കറും ഷർട്ടും ധരിക്കാറുള്ളത്. ചിലപ്പോൾ അവർ കാണാതെ അവരുടെ സുറുമ കണ്ണിലെഴുതും. ഉമ്മ കണ്ടുപോയാൽ അടിയുടെ പൂരമാണ്. വീട്ടിൽ എല്ലാവർക്കും ഞാൻ അരുമക്കുട്ടിയാണ്. ഏക ആൺതരി. നാളെ കുടുംബത്തിന്റെ താങ്ങാകേണ്ടവൻ എന്ന പരിഗണന നല്ലോണമുണ്ടായിരുന്നു.

“പെമ്മക്കള് രണ്ടാൾക്കും വാപ്പാന്റെ നെറാ. എന്റെ നെറവും മൊഞ്ചും കിട്ടിയത് ചെക്കനിക്കാ.”

“നാട്ടിലെ പേരുകേട്ട മൊഞ്ചത്തിയായ ഉമ്മ അഭിമാനത്തോടെയാണ് പറയാറുള്ളത്. ആ മൊഞ്ചാണ് വാസ്തവത്തിൽ എനിക്കു വിനയായത്. പൂവമ്പഴംപോലത്തൊരു ചെക്കൻ എന്നു പറഞ്ഞ് ചില പുരുഷന്മാർ എന്നെ കെട്ടിപ്പിടിച്ച് മുത്തംവയ്ക്കുകയും ലൈംഗികച്ചുവയോടെ നോക്കുകയും ചെയ്യുമ്പോൾ ഉള്ളം ഇളകിമറിയും. ചിലരെ തെറി പറഞ്ഞിട്ടുണ്ട്. മോൻ ശരിയല്ലെന്ന് ബാപ്പയുടെ ചെവിയിലോതിക്കൊടുത്ത് അവരെനിക്ക് തല്ലു വാങ്ങിച്ചു തന്നിട്ടുമുണ്ട്. മനുഷ്യർ ആണും പെണ്ണുമായി മാത്രമല്ല ഇന്റർ സെക്സായും ജനിക്കുന്നുണ്ട് എന്ന് സമൂഹം ഇപ്പോഴും അംഗീകരിക്കുന്നില്ല. പുരുഷന്റെ ആന്തരീകവയവങ്ങളുമായി സ്ത്രീയായി ജനിക്കുക, സ്ത്രീയുടെ ആന്തരികാവയവങ്ങളുമായി പുരുഷനായി ജനിക്കുക. ഇതൊക്കെ മുകളിലിരിക്കുന്നവന്റെ തമാശയാണോ എന്ന് പലപ്പോഴും തോന്നിയിട്ടുണ്ട്. പക്ഷേ, ഈ തമാശ ഞങ്ങളെപ്പോലുള്ളവരോട് പ്രകൃതി കാണിക്കുന്ന കടുത്ത അനീതിയാണെന്നു പറയാതെ നിവൃത്തിയില്ല. മിശ്രലിംഗത്തിൽ പിറക്കുന്നവരെ തിരിച്ചറിയാൻ എളുപ്പമാണെങ്കിലും മാതാപിതാക്കൾ ഒരിക്കലും അതിനു മുതിരാറില്ല. വീട്ടുകാരുടെ പിന്തുണയോടെ ലിംഗമാറ്റശസ്ത്രക്രിയകൾ നടത്തിയവർ വിരലിലെണ്ണാവുന്നവരേ ഉണ്ടാകൂ.. പറക്കമുറ്റുമ്പോൾ വീടുപേക്ഷിച്ച് നാടലഞ്ഞ് മനസ്സിനുപിടിക്കാത്ത പല ജോലികളും ചെയ്ത് സ്വന്തമായി പണമുണ്ടാക്കിയാണ് പലരും ലിംഗമാറ്റ ശസ്ത്രക്രിയയ്ക്ക് വിധേയരാകുന്ന

ത്. എന്റെ അവസ്ഥയും മറിച്ചായിരുന്നില്ല. ഇത്താത്തമാരുടെ വിവാഹം കഴിയുന്നതുവരെ ആണുംപെണ്ണുംകെട്ടവനായി എല്ലാം സഹിച്ച് ഞാൻ വീട്ടിൽ ഒതുങ്ങിക്കൂടി. ഞാൻ കാരണം അവരുടെ ജീവിതം ഇല്ലാതാകരുതെന്ന് എനിക്കു നിർബ്ബന്ധമുണ്ടായിരുന്നു. ഇനിയും എനിക്ക് എമ്പാടും പറയാനുണ്ട്. പക്ഷേ, ഇപ്പോൾ അതിനുള്ള സമയമല്ല. എന്റെ ആത്മകഥ ഉടനെ പുറത്തിറങ്ങും. ചേച്ചിയതിന് ആമുഖം എഴുതിത്തരണേ.'' അങ്ങനെ പറഞ്ഞാണ് അവസാനമായി പിരിഞ്ഞത്.

“സുനിതേ..... നേരമെത്രെയായെന്നാ വിചാരം. കെടന്നുറങ്ങു പെണ്ണേ.'' ആരോ തോളിൽ തട്ടിയതായി തോന്നിയപ്പോൾ തുറന്നുവെച്ച ലാപ്ടോപിലേക്കു നോക്കി. അമ്മ കണ്ണുരുട്ടുന്നു. സീനത്തിന്റെ പ്രസംഗം കേൾക്കാനിരുന്നിട്ട് മയങ്ങിപ്പോയതാമ്മേ.... ഇപ്പം കിടക്കാം എന്നു പറഞ്ഞുകൊണ്ട് ലാപ്ടോപ് ഷട്ട്ഡൗൺ ചെയത് കിടപ്പറയിലേക്കു നടക്കുമ്പോൾ സ്വയം പറഞ്ഞു - സീനത്തിന്റെ കഥ ഇനി സീനത്തുതന്നെ പറയട്ടെ..

ഏഴ്

"**താ**ഹാ...... ഒന്നിങ്ങോട്ട് വന്നാണീ. ളൊഹറ് ബാങ്ക് കൊടുത്ത്. ഒളു എടുക്കണം."

ഉമ്മ വിളിക്കുന്നതുകേട്ട് സീനത്തിന് അരിശം അടിമുടി നുരച്ചു പൊന്തി. ലിംഗമാറ്റ ശസ്ത്രക്രിയ നടത്തി പെണ്ണായി മാറി പെണ്ണിനെപ്പോലെ ജീവിക്കാൻതുടങ്ങിയിട്ടും ഉമ്മ താഹാന്നും മോനേന്നുമാണ് വിളിക്കുന്നത്. ഞാൻ പെണ്ണായ സങ്കടത്തിലാണ് ബാപ്പ ഹാർട്ട് പൊട്ടി മരിച്ചതെന്നാണ് ഉമ്മ ഇപ്പോഴും വിശ്വസിക്കുന്നത്.

"എടാ ഒന്നിങ്ങോട്ട് ബാ പഹയാ.....ഒറ്റക്കെണീക്കാൻ കയ്യാഞ്ഞിട്ടല്ലേ."

"ഇങ്ങളെന്തിനാ ഉമ്മച്ചീ ഇന്നെ ഇങ്ങനെ സങ്കടപ്പെടുത്തുന്നത്. ഞാനിപ്പം താഹയല്ല, സീനത്താ."

അരിശമടക്കി ഉമ്മയുടെ മുറിയിൽച്ചെന്ന് സീനത്ത് പറഞ്ഞു.

"പെറ്റ കൊടലിന്റെ വേദന ഇനിക്ക് പറഞ്ഞാ മനസ്സിലാവൂലാ.... റബ്ബേ..... നിന്റെ വിധി. നല്ലോരാങ്കുട്ടീനെ തന്നിട്ട് ഓനിങ്ങനെ ആണും പെണ്ണുമല്ലാണ്ട് നടക്കണ കണ്ടാ ഉമ്മ ബാപ്പാരിക്ക് സഹിക്കാൻ പറ്റോ....? ആധിപിടിച്ചാ ഇന്റെ ബാപ്പ മയ്യത്തായത്. ഞാനിതാ മൂലക്കലുമായി. പത്തുമക്കളെ ഒരച്ചി പോറ്റും. പത്തുമക്കക്കുംകൂടി ഒരു തള്ളേനെ പോറ്റാനാവൂലാ."

ഉമ്മ എണ്ണിപ്പെറുക്കി കരഞ്ഞു.

"ബങ്കീശക്കാരായ രണ്ട് പുതിയാപ്ലാരും പെമ്മക്കളുമുണ്ടല്ലോ. ഓല് തിരിഞ്ഞു നോക്കുന്നുണ്ടോ? ഈ രണ്ടുംകെട്ട ഞാനല്ലേ ഇപ്പം തുണയ്ക്കുള്ളൂ?"

ഉമ്മയെ താങ്ങിപ്പിടിച്ച് ചക്രക്കസേരയിലിരുത്തി കുളിമുറിയിലേക്കു നടക്കുമ്പോൾ പറഞ്ഞു:

"ഇയ്യിങ്ങനെ തലതിരിഞ്ഞാ ഓല് ഇക്കുടീല്ക്ക് വരോ? മാനം മര്യാദയുള്ളോര് കാണിക്കണ പണിയാ ഇയ്യ് കാട്ട്യത്? ആണായി പെറന്നിട്ട് പെണ്ണായീന്നും പറഞ്ഞ് നടക്കണത് ചേപ്രയല്ലേ. ഇന്നെ കാണുമ്പം എന്റ ചങ്ക് പൊട്ടിപ്പോകും."

"ഉമ്മാ ഇങ്ങളാ എന്റെ ചങ്ക് കുത്തിപ്പൊട്ടിക്കണത്. ആണും പെണ്ണുമല്ലാണ്ട് ഞാനെന്തുമാത്രം കഷ്ടപ്പെട്ടെന്ന് ഇങ്ങക്കറിയോ...? ഇപ്പം ഞാൻ ഒത്ത പെണ്ണാ. ആണിന്റേം പെണ്ണിന്റെം പണി ഞാൻ ഇങ്ങക്ക് ചെയ്തു തരുന്നില്ലേ. പൊറത്തുപോയി നയിച്ച് പൈശയുണ്ടാക്കുന്നു. പൊരപ്പണി എടുക്കുന്നു. ഇങ്ങളെ ഞാൻ പൊന്നുപോലെ നോക്കണില്ലേ?"

"അതൊന്നുമില്ലാന്ന് ഞാൻ പറഞ്ഞില്ലാലോ. ഇയ്യ് പെൺവേഷംകെട്ടി നടക്കുമ്പം ഉമ്മാന്റെ കരളിലെ തീ ഇയ്യ് കാണണില്ലാ...പത്തിരുപത് വയസ്സുവരെ ആണായി കയിഞ്ഞിട്ട് പെട്ടെന്ന് ഞമ്മളോട് ഒരു വാക്കും ഉരിയാടാതെ നാടുവിടുക. കൊറച്ചുകാലം കയിഞ്ഞ് പെൺവേഷംകെട്ടി തിരിച്ചെത്തുക. ഇന്നെപ്പറ്റി ആലോയിച്ച് ഉമ്മേം ബാപ്പേം എത്തര കണ്ണീരാ ഒയുക്കിയത്. ഇന്നെ കണ്ട് അന്തംവിട്ട് മിണ്ടാതായ ബാപ്പ ഒരായ്ച്ചയ്ക്കുള്ളില് അച്ചേലിക്ക് മയ്യത്തായീലേ.... കുടുംബക്കാര് ആരെങ്കിലും ഇങ്ങട്ട് തിരിഞ്ഞു നോക്കുന്നുണ്ടോ? ഞാൻ മരിച്ചാ മയ്യത്തുകാണാൻപോലും എന്റെ മക്കളും പിയ്യാപ്ലാരും ഇങ്ങട്ട് കേറോ?"

"ഓലിങ്ങളെ നോക്കുമെങ്കില് ഞാൻ ഇബിടന്ന് മാറിത്താമസിച്ചോളാം. ആണാക്കാനാന്നും പറഞ്ഞ് ബാപ്പ എന്നെ ഡോക്ടരെ കാണിച്ച് ചികിത്സിച്ചപ്പം എന്റെ ബുദ്ധിമുട്ടുകൾ ഇങ്ങളും കണ്ടതല്ലേ. മൂത്രത്തിനു പകരം ചോരയാ പോയിരുന്നത്... ഇതൊന്നും പറഞ്ഞാ ആരിക്കും മനസ്സിലാവൂലാ."

വീൽച്ചെയറിൽനിന്ന് ഉമ്മയെ താങ്ങി ടോയിലറ്റിലിരുത്തി കുളിമുറിയുടെ വാതിലടച്ച് സീനത്ത് പുറത്തു കാത്തുനിന്നു. പെണ്ണായിട്ടും അത് ഉമ്മയെ വിശ്വസിപ്പിക്കാൻ സാധിക്കുന്നില്ല. കുളിമുറിയിൽ കൂടെ നില്ക്കാനോ കുളിപ്പിക്കാനോ സമ്മതിക്കില്ല. ബാപ്പയുടെ ഏകബന്ധു കല്മേയിത്താത്തയാണ് ആകെയൊരു സഹായം. പണ്ടെങ്ങോ ഒരു കല്യാണം നടന്നതും അയാൾ ഉപേക്ഷിച്ചുപോയതും അറിയാം. കൂലിപ്പണി ചെയ്താണ് അവർ ജീവിച്ചത്. ഒറ്റമുറിപ്പുരയിൽ വാടകയ്ക്കായിരുന്നു താമസം. വാടകക്കാർ വീടൊഴിഞ്ഞുകൊടുക്കാൻ നിർബ്ബന്ധിച്ചപ്പോൾ അവരുടെ സങ്കടം കണ്ട് ഇങ്ങോട്ടു കൂട്ടിക്കൊണ്ടു പോന്നു. പണിക്കൊന്നും പറഞ്ഞയക്കാറില്ല. അവർ വീട്ടിലുള്ളതുകൊണ്ട് പുറത്തിറങ്ങുമ്പോൾ ഉമ്മയെക്കുറിച്ച് ചിന്തയില്ല. അതിനും ആളുകൾ അപവാദം പറ

യുന്നുണ്ട്. ഞങ്ങൾ തമ്മിൽ അവിഹിതബന്ധമുണ്ടത്രെ.''

അവർക്കൊക്കെ ഞാനിപ്പഴും പെൺവേഷംകെട്ടി നടക്കുന്ന ആണാണല്ലോ. അങ്ങനെ നടക്കുന്നവർക്ക് കാമപ്പിരാന്ത് അധികമാണെന്നും ആണിനേം പെണ്ണിനേം ഒരുപോലെ വശീകരിക്കാൻ നടക്കുന്നവരാണെന്നും കേട്ടും കേൾക്കാതെയും പറയുന്നത് ഇപ്പോൾ വകവയ്ക്കാറില്ല. കല്മേയിത്തായെ സ്വന്തം ഇത്താത്തയെപ്പോലെയാണ് കാണുന്നത്. ചികിത്സാസമയത്ത് ചിലപ്പോൾ വല്ലാത്ത പൊറുതികേടൊക്കെ തോന്നിയിരുന്നു. സ്വന്തം വികാരങ്ങളടക്കി മറ്റുള്ളവരെപ്പോലെ ജീവിക്കാൻ എന്നെപ്പോലുള്ളവർക്കും സാധിക്കുമെന്ന് ആരെയെങ്കിലും ബോദ്ധ്യപ്പെടുത്താൻ മനസ്സില്ലെന്നു തീരുമാനിച്ചതോടെ സ്വസ്ഥതയുണ്ട്. കല്മേയിത്താത്ത സാമൂഹ്യപെൻഷൻ വാങ്ങാൻ പോയിരിക്കുകയാണ്. ഉമ്മയെ ചക്രക്കസേരയിലിരുത്താനോ കുളിമുറിയിലെത്തിക്കാനോ ഉള്ള ആരോഗ്യമൊന്നും അവർക്കില്ല. കാലിൽ നീർക്കെട്ടാണ്. കുളിമുറിയിലിരുത്തിക്കൊടുത്താൽ കുളിപ്പിക്കലും വസ്ത്രം മാറലും അവര് ചെയ്യും. അടുക്കളപ്പണിയും അവരാണ് ചെയ്യുന്നത്. മീന നേരത്തേ കോഫിഷോപ്പിൽ എത്തുന്നതുകൊണ്ട് കുറച്ചു താമസിച്ചു ചെന്നാലും കുഴപ്പമില്ല. ഇപ്പോൾ കൊറോണക്കാലമായതുകൊണ്ട് കട തുറക്കാറില്ല. ബിരിയാനിയുണ്ടാക്കി വഴിയോരത്തുവച്ച് വിറ്റാണ് കഴിഞ്ഞു പോകുന്നത്. പരിപാടികളിൽ പ്രസംഗിക്കാൻ പോകുന്നതിനും അത്യാവശ്യം കാശു കിട്ടുമായിരുന്നു. കൊറോണ വന്നതോടെ അതും മുടങ്ങി.. സമൂഹത്തിൽ നിലയും വിലയും നേടിയെടുക്കാനുള്ള നെട്ടോട്ടത്തിലാണിപ്പോൾ. ആണല്ല, പെണ്ണാണ് എന്ന് സമൂഹത്തെ ബോദ്ധ്യപ്പെടുത്തുന്നതും പെണ്ണുങ്ങളുടെ ഇടയിൽ സ്ഥാനം നേടിയെടുക്കുന്നതും ചെറിയ കാര്യമല്ല എന്ന് അനുഭവത്തിന്റെ വെളിച്ചത്തിൽ പറഞ്ഞതാണ് ആദ്യത്തെ സാഹിത്യസൃഷ്ടി. അത് പ്രസിദ്ധീകരിക്കാനും സ്വന്തമായി ബിസിനസ്സ് തുടങ്ങാൻ ലോണെടുക്കാനും സഹായിച്ച സാമൂഹ്യപ്രവർത്തക സതിയേച്ചിയോടുള്ള നന്ദിയും കടപ്പാടും തീർത്താൽ തീരില്ല. ട്രാൻസ്ജന്ററുകൾക്ക് സമൂഹത്തിൽ സ്വന്തം വ്യക്തിത്വം തെളിയിക്കാൻ ഇങ്ങനെ ചിലരുടെ സഹായം കൂടിയേതീരൂ. സാഹിത്യലോകത്ത് ഇടംകിട്ടിയതോടെ സീനത്തിന്റെ ജീവിതത്തിന് അർത്ഥമുണ്ടായി.

“താഹാ....''

ഉമ്മ വിളിക്കുന്നതുകേട്ട് കുളിമുറിയിൽച്ചെന്നു. ഒന്നും മിണ്ടാതെ അവരെ കസേരയിലിരുത്തി മുറിയിലെത്തിച്ച് കൈയും മുഖവും തുടപ്പിച്ച് നിസ്കാരക്കുപ്പായം കൈയിൽക്കൊടുത്ത് ഖിബിലയ്ക്ക് നേരെ കസേര തിരിച്ചിട്ട് പുറത്തേക്കിറങ്ങി.

“കല്മേയി വന്നില്ലേടാ?'' ഉമ്മ ചോദിച്ചു.

“ഇതാ എത്തി. ഇന്റള്ളോ എന്താ ആടത്തെ തെരക്ക്. ഇങ്ങനെ

ആള്ളോള് കൂട്ടംകൂടിയാ കൊറോണ പരക്കാൻ ഏറെ നേരം വേണ്ടാട്ടോ.''

''ഇങ്ങള് ദൂരംവിട്ടല്ലേ നിന്നത്? പ്രായമായോരിക്ക് സൂക്കേട് കിട്ടിയാ മാറാൻ വലിയ ബുദ്ധിമുട്ടാന്നാ കേക്കണത്. ഇങ്ങക്ക് കിട്ടുന്ന പൈശ ഇല്ലാതായിപ്പോകണ്ടാന്ന് കരുതിയാ ഞാൻ പോകാൻ സമ്മതിച്ചത്.'' സീനത്ത് പറഞ്ഞു.

''ഞാൻ മൂക്കും വായും മൂടിക്കെട്ടി മാറി നിക്കുമ്പോ തല മിന്നി നില ത്തിരുന്നതുകണ്ട് ഒരു പെണ്ണ് വന്ന് വിളിച്ചാ ഒപ്പിടീപ്പിച്ച് പൈശ തന്നത്.''

എന്റ ഫോണടിഞ്ഞു.

മീനയായിരുന്നു.

''എന്തേയ് മീനാ...?''

''നിയ്യൊന്ന് വേഗം വാ. ഇവിടെ കുറേ ഗുണ്ടകള് വന്ന് ഞങ്ങളെ ഉപ ദ്രവിക്കുന്നു. അവിടിരുന്ന് ബിരിയാനി വിക്കരുതെന്ന്.''

''അതെന്താ...?''

''ഓല് കച്ചോടം ചെയ്യണ സ്ഥലാത്രെ. ഒന്ന് വേഗം വാ.'' മീനയുടെ വാക്കുകൾ ഇടറുന്നുണ്ടായിരുന്നു.

''കല്മേയിത്താത്താ, ഉമ്മക്ക് ചോറ്കൊടുത്ത് ഇങ്ങളും തിന്നോളീ ട്ടോ. ഞാനിപ്പം വരാം.''

''നിയ്യെങ്ങട്ടേക്കാ? ചോറു തിന്നിട്ടു പോടാ...''

ഉമ്മ അകത്തുനിന്ന് വിളിച്ചു പറയുന്നുണ്ടായിരുന്നു. മറുപടി പറ യാതെ പെട്ടെന്നു വേഷം മാറി സ്കൂട്ടി സ്റ്റാർട്ടാക്കി.

''എന്തേക്കും ഇതിന്റൊരസറാറ്.... ഇനിക്കൊന്നും തിരിയിണില്ലാ. ചെറുപ്പത്തില് ട്രൗസറും കുപ്പായവുമിട്ടു നടന്ന ചെക്കനാ. ഇപ്പം ചൂരി ദാറും കമ്മലും മാലേം വളേം.....ആണിന്റെ ഉശിരും....പെണ്ണിന്റെ കോലോം....''

സീനത്ത് പോകുന്നതും നോക്കിനിന്ന് കല്മേയി വിരല് മൂക്കത്തു വച്ച് പറഞ്ഞുകൊണ്ട് അകത്തേക്കു നടന്നു..

''നിയ്യാരോടാ വർത്താനം പറയണ്. ഓൻ പോയില്ലേ?'' സീനത്തിന്റെ ഉമ്മ ചോദിച്ചു.

''ഓനോ, ഓളോ....ഇനിക്ക് പുടി കിട്ടണില്ല.''

''അതെന്നയാ ഞാനും ഓനോട് ചോയിക്കണത്. ഇങ്ങനൊരു തല വിധി നിയ്യിനി ആരിക്കും കൊടുക്കല്ല റബ്ബേ.''

''ഇപ്പം ഇങ്ങനെ കൊറേ പെണ്ണാണുങ്ങളുണ്ടെന്നാ താഹ പറേന്ന ത്. പെണ്ണ് ആണായോലും ഉണ്ടോലെ. ഇനിയും താഹാന്ന് വിളിച്ചാ ഇബി ടന്ന് എറക്കിവിടുന്നാ ഓൻ പറഞ്ഞത്. ഞമ്മളെ നാക്കത്ത് താഹാന്ന് അല്ലാണ്ട് വരൂല്ലാ... വല്ലാത്ത ഇടങ്ങേറ്തന്നെ.''

''എത്തറ ആശേം പൂതിവച്ചിട്ട് കിട്ടിയ ചെക്കനാ. രണ്ട് പെമ്മക്കക്ക്

ശേശം ഇവനെ പെറ്റപ്പം എല്ലാരും എത്തറ സന്തോശിച്ചതാ. ഓന്റെ ബാപ്പ സൗദീന്ന് പാഞ്ഞെത്തി. എന്തെല്ലാം സാധനങ്ങളാ മൂപ്പരന്ന് മോനിക്കും മേണ്ടി കൊണ്ടേന്നത്. എന്നിട്ടിപ്പം.... എന്തേക്കും ഇന്റെ കുട്ടിക്ക് പറ്റിപ്പോയത്? എന്ത് മൊഞ്ചുള്ള ചെക്കനേനും. ചെറുതായിരുന്നപ്പംതൊട്ട് നിയ്യോനെ കാണുന്നതല്ലേ. പത്തിരുപത് വയസ്സുവരെ ആണായിട്ടല്ലേ എന്റെ കുട്ടി നടന്നത്!"

"പക്ഷേങ്കില് ചെറുപ്പത്തിലേ ഓനിക്ക് പെണ്ണിന്റെ സ്വഭാവാ. ഒച്ചേം പെണ്ണിന്റേതാ. തരംകിട്ടിയാ ഇത്താത്തമാരുടെ പാവാടേം ബ്ളൗസുമിട്ട് നടക്കൂം ചെയ്യും. ഇങ്ങളെ അതേ കോലം. ആടിക്കൊയഞ്ഞങ്ങാണ്ട് ഓൻ നടക്കുമ്പളും വർത്താനം പറേമ്പളും ആണും പെണ്ണും ഓനെ കളിയാക്കണത് ഇങ്ങക്കോർമ്മയില്ലേ? ഇങ്ങളും ഇക്കാക്കേം അതും പറഞ്ഞ് ഓനെ എത്രയാ തല്ലിയത്. അന്നതില് ഓനിക്ക് നല്ല വെശമമണ്ടേനും."

"ആണായി പിറന്നിട്ട് പെൺവേഷംകെട്ടിയാ തല്ലാണ്ടിരിക്കാമ്പറ്റ്വോ? ഓന്റെ പെങ്ങമ്മാരിക്കും വലിയ വെഷമേനും. എന്നിട്ടും ഇങ്ങനൊരു കോലംമാറ്റം ഞമ്മളാരും നിനച്ചതല്ല. സ്കൂളിലെ മാഷാ ഓന്റെ ഉപ്പാനോട് ഓനെയൊന്ന് ഡോക്ടരെ കാണിക്കണമെന്ന് ആദ്യം സൂചന തന്നത്. ഓനേതോ ആങ്കുട്ടിക്ക് കത്ത് കൊടുത്തൂന്നും പറഞ്ഞേനും അന്നത്തെ പുകില്. ഒരു ചെക്കൻ മറ്റൊരു ചെക്കന് എയ്ത്തു കൊടുത്തേനെന്തിനാ ഇങ്ങനത്തെ പുകിലുണ്ടാക്കുന്നതെന്ന് ചോയിച്ച് ബാപ്പ മാഷോട് തട്ടിക്കയറുകയും ചെയ്തു. അന്നോൻ പത്തിലാ പഠിക്കുന്നത്. അപ്പളാ മാഷ് പറേന്നത് ഓനിക്ക് അച്ചെക്കനെ ഇഷ്ടാന്നും പറഞ്ഞ് കത്തെയ്തീക്കണതെന്ന്. ഓന്റെ നിപ്പും നടപ്പും പെണ്ണിന്റേതാ. ഒച്ചയും പെണ്ണിന്റേതാ. ഇങ്ങളൊരു ഡോക്ടരെ കാണിച്ചാളാന്ന്. ബാപ്പ വല്ലാതെ തളർന്നെങ്കിലും ഓന്റെ മുന്നില് അതൊന്നും കാണിക്കാതെയാ ഡോക്ടരെ കാണിക്കാൻ പോയത്."

"മൂപ്പര് ഓനേംകൊണ്ട് നിത്യേന ആസ്പത്രീലേക്ക് പോണത് ഞമ്മളും കണ്ടതല്ലേ. ഓന്റെ ഉള്ളില് പെണ്ണുങ്ങളെ ഹോർമ്മോണേനും പോലെ ജാസ്തി. അന്നേ പെൺ ഹോർമ്മോൺ കുത്തിവെച്ചിരുന്നെങ്കില് ഓനിക്കിക്കഷ്ടപ്പാടൊന്നും ഉണ്ടാകില്ലേനൂന്നാ ഓനിപ്പം പറേണത്. അയിനു പകരം ഇങ്ങള് ഓനെ ആണാക്കാൻ നോക്കിയതുകൊണ്ടാ ഓനാകെ കഷ്ടത്തിലായതെന്ന് ഓനെപ്പളും സങ്കടം പറയും."

"ഓന്റെ ഉള്ള് പെണ്ണിന്റേതാണെന്ന് ഡോക്ടരമ്മാര് പറഞ്ഞപ്പം എന്നാ പെണ്ണാക്കാനുള്ള ചികിത്സ ചെയ്യാന്ന് ഞാനും പറഞ്ഞതാ. അള്ള ആണായി പെറപ്പിച്ചതിനെ പെണ്ണാക്കിയാ ഞമ്മള് പടച്ചോനോട് ഉത്തരം പറയേണ്ടിവരൂലേന്നാ ബാപ്പ ഇന്നോട് ചോയിച്ചത്. വലിയ ഘോശമ്പത്തില് സുന്നത്തുവരെ കയിച്ചതല്ലേ. നാട്ടിലുണ്ടായിരുന്ന പറമ്പു വിറ്റാ

ബാപ്പ ഓന്റെ ചികിത്സാച്ചെലവ് കണ്ടെത്തിയത്. എന്തൊക്കെയോ മരുന്നൊക്കെ കുത്തിവെച്ച് കുട്ടി ചീർത്ത് ചക്കുംകുറ്റിപോലെയായി. രാത്രീലാണെങ്കില് എരിപൊരി സഞ്ചാരം കിട്ടിയതുപോലെ മണ്ടിനടക്കും. സ്കൂളിലുപോക്കുപോലും മുടങ്ങി. ചികിത്സാച്ചെലവ് താങ്ങാനാവാതെ എല്ലാം വിധിപോലെ വരട്ടേന്ന് ഞമ്മളും സമാധിനിച്ചു. ഞാൻ താഹാന്ന് വിളിക്കുമ്പോ ചെക്കൻ ഉറഞ്ഞു തുള്ളും. ഹോർമ്മോണും കോർമ്മോണുമൊന്നും എനക്ക് പുടിയില്ല. എനിക്ക് ഓനിന്നും കരളിന്റെ കരളായ പൊന്നുമോനാ. ഓനെ ഇക്കോലത്തില് കാണുമ്പം എന്റെ ചങ്കെരിയും. കണ്ണില് സുറുമേം, ചുണ്ടില് ചോപ്പും കൈയില് മൊയിലാഞ്ചീം കാതില് ലോലാക്കും...... എന്റള്ളോ... ഇതൊന്നും കാണാനുള്ള ശേഷി എനക്കില്ല റബ്ബേ...."

"ഇങ്ങളിങ്ങനെ ഒപ്പാരിവച്ചിട്ട് ഇനിയെന്താ കാര്യം? ഓനിപ്പം ഓളാ. സീനത്ത്.. അതങ്ങട്ട് വിശ്വസിച്ചാ ഇനി ഇങ്ങക്ക് മേലാക്കം സമാധാനത്തോടെ കയിഞ്ഞുകൂടാം. ഒന്നൂല്ലേലും നയിച്ച് ഇങ്ങളെ പോറ്റുന്നില്ലേ. പെങ്ങമ്മാരെ കല്യാണ കയീന്നതുവരെ ക്ഷമിച്ചില്ലേ. ഞാൻ കാരണം ഇത്താത്തമാരെ കല്യാണം മുടങ്ങിപ്പോകരുത് കല്മെയിത്താത്താ. അതുവരെ ഞാൻ സഹിക്കും. അതു കയിഞ്ഞാ ഞാനെങ്ങോട്ടെങ്കിലും പോകുമെന്നു പറഞ്ഞപ്പം ഇങ്ങനൊരു കടുങ്കൈ ചെയ്യൂന്ന് ഞാനും വിചാരിച്ചില്ല."

പടച്ചോൻ നിനച്ചത് തടുക്കാനാവൂലാ. ആണായാലും പെണ്ണായാലും ഓനിപ്പം എന്റടുത്തുണ്ടല്ലോന്ന് സമാധാനിക്കാം."

"സുമയ്യേം സുലേഖേം വിളിക്കലും പറയലുമൊന്നുമില്ലേ."

"സുമയ്യ എടക്ക് വിളിക്കും. ഓക്ക് താഹാന്നുവച്ചാ ജീവനേനും. സുലേഖാക്കും അങ്ങനെതന്നെ. പക്ഷേങ്കില് ഓലെ പിയ്യാപ്ളാര് പറേന്നതുപോലല്ലേ ഓലിക്ക് ജീവിക്കാനാവൂ. സുലേഖാന്റെ പിയ്യാപ്ള പൈശക്കാരനായേന്റെ തണ്ടു നല്ലോണമുണ്ട്. അങ്ങാടീലെ വാടക കിട്ടുന്ന പീട്യമുറി വിറ്റിട്ടാ ബാപ്പ ഓനിക്ക് അക്കരക്കടക്കാനുള്ള വിസക്കു പൈശ കൊടുത്തത്. ഓനിക്കിപ്പം ഞമ്മളെ കണ്ണിപ്പിടിക്കുന്നില്ല."

"സുമയ്യാന്റെ പിയ്യാപ്ളക്കും കൈനെറച്ചും കൊടുത്തിക്കില്ലേ ഇങ്ങള്? പത്തിരുപത് കൊല്ലം മൂപ്പര് മരുഭൂമിയിൽച്ചെന്ന് കഷ്ടപ്പെട്ടുണ്ടാക്കിയതു മുയുമൻ ഓലിക്കുതന്നെയല്ലേ കൊടുത്തത്? ഇപ്പൊര താഹേന്റെ പേരിലെയുതിവെക്കാൻ മൂപ്പരിക്കു തോന്നിയതുകൊണ്ട് ഇങ്ങളും ഓനും കൈച്ചലായി. ഇല്ലെങ്കിലെ ഓലിങ്ങളെ നെരത്തുമ്മ ലാക്കീനും."

"അയിന്റെ പേരിലാണല്ലോ ഇപ്പളത്തെ തർക്കോം പിണക്കോം. ഇങ്ങളിതാരിക്കാന്നുവച്ചാ കൊടുത്തോളീന്നൊക്കെ താഹ പറേന്നുണ്ട്."

"ഇങ്ങള് ബുദ്ധിമോശൊന്നും കാണിക്കല്ലേ ഇത്താത്താ. കേറിക്കെടക്കാനൊരെടം ഇങ്ങനത്തെ കൂട്ടർക്ക് വലിയൊരനുഗ്രഹാ. പലരും എവ

ലിക്ക് പൊര വാടകയ്ക്കുപോലും കൊടുക്കില്ല. താഹ ചെലനേരമിരുന്നു സങ്കടങ്ങളെണ്ണിപ്പെറുക്കുമ്പം എന്റെ കരളും കടയും. നല്ല സ്നേഹള്ള കുട്ടിയാ. നെരത്തുമ്മലായ എന്നെ കൂട്ടിക്കൊണ്ടുവന്ന് ഇവിടെ താമസിപ്പിക്കാൻ ഓനല്ലേ ഉണ്ടായുള്ളൂ? ഇന്റെ ആങ്ങളക്ക് പോത്തുപോലത്തെ രണ്ടാൺമക്കളുണ്ട്. ചെന്നു സങ്കടം പറഞ്ഞിട്ട് തിരിഞ്ഞു നോക്കീക്കില്ല. എനക്ക് കാലിൽ പുരട്ടാനുള്ള കൊയമ്പ് തീരുമ്പളത്തിന് ഓൻ കൊണ്ടത്തരും. ഇങ്ങക്ക് ഒരു കൊറവും വരുത്താതയല്ലേ നോക്കണത്? ഞമ്മളെ താഹ സീനത്തായത് നാടംഗീകരിച്ചു. പേപ്പറിലൊക്കെ ഫോട്ടം വരാറുണ്ട്. ബുക്കും എയ്തീക്കണ്പോലെ. ഇങ്ങളെപ്പറ്റിയൊക്കെ എയ്തീക്കണെന്നാ ഓൻ പറഞ്ഞത്."

"നീ ഓന്റെ പീട്യ കണ്ട്ക്കോ? ആടെ ഇതുപോലത്തെ വേറെ രണ്ടാളുംകൂടി ഉണ്ടോലെ. ഓലെങ്ങനെയാ കാണാൻ?"

"ഓലും ഇതുപോലൊക്കെത്തന്നെ. ഓലെ കെട്ടും മട്ടും കാണുമ്പം ഞമ്മക്ക് എന്തോ തോന്നുമെങ്കിലും നല്ല കൂട്ടരാ. ഒരുത്തി മീന. മറ്റോള് ലിസ. ഓള് ബോംബെക്കാരത്തിയാ. താഹയുടെ ഓപ്പറേഷനു സഹായിച്ചത് ഓളാണോലെ. ഇങ്ങളോടൊന്നും പറയാതെ രാക്കുരാമാനം അലമാരീന്ന് പൈശേം ഓന്റെ തുണീം കുപ്പായവുമെടുത്ത് പൊരേന്നെറങ്ങുമ്പം എങ്ങോട്ട് പോണോന്ന് ഒരു പിടിം ഇല്ലേനും. ബോംബേ വണ്ടി കണ്ടപ്പം ടിക്കറ്റുമെടുത്ത് അതിലു പാഞ്ഞുകയറി. ബോംബേല് ഇങ്ങനത്തെ കൂട്ടര് എമ്പാടുമുണ്ടെന്ന്. ഓലൊക്കെ അങ്ങോട്ടുമിങ്ങോട്ടും നല്ലോണം സഹായിക്കൂന്നൊക്കെ കേട്ടിരുന്നെങ്കിലും മുൻകൂട്ടി എടുത്ത തീരുമാനമായിരുന്നില്ല ബോബേ യാത്ര എന്നാ പറഞ്ഞത്.. പണ്ടൊക്കെ എവലിക്ക് ഇങ്ങനെ ഓപ്പറേഷൻ ചെയ്ത് മുയുമൻ പെണ്ണാവാനോ ആണാവാനോ ഉള്ള ചികത്സയൊന്നും ഇല്ലേനൂന്ന്. തെരുവ്തെണ്ടിയും ആള്വേള പേടിപ്പിച്ചും മറ്റേപ്പണിക്ക് പോയിട്ടൊക്കേനുംപോലെ ജീവിച്ചത് എന്നൊക്കെ ആടെച്ചെന്നേപ്പാത്രെ അറിഞ്ഞത്. ഇപ്പം ഓലും നയിച്ച് അന്തസ്സായിത്തന്നെയാ കയീന്നത് എന്നൊക്കെയാ താഹ പറഞ്ഞത്. തീവണ്ടിയാപ്പീസിന്ന് ലിസ കൂടെ കൂട്ടിയതുകൊണ്ടാ കല്മേയിത്താത്താ എനക്കിക്കോലത്തില് നാട്ടില് തിരിച്ചെത്താനായത് എന്നൊക്കെ പറയുമ്പം ഇപ്പളും ഓന്റെ കണ്ണ് നിറയും."

"കോളേജിലെ പഠിപ്പ് മുയമനാക്കാതെ ഓൻ നാടുവിട്ടപ്പം ഞാനും ഓന്റെ ബാപ്പയും എന്തുമാത്തറം വെശമിച്ച്. സുലേഖാന്റെ കല്യാണം കയിഞ്ഞ് ഓന്റെ മംഗലവും നടത്താൻ ബാപ്പ തീരുമാനിച്ചതാ. മൂപ്പരെ ചങ്ങായി കാദറ്ക്കാന്റെ മോളെ പറഞ്ഞുറപ്പിച്ചതാ. ഓന്റെ പഠിപ്പ് കയ്യട്ടേന്നു വിചാരിച്ചാ നീട്ടിയത്. കോളേജില് പഠിക്കുന്നേന്റെടേലല്ലേ ഓൻ സ്ഥലം വിട്ടത്. ഓനിക്കൊരു കച്ചോടം തൊടങ്ങാനായി കരുതിവച്ച പറമ്പു

വിറ്റതിന്റെ ബാക്കി പൈശ ഓൻ കൊണ്ടോയത് ബാപ്പ പെൺമക്കളോടു മിണ്ടീട്ടില്ല. ആണൊരുത്തനല്ലേ, എവിടെങ്കിലും ചെന്നു കരപിടിക്കട്ടെ എന്ന് ഞങ്ങള് സമാധാനിച്ചു."

"അപ്പൈശയൊന്നും ഓൻ വ്യഥാവിലാക്കീട്ടില്ല. ബോംബേ സ്റ്റേഷനിൽ കരഞ്ഞിരിക്കുന്നത് കണ്ട് ലിസ ഓളാടത്തേക്കു കൂട്ടിക്കൊണ്ടോയതും കൈയിലുള്ള പൈശകൊണ്ട് ചെറിയൊരു കച്ചോടം തുടങ്ങിയതും കൈയില് കൊറച്ചു പൈശയായപ്പം ഡോക്ടരെ കണ്ട് ചികിത്സ തുടങ്ങിയതുമൊക്കെ ഓൻ പറഞ്ഞിട്ടുണ്ട്. രണ്ടുമൂന്ന് ഓപ്പറേഷൻ മേണ്ടി ബന്നോലെ. ആണിന്റെ കോലം മാറ്റി പെണ്ണാക്കുമ്പോ പലേ പ്രശ്നങ്ങളുമുണ്ടാകും. ചെലോരിക്ക് പ്രാന്തായിപ്പോകുംപോലെ. പിന്നെ അയിനും ചികിത്സിക്കണമെന്ന്. അതെല്ലാം കയിഞ്ഞ് ഒത്ത പെണ്ണായപ്പം ഓനിക്ക് ഇങ്ങളെ കാണാൻ പൂതിയായീന്നും നാട്ടിലേക്ക് പുറപ്പെട്ടപ്പോ ലിസയും കൂടെപ്പോന്നെന്നും ഓൻ പറഞ്ഞിട്ടുണ്ട്. ഇങ്ങനത്തെ കൂട്ടരെ കാര്യം വല്യ കഷ്ടാ ഇത്താത്താ. ഏറെ കഷ്ടപ്പെട്ടും പൈശ ചെലവാക്കീം ചികിത്സിച്ചാലും ഒരു കുട്ടിനെ പെറാനുള്ള കയിവുണ്ടാവൂലാ. ഗർഭപാത്രം ഉണ്ടാക്കാൻ ഡോക്ടർമാർക്ക് സാധിക്കൂലാന്ന്."

"പടച്ചോൻ ആണാക്കി പടച്ചോലെ പെണ്ണാക്കാൻ പടപ്പിനു കയ്യൂലാന്ന് ഓന്റെ ബാപ്പ പറഞ്ഞതാ നേര്. എന്റെ കാലശേഷം ഇക്കുട്ടിന്റെ ഹാലന്തേക്കുമെന്നാലോചിച്ചാ എത്തും പിടിയുമില്ല റബ്ബേ."...

"അള്ളാന്റെ പടപ്പിന് ഓന്റെ തൊണയുണ്ടാകും താത്താ. ഇങ്ങള് വെറുതേ ഓരോന്നാലോചിച്ച് തല പുണ്ണാക്കി കെടപ്പിലാകണ്ട. ഇപ്പം പടച്ചോൻ സഹായിച്ച് ഓനിക്ക് മോശല്ലാത്തൊരു കച്ചോടണ്ട്. ടൗണില് മാളിന്റെ ഉള്ളിലാ ഓലെ കാപ്പിപ്പീട്യ. നല്ല കച്ചോടേനും. ഞാനുണ്ടാക്കിക്കൊടുക്കുന്ന പൊരിച്ചുണ്ടേം കല്ലുമ്മക്കായി നെറച്ചതുമൊക്കെ ചൂടപ്പം പോലെ വിറ്റുപോവാറുണ്ടെന്നാ ഓൻ പറഞ്ഞത്. ദെവസം നൂറുറുപ്യ എനക്കും തരും. അയിന്റെടക്കല്ലേ പണ്ടാരക്കൊറോണ പൊട്ടിപ്പുറപ്പെട്ടത്.. ഇപ്പം ബിരിയാനി വിറ്റാ ഓല് കയിഞ്ഞു കൂടാനുള്ള പൈശയുണ്ടാക്കുന്നത്. മസാലയുണ്ടാക്കാനൊക്കെ ഞാനും കൂടാറുണ്ട്. അടുത്തായ്ച മുതല് വൈന്നേരം ചായേ കടീം വിക്കാനും പരിപാടിയുണ്ടെന്നു പറേന്നത് കേട്ടു. മീന നല്ല പരിപ്പു വടയുണ്ടാക്കും."

"പഠിച്ചു വലിയ നിലയിലെത്തണ്ട കുട്ടിയാ ഇങ്ങനെ പെടാപ്പാടുപെടുന്നത്. ഓനെ എഞ്ചിനിയറാക്കണോന്നേനും ബാപ്പാന്റെ പൂതി. സൗദീല് ഓനെ കേറ്റീട്ടു വേണം എനക്ക് നാട്ടില് വരാനെന്നും മൂപ്പര് പറയാറുണ്ട്. അള്ള വിധിച്ചതുപോലല്ലേ വരൂ."

"ഓന്റെ യോഗം ഇതായിരിക്കുമെന്നു വിചാരിച്ച് ഇങ്ങള് സമാധാനിക്ക്. ഇനി ഞമ്മക്കും ഓനെ സീനത്തേന്നു വിളിക്കാന്നാ ഞാൻ വിചാരി

ക്കുന്നത്. ഓളും കല്യാണം കയിച്ച് കുടുംബമായി കയ്യാൻ തുണയേകണേ റബ്ബേന്ന് ഞാനെന്നും ദ്വാഎരക്കാറുണ്ട്. ഇങ്ങളും ഉമ്മേംകൂടി തേടിയാ പടച്ചോൻ കേക്കാണ്ടിരിക്കൂലാന്നാ സീനത്ത് പറേന്നത്."

"അപ്പൂതിയൊന്നും നടക്കൂന്ന് എനക്ക് തോന്നുന്നില്ല. ഒത്ത ഒരാണ് ഇങ്ങനത്തെ പെണ്ണുങ്ങളെ കല്യാണം കയിക്ക്വോ? ആണായി നടന്നിനെങ്കില് ഏതെങ്കിലും പാവപ്പെട്ട കുടുംബത്ത്ന്ന് ഒരു പെണ്ണിനെ കെട്ടിച്ചു കൊടുക്കേനും. ഇതിപ്പം...... ഞാൻ എന്താ അള്ളാ നിന്നോട് തേടണ്ട്ത്....?"

സീനത്തിന്റെ ഉമ്മ കൈ മേലോട്ടുയർത്തി കണ്ണീരൊഴുക്കി.

"പടച്ചോൻ വിചാരിച്ചാ എല്ലാം നടക്കും. നീ തേടിക്കോ ഞാൻ എത്തിച്ചു തരുമെന്നല്ലെ അള്ള പറഞ്ഞത്.. ഞമ്മക്ക് മുട്ടിപ്പായി തേടാം. ഓളെ പൂതിപോലെ ആണൊരുത്തനെ ഓക്ക് പിയ്യാപ്ളയായി കിട്ടണേ റബ്ബേന്ന്. ഇങ്ങള് നെലോളിച്ച് ഖൽബ് ബേജാറക്കണ്ട. നേരം കൊറേ ആയി. ഇങ്ങള് നിസ്കാരക്കുപ്പായം മാറ്റിക്കോളി. ഞാൻ ചോറെടുക്കട്ടെ." കല്മേയി അടുക്കളയിലേക്കു നടന്നു.

എട്ട്

സീനത്തെത്തുമ്പോൾ മീന മാറിനിന്ന് ആരെയോ ഫോണിൽ വിളിച്ചു സംസാരിക്കുകയും കരയുകയും ചെയ്യുന്നുണ്ടായിരുന്നു. ലിസ ഒറ്റയ്ക്കുനിന്നു പൊരുതുന്നു.

“എന്താടാ നിന്റെ പ്രശ്നം? മാനം മര്യാദയ്ക്ക് ഞങ്ങളെ ജീവിക്കാൻ സമ്മതിക്കൂലെ.”

“നിന്റെയൊക്കെ മാനം മര്യാദയെക്കുറിച്ചൊന്നും അധികം പറയണ്ട. നേരമിരുട്ടിയാ കാട്ടിക്കൂട്ടുന്ന കോപ്രായങ്ങളേ.....”

“അനാവശ്യം പറയുന്നോടാ തെണ്ടീ..... നിന്റെയൊക്കെ ഭാര്യമാര് പോരാഞ്ഞിട്ടല്ലേടാ നീയൊക്കെ രാത്രിയിൽ തെരുവിലലഞ്ഞ് അന്യ പെണ്ണുങ്ങളെ കൊത്തി വലിക്കുന്നത്.”

“ചേട്ടന്മാരെ എന്താ നിങ്ങളെ പ്രശ്നം?” ലിസയെ തടഞ്ഞു നിർത്തി സീനത്തു ചോദിച്ചു.

“ഇവിടെ ബിരിയാനിക്കച്ചവടം ചെയ്യാൻ നിങ്ങക്കാരാ അനുവാദം തന്നത്?” ഒരു കരുമാടി മുഖം വക്രിച്ച് കൈകൊണ്ട് വികൃതമായി ആംഗ്യം കാട്ടി ചോദിച്ചു.

“ഞങ്ങളിവിടെ കടയൊന്നും കെട്ടിപ്പൊക്കിയിട്ടില്ലല്ലോ. തെരുവില റങ്ങി കച്ചവടം ചെയ്യാൻ നിങ്ങളെപ്പോലെ ഞങ്ങൾക്കും സ്വാതന്ത്ര്യമു ണ്ട്.”

“പെൺവേഷംകെട്ടി നടക്കുന്ന ഈ പൊളുന്തൂസന്മാരോട് വർ ത്താനം പറഞ്ഞിട്ട് കാര്യല്ലെടാ. എല്ലാം അടിച്ചു പൊളിക്ക്.” ഒരുത്തൻ മുന്നോട്ട് വന്നപ്പോൾ ലിസ സീനത്തിന്റെ കൈ തട്ടി മാറ്റി അവനെ അടി

ക്കാനായി മുന്നോട്ടാഞ്ഞു.

"ലിസാ, വേണ്ട. അതിക്രമം ആണും പെണ്ണുംകെട്ട ഈ ശൈത്താന്മാരിക്കേ ചേരൂ. നമുക്ക് പൊലീസിനെ വിളിക്കാം."

"പേടിപ്പിക്കല്ലേ..... നിന്നെയൊക്കെ രക്ഷിക്കാൻ പൊലീസിപ്പ വരും...."

മൂന്നുപേരും ചേർന്ന് ബിരിയാനി നിരത്തിവെച്ച മേശയ്ക്കൊരു ചവിട്ട്. ലിസയും മീനയും പിടിച്ചതുകൊണ്ട് മേശ മറിഞ്ഞില്ല.

"സതിയേച്ചി പൊലീസുമായി ഇപ്പളെത്തും." മീന പറഞ്ഞുതീരുന്നതിനുമുമ്പ് പൊലീസ് ജീപ്പെത്തി. പിന്നാലെ സ്കൂട്ടറിൽ സതിയേച്ചിയും.

"എടാ എസ് ഐ പെണ്ണാ. എവരെപ്പോലെത്തെ ആണിനെപ്പോലത്തെ പെണ്ണ്. അതും ഇയ്യാതിയാണെങ്കില് ഞമ്മളെ കുടുക്കും. പതുക്കെ സ്ഥലം വിട്ടോ."

അവർ സ്ഥലം വിടാൻ തുടങ്ങുന്നതിനിടയിൽ എസ് ഐ മാഡം ജീപ്പിൽനിന്ന് ചാടിയിറങ്ങി അവരുടെ അടുത്തെത്തി ചോദിച്ചു.

"എന്താടാ നിന്റെ പ്രശ്നം.....?"

"അതുപിന്നെ ഇവര് റോടില്....."

"റോഡില്.....?"

"ബിരിയാനിക്കച്ചോടം ചെയ്യണ കണ്ടപ്പോ...."

"കണ്ടപ്പോ...?"

"ഇബിടെ ഞങ്ങള് കച്ചോടം ചെയ്യുന്ന സ്ഥലാ. ഇവരവിടെ വന്നതോടെ ഞങ്ങടെ കഞ്ഞികുടി മുട്ടി."

"ഇവരും കഞ്ഞികുടി മുട്ടിയിട്ടാ മാഡം തെരുവോരത്ത് ബിരിയാനി വില്ക്കുന്നത്. ടൗണിലെ മാളില് തരക്കേടില്ലാത്ത കോഫിഷോപ്പ് നടത്തിക്കൊണ്ടിരുന്നവരാ. കൊറോണക്കാലമായതുകൊണ്ട് കട തുറക്കാനാവുന്നില്ല."

"ഞങ്ങക്കും തൊഴിലില്ല. ഞങ്ങക്കും കുടുംബം പോറ്റണ്ടെ?"

"നിനക്കൊക്കെ എന്തായിരുന്നു തൊഴില്?" എസ് ഐ വിരട്ടി.

"അത് പിന്നെ....അല്ലറചില്ലറ പണിയൊക്കെ ചെയ്ത് ജീവിച്ചിരുന്നവരാ."

"പച്ചക്കളവാ മാഡം. തൊഴിലാളി നേതാക്കളെന്നും പറഞ്ഞ് പാവപ്പെട്ട തൊഴിലാളികളദ്ധ്വാനിച്ചുണ്ടാക്കുന്നത് തട്ടിപ്പറിക്കലാ ഇക്കൂട്ടരുടെ പണി." ലിസ പറഞ്ഞു.

"ആണോടാ....?" എസ് ഐ കയർത്തു.

"കിട്ടുന്നതിൽ ഒരു പങ്കുകൊടുത്താലെ ഇവിടെ കച്ചവടം ചെയ്യാൻ സമ്മതിക്കൂന്നാ ഇവര് പറഞ്ഞത്. മാത്രമല്ല ഞങ്ങളെ ലൈംഗികത്തൊഴിലാളികളെന്നു വിളിച്ച് അപമാനിക്കുകയും ചെയ്തു." മീന കരഞ്ഞുകൊണ്ട് പറഞ്ഞു.

"വളരെ കഷ്ടപ്പെട്ടാ മാഡം, ഇവരു മൂന്നുപേരും ചേർന്ന് കോഫി ഷോപ്പ് തുടങ്ങിയത്. ഇവരെപ്പോലുള്ളവർക്ക് വീട്ടിൽനിന്നുപോലും പല പ്പോഴും സപ്പോർട്ടു കിട്ടാറില്ല. ഒപ്പം ഇതുപോലുള്ള സാമൂഹ്യദ്രോഹിക ളുടെ ശല്യവും. കോഫിഷോപ്പ് ഒരുവിധം നന്നായി നടത്തിവരികയായി രുന്നു. അതിനിടയിലാണല്ലോ എല്ലാം അടച്ചുപൂട്ടേണ്ട അവസ്ഥയിലേക്കെ ത്തിയത്."

"ഇങ്ങോട്ട് നീങ്ങിനില്ക്ക്......എന്താ നിങ്ങളുടെ പ്രശ്നം? എല്ലാ വർക്കും ജീവിക്കണ്ടേ. നിങ്ങൾ തണ്ടും തടിയുമുള്ള പുരുഷന്മാരല്ലെ. അദ്ധ്വാനിച്ചു ജീവിച്ചൂടെ. സ്ത്രീകളിലാണോ പരാക്രമം?" എസ് ഐ ഗൗര വംവിടാതെ ചോദിച്ചു.

"പെണ്ണുങ്ങളെ ഞങ്ങൾ ഉപദ്രവിക്കാറില്ല. പെൺകോലം കെട്ടിയ ആണും പെണ്ണുമല്ലാത്ത...." കൂട്ടത്തിലൊരുത്തൻ പതുക്കെ പറഞ്ഞതു മുഴുമിപ്പിക്കാൻ സമ്മതിക്കാതെ ലിസ ഉറഞ്ഞുതുള്ളി മുന്നോട്ടുവന്നു..

"നിനക്കെന്താടാ സംശയം...പെണ്ണാണെന്നു തെളിയിക്കണോ.....?"

"ഹേയ് നിർത്ത്." ലിസയെ തടഞ്ഞ് എസ് ഐ പുരുഷന്മാരുടെ നേരെ തിരിഞ്ഞു.

"മാന്യമായി പെരുമാറുമ്പം നീയൊക്കെ ആളാകുന്നോ? ഇപ്രദേശ ത്ത് ഇനി കണ്ടുപോയാൽ എല്ലാറ്റിനെതിരെയും നടപടിയുണ്ടാകും. എല്ലാ വരും ഈരണ്ടു പാക്കറ്റ് ബിരിയാനിയും വാങ്ങി പെട്ടെന്ന് സ്ഥലം കാലി യാക്ക്."

എസ് ഐ വിരട്ടിയപ്പോൾ നാലുപേരും അന്ധാളിച്ച് പരസ്പരം നോക്കി.

"ഒരു പാക്കറ്റിനെന്താ...വില?" എസ് ഐ ചോദിച്ചു.

"അറുപത് രൂപയാ മാഡം ഞങ്ങള് വാങ്ങുന്നത്." സീനത്താണ് മറു പടി പറഞ്ഞത്.

"ചേട്ടന്മാർക്ക് അമ്പത് രൂപയ്ക്ക് കൊടുത്തേക്ക്."

"കൈയില് പൈശയില്ല." ഒരുവൻ പറഞ്ഞു.

"എന്നാ സ്റ്റേഷനിലേക്കു നടക്ക്. സ്ത്രീകളെ ഉപദ്രവിച്ചതിന് കേസു ചാർജ്ജു ചെയ്തേക്കാം."

കേട്ടതും ഓരോരുത്തരായി അവരവരുടെ കൈയിലുള്ള രൂപ തപ്പിയെടുത്ത് ബിരിയാനി പാക്കറ്റുമായി സ്ഥലംവിട്ടു.

എസ് ഐ ലിസയോടായി പറഞ്ഞു: "ഇത്തരം ഭവിഷ്യത്തുകളെല്ലാം അറിഞ്ഞുകൊണ്ടല്ലേ നിങ്ങളീ രൂപമാറ്റം നടത്തിയതും കച്ചവടത്തിനിറ ങ്ങുന്നതും. അതുകൊണ്ട് കുറേക്കൂടി സംയമനം പാലിക്കണം. ഇതിപ്പം ഞാൻ ഡ്യൂട്ടിലുണ്ടായിരുന്നതുകൊണ്ട് കാര്യം എളുപ്പത്തിലായി. പുരു ഷപൊലീസുകാരാണെങ്കിൽ ചിലപ്പോൾ വാദി പ്രതിയാകും..കൊവിഡ്

പ്രോട്ടോക്കോൾ മാനിച്ചുവേണം കച്ചവടം നടത്താൻ. ഇവിടെയിരുന്ന് ആരേയും ഭക്ഷണം കഴിക്കാൻ അനുവദിക്കരുത്. മനസ്സിലായല്ലോ. എന്തെങ്കിലും ആവശ്യം വന്നാൽ പൊലീസിനെ അറിയിക്കുക. അല്ലാതെ ഇത്തരക്കാരുമായി തുറന്ന പോരിനിറങ്ങി നിയമം കൈയിലെടുക്കരുത്."

"സാനിട്ടൈസറും വെള്ളവും കരുതിയിട്ടുണ്ട്. ഡിസ്പോസിബിൾ പാക്കറ്റിലാ ബിരിയാനി കൊടുക്കുന്നത്. ദൂരയാത്രക്കാരെ കരുതിയാണ് ബൈപാസിലിരിക്കുന്നത്. ഹോട്ടലുകൾ തുറക്കാത്തതുകൊണ്ട് അവർക്കു ഉപകാരപ്പെടുന്നുണ്ട്." സീനത്ത് ഭവ്യതയോടെ പറഞ്ഞു.

"ഇവരെ വിശ്വസിക്കാമോ സതീ?"

"പാവങ്ങളാണ് മേഡം."

"വൃത്തിയുള്ള അന്തരീക്ഷത്തിലാണല്ലോ പാചകം.. ഇതു കഴിക്കുന്നവരും നിങ്ങളെപ്പോലുള്ള മനുഷ്യരാണെന്ന ചിന്ത വേണം. എന്തെങ്കിലും തരികിട കാണിച്ചാൽ എന്റെ സ്വഭാവം മാറും."

"സീനത്തിന്റെ വീട്ടില് വെച്ചാ ഉണ്ടാക്കുന്നത് മാഡം." .

സതിയാണ് പറഞ്ഞത്.

"ശരി. കാണാം സതി." എസ് ഐ ജീപ്പിൽ കയറി.

"ലിസാ, നിന്റെ ശുജായിത്തരം കൊറച്ചു കൂടുന്നുണ്ട്, ഇത് ബോംബെ യല്ല കേരളമാ." സതി പറഞ്ഞു.

"ഞങ്ങളെ നികൃഷ്ടജീവികളായി കാണുന്ന ഇത്തരക്കാരെ കാണു മ്പോൾ അറിയാതെ ചോര തിളച്ചുപോകും. ചെറുപ്പം മുതലേ അവഗണന സഹിച്ച് മനസ്സ് മരവിച്ചുപോയി സതിയേച്ചീ. ഇവരൊടൊപ്പം കൂടിയതിന് ശേഷമാ മനുഷ്യസ്ത്രീയാണെന്ന തോന്നലുണ്ടായത്." ലിസയുടെ സ്വരമിടറി.

"നിന്നെ വേദനിപ്പിക്കാൻ പറഞ്ഞതല്ല. നമ്മുടെ സമൂഹത്തിന്റെ ചിന്താഗതി അത്ര പെട്ടെന്നൊന്നും മാറ്റാൻ സാധിച്ചെന്നുവരില്ല. നമുക്ക് കൂട്ടായി പൊരുതി ഇതിനൊരറുതിയുണ്ടാക്കണം." ലിസയുടെ പുറത്തു തട്ടി ആശ്വസിപ്പിച്ച് സതി യാത്ര പറഞ്ഞു.

"നമ്മള് എത്ര പൊരുതീട്ടും കാര്യമില്ല. ആള്ളേള് നമ്മളെ പെൺവേഷ ഷക്കാരായി മാത്രേ കാണൂ. ഇത്തരക്കാരോട് പൊരുതി മരിക്കാനാ യിരിക്കും നമ്മുടെ വിധി." മീന കരഞ്ഞുകൊണ്ടാണ് പറഞ്ഞത്.

"ഒന്നു പറഞ്ഞ് രണ്ടിന് പൂങ്കണ്ണീരൊഴുക്കുന്ന നിന്റെ ഈ സ്വഭാവം മാറ്റുന്നതാ നിനക്ക് നല്ലത് മീനാ. നമ്മളെ കണ്ണീരു കണ്ടൊന്നും അലിയുന്ന മനസ്സ് ഇവിടാർക്കുമില്ലെന്നു മറക്കണ്ട." ലിസ കടുപ്പിച്ചാണ് പറഞ്ഞത്.

"നേരാ മീനാ. കരഞ്ഞ് ജീവിതം തീർക്കാനല്ലല്ലോ നമ്മള് മാനസിക മായും ശാരീരികമായ എമ്പാടും വേദനകളും യാതനകളും സഹിച്ച് ഇന്ന ത്തെ രൂപം സ്വീകരിച്ചത്. നീ ലിസയുടെ കഥ കേട്ടതല്ലേ. ലിസ ഇല്ലാ

യിരുന്നെങ്കില് എനക്കിന്നും താഹാ മുഹമ്മദായി ജീവിതം ഹോമിക്കേണ്ടി വന്നേനെ. അക്കണക്കിന് ഞാനും നീയുമൊക്കെ ഭാഗ്യവതികളാ." സീനത്ത് മീനയെ ആശ്വസിപ്പിച്ചു.

"ഞാനൊരു മനസ്സുറപ്പില്ലാത്തോളാന്നാ അമ്മ പറേന്നത്. ഞാൻ കാരണം എന്റെ അമ്മ എന്തുമാത്രം കഷ്ടപ്പെട്ടതാന്നോ. എനക്ക് അഞ്ചുവയസ്സുള്ളപ്പം അമ്മേനെ കളഞ്ഞ് അച്ഛൻ പോയതാ. കൂലിപ്പണി ചെയ്താ അമ്മ എന്നെ പോറ്റിയത്. ചെറുപ്പത്തില് പെണ്ണാങ്കുട്ടീന്നും പറഞ്ഞ് കൂടെ പഠിക്കുന്നോലും അയലക്കത്തുള്ളോരും കളിയാക്കുമ്പം അമ്മ എന്നെ ചേർത്തുപിടിച്ചു കരയുമായിരുന്നു. ആണും പെണ്ണുമല്ലാത്ത അവസ്ഥയിൽ ഞാൻ കഷ്ടപ്പെടുന്നതു കണ്ടിട്ട് വളരെ കഷ്ടപ്പെട്ടാണ് ഓപ്പറേഷനുള്ള പൈശ ഉണ്ടാക്കിയത്.. അമ്മമ്മ മരിക്കുന്നതുവരെ എന്നെ പെണ്ണാക്കീന്നും പറഞ്ഞ് നാട്ടുകാരും കുടുംബക്കാരും അമ്മേനെ ചീത്ത പറയ്യേനും. എനക്ക് ആണാവണ്ട പെണ്ണായ മതീന്നു പറഞ്ഞ് നെലവിളിക്കുമ്പം അമ്മ ഒരിക്കലും എതിരു പറഞ്ഞിട്ടില്ല. അമ്മമ്മയെ പേടിച്ചാ ആദ്യം മിണ്ടാതിരുന്നേ. അമ്മമ്മ മരിച്ചതും അമ്മ പിന്നൊന്നും നോക്കിയില്ല. ചീത്ത പറയുമെങ്കിലും അമ്മമ്മയ്ക്കും എന്നെ വലിയ കാര്യേനും. അമ്മമ്മേം പോയി അമ്മേം പോയി. ഞാനൊറ്റയ്ക്കായി."

"നിനക്കിപ്പോ കൂട്ടിനു ഞാനും ലിസയുമുണ്ട്. കേറിക്കിടക്കാൻ ചെറുതെങ്കിലുമൊരു കൂരയുമുണ്ട്. ജീവിക്കാനൊരു തൊഴിലൂണ്ട്. കൊറോണയൊന്നു മാറിക്കിട്ടിയാ ഞമ്മളൊരു വെലസ് വെലസൂലേ."

സീനത്ത് സമാധാനിപ്പിച്ചു.

അതിനിടയിൽ ഒരു കാറു നിർത്തി ബാക്കിയുണ്ടായിരുന്ന ബിരിയാനിപ്പൊതികൾ വാങ്ങി.

അന്നത്തെ വിറ്റുവരവു കണക്കുകൾ തിട്ടപ്പെടുത്തി പിറ്റേന്നത്തേക്കു സാധനങ്ങൾക്കുള്ള കാശു മാറ്റിവച്ച് ബാക്കിവന്ന തുക മൂന്നായി പങ്കിട്ട് ലിസ മേശ മടക്കി പോകാനുള്ള ഒരുക്കം തുടങ്ങി.

"കുമാരേട്ടൻ ഓട്ടോയുമായി വരുമോടീ?" സീനത്തു ചോദിച്ചു.

"കച്ചോടം കഴിഞ്ഞാ വിളിക്കണോന്നാ പറഞ്ഞത്. മൂപ്പരിക്കും ഇപ്പം തീരെ ഓട്ടമില്ല. നമ്മള് കൊടുക്കുന്നതുകൊണ്ടാ തല്ക്കാലം കഴിഞ്ഞു കൂടുന്നത്." മീന പറഞ്ഞു

മീനയുടെ അയൽക്കാരനും ബന്ധുവുമായ കുമാരേട്ടനാണ് മൂവർ സംഘത്തിന്റെ കരുത്ത്.. മീനയുടെ ചികിത്സാസമയത്തു കുമാരേട്ടനും ഭാര്യ ജലജേച്ചിയുമായിരുന്നു തുണ. ജലജേച്ചി മരിച്ചതോടെ കുമാരേട്ടൻ ഒറ്റപ്പെട്ടതും മകൻ കള്ളുകുടിച്ച് ബഹളമുണ്ടാക്കി വീട്ടിൽനിന്ന് അടിച്ചിറക്കി, വീടു കൈവശപ്പെടുത്തിയതുമൊക്കെ മീന പറയാറുണ്ട്. ഇപ്പോൾ മീനയുടെ കൂടെയാണ് താമസം. അതു പറഞ്ഞാണിപ്പോൾ മകൻ

വഴക്കിടുന്നത്.

"കുമാരേട്ടന്റെ മോൻ ബാബ്വേട്ടന് ഇനിയിപ്പോ ആ ഓട്ടോറിക്ഷയും കൂടി കൈക്കലാക്കണം. ഇന്നലെ രാത്രിയും കള്ളും കുടിച്ചുവന്ന് ബഹളമുണ്ടാക്കി." മീന പറഞ്ഞു.

"അത് മൂപ്പരെ സ്വന്തം വീടായിരുന്നോടീ?" സീനത്ത് ചോദിച്ചു.

"അല്ല, വാടകയ്ക്കായിരുന്നു. വാടക കൊടുക്കാറായതോടെ ബാബ്വേട്ടനെ വീട്ടുടമസ്ഥൻ പുറത്താക്കി, വീട് വേറൊരു കൂട്ടർക്ക് വാടകയ്ക്ക് കൊടുത്തു. കുമാരേട്ടൻ എനക്ക് അച്ഛനെപ്പോലെയാ. അതാ മോൻ എറക്കിവിട്ടപ്പം ഞാൻ പൊരേല്ക്ക് കൂട്ടിക്കൊണ്ടോന്നത്."

"ആ ബാബു തീരെ ശരിയല്ല സീനത്തേ. കഴിഞ്ഞ ദിവസം ഇവൾ കുളിക്കുന്ന സമയത്ത് അവൻ ഒളിഞ്ഞു നോക്കുന്നത് ഞാൻ കണ്ടതാ. ചെപ്പക്കുറ്റി പൊട്ടിക്കണമെന്നു കരുതിയതാ. ഇവള് സമ്മതിച്ചില്ല." ലിസ അരിശത്തോടെ പറഞ്ഞു.

"അതുപിന്നെ ചെറുപ്പംമുതലേ ഒന്നിച്ചു വളർന്നതല്ലേ. സത്യം പറഞ്ഞാ ബാബ്വേട്ടനോട് ചെറുപ്പത്തിലേ എനക്ക് വല്ലാത്തൊരിഷ്ടമായിരുന്നു. എന്തിനും ഏതിനും പിന്നാലെ നടക്കുന്ന എന്നെ മൂപ്പരിക്കാണെങ്കില് കണ്ണെടുത്താ കണ്ടൂടതാനും. എന്നാലും എനക്കിപ്പളും ഇഷ്ടാ. മൂപ്പരെന്നെ കല്യാണം കഴിക്കുന്നതിൽ കുമാരേട്ടനും എതിർപ്പുണ്ടാകൂന്നു തോന്നുന്നില്ല." മീനയുടെ സ്വരത്തിൽ നാണം.

"മീനാ, നീ വേണ്ടാത്തതൊന്നും മോഹിക്കണ്ട. അവൻ തീരെ ശരിയല്ല. ഇപ്പോ നിന്റെ പിന്നാലെ കൂടിയിരിക്കുന്നത് ആ വീട് കൈക്കലാക്കാനാ.. നീ അവന് ഒളിഞ്ഞും മറഞ്ഞും കാശുകൊടുക്കുന്നത് ഞാൻ കാണുന്നില്ലാന്ന് നീ വിചാരിക്കണ്ട." ലിസ വിരട്ടി.

"കല്യാണം കയിച്ച് കുടുംബായിട്ട് കയ്യണോന്നാ എന്റെ പൂതി. എന്നെപ്പോലൊരുത്തിയെ ആരെങ്കിലും കെട്ടാൻ വര്വോ സീനത്തേച്ചീ?"

"കല്യാണം കഴിക്കണമെന്നും ഒരാണിന്റെകൂടെ സെക്സ് ചെയ്യണമെന്നും എനക്കും പൂതിയുണ്ട്. പക്ഷേ, അതിന് നമ്മളാദ്യം സ്വന്തം കാലിൽ നില്ക്കണം. സാമ്പത്തിക സ്വാതന്ത്ര്യമുണ്ടെങ്കിലേ സമൂഹത്തിൽ നിലയും വിലയും നേടിയെടുക്കാനാവൂ. അതുകഴിഞ്ഞിട്ടു മതി കല്യാണത്തെക്കുറിച്ചുള്ള ചിന്ത." സീനത്ത്.

"നിങ്ങക്ക് രണ്ടാക്കും വട്ടാ. വെറുതേ ഓരോ ഏടാകൂടത്തിൽച്ചെന്നു തലയിടണ്ട. മനസ്സറിഞ്ഞ് ഗർഭപാത്രമില്ലാത്ത നമ്മളെ സ്വീകരിക്കുന്നവരൊന്നും ഈ ലോകത്തുണ്ടാവുമെന്ന് എനിക്കു തോന്നുന്നില്ല."

"സീനത്തേച്ചി ഇപ്പോൾ അറിയപ്പെടുന്ന ആളല്ലേ.. അതുകൊണ്ട് ഇയ്യാതി വർത്താനൊന്നും ആൾക്കാരെ മുന്നില് പറയല്ലേ."

"എയ്യാതി വർത്താനം....? സീനത്തിന് ഒരു പുരുഷനോടൊപ്പം കിടക്ക

പങ്കിടണോന്നു തുറന്നു പറയുന്നതിലെന്താ മാനക്കേട്?'' ലിസ ചൂടായി.

“പുസ്തകപ്രകാശനത്തിന് ഓരോരുത്തർ ഏച്ചിയെക്കുറിച്ച് പറഞ്ഞത് കേട്ട് സത്യമായും എനിക്ക് എന്തെന്നില്ലാത്ത സന്തോഷം തോന്നി.''

“അപ്പറയുന്നവരൊന്നും എന്നെ കെട്ടാൻവരുമെന്ന അതിമോഹ മെന്നും എനിക്കില്ല. എന്നാലും എവിടെയോ ഒരു ബദറുൽമുനീർ എന ക്കായി കാത്തിരിക്കുന്നുണ്ടെന്നു ഞാൻ സ്വപ്നം കാണാറുണ്ട്.''

“വരും.... വരും...... നീ കാത്തിരുന്നോ. എടീ കുമാരേട്ടനെ വിളിച്ചോ. വെയിലത്ത് പുറം പൊളിയുന്നു.''

ലിസ അരിശത്തോടെ പറഞ്ഞു. അപ്പോഴേക്കും ഓട്ടോയെത്തി.

“ഇന്നെങ്ങനെയുണ്ടായിരുന്നു മക്കളെ കച്ചോടം?''

ഓട്ടോയിലിരുന്ന് മെലിഞ്ഞു വളഞ്ഞ നരച്ച കുറ്റിത്താടിയുള്ള കുമാരേട്ടൻ ചോദിച്ചു.

“ഇന്ന് കുറച്ചേ ഉണ്ടാക്കിയിരുന്നുള്ളൂ. അതു വിറ്റുപോയി.'' സാധന ങ്ങൾ ഓട്ടോയിൽ കയറ്റുമ്പോൾ ലിസ പറഞ്ഞു.

“ആ റൗഡി ശേഖരനും കൂട്ടരും ഇന്നും ലഹളയ്ക്കു വന്നു. ഞങ്ങക്ക് പൊലീസിനെ വിളിക്കേണ്ടിവന്നു.'' മീന പറഞ്ഞു.

“അവനൊക്കെ ഒന്നിനും മടിയില്ലാത്ത കൂട്ടരാ. ഓലൊപ്പരാ ഇപ്പോ ബാബൂന്റെ നടപ്പ്. ഓന്റെ വാക്ക് കേട്ട് ഇങ്ങളെ സഹായിക്കുന്നെന്നും പറഞ്ഞ് ഓലും എന്നെ വെരട്ടാൻ തൊടങ്ങീട്ടുണ്ട്. എപ്പളാ കൊന്ന് ഓടയിൽ തള്ളുന്നതെന്നറീല. കൊക്കില് ജീവനുണ്ടെങ്കില് ഈ ഓട്ടോ ഓന് ഞാൻ കൊടുക്കൂലാ. ഇതു വാങ്ങാൻ ഞാനും ജലജേം അരപ്പട്ടിണി കെടന്നിട്ടുണ്ട്. അപ്പളും ഓനിക്കൊരു കൊറവും വരുത്തീട്ടില്ല.'' കുമാര നേട്ടന്റെ സ്വരം ചിലമ്പി.

“വൈകുന്നേരം അങ്ങാടീല് ചായക്കച്ചോടം ചെയ്താലോന്ന് ആലോ യിക്കാ കുമാരേട്ടാ. ഇങ്ങളുണ്ടാവൂലേ കൂടെ?'' സീനത്ത്.

“ഇങ്ങള് ധൈര്യാടങ്ങട്ട് തൊടങ്ങിക്കോളിൻ. ഓട്ടോസ്റ്റാൻഡിന് മുന്നി ലിരുന്നാ മതി. ആടെയാകുമ്പം എന്റെ ചങ്ങായിമാരും സഹായത്തിനു ണ്ടാവും.''

“എന്നാ അങ്ങനാവട്ടെ. ഞാൻ വരുമ്പം പൊരിച്ചുണ്ട കൊണ്ടേരാം. ചായയും വടയും നിങ്ങള് കൊണ്ടേരണേ.'' സ്കൂട്ടി സ്റ്റാർട്ടു ചെയ്യുന്ന തിനിടയിൽ സീനത്തു പറഞ്ഞു.

ഒൻപത്

ഉറക്കം വരാതെ ലിസ തിരിഞ്ഞും മറിഞ്ഞും കിടന്നു. ചില നേരം വല്ലാത്തൊരു പൊറുതികേടാണ്. എവിടെയൊക്കെയോ എരിച്ചിലും പുകച്ചിലും. ബോംബെയിലായിരുന്നപ്പോൾ നട്ടപ്പാതിരയ്ക്ക് തെരുവിലൂടെ പാട്ടുംപാടി നടന്നിട്ടുണ്ട്. അവിടെ അതൊന്നും ആർക്കുമൊരു പ്രശ്നമല്ല. കേരളം അങ്ങനെയല്ല. അന്യരുടെ സ്വകാര്യജീവിതത്തിലേക്ക് ഒളിഞ്ഞു നോക്കി രസിക്കലാണ് ഇവിടെ ആണിന്റെയും പെണ്ണിന്റെയും കാര്യമായ തൊഴിൽ. കേരളത്തിലുള്ളതുപോലെ കപടമുഖക്കാരായ പുരുഷന്മാരെ മറ്റൊരിടത്തും കണ്ടിട്ടില്ല. നേരമിരുട്ടിയാ പുറത്തിറങ്ങി നടക്കുക പ്രയാസം. മാന്യന്മാരാണെന്നു ഭാവിക്കുന്നവരും ഒറ്റയ്ക്കു നില്ക്കുന്നതു കണ്ടാൽ കൂടെപ്പോരുന്നോ എന്നു ചോദിച്ച് പിന്നാലെ കൂടും. കല്യാണം കഴിക്കാമെങ്കിൽ കൂടെ പോരാമെന്നു പറഞ്ഞാൽ ചോദിച്ചവൻ പോയ വഴിയേ പുല്ലു മുളയ്ക്കില്ല. വയസ്സെത്രയായെന്നു കൃത്യമായി അറിയില്ല. ജനിച്ച തീയതിയും ദിവസും വർഷവും മാസവും എഴുതിവയ്ക്കാനും പിറന്നാളാഘോഷിക്കാനും അച്ഛനമ്മമാരുണ്ടായിരുന്നില്ലല്ലോ. അവർ ജീവിച്ചിരിപ്പുണ്ടോ, മരിച്ചോ എന്നൊക്കെ ആദ്യകാലങ്ങളിൽ വേവലാതിപ്പെടാറുണ്ടായിരുന്നു. ഞാൻ ആകാശത്തുനിന്നു പൊട്ടിമുളച്ചവളവൻ ദൈവത്തിന്റെ കൈപ്പിഴ. അങ്ങനെയൊക്കെ ചിന്തിച്ചു തുടങ്ങിയതോടെ യാതൊരു വേവലാതിയുമില്ല. സീനത്തിനെ കണ്ടുമുട്ടുന്നതുവരെ ആരേയും കൂസാതെ എല്ലാവരോടും വഴക്കിട്ട് തൻപോരിമ കാണിച്ച് എന്തിനും പോന്നവളായി നടക്കാനായിരുന്നു ഇഷ്ടം. ഗുജറാത്തിൽ നിന്നെത്തിയ ക്ലയന്റിനെ യാത്രയയയ്ക്കാൻ റെയിൽവേ സ്റ്റേഷനിലെത്തിയതായിരുന്നു.

രണ്ടുദിവസമായി തൈക്കിളവനെ രാവും പകലും തൃപ്തിപ്പെടുത്തി മനംമടുത്ത് മരിക്കാൻ തോന്നിയ സന്ദർഭം. തീവണ്ടി ഓടിത്തുടങ്ങിയിട്ടും ചങ്ങാതി കൈയിലെ പിടിവിടാതെ മോഹനവാഗ്ദാനങ്ങളുടെ പെരുമഴ ചൊരിയുന്നുണ്ടായിരുന്നു. `ടീക് ഹൈ ബാബൂജി, ഫിർ മിലേഗാ' എന്നു പറഞ്ഞ് ഒരുവിധം കൈവിടുവിച്ച് ആകെ തളർന്ന് കുറച്ചുനേരമിരിക്കാൻ ഒഴിഞ്ഞ കസേര പരതി.. അയാൾ തന്ന നോട്ടുകെട്ട് എണ്ണാതെ ബാഗിലുണ്ടായിരുന്നു. ഗുജറാത്തിലെ കച്ചവടക്കാരൻ കൊമ്പൻ. അവിടെ ഇടംവലം തിരിയാതെ ഭാര്യ അമ്പേഷണക്കണ്ണുകളുമായി പിറകെയുണ്ടാവും. തന്റെ പിന്നാലെ ഒളിക്യാമറയുമായി ഭാര്യ ഗുണ്ടകളെ നിയോഗിച്ചിട്ടുണ്ടെന്നാണ് പുള്ളി പറഞ്ഞത്. 'സ്വത്ത് മോഹിച്ച് വിവാഹം കഴിക്കുന്ന എല്ലാവരുടെയും അവസ്ഥ ഇതായിരിക്കും ലിസാ' എന്ന് കാണുമ്പോഴെല്ലാം അയാൾ പറയാറുണ്ട്. ഭാര്യയുടെ അച്ഛന്റെ കൂടെ ജോലിക്കുനിന്ന് മകളെ കല്യാണം കഴിച്ചതും അമ്മായിയപ്പൻ മരിച്ചതോടെ ഭാരിച്ച സ്വത്തുക്കളും വ്യവസായങ്ങളും കൈപ്പിടിയിലായതും അയാൾ പറഞ്ഞ് മനപ്പാഠമായിട്ടുണ്ട്.. ഒരു ഏജന്റുവഴിയാണ് അയാളെ പരിചയപ്പെട്ടത്. ഇത് നാലാമത്തെ കൂടിച്ചേരലാണ്. ഓരോ തവണയും നല്ല തുകതന്നെയാണ് തരാറുള്ളത്. താമസം മുന്തിയ ഹോംസ്റ്റേകളിൽ.. ഭാര്യയെ കബളിപ്പിക്കാൻ അവര് ബുക്കുചെയ്യുന്ന ഫൈവ്സ്റ്റാർ ഹോട്ടലിൽ ചെക്കിൻ ചെയ്ത് താനവിടെത്തന്നെയുണ്ടെന്ന് ഭാര്യ വിളിക്കുമ്പോൾ പറയാൻ ഹോട്ടൽ ജോലിക്കാരെ ഏർപ്പാടാക്കി, ഏതെങ്കിലും മുന്തിയ എന്നാൽ, പെട്ടെന്നാരുടെയും കണ്ണിൽപ്പെടാത്ത ഇടത്തരക്കാർക്കുവേണ്ടിയുള്ള അപ്പാർട്മെന്റിലാണ് ചങ്ങാതി തങ്ങാറുള്ളത്. ഭാര്യ മഷിയിട്ട് നോക്കിയാലും തപ്പിപ്പിടിക്കാൻ സാധിക്കില്ല. രണ്ടുദിവസമായി ഉറങ്ങാൻപോലും അനുവദിക്കാതെയുള്ള കിളവന്റെ കാമകേളികളിൽ തളർന്നാണ് അയാളെ യാത്രയയയ്ക്കാൻ റെയിൽവേ സ്റ്റേഷനിലെത്തിയത്. പെട്ടെന്ന് തലയൊന്നു മിന്നി. ഭൂമി വട്ടം കറങ്ങുന്നതുപോലെ. എങ്ങും പിടികിട്ടാതെ വീഴാൻ ഭാവിച്ചപ്പോൾ ഒരു ചെറുപ്പക്കാരൻ ഓടിവന്നു താങ്ങി.

"എന്തുപറ്റി ചേച്ചീ?" എന്നു പെൺ ശബ്ദത്തിൽ മലയാളത്തിൽ ചോദിച്ചതു കേട്ട് അവനെ സൂക്ഷിച്ചുനോക്കിയപ്പോൾ സൈമൺ എന്റെ മുന്നിൽ നില്ക്കുന്നതുപോലെ തോന്നി. സൈമണിൽനിന്ന് ലിസയിലേക്കുള്ള വഴിത്താരയിൽ അനുഭവിച്ച മാനസികസംഘർഷങ്ങളും ആരോഗ്യപ്രശ്നങ്ങളും ഉള്ളിൽ നിറഞ്ഞു. എന്നിട്ടും വേലിയിൽ കിടക്കുന്ന പാമ്പിനെയെടുത്ത് തോളത്തിടേണ്ടെന്നു കരുതി 'കുച് നഹി' എന്ന് ഹിന്ദിയിലാണ് അവനു മറുപടി കൊടുത്തത്.

മലയാളത്തിൽ മിണ്ടിപ്പോയാൽ അവൻ അവളായി എന്റെ മുന്നിൽ കണ്ണീരൊഴുക്കിയേക്കുമെന്ന് ഒരുൾവിളി എനിക്കുണ്ടായി.

അവൻ താങ്ങി അടുത്തുള്ള കസേരയിലിരുത്തി. തൊട്ടടുത്ത കസേരയിലിരുന്ന് കൈയിലെ ബാഗ് തുറന്ന് വെള്ളക്കുപ്പി പുറത്തെടുത്ത് എന്റെ നേരെ നീട്ടി. വേണ്ടെന്ന് കൈകൊണ്ട് ആംഗ്യം കാണിച്ചു. അവൻ അടുത്തിരിക്കുന്ന ആളോട് മുറി ഹിന്ദിയിൽ താമസിക്കാൻ ഇടംകിട്ട ണമെങ്കിൽ ആരെ കാണണം എന്നു ചോദിക്കുന്നതുകേട്ട് കാതങ്ങോട്ടു നീട്ടി. കണ്ണും. അവൻ സഹായം ചോദിച്ചവൻ ആളു ശരിയല്ലെന്ന് ഒറ്റ നോട്ടത്തിൽ മനസ്സിലായി. ഇരയെ കിട്ടിയ ഭാവമായിരുന്നു അവന്റെ മുഖത്ത്.

'കുറച്ചു വെള്ളം തരൂ' എന്നു മലയാളത്തിൽ പറഞ്ഞപ്പോൾ ചെറു ക്കന്റെ മുഖത്തെ സന്തോഷം വളരെ വലുതായിരുന്നു.

"ചേച്ചി മലയാളിയാണെന്നും ട്രാൻസ് വുമണാണെന്നും കണ്ടപ്പോഴേ തോന്നി. അതാ ഞാൻ ഓടിവന്ന് താങ്ങിയത്. ഇപ്പോ കുറവുണ്ടോ?"

"ഉം. നീയെന്തിനാ ബോംബേയിലെത്തിയത്. ജോലിയുണ്ടോ?"

"അതൊരു വലിയ കഥയാ ചേച്ചീ. എല്ലാരുമുണ്ടായിട്ടും ആരുമില്ലാ ത്തോളാ ഞാൻ. പേര് താഹാന്നാ. പക്ഷേ, എനിക്കീ ആൺവേഷം വേണ്ടാ. ചേച്ചിയെപ്പോലെ പെണ്ണാകണം. പക്ഷേ, വീട്ടുകാരത് വിശ്വസിക്കുന്നില്ല. അതാ വീടുവിട്ടിറങ്ങിയത്. ഇവിടെയെത്തിയാൽ എന്തെങ്കിലും മാർഗ്ഗം കാണാതിരിക്കില്ലെന്ന് ഉള്ള് പറഞ്ഞു. കുറച്ചുദിവസം കഴിഞ്ഞുകൂടാനുള്ള കാശൊക്കെ കൈയിലുണ്ട്. ഇവിടെ ആരേയും പരിചയമില്ല." അവന്റെ തൊണ്ടയിടറി.

"ആരേയും പരിചയമില്ലാതെ കൈയിൽ കാശുമായി ബോംബെയിൽ വണ്ടിയിറങ്ങാൻ നിനക്കെങ്ങനെ ധൈര്യം വന്നു? നീ സഹായം ചോദിച്ച വന്റെ കൈയിലെങ്ങാൻ ചെന്നുപെട്ടിരുന്നെങ്കിൽ നിന്റെ ഗതിയെന്താകു മെന്ന് വല്ല ഊഹവുമുണ്ടോ നിനക്ക്? എന്റെ കൂടെ പോരെ. എന്തെങ്കിലും ചെയ്യാൻ പറ്റുമോന്നു നോക്കാം."

എഴുന്നേറ്റപ്പോൾ ഇരയെ കൈവിട്ട അരിശം മൂത്ത് അവൻ സഹായം ചോദിച്ച ചെറ്റ എന്റെ നേരെ തെറി ചൊരിഞ്ഞു. പിന്നെ അതേ ഭാഷയിൽ അങ്ങോട്ടും മറുപടികൊടുക്കേണ്ടിവന്നു. റെയിൽവേ പൊലീസ് ദൂരെ നിന്നു വരുന്നതുകണ്ട് അവൻ വാലും ചുരുട്ടി സ്ഥലം വിട്ടു. പയ്യനേ യുംകൂട്ടി പുറത്തെത്തിയപ്പോൾ പരിചയക്കാരനായ ടാക്സിക്കാരൻ കൈ മാടി വിളിച്ചു. എന്നെ വീട്ടിൽ തിരിച്ചെത്തിക്കാനുള്ള കാശുകൂടി സേട്ടു അവനു കൊടുത്തിരുന്നു.

"യെഹ് കോൻ ഹൈ ദീദി. നയാ പീസ് ഹൈ ക്യാ?"

"ഐസാ മത് ബോലോ ഭായി. ഇവൻ എനിക്ക് അനിയനെപ്പോ ലെയാണ്."

"ഭായി യാ ബഹൻ?" അവന്റെ സ്വരത്തിൽ പരിഹാസം.

"അവന് അനിയത്തിയായാ മതിയെന്ന്."

"ദീദിക്കതിനു കഴിയും. പാവം, എന്താ വേണ്ടതെന്നുവച്ചാ ചെയ്തു കൊടുക്കു ദീദീ."

"നോക്കാം. നിങ്ങള് വണ്ടിവിട്. നല്ല സുഖമില്ല."

പിന്നെ അവനൊന്നും ചോദിച്ചില്ല. പലപ്പോഴും ഇവന്റെകൂടെയാണ് ക്ലയൻറ്സിനെ കാണാൻ പോകാറുള്ളത്. നല്ല കാശും കൊടുക്കാറുണ്ട്. അതുകൊണ്ട് അത്യാവശ്യം സഹായത്തിനു വിളിച്ചാൽ ഓടിയെത്തും. ഇങ്ങനെ ചിലരെ കൂടെ കൊണ്ടുനടന്നാലെ ഇവിടെ കച്ചവടം പച്ചപിടിക്കൂ. 'അനാഥാലയത്തിലെ അമ്മമാർ സ്നേഹിച്ചു വളർത്തിയിട്ടും നീയിങ്ങനെ തെറിച്ചോളായിപ്പോയല്ലോ ലിസാ?' ഉള്ളിലിരുന്ന് ആരോ കുറ്റപ്പെടുത്തി.

ബോംബെ ദാദർ റെയിൽവേസ്റ്റേഷനിൽ വിശന്നു നിലവിളിക്കുന്നത് കണ്ട് മലയാളികളായ രണ്ടു കന്യാസ്ത്രീ അമ്മമാർ കൂടെകൂട്ടി മഠത്തി ലെത്തിച്ചതോടെ സൈമണായി.. രൂപമാറ്റം നടത്തിയപ്പോൾ ഡോക്ടറിട്ട പേരാണ് ലിസ.. അമ്മേ വിശക്കുന്നു എന്നു പറഞ്ഞതുകൊണ്ടാണത്രെ അവർ എന്നെ മലയാളം പഠിപ്പിച്ചത്. പെൺകുട്ടികൾക്കുള്ള അനാഥാലയ ത്തിലേക്കായിരുന്നു അവരെന്നെ കൂട്ടിക്കൊണ്ടുപോയത്. പത്തുവയസ്സു കഴിഞ്ഞപ്പോൾ അവിടന്നു ആൺകുട്ടികളുടെ അനാഥാലയത്തിലേക്ക് ഒരച്ചൻ കൂട്ടിക്കൊണ്ടു പോകുമ്പോൾ വലിയ വായാലെ കരഞ്ഞതോർമ്മ യുണ്ട്. അമ്മമാർ ഏറെ പണിപ്പെട്ടാണ് അച്ചന്റെ കൂടെ പറഞ്ഞയച്ചത്.

"നിനക്കെന്താവശ്യമുണ്ടെങ്കിലും ഞങ്ങളെ അറിയിച്ചാ മതി. നീ അവിടെയും ഇതുപോലെ സുരക്ഷിതനായിരിക്കും."

"എനിക്ക് പെണ്ണായാ മതി. ആങ്കുട്ട്യേളെ പേടിയാ, ഞാനിവിടെ നി ന്നോളാം." എന്നു പറഞ്ഞപ്പോൾ അമ്മമാരുടെ മുഖത്തെ അമ്പരപ്പ് മനസ്സിലാക്കാനുള്ള പ്രായം അന്ന് എനിക്കായിരുന്നില്ല.

"കൊച്ചിന് അല്ലെങ്കിലും പെൺസ്വഭാവമാണെന്ന് ഞാനന്നേ പറഞ്ഞ തല്ലേ. ചന്തികുലുക്കി പെണ്ണിനെപ്പോലെ നടക്കാൻ നിനക്ക് നാണമില്ലേടാ ചെറുക്കാന്ന് ഞാൻ ചോദിക്കുമ്പം അവനിരുന്നു കരയും. ആൺകുട്ടിക ളുടെ കൂടെ കൊച്ചു കൂട്ടുകൂടില്ല. ആണായിട്ടും പെണ്ണിന്റെ ഒച്ചയല്ലേ. തക്കം കിട്ടിയാൽ ഇവന്റെ നിക്കറും ഷർട്ടുമിട്ടു നടക്കുന്ന റോസയുടെ പിന്നാലെയാ സദാസമയവും നടപ്പ്. രണ്ടും തലതിരിഞ്ഞ സാധനങ്ങളാ. റോസയ്ക്ക് ആണാവണം. ഇവന് പെണ്ണാവണം. കർത്താവിന്റെ ഓരോ കളികൾ." അവിടത്തെ ആയ, മരിയാ ബഹൻ ഹിന്ദിയിൽ പറഞ്ഞത് മറ്റാരും കേട്ടമട്ട് കാണിച്ചില്ല.

മഠത്തിനു കീഴിലുള്ള മിക്സഡ് സ്കൂളിലായിരുന്നു പഠനം. രണ്ടും തമ്മിൽ വലിയ അകലമില്ലായിരുന്നു. മഠത്തിലെ മരിയാ ബഹൻ അവി ടത്തെ മറ്റ് ആൺകുട്ടികൾക്കൊപ്പം എന്നെയും രാവിലെ പള്ളിക്കൂടത്തി

ലേക്ക് നടത്തിയാണ് കൊണ്ടുപോകുന്നത്. രാവിലത്തെ ആ യാത്ര ഞാനിഷ്ടപ്പെട്ടു. പഴവും പച്ചക്കറിയും വില്ക്കുന്ന തെരുവ് മറികടന്നാൽ സ്കൂളായി. തെരുവിലെ പെൺവേഷമണിഞ്ഞ ആൺമുഖങ്ങളിലേക്ക് ഞാൻ തുറിച്ചു നോക്കുമ്പോൾ അവരെന്നെ തെറി വിളിക്കുമായിരുന്നു. അവർ ആണും പെണ്ണുമല്ലാത്ത ഹിജഡകളാണെന്നും ഒന്നിനും മടിയില്ലാത്തവരാണെന്നും മരിയാ ബഹനാണ് പറഞ്ഞു തന്നത്. ബോംബേയിൽ വിവാഹങ്ങൾക്കും മരണക്രിയകൾക്കും ഹിജഡകൾ ഇരച്ചു കയറി ബഹളമുണ്ടാക്കി പണം വാങ്ങുമത്രെ. അതുകൊണ്ടാണത്രെ അവർ ജീവിക്കുന്നത്.

"നിനക്കെന്തോ അവലക്ഷണങ്ങളുണ്ട്. പെൺകുട്ടികളുടെ ശബ്ദത്തിലാണ് നീ സംസാരിക്കുന്നതെന്ന് നിനക്കറിയാമോ? ഇപ്പഴേ ഇത്തരം രീതികൾ മാറ്റി ആണായിത്തന്നെ വളർന്നോ. അല്ലെങ്കിൽ ഇക്കാണുന്ന കൂട്ടരെപ്പോലെ നിനക്കും ആണുംപെണ്ണുമല്ലാതെ തെരുവിലലയേണ്ടി വരും."

മരിയാ ബഹൻ ഉപദേശിക്കുമ്പോൾ എനിക്കൊന്നും മിണ്ടാൻ സാധിക്കാറില്ല. എന്നെ പെണ്ണാൺകുട്ടി എന്നു പരിഹസിച്ചതിന് മരിയാ ബഹനെ മഠത്തിലെ അമ്മമാർ ശാസിക്കുമായിരുന്നു. കാണുമ്പോഴൊക്കെ ശാസിക്കുമെങ്കിലും എനിക്ക് മരിയാ ബഹനോട് വലിയ അടുപ്പം തോന്നിയിരുന്നു. ആൺകുട്ടികളുടെ ഹോസ്റ്റലിലെത്തിതോടെ എന്റെ ജീവിതം ദുസ്സഹമായി. "അരേ, ലഡ്കി ഇദർ ആഓ" എന്ന് ആൺകുട്ടികൾ പരിഹസിക്കുമ്പോൾ ആദ്യമൊക്കെ കരയുമായിരുന്നു. പിന്നീടതു ശീലമായി. കുറച്ചു മുതിർന്നപ്പോൾ ചില അച്ചന്മാർ രാത്രി പതുങ്ങി വന്ന് എന്നെ കൂട്ടിക്കൊണ്ടുപോയി എനിക്കിഷ്ടമില്ലാത്ത കാര്യങ്ങൾ ചെയ്യിക്കാൻ തുടങ്ങിയതോടെ മനസ്സു മടുത്തു. എന്തുണ്ടെങ്കിലും പറയണമെന്ന് മഠത്തിലെ റാഹേലമ്മ ചട്ടം കെട്ടിയിരുന്നെങ്കിലും ഇക്കാര്യം അവരോട് പറയാൻ നാണം എന്നെ അനുവദിച്ചില്ല. റോസയോടാണ് ഞാനെന്റെ സങ്കടങ്ങൾ പങ്കുവച്ചത്. അവക്കാണെങ്കിൽ പെണ്ണാവണ്ട, ആണായാൽ മതി. എനിക്ക് പെണ്ണാവാനാണ് മോഹം എന്നറിഞ്ഞതോടെ അവൾ എന്റെ കൂട്ട് വേണ്ടെന്നുവച്ചു. കുറച്ചു മുതിർന്നപ്പോൾ ഞാൻ ആൺകുട്ടികളുടെ ഹോസ്റ്റലിലേക്കും അവൾ പെൺകുട്ടികളുടെ ഹോസ്റ്റലിലേക്കും മാറി. സ്കൂളിൽനിന്ന് കാണാറുണ്ടെങ്കിലും അവൾ എന്നെ കണ്ടതായി നടിക്കാതായി. കൂടെ പഠിക്കുന്ന പെൺകുട്ടിയുമായി ഏതുനേരവും ചുറ്റിക്കറങ്ങുന്നത് കാണാറുണ്ട്. പിന്നീടെന്തൊക്കയോ പ്രശന്ങ്ങളുണ്ടായെന്ന് കേട്ടിരുന്നു. റോസ ഹിജഡകളോടൊപ്പം ചാടിപ്പോയെന്നും ആണായി നടക്കുകയാണെന്നും മരിയാ ബഹൻ പറഞ്ഞാണ് അറിഞ്ഞത്. ലിംഗമാറ്റശസ്ത്രക്രിയയ്ക്ക് ആശുപത്രിയിൽ

എത്തിയപ്പോൾ അവിചാരിതമായാണ് റോസയെ വീണ്ടും കണ്ടുമുട്ടിയത്. "ഞാനിപ്പോ ജോണാടാ" എന്നു പറഞ്ഞ് അവൾ കെട്ടിപ്പിടിച്ചപ്പോൾ എനിക്ക് നാണം തോന്നി. ഒപ്പം സന്തോഷവും. റോസയുടെ വിളി ദൈവം കേട്ടല്ലോ. ആ ആശുപത്രിയിൽത്തന്നെ അറ്റന്ററായി ജോലിയും കിട്ടി. അവളെക്കാൾ പ്രായക്കൂടുതലുള്ള അവിടത്തെ അറ്റന്റർ മേരിയോടൊപ്പം അവരുടെ വീട്ടിലാണ് താമസമെന്നും അവൾ പറഞ്ഞു. ലിംഗമാറ്റശസ്ത്രക്രിയ ചെയ്ത് ആശുപത്രിയിയിൽ കിടക്കുമ്പോൾ അവർ രണ്ടുപേരും ഒരുപാട് സഹായിച്ചിരുന്നു. നോർമലാകുന്നതുവരെ അവരുടെ വീട്ടിൽ കൊണ്ടുപോയി ശുശ്രൂഷിക്കുകയും ചെയ്തു. എല്ലാം കൈവിട്ടെന്നു കരുതി അന്തംവിട്ടു നില്ക്കുമ്പോൾ കർത്താവ് പല രൂപത്തിൽ മുന്നിൽ പ്രത്യക്ഷപ്പെടുന്നതായി പലപ്പോഴും അനുഭവപ്പെടാറുണ്ട്..

പത്താംക്ലാസ് കഴിഞ്ഞപ്പോൾ സെമിനാരിയിൽ ചേർന്ന് അച്ചൻപട്ടത്തിനു പഠിക്കണമെന്ന് അവിടത്തെ വലിയച്ചന്റെ തീരുമാനം എന്നെ അങ്കലാപ്പിലാക്കി. ഇനിയുമവിടെ നിന്നാൽ എന്റെ സ്വത്വം നഷ്ടപ്പെടുമെന്ന് ഉറപ്പായതോടെ അവിടം വിടാൻ തീരുമാനിച്ചു. എന്നെ മഠത്തിലേക്കു കൂട്ടിക്കൊണ്ടുവന്ന റാഹേലമ്മ അപ്പോഴേക്കും മരിച്ചിരുന്നു. ആരോടും ചോദിക്കാനും പറയാനുമില്ല. ഒരു ദിവസം അതിരാവിലെ ആകെയുണ്ടായിരുന്ന രണ്ടു ജോടി പാന്റും ഷർട്ടും മറ്റു സാധനങ്ങളും തുണിസഞ്ചിയിലാക്കി സെമിനാരി വിട്ട് പുറംലോകത്തേക്കിറങ്ങി. ആദ്യദിവസം സഞ്ചി തലയണയാക്കി കടത്തിണ്ണയിൽ കിടന്നു. എന്തു ചെയ്യണമെന്ന് ഒരു രൂപവുമുണ്ടായിരുന്നില്ല. പൈപ്പിൻചുവട്ടിൽനിന്ന് പല്ലുതേച്ചു മുഖം കഴുകുമ്പോൾ കണ്ട വീട്ടുജോലിക്കുപോകുന്ന കുറച്ചു ബായിമാരുടെ പിന്നാലെ കൂടി. എവിടെയെങ്കിലും ജോലി കിട്ടുമോ എന്നു ചോദിച്ചു. അടുത്തുള്ള ഒരു അപ്പാർട്ടുമെന്റ് സമുച്ചയത്തിൽ ക്ലീനിങ്ങിന് ആളെ എടുക്കുന്നുണ്ട് കൂടെച്ചെന്നാൽ വാച്ച്മാനെ പരിചയപ്പെടുത്തിത്തരാമെന്ന് അവർ പറഞ്ഞപ്പോൾ കൂടെച്ചെന്നു. ആദ്യ ശമ്പളത്തിൽ ഒരു വീതം അവർക്കു കൊടുക്കണമെന്നും ഇല്ലെങ്കിൽ ആ ദേശത്തുനിന്ന് ഓടിക്കുമെന്നും പറഞ്ഞ് അവർ വാച്ച്മാനെ പരിചയപ്പെടുത്തിയപ്പോൾ, "ചക്കോം കോ യെഹാം കാം നഹി'' എന്നു പറഞ്ഞ് അയാൾ വിരട്ടി.

"ക്യാ ഹേ ഭായി. അവർക്കും ജീവിക്കണ്ടേ. അവരെ ഈ രൂപത്തിൽ ഭൂമിയിലേക്കയച്ച ദൈവംതമ്പുരാനെയാ നിങ്ങള് പരിഹസിക്കുന്നതെന്നു മറക്കണ്ട. അത്യാവശ്യമായിട്ട് ഇവിടെ ക്ലീനിങ്ങിന് ഒരാളു വേണമെന്ന് സെക്രട്ടറി സാഹബ് പറഞ്ഞതുകൊണ്ടാണ് ഞാൻ കൂട്ടിക്കൊണ്ടുവന്നത്. ചെറുക്കാ നീയിവിടെ നില്ക്ക് ഞാനദ്ദേഹത്തെ കണ്ടിട്ടു വരാം.'' എന്നു പറഞ്ഞ് ഒരു ബായി അകത്തേക്കു പോയപ്പോൾ ഞാൻ പ്രതീക്ഷയോടെ ഗേറ്റിൽ കാത്തുനിന്നത് ഇഷ്ടപ്പെടാതെ വാച്ച്മാൻ ഹിന്ദിയിൽ എന്തൊ

ക്കെയോ തെറി പറയുന്നുണ്ടായിരുന്നു. അകത്തേക്കു പോയ ബായി അലവലാതിയാണെന്നും അവളുടെ കൂടെ നടന്നാൽ ഗതിപിടിക്കില്ലെന്നുമൊക്കെ അയാൾ പറയുന്നതിനിടയിൽ ബായിയും മറ്റൊരാളും ഗേറ്റിലെത്തി.

"ലക്ഷ്മീ ഇവനെ വിശ്വസിക്കാമോ? എവിടെയാടാ നിന്റെ വീട്?" അയാൾ വിസ്താരം തുടങ്ങി. പത്താംക്ലാസ് സർട്ടിഫിക്കറ്റും അനാഥാലയത്തിൽ വളർന്നതിനുള്ള രേഖകളുമൊക്കെ കാണിച്ചപ്പോൾ "ടീക് ഹെ, അന്തർ ആഓ'' എന്നു പറഞ്ഞ് അയാൾ നടന്നു.

"അനാഥാലയത്തിലാണ് വളർന്നതെന്ന് നീയെന്താടാ പറയാഞ്ഞത്?'' ഇളിഭ്യത മറയ്ക്കാൻ വാച്ച്മാൻ ലോഹ്യം ചോദിച്ചു.

"മര്യാദയ്ക്ക് നിന്നോളണം,. കേട്ടല്ലോ. ഇവിടെ മൂന്നു വീടുകളിൽ ഞാൻ പണി ചെയ്യുന്നുണ്ട്. എനിക്ക് പേരുദോഷമുണ്ടാക്കരുത്. ഇടയ്ക്ക് എന്നെ സഹായിക്കാൻ വിളിച്ചാൽ മുഖം കറുപ്പിച്ചാൽ എന്റെ സ്വഭാവം മാറും. പിറകിൽ ജോലിക്കാർക്ക് വിശ്രമിക്കാനുള്ള മുറിയുണ്ട്. അവിടെ നിനക്ക് താമസിക്കാം. എല്ലാവരോടും ഭവ്യതയിൽ നിന്നോളണം. ആണും പെണ്ണുംകെട്ട സ്വഭാവം പുറത്തെടുക്കരുത്. മനസ്സിലാകുന്നുണ്ടോ?'' ഉറക്കെ പറഞ്ഞിട്ട് സ്വകാര്യമായിട്ടു പറഞ്ഞു, "വാച്ച്മാനെ പിണക്കാനൊന്നും പോണ്ട. ആളൊരു പാവാ."

ഉന്നതർ താമസിക്കുന്ന സ്ഥലമായിരുന്നു. അസോസിയേഷൻകാർ ആദ്യം സംശയത്തോടെയാണ് നോക്കിയതെങ്കിലും സത്യസന്ധമായി ജോലിചെയ്തു തുടങ്ങിയതോടെ അവർ രാത്രി അവിടത്തന്നെ താമസിക്കാൻ അനുവദിച്ചു. അതിരാവിലെ എഴുന്നേറ്റ് ജോലിക്കിറങ്ങും. ആദ്യം വാച്ച്മാന് കെറുവായിരുന്നെങ്കിലും അയാളുടെ ജോലികൂടി ചെയ്തു കൊടുക്കാൻ തുടങ്ങിയതോടെ അയാളാണ് ഫ്ളാറ്റിലെ അന്തേവാ സികളെ പരിചയപ്പെടുത്തിത്തന്നത്. ക്ലീനിങ്ങിന് വേറേയും മൂന്നു പേരുണ്ട്. കോറിഡോറും റിസപ്ഷൻഹാളും മാത്രമല്ല നടപ്പാതയും വൃത്തിയാക്കണം. ചെയ്യുന്ന ജോലി വെടിപ്പായി ചെയ്യുമെന്നുള്ളതുകൊണ്ട് എല്ലാവർക്കും സൈമണെ കാര്യമായിരുന്നു. മറ്റെങ്ങും പോകാനില്ലാത്തതിനാൽ ഡ്യൂട്ടി കഴിഞ്ഞാലും വാച്ച്മാനെ സഹായിച്ചുകൊണ്ട് അവിടത്തന്നെ ചുറ്റിപ്പറ്റിയുണ്ടാകും. പത്തുനില കോംപ്ലക്സാണ്. ചുറ്റും നടപ്പാതയും തോട്ടവുമുണ്ട്. സൈമൺ നേരുള്ളവനാണെന്ന് വാച്ചുമാനും മാനേജർസാറും സർട്ടിഫൈ ചെയ്തതോടെ അന്തേവാസികളിൽ ചിലർ വീടു മൊത്തം വൃത്തിയാക്കാനും അത്യാവശ്യത്തിന് വെളിയിൽപോയി സാധനങ്ങൾ വാങ്ങാനുമൊക്കെ വിളിക്കുമായിരുന്നു. കൂലിയും തരും. അതിലൊരു പങ്ക് ബായിക്കു കൊടുക്കും. ഇടയ്ക്ക് വാച്ച്മാനും എന്തെങ്കിലുമൊക്കെ കൊടുക്കും. അങ്ങനെയാണ് മുന്നൂറ്റിപ്പത്തിലെ മേനോൻ

സാറിനെ പരിചയപ്പെട്ടത്. ഭാര്യ മരിച്ച മേനോൻസാർ ഒറ്റയ്ക്കായിരുന്നു താമസം. മക്കൾ രണ്ടുപേരും വിദേശത്ത്. അങ്ങോട്ടു പോകാൻ സാറിന് ഒട്ടും താല്പര്യമില്ലായിരുന്നു. എനിക്കു ജോലി വാങ്ങിത്തന്ന ബായി മേനോൻസാറിന്റെ വീട്ടിലും ജോലി ചെയ്യുന്നുണ്ട്. ഒരിക്കൽ മേനോൻ സാറിന് സുഖമില്ലാതായപ്പോൾ ബായിയാണ് സാറിന് കൂട്ടുകിടക്കാൻ എന്നെ ഏല്പിച്ചത്. അസുഖം മാറിയിട്ടും അവിടത്തന്നെ തങ്ങാൻ മേനോൻസാർ നിർബ്ബന്ധിച്ചപ്പോൾ വേണ്ടെന്നു പറയാൻ തോന്നിയില്ല. ഒരു കൊല്ലത്തോളം സാറിനോടൊപ്പം സന്തോഷത്തോടെ കഴിച്ചുകൂട്ടി. മുൻകോപക്കാരനാണെങ്കിലും സാറിന്റെ ഉള്ളു നിറയെ സ്നേഹ മായിരുന്നു. മേനോൻസാർ പെട്ടെന്നൊരുദിവസം ഒന്നും മിണ്ടാതെ പോയ പ്പോൾ ശരിക്കും അന്തംവിട്ടുപോയി. കുറച്ചു ദിവസങ്ങളായി ചെറിയ അവശത ഉണ്ടായിരുന്നെങ്കിലും തലേദിവസം വൈകുന്നേരവും വീൽചെയറിലിരുത്തി തോട്ടത്തിൽ ഉലാത്തിയതാണ്. രാത്രി പതിവു പോലെ ഓട്ട്സ് കഴിച്ചു കിടന്നു. രാവിലെ എഴുന്നേറ്റ് കാപ്പിയുമായി വിളിച്ചുണർത്താൻ ചെന്നപ്പോൾ അനക്കമില്ല. ആദ്യം സാറിനെ പരിശോധിക്കുന്ന ഡോക്ടരെ വിവരമറിയിച്ചിട്ടാണ് അദ്ദേഹത്തിന്റെ മക്കളെ വിളിച്ചത്. മേനോൻസാർ മക്കൾക്ക് എന്നെ പരിചയപ്പെടുത്തി ക്കൊടുത്തിരുന്നു. അച്ഛനെ നന്നായി നോക്കുന്നുണ്ടെന്നറിഞ്ഞതോടെ അവരും വലിയ സ്നേഹത്തിലായിരുന്നു. അതുകൊണ്ടാണല്ലോ സാറ് എഴുതിവച്ചപ്രകാരം രണ്ടുലക്ഷം രൂപ യാതൊരു മടിയുമില്ലാതെ തന്നത്. സൈമണിൽനിന്ന് ലിസയിലേക്കുള്ള മാറ്റം വാസ്തവത്തിൽ അവരുടെ ഔദാര്യമാണ്. അല്ലെങ്കിൽ കാലാകാലം ആണുംപെണ്ണുംകെട്ടവനായി കഴിയേണ്ടി വന്നേനെ..

"ദീദീ വീടെത്തി." എന്നു ടാക്സിക്കാരൻ പറഞ്ഞപ്പോഴാണ് പരിസര ബോധമുണ്ടായത്. ബാഗ് തുറന്ന് നൂറു രൂപയെടുത്ത് അവനു കൊടുത്തിട്ട് പുറത്തിറങ്ങി. ചെറുക്കൻ അപ്പോൾ കാറിൽ നല്ല ഉറക്കത്തിലായിരുന്നു.

"എടേയ് ഇറങ്ങ്" തട്ടിവിളിച്ചപ്പോൾ അവൻ അന്തംവിട്ട് മിഴിച്ച് നോക്കി. "വാടേയ്" അകത്തേക്കു നടന്നപ്പോൾ ബാഗും തൂക്കി അവനും പിന്നാലെ വന്നു.

പത്ത്

"ചേച്ചി ഒറ്റയ്ക്കാണോ താമസം?" ഫ്ളാറ്റ് തുറന്ന് അകത്തെത്തിയപ്പോൾ പയ്യൻ ചോദിച്ചു.

"ഇനിയിപ്പോ നീയും കൂട്ടിനുണ്ടല്ലോ. നിന്റെ പേരെന്താന്നാ പറഞ്ഞത്?"

"താഹാന്ന്. പക്ഷേ, പെണ്ണായാൽ എന്റെ പേര് സീനത്തെന്നായിരിക്കും."

"പേര് കൊള്ളാം. പക്ഷേ, ആണ് പെണ്ണാവുകയെന്നത് ചെറിയ കാര്യമല്ല.. കാശുണ്ടോ കൈയില്?"

"കൊറച്ചുണ്ട്. എത്രയാന്നറിയില്ല ചേച്ചീ. എന്റെ വാപ്പ ഇത്താത്താന്റെ കല്യാണത്തിന് പറമ്പ് വിറ്റതിൽ ബാക്കിയുള്ള കാശാണ്. എന്നെ എഞ്ചിനീയറിങ് കോളേജിൽ ചേർക്കാൻ ബാപ്പ കരുതിവച്ചതായിരുന്നു. ഇത്താത്തയുടെ കൃലാണം കഴിഞ്ഞതും ഞാനതുമായി ഇങ്ങോട്ടേക്കു വണ്ടി കയറി."

"നീ ആരെ കണ്ടിട്ടാടേ ബോംബേക്ക് തിരിച്ചത്?"

"അള്ളാഹുവിൽ വിശ്വാസമർപ്പിച്ച് രണ്ടും കല്പിച്ചങ്ങിറങ്ങി. പാവം എന്റെ ബാപ്പയും ഉമ്മയും എന്നെ കാണാതെ കരഞ്ഞു തളർന്നിട്ടുണ്ടാകും." താഹ ഏങ്ങിക്കരഞ്ഞു.

"വീട്ടിൽ നീ സുരക്ഷിതനായിരുന്നില്ലേ. പിന്നെന്തിനാ ഓരോ ഏടാകൂടത്തിലേക്ക് എടുത്തു ചാടിയത്?"

"സഹിക്കാനാകാഞ്ഞിട്ടാ ചേച്ചീ. ചെറുപ്പം മുതലേ എനിക്കു

പെണ്ണിന്റെ സ്വഭാവവും ആണിന്റെ രൂപവുമായിരുന്നു. എന്നെ ആണാക്കാൻ ബാപ്പ കുറേ കൊണ്ടു നടന്നതാ. ഇടയ്ക്ക് മാനസികരോഗത്തിനും ചികിത്സ നടത്തി. ഏഴാം വയസ്സിൽ സുന്നത്തുവരെ ആഘോഷമായിട്ട് നടത്തിയിട്ട് നീ പെണ്ണായാ ഞാൻ നാട്ടുകാരോടെന്തുത്തരം പറയുമെന്നായിരുന്നു ബാപ്പയുടെ ആധി. അള്ളാഹു ആണായി പടച്ചിട്ട് നിന്നെ ഞാൻ പെണ്ണാക്കിയാൽ പടച്ചോനോട് ഹിസാബ് പറയേണ്ടിവരുമെന്നാണ് ബാപ്പ പറഞ്ഞത്. എനിക്ക് കഴിയുന്നതും വേഗം സീനത്താകണം. എന്നിട്ട് ഉമ്മയേയും ബാപ്പയേയും ചെന്നു കാണണം." ചെറുക്കൻ കരച്ചിലോട് കരച്ചിൽ.

"കിടന്നു മോങ്ങാതെടാ. നമുക്ക് ശ്രമിക്കാം. മൂന്ന് തവണയായിട്ട് ചികിത്സ വേണ്ടിവരും. ആദ്യം വേണ്ടത് മാനസിക തയ്യാറെടുപ്പാ. പിന്നീടാണ് ഓപ്പറേഷൻ. ലിംഗം മുറിച്ചുമാറ്റി യോനി പിടിപ്പിക്കുക എന്നൊക്കെ പറഞ്ഞാൽ വേദന ഒരുപാട് സഹിക്കേണ്ടിവരും. മാനസിക പിരിമുറുക്കം വേറെ. പിന്നെ ഹോർമോൺ ചികിത്സ. അതിന്റെ ബുദ്ധിമുട്ടുകളും ബദ്ധപ്പാടുകളും ഏറെയുണ്ടാകും. എന്നാലാവുന്നതെല്ലാം ഞാൻ ചെയ്യാം. പക്ഷേ, തിരിച്ച് നാട്ടിൽച്ചെന്ന് മാതാപിതാക്കളെയും ബന്ധുക്കളെയുമൊക്കെ പറഞ്ഞു വിശ്വസിപ്പിക്കുന്നതാ അതിനെക്കാളൊക്കെ ഏറെ വിഷമകരം."

"ഇതെല്ലാം തരണം ചെയ്ത ചേച്ചി എന്നെ നിരുത്സാഹപ്പെടുത്തുകയാണോ?"

"ആരോരുമില്ലാത്ത എനിക്ക് എന്റെ രൂപമാറ്റം ആരേയും ബോദ്ധ്യപ്പെടുത്തേണ്ട ബാദ്ധ്യതയൊന്നുമുണ്ടായിരുന്നില്ല. നീയങ്ങനെയാണോ. ഉമ്മയും ബാപ്പയും സഹോദരിമാരും അവരുടെ ഭർത്താക്കന്മാരുമൊക്കെയുള്ള നാട്ടിലെ അറിയപ്പെടുന്ന കുടുംബമാണെന്നല്ലേ പറഞ്ഞത്?"

"എല്ലാം കഴിഞ്ഞ് ഞാൻ രണ്ടും കല്പിച്ചങ്ങ് ചെല്ലും. അവരെന്നെ ആ രൂപത്തിൽ സ്വീകരിക്കുകയാണെങ്കിൽ നാട്ടില് നില്ക്കും. ഇല്ലെങ്കിൽ തിരിച്ചിവിടെയെത്തി ചേച്ചിയോടൊപ്പം ശേഷകാലം കഴിച്ചുകൂട്ടും. അപ്പോ എന്നെ കൈവിടരുതേ ചേച്ചീ."

"എന്റെ ഇന്നത്തെ ജീവിതത്തിൽ ഞാൻ ഒട്ടും തൃപ്തയല്ല. ചികിത്സയ്ക്കും മറ്റുമായി കുറേ കാശു ലോണെടുക്കേണ്ടിവന്നു. അത് തീർക്കാനായി ശരീരം വില്ക്കുകയല്ലാതെ എനിക്കു വേറെ മാർഗ്ഗമില്ലായിരുന്നു. ലിംഗമാറ്റം നടത്തി ആരോഗ്യം വീണ്ടെടുക്കുന്നതിനുമുമ്പ് ക്ലയന്റസിനെ തൃപ്തിപ്പെടുത്തേണ്ടിവന്നിട്ടുണ്ട് എനിക്ക്. ഞാനനുഭവിച്ച യാതനകളും വേദനകളും പറയാൻ എനിക്കാരുമില്ലായിരുന്നു. അതുകൊണ്ടായിരിക്കാം റെയിൽവേസ്റ്റേഷനിൽവച്ച് നീ എന്റെ മുന്നിലെത്തിയത്. ആദ്യം നിന്നെ

ഒഴിവാക്കാനാണ് ഞാൻ ശ്രമിച്ചത്. എല്ലാവരോടും എല്ലാറ്റിനോടും വിരക്തി. ആത്മഹത്യ ചെയ്താലോ എന്നുപോലും പലപ്പോഴും ചിന്തിച്ചിട്ടുണ്ട്. അനാഥശവമായി മോർച്ചറിയിൽ കിടക്കേണ്ടിവരുമല്ലോ എന്നോർത്തപ്പോൾ അതിനും ധൈര്യം കിട്ടിയില്ല. ബോംബെ ജീവിതമവസാനിപ്പിച്ച് എങ്ങോട്ടെങ്കിലുംപോയി മാന്യമായ തൊഴിലെടുത്ത് ജീവിക്കണമെന്ന് മോഹമുണ്ട്. ഞാനും നിന്റെകൂടെ കേരളത്തിലേക്കു പോന്നാലോന്നാ ഇപ്പോളാലോചിക്കുന്നത്. തന്തയും തള്ളയും ആരെന്നറിയാത്തവളാ ഞാൻ. കന്യാസ്ത്രീ അമ്മമാർ സ്നേഹത്തോടെ വളർത്തിയിട്ടും നിന്നെപ്പോലെ പെണ്ണാകാനുള്ള കൊതികൊണ്ട് സെമിനാരിയിൽനിന്ന് ചാടിപ്പോന്ന് പെണ്ണായി. ആൺരൂപത്തിൽ എനിക്കു ജോലി തന്നവർ പെണ്ണായപ്പോൾ ആട്ടിയോടിച്ചു.''

''ചേച്ചി എന്റെകൂടെ നാട്ടിലേക്ക് പോര്. അവിടെയാകുമ്പം നമ്മളെപ്പോലുള്ളവർക്ക് സർക്കാർ സഹായമൊക്കെ കിട്ടുന്നുണ്ട്. എന്റെ കൂട്ടുകാരി മീന ചായക്കച്ചവടം നടത്തിയാ ജീവിക്കുന്നത്. അവൾക്ക് താങ്ങായി അവളുടെ അമ്മ കൂടെയുണ്ടായിരുന്നു. ലിംഗമാറ്റത്തിനൊക്കെ അമ്മയാണ് മുൻകൈയെടുത്തത്. അവിചാരിതമായിട്ടാണ് പരിചയപ്പെട്ടതെങ്കിലും ഞങ്ങളിപ്പോൾ വളരെ അടുപ്പത്തിലാണ്. വീട്ടിൽ ഉമ്മയുമായി പിണങ്ങുമ്പോൾ അവിടെയാണ് എന്റെ താവളം. ആണായതുകൊണ്ട് അവിടെച്ചെല്ലുന്ന എന്നെ സംശയദൃഷ്ടിയോടെ നോക്കുന്നവരുണ്ട്. പെണ്ണായാൽ അതുണ്ടാവില്ലല്ലോ.''

''നിനക്കപ്പോ അവിടന്ന് ഓപ്പറേഷൻ ചെയ്താ പോരായിരുന്നോ?''

''ഉമ്മയേയും ബാപ്പയേയും വേദനിപ്പിച്ചുകൊണ്ട് ഒന്നും ചെയ്യാൻ മനസ്സു വന്നില്ല. ഇവിടെയാകുമ്പം എന്നെ ആരും അറിയില്ലാലോ. സീനത്തായിട്ടേ ഇനി ഞാൻ പൊരേലേക്കു പോകൂ. ഇല്ലെങ്കില് പെണ്ണിന്റെ മനസ്സും ആണിന്റെ ശരീരവുമായി കാലാകാലം വെന്തുരുകി കയിഞ്ഞുകൂടേണ്ടിവരും. ചെലപ്പോ ഒരു ജാതി പൊറുതികേടാ ചേച്ചീ. സ്കൂളിന്ന് മാത്രല്ല ബന്ധുക്കളിൽനിന്നും ഒരുപാട് അപമാനം ഞാൻ സഹിച്ചിട്ടുണ്ട്. ചേച്ചിക്കറിയോ, ഇത്താത്താന്റെ നിക്കാഹ് സമയത്ത് എന്നെ ബാപ്പ നാലയലത്തും അടുപ്പിച്ചില്ല. പുതിയാപ്ളന്റെ ആൾക്കാരുടെയിടയിൽ മാനക്കേടാത്രേ. മുറിയടച്ചിരുന്നു കരച്ചിലായിരുന്നു. ഞാൻ കാരണം എന്റെ ഇത്താത്തമാർക്ക് ഇനിയും മാനക്കേടുണ്ടാക്കണ്ടാന്ന് വിചാരിച്ചാ ഉമ്മയോടും ബാപ്പയോടും ഒന്നും ഉരിയാടാതെ രായ്ക്കുരാമാനം സ്ഥലം വിട്ടത്.''

''എല്ലാ കഥയും ഒറ്റയടിക്ക് പറഞ്ഞു തീർക്കാതെ നീ ചെന്ന് കുളിക്ക്. ഒരു കുളിമുറിയേ ഉള്ളൂ. ഞാനാദ്യം കുറച്ചു വെള്ളം ദേഹത്തൊഴിച്ച്

ശരീരവും മനസ്സുമൊന്ന് വെടിപ്പാക്കട്ടെ. എന്നിട്ട് നിനക്ക് കഴിക്കാനെന്തെങ്കിലും തരാം.''

ഹാന്റ് ബാഗ് കട്ടിലിലേക്കെറിഞ്ഞ് കുളിമുറിയിലേക്കു നടന്നു. ഷവർ തുറന്ന് നീറുന്ന ദേഹത്ത് വെള്ളം വീണപ്പോൾ മനസ്സും വെന്തു നീറി. താഹ പറഞ്ഞതിലൂടെയെല്ലാം കടന്നുപോയിട്ടാണല്ലോ ഈ ഒരു രൂപത്തിലെത്തിയത്. പെണ്ണായാലും മക്കളെ പ്രസവിക്കാൻ സാധിക്കില്ലെന്ന് ഡോക്ടർമാറ് പറഞ്ഞപ്പോഴും വിവാഹം എന്റെ സ്വപ്നമായിരുന്നു. ശരീരം വിറ്റ് ജീവിക്കില്ലെന്നും ഉറപ്പിച്ചിരുന്നു. പക്ഷേ, വിവാഹവാഗ്ദാനം നല്കി ഒരു തെണ്ടി തന്നെ പലർക്കായി കാഴ്ചവെച്ചതോടെ ലോകത്തോടു മുഴുക്കെ വെറുപ്പായി. ചോദിക്കാനും പറയാനും ആളില്ലാത്തവളോട് എന്തുമാകാമെന്ന് തോന്നലുണ്ടായതോടെ സ്വഭാവവും മാറി. തെറിച്ചവളാകാൻ തീരുമാനിച്ചതോടെ ജീവിതം സുഗമമായി. അത്യാവശ്യം കാശുണ്ടാക്കി നാടൊക്കെയൊന്നു ചുറ്റണമെന്ന് തീരുമാനിച്ചിരിക്കുമ്പോഴാണ് താഹയുടെ വരവ്. അവനെയെന്തിനാണ് കൂടെ കൂട്ടിയതെന്ന് ഇപ്പോഴും പിടികിട്ടുന്നില്ല. പൊല്ലാപ്പാകുമോ എന്നും ഭയമുണ്ട്. അവന്റെ ചേച്ചിയെന്ന വിളിയിൽ ഒരു നിമിഷം വീണുപോയി.

കുളി കഴിഞ്ഞ് വേഷംമാറി എത്തിയപ്പോൾ താഹ അടുക്കള വൃത്തിയാക്കുകയായിരുന്നു.

''ഇതെന്തൊരു കോലാ ചേച്ചീ. ആകെ നാറിക്കിടക്കുന്നു. മൂന്നു ദിവസത്തെ പാത്രങ്ങളുണ്ട് സ്കിൽ. ഇവിടെ വെപ്പും തീനുമൊന്നുമില്ലേ?''

''നീ കൊള്ളാമല്ലോ. എന്റെ അടുക്കള ശുചീകരിച്ച് രൂപം മാറ്റിക്കളഞ്ഞല്ലോ. ഇനി എന്നെക്കൂടെ ഇതുപോലൊന്നു ശുദ്ധിയാക്ക്.'' പറഞ്ഞപ്പോൾ തൊണ്ടയിടറി.

''ചേച്ചി വേവലാതിപ്പെടല്ലേ. എന്റെ ചികിത്സ കഴിഞ്ഞാൽ നമുക്കു നാട്ടിൽ പോകാം. അവിടെ എന്റെ കൂട്ടുകാരി മീനയുടെ കാര്യം ഞാൻ സൂചിപ്പിച്ചതല്ലേ. അവൾക്ക് ചെറുതെങ്കിലും സ്വന്തമായി ഒരു വീടുണ്ട്. അമ്മ മരിച്ചതിനുശേഷം അവളവിടെ ഒറ്റയ്ക്കാ താമസം. സാമൂഹ്യവിരുദ്ധർ ശല്യം തുടങ്ങീട്ടുണ്ട്. അവളുടെ അയൽക്കാരൻ കുമാരേട്ടൻ സഹായത്തിനുള്ളതുകൊണ്ടാ ഒരുവിധം പിടിച്ചുനില്ക്കുന്നത്. കുമാരേട്ടന്റെ മോൻ ബാബുവേട്ടനെ മീനയ്ക്കു ജീവനാ. പക്ഷേ, അയാള് തരംകിട്ടിയാൽ മീനയെ തള്ളിപ്പറയും. അപമാനിക്കും. ചേച്ചി ചെന്നാൽ അവൾക്കൊരു തുണയാകും. ടൗണിലെ മാളിൽ ഒരു കോഫിഷോപ്പ് തുടങ്ങാൻ സഹായിക്കാമെന്ന് സാമൂഹ്യപ്രവർത്തക സതിയേച്ചി ഉറപ്പിച്ചു പറഞ്ഞിട്ടുണ്ട്. സതിയേച്ചിയോടും മീനയോടും മാത്രമേ ഇങ്ങോട്ട് വരുന്ന കാര്യം ഞാൻ പറഞ്ഞിട്ടുള്ളു. എന്റെ ഒരു ബന്ധു ചികിത്സയ്ക്കാവശ്യമുള്ള സഹായം

ചെയ്തുതരാമെന്ന് ഏറ്റിട്ടുണ്ടെന്ന് അവരോട് നുണ പറഞ്ഞിട്ടാ ഇങ്ങോട്ടു പോന്നത്. സതിയേച്ചിയെ ഒന്നു വിളിക്കണം. പാവപ്പെട്ട സ്ത്രീകളുടെ അത്താണിയാ സതിയേച്ചി.'' അടുക്കള വൃത്തിയാക്കുന്നതിനിടയിൽ താഹയുടെ സംസാരം.

''അതാണ് നമ്മുടെ വിധി താഹാ. ദൈവം നമ്മെ സൃഷ്ടിച്ച രൂപത്തിലായാലും കൂടുമാറിയാലും അവഗണന. പരിഹാസം. ആൺരൂപത്തിൽ ഒരു വലിയ ഫ്ളാറ്റിൽ ക്ലീനിങ് ജോലിയായിരുന്നു എനിക്ക്. പെണ്ണായി തിരിച്ചു ചെന്നപ്പോൾ അവരെന്നെ ആട്ടിയോടിച്ചു. ഞാൻ ഫ്ളാറ്റിലെ താമസക്കാരെ വഴിതെറ്റിക്കുമത്രെ. ഥൂ...... അവിടത്തെ താമസക്കാരനായ ഒരു സാറ് തന്ന പണവുമായി ഒരു മാസത്തെ ലീവെടുത്ത് നാട്ടിലേക്കെന്നും പറഞ്ഞാണ് അവിടന്നു പോന്നത്.. തിരിച്ചെത്തിയാൽ ജോലിയിൽ തുടരാമെന്ന പ്രതീക്ഷയോടെയാണ് അവിടം വിട്ടത്. ആസ്പത്രിയിൽവച്ച് എന്റെ കൂടെ പഠിച്ച റോസയെ കണ്ടിരുന്നില്ലെങ്കിൽ ഞാൻ വല്ലാതെ കുഴങ്ങിയേനെ. അവളപ്പോഴേക്കും ജോണായി മാറി ഒരു കൂട്ടുകാരിയേയും കണ്ടുപിടിച്ചിരുന്നു. അവർ ഇതിന്റെ മുകളിലത്തെ നിലയിലാ താമസം. അവരാണ് ഇവിടെ ഫ്ളാറ്റു കിട്ടാൻ സഹായിച്ചത്. ആശുപത്രിയിലും അവരായിരുന്നു തുണ. മനസ്സാകെ മടുത്തതോടെ വീട്ടിൽ വെപ്പ് വല്ലപ്പോഴുമാക്കി. ഇടയ്ക്ക് ജോൺ, മേരിയുണ്ടാക്കുന്ന ചോറും കറിയും കൊണ്ടുവന്നുതരും. ഇപ്പോൾ പകൽ ഉറക്കവും രാത്രി കണ്ട തെണ്ടികളെ സന്തോഷിപ്പിക്കലുമാണ് പരിപാടി. ജോൺ സ്നേഹമുള്ളവനാ. പക്ഷേ, ഓർക്കാതെ റോസയെന്നു വിളിച്ചുപോയാൽ പിണങ്ങും.

'പൊന്നു സൈമണേ, വളരെ പണിപ്പെട്ടാണ് ഞാൻ ജോണിലേക്കു കൂടുമാറ്റം നടത്തിയത്. പുരുഷനായി ജീവിച്ചാൽ മാത്രംപോരാ, അതു മറ്റുള്ളവരെ ബോദ്ധ്യപ്പെടുത്തുകയും വേണമല്ലോ. അതുകൊണ്ട് നമുക്ക് ഭൂതകാലം മറക്കാം. നീ ലിസ, ഞാൻ ജോൺ' എന്നാണ് അവൻ പറയുന്നത്. പുരുഷനിൽനിന്ന് സ്ത്രീയായി കൂടുമാറ്റം നടത്തിയ ഞാൻ അവനെ പുരുഷനായി അംഗീകരിക്കാൻ മടിക്കുന്നതെന്തിനാണെന്നാ അവന്റെ പരിഭവം. അതുകൊണ്ട് നിന്റെ ബാപ്പയുടെയും ഉമ്മയുടെയും സങ്കടം എനിക്കു മനസ്സിലാകും. അവൻ റോസയായിരുന്നെന്ന് നിനക്കറിയാമെന്ന് നീ ഭാവിക്കരുത്. കേട്ടോ. ആശുപത്രിയിൽവച്ച് അവനെ കണ്ടുമുട്ടിയത് എന്റെ സുകൃതം. ശസ്ത്രക്രിയ കഴിഞ്ഞതും ഞാൻ വല്ലാതെ അവശതയിലായിപ്പോയിരുന്നു. പനിയും മൂത്രക്കടച്ചിലും മനഃപ്രയാസവുമൊക്കെയായി വല്ലാത്തൊരവസ്ഥയിലായിരുന്നു. എന്നെ ഇന്നത്തെ ലിസയാക്കിയതിൽ അവനും മേരിക്കും നല്ല പങ്കുണ്ട്. ജനനം വൈകൃതമാക്കിയെങ്കിലും എപ്പോഴും കർത്താവ് നമ്മോടൊപ്പമുണ്ടെന്ന തോന്നൽ

ഒരു കരുത്തുതന്നെയാ.''

നീ ചെന്നു കുളിക്ക്. ഞാൻ ചപ്പാത്തിയും മുട്ടക്കറിയുമുണ്ടാക്കാം.''

''ചേച്ചിക്ക് വെപ്പറിയുമോ?''

''വലിയ പിടിപാടൊന്നുമുണ്ടായിരുന്നില്ല. ഫ്ളാറ്റിൽ ജോലിയുണ്ടായിരുന്നപ്പോൾ മേനോൻ സാറിന്റെ വീട്ടിലായിരുന്നു താമസം. പട്ടുപോലത്തെ മനുഷ്യൻ. മലയാളിയാ. മക്കള് വിദേശത്ത്. ഇഷ്ടംപോലെ കാശ്. ബോംബെയിൽ ശാസ്ത്ര വകുപ്പിൽ വലിയ ഉദ്യോഗസ്ഥനായിരുന്നു. നാട്ടിൽ ബന്ധുക്കളൊക്കെയുണ്ട്. സ്വന്തമായി വീടുമുണ്ട്. അമ്മ മരിച്ചപ്പോൾ നാട്ടിൽ ചെന്നു താമസിക്കാൻ മക്കൾ ഏറെ നിർബ്ബന്ധിച്ചതാ. സാറ് കൂട്ടാക്കിയില്ല. മുമ്പൊക്കെ ഇടയ്ക്ക് വിദേശത്തുചെന്ന് മക്കളെയും പേരക്കുട്ടികളെയും കാണാറുണ്ടായിരുന്നു. ഒരു മകന്റെ ഭാര്യ മദാമ്മയാണെന്നാ പറഞ്ഞത്. അവസാനകാലത്ത് ഞാനായിരുന്നു സഹായത്തിന് കൂടെയുണ്ടായിരുന്നത്. കർത്താവാണ് വാസ്തവത്തിൽ എന്നെ അവിടെയെത്തിച്ചത്. സെമിനാരിയിൽനിന്ന് ഒളിച്ചുകടന്ന് തെരുവിലഭയം തേടിയപ്പോൾ അവിടെ വെപ്പുപണിക്ക് നിന്നിരുന്ന ബായിയാണ് എനിക്ക് ഫ്ളാറ്റിൽ ജോലി വാങ്ങിത്തന്നതും മേനോൻ സാറിനെ പരിചയപ്പെടുത്തിയതും. എനിക്കു ഭാഗ്യമില്ലായിരുന്നു, അതാ മേനോൻസാർ അത്രവേഗം മരണപ്പെട്ടത്. എനിക്കും ആരൊക്കെയോ ഉണ്ടെന്നു തോന്നിത്തുടങ്ങുമ്പോഴേക്കും സാറിനെ ദൈവം വിളിച്ചു. രാത്രി സാറിന്റെ കാലിൽ തൈലംപുരട്ടി ഉഴിഞ്ഞുകൊണ്ടിരുന്നപ്പോഴാണ് ഞാൻ സാറിനോട് എന്റെ മനസ്സു തുറന്നത്. അതുവരെ റോസയോടു മാത്രമേ ഞാനെന്റെ ഉള്ളുരുക്കം പങ്കുവെച്ചിട്ടുള്ളൂ. സാറ് ശാസ്ത്രജ്ഞനായതുകൊണ്ടാകാം എന്റെ ഉള്ള് പെട്ടെന്നു വായിച്ചെടുത്തത്. അതിനുശേഷം സാറിന് എന്നോടുള്ള കരുതലും സ്നേഹവും കൂടി. എനിക്ക് ചികിത്സയ്ക്കാവശ്യമായ പണം നല്കണമെന്ന് മേനോൻ സാർ വില്പത്രത്തിൽ എഴുതിവച്ചിരുന്നു. മക്കളതു തരികയും ചെയ്തു. അവരെന്നെ വിളിക്കാറുണ്ടായിരുന്നു. നേർവഴിവിട്ട് ജീവിക്കാൻ തുടങ്ങിയതോടെ അവരുടെ ഫോൺ ഞാൻ എടുക്കാതായി. എല്ലാറ്റിനും യോഗം വേണം. നീ ചെന്ന് കുളിച്ചിട്ടു വാ.''

അവൻ ചന്തികുലുക്കി തോള് വെട്ടിച്ച് കുളിമുറിയിലേക്കു നടക്കുന്നത് കണ്ടപ്പോൾ ഞാൻ സൈമണെ ഓർത്തു. ആൺ വേഷത്തിൽ പെണ്ണിന്റെ ഭാവവുമായി ആശുപത്രിയിലെത്തുമ്പോൾ ആരെ കാണണം എവിടെ ചെല്ലണമെന്നൊന്നും യാതൊരു രൂപവുമില്ലായിരുന്നു. ആസ്പത്രിയിലെ ഇൻഫർമേഷൻ കൗണ്ടറിൽച്ചെന്ന് തന്റെ ആവശ്യം പറഞ്ഞ് അതിനുവേണ്ടി ഏതു ഡോക്ടറെ കാണണമെന്ന് ചോദിച്ചപ്പോൾ കൗണ്ടറിലിരിക്കുന്ന സുന്ദരിക്കോത മുഖം കോട്ടിച്ചിരിച്ചിട്ട് മറ്റൊരു കൗണ്ടറിലേക്ക്

വിരൽ ചൂണ്ടി. അന്ന് ആണായിരുന്നെങ്കിലും ഇന്നത്തെ തന്റേടമുണ്ടായിരുന്നില്ല. ഇനിയും അപമാനം സഹിക്കേണ്ടിവരുമോ എന്നോർത്ത് ആധിപിടിച്ചു നില്ക്കുമ്പോഴാണ് ആരോ വന്ന് തോളിൽ തട്ടിയത്.

"എടാ സൈമാ നീയെന്താ ഇവിടെ?" ഒരാൾ ചോദിക്കുന്നത് കേട്ട് പകച്ചാണ് നോക്കിയത്.

"എടാ ഇത് ഞാനാ, പഴയ റോസ."

"ഈശോയേ..... കണ്ണു നിറഞ്ഞുപോയി.. റോസാ.......നീ ശരിക്കും?"

"അതേ... ഞാൻ ജോണായെടേ..... എന്നെ കണ്ടില്ലേ.....ഒത്ത ആണായില്ലേ....?" ഞങ്ങൾ കെട്ടിപ്പിടിച്ച് കണ്ണീരൊഴുക്കി.

"നീ വാ. പലരും നമ്മളെ ശ്രദ്ധിക്കുന്നു." അവൻ എന്നെയും കൂട്ടി നീണ്ട വരാന്തയുടെ ഒഴിഞ്ഞ കോണിലെത്തി.

"നീ ഇവിടിരി. എന്റെ ഡ്യൂട്ടി ഇപ്പോ കഴിയും." റോസ നീണ്ടവരാന്തയിലെവിടെയോ പോയി മറഞ്ഞു. പിന്നീടങ്ങോട്ട് ചികിത്സയുടെ നീണ്ട കാലയളവുകളായിരുന്നു. സ്കാനിങ്, ലാപ്രോസ്കോപി, മാനസികപിരിമുറുക്കത്തിനുള്ള ചികിത്സ. അങ്ങനെ നീണ്ടുപോയി. വൃഷണം ചെറുതാണ്, എടുത്തു മാറ്റണം. അല്ലെങ്കിൽ ക്യാൻസറുണ്ടാകാൻ സാദ്ധ്യതയുണ്ട് എന്നു ഡോക്ടർ പറഞ്ഞപ്പോൾ മനസ്സിൽ പൂത്തിരി കത്തി. എന്റെ മുഖത്തെ തെളിച്ചം കണ്ട് ശസ്ത്രകിയയിലുണ്ടാകുന്ന റിസ്കുകളെക്കുറിച്ചും ഡോക്ടർ നീണ്ട ക്ലാസെടുത്തു. 'വിചാരിക്കുന്നതുപോലെ എളുപ്പമല്ല സംഗതികൾ' എന്ന് എന്നെ പറഞ്ഞു മനസ്സിലാക്കാനായിരുന്നു ഡോക്ടറുടെ ശ്രമം. എന്തും നേരിടാൻ അപ്പോഴേക്കും എന്റെ മനസ്സ് തയ്യാറെടുത്തിരുന്നു. മരിക്കയാണെങ്കിൽ പെണ്ണായിട്ട് മരിക്കാൻ സന്തോഷമേയുള്ളൂ എന്ന് പറഞ്ഞപ്പോഴാണ് ഡോക്ടർ ഓപ്പറേഷന്റെ ദിവസം തീരുമാനിച്ചത്. ഷുഗർ, ലിവർ കംപ്ലയിന്റ്, പേശിവേദന - പല ആരോഗ്യ പ്രശ്നങ്ങളും അപ്പോഴെനിക്കുണ്ടായിരുന്നു. നാലഞ്ചുദിവസം നിരീക്ഷിച്ചതിനുശേഷമാണ് ഓപ്പറേഷനുള്ള തീയതി നിശ്ചയിച്ചത്. അഞ്ചാം ദിവസം അതിരാവിലെയാണ് തിയറ്ററിൽ കയറ്റിയത്. നാലു മണിക്കൂർ നീണ്ടുനിന്ന ശസ്ത്രക്രിയ. ആദ്യം മരുന്നു കുത്തിവച്ച് പെനീസ് ഉദ്ധരിപ്പിക്കും. വൃഷണങ്ങളുടെ ഭാഗം തുരന്നെടുക്കും. മലദ്വാരത്തിനും പ്രോസ്റ്റേറ്റിനും മൂത്രനാളിക്കുമിടയിൽ ഏഴിഞ്ചു നീളത്തിൽ കനാലുണ്ടാക്കും. ഉദ്ധരിച്ചലിംഗം മുറിച്ചുമാറ്റി അതിന്റെ തൊലി കീറിയെടുത്ത് കനാലിന്റെ ഉള്ളിൽ പിടിപ്പിക്കും. അതിനുശേഷമാണ് മുറിച്ച ലിംഗം കരിച്ച് കൃസരി വെച്ചു പിടിപ്പിക്കുന്നത്. പിന്നീട് മടക്കിത്തുന്നി നാലു ഭാഗവും കരിക്കും. ഡോക്ടർ പറഞ്ഞുതന്ന ഓരോ കാര്യവും മനസ്സിലുരുവിട്ടുകൊണ്ട് കർത്താവിനെ ധ്യാനിച്ച് ഓപ്പറേഷൻ ടേബിളിൽ കിടക്കു

മ്പോഴും മനസ്സ് നിറയെ പ്രതീക്ഷകളായിരുന്നു. ഇത്രയുംകാലം ഞാൻ ആരോടും പറയാതെ ഉള്ളിൽക്കൊണ്ടുനടന്ന വേദനയുമായി താരതമ്യപ്പെടുത്തുമ്പോൾ ഓപ്പറേഷനു ശേഷം അനുഭവിക്കേണ്ടിവരുന്ന വേദനയും ദുരിതങ്ങളും ഒന്നുമല്ല. ആണായി ഓപ്പറേഷൻ ടേബിളിൽ കിടക്കുന്ന ഞാൻ പെണ്ണായി മുറിയിലെത്തുന്നതും വർണ്ണപ്പകിട്ടുള്ള വേഷവും കണ്ണഞ്ചിപ്പിക്കുന്ന ആഭരണങ്ങളുമണിഞ്ഞ്.... പക്ഷേ.... കർത്താവേ........ ഇതെന്തൊരു വേദന....

“ലിസേച്ചീ, ഏത് ലോകത്താ. അല്ലാ ഉമ്പക്ക് കച്ചോടത്തിനു പോണ്ടേ. സീനത്ത് അവിടന്ന് പുറപ്പെട്ടു.”

മീന വിളിച്ചപ്പോൾ, `എന്തതിശയമേ ദൈവത്തിൻ നാമം എത്ര മനോഹരം!' എന്ന് പാടിക്കൊണ്ട് എഴുന്നേറ്റു.

പതിനൊന്ന്

"**സു**നിയേച്ച്യേ..... ഫോണടിയണത് ഇങ്ങള് കേക്കണില്ലേ...?" ഫോണുമായി ഹൈറു മുന്നിൽ നില്ക്കുന്നത് അപ്പോഴാണ് ശ്രദ്ധിച്ചത്.

"ഇങ്ങളേത് ലോകത്താ? എത്ര നേരായി ഫോണടിയണ്. കാണുന്നോരിക്കെല്ലാം നമ്പറ് കൊടുക്കും. ഫോണൊരു ഭാഗത്ത് മൂപ്പത്തി വേറൊരു ഭാഗത്ത്. അടുത്തുണ്ടായാലും ഹേ ഹേ കേക്കൂല്ല, എടുക്കൂല്ലാ. അതും എന്റെ ഡ്യൂട്ടിയാ. റബ്ബേ മീൻ പൊരിച്ചത് കരിഞ്ഞിട്ടുണ്ടാകും." തിരക്കിട്ട് അടുക്കളയിലേക്ക് നടക്കുന്നതിനിടയിൽ ഹൈറു പറയുന്നുണ്ടായിരുന്നു.

അപ്പോഴേക്കും ഫോൺ നിശ്ശബ്ദമായി. നമ്പറ് നോക്കി. സതിയാണ്. ഹൈറു പറയുന്നതിൽ കാര്യമുണ്ട്. ചോദിക്കുന്നവർക്കെല്ലാം ഫോൺ നമ്പർ കൊടുക്കുമെങ്കിലും എടുക്കുന്ന കാര്യത്തിൽ ഭയങ്കര സെലക്ടീവാണ്. ചിലര് വെറുതെ വിളിച്ച് കൊച്ചുവർത്തമാനം പറയും. കൂടുതലും പരിപാടികൾക്ക് വിളിക്കുന്നവരായിരിക്കും. വിളിക്കുമ്പോൾ തേനും പാലുമൊഴുക്കും. അതു കഴിഞ്ഞാൽ പരിപാടിയുടെ ദിവസമേ മിണ്ടാട്ടമുണ്ടാകൂ. 'ടീച്ചറൊരു ടാക്സിയെടുത്തിങ്ങ് പോരെ' എന്നൊക്കെ പറയുമെങ്കിലും പലരും ടാക്സിക്കൂലി പോലും ചൊവ്വേ തരില്ല. ആദ്യമൊക്കെ ആവേശത്തിൽ, വിളിക്കുന്ന പരിപാടിക്കെല്ലാം ഓടിപ്പാഞ്ഞുപോകുമായിരുന്നു. വളരെ അടുത്തറിയുന്നവർ വിളിക്കുമ്പോൾ മാത്രമേ ഇപ്പോൾ പോകാറുള്ളൂ. കൊറോണക്കാലമായതുകൊണ്ട് ഈയിടെയായി വെബിനാറാണ് കൂടുതൽ. ചില സംഘാടകർക്ക് വാട്സാപ് ഗ്രൂപ്പിലിടാൻ എഴുത്തുകാർ സ്വയം വീഡിയോ എടുത്ത് അയച്ചുകൊടുക്കണം. "ടീച്ചറുടെ കഥയാണ്

ഇത്തവണ ഞങ്ങടെ ഗ്രൂപ്പ് ചർച്ചയ്ക്കെടുത്തിരിക്കുന്നത്. പത്തമ്പത് പേരുള്ള ഗ്രൂപ്പാണ്. മിക്കവരും ചർച്ചയിൽ പങ്കെടുക്കും. നല്ല പബ്ലിസിറ്റിയാ. നന്നായിട്ടൊരു വീഡിയോ അയച്ചേക്കണേ. പതിനഞ്ചു മിനുട്ട് മതി.'' എന്തോ ഔദാര്യം ചെയ്യുന്ന മട്ടിലാണ് പറയുന്നത്. സദസ്സിനെ അഭിമുഖീകരിച്ച് സംസാരിക്കുന്നതുപോലെയല്ല സ്വയം വീഡിയോ തയ്യാറാക്കലെന്നൊന്നും പറഞ്ഞാൽ അങ്ങോട്ടേശാറില്ല. അവരുടെ ഗ്രൂപ്പിലെ പ്രബുദ്ധരായ വായനക്കാർ ചർച്ചയ്ക്ക് തെരഞ്ഞെടുക്കുന്നവരുടെ പുസ്തകം പെട്ടെന്നു വിറ്റുപോകും എന്നൊരു പ്രലോഭനവും പലപ്പോഴുമുണ്ടാകാറുണ്ട്. എഴുത്തുകാർ എഴുതിയാൽമാത്രം പോരാ മാർക്കറ്റിങ്ങും നടത്തേണ്ട ഗതികേടിലാണ്. മാർക്കറ്റുണ്ടെങ്കിലേ പുസ്തകമച്ചടിക്കൂ എന്നു ശഠിക്കുന്ന പ്രസാധകരാണ് കൂടുതലും. അതുമാത്രമല്ല അച്ചടിക്കുന്നതിൽ നൂറോ ഇരുന്നൂറോ കോപ്പി, എഴുത്തുകാർ വിലകൊടുത്തു വാങ്ങണം. സോഷ്യൽമീഡിയയിലൂടെ സ്വന്തം പുസ്തകത്തിന് കച്ചവടമുണ്ടാക്കേണ്ട ബാദ്ധ്യതയും എഴുത്തുകാരുടെമേൽ കെട്ടിവയ്ക്കാൻ തുടങ്ങിയിട്ടുണ്ടെന്നും കേൾക്കുന്നുണ്ട്. എല്ലാരും എഴുത്തുകാരായാൽ എന്തുചെയ്യും ടീച്ചറേ എന്നാണ് ഇക്കാര്യത്തെക്കുറിച്ചു ചോദിച്ചപ്പോൾ പരിചയക്കാരനായ ഒരു പ്രസാധകന്റെ പ്രതികരണം. ജീവിതംതന്നെ പ്രകടനമായി മാറിക്കൊണ്ടിരിക്കുന്നത് വല്ലാത്ത മനോവിഷമമുണ്ടാക്കുന്നു. പരസ്പരം സംശയത്തോടെ നോക്കുന്നുവരായി എഴുത്തുകാരും മാറിക്കൊണ്ടിരിക്കുന്നു. വീണ്ടും ഫോണിൽ സരിഗമരാഗം. സതിയായിരുന്നു.

"സുനിയേ.... ഞാൻ വിളിച്ചിരുന്നു."

"കണ്ടിരുന്നു. ഞാൻ തിരിച്ചുവിളിക്കാൻ തുടങ്ങുകയായിരുന്നു. നേരിട്ടു കാണാനാകാതെ ഫോണിൽ സംസാരിക്കുമ്പോൾ ഈയിടെയായി വല്ലാത്തൊരേകാന്തത അനുഭവപ്പെടുന്നു. ചിലപ്പോൾ വല്ലാത്ത നിസ്സഹായത. എനിക്കു ഞാൻ മതി എന്നഹങ്കരിച്ച നാളുകൾക്ക് അറുതിയായെന്നാ തോന്നുന്നത്. സതീ, നമ്മളാഗ്രഹിക്കുന്നതൊന്നും ചെയ്യാനാകാതെ ഇങ്ങനെ എത്രകാലം മുന്നോട്ടുപോകും? എത്തും പിടിയും കിട്ടാതെ മനസ്സാകെ കലങ്ങി മറിയുകയാണ്."

"ഇതിപ്പോ പലരുടെയും പരാതിയാണ്. ഞങ്ങള് സ്ത്രീകൾക്കായി കൗൺസിലിങ് സെന്റർ തുടങ്ങിയിട്ടുണ്ട്. പാവപ്പെട്ട പെണ്ണുങ്ങളുടെ കാര്യം വലിയ കഷ്ടമാണ് കേട്ടോ. കുട്ടികളും ഭർത്താവും വീട്ടിലിരിപ്പായതോടെ അവരുടെ സ്വകാര്യത നഷ്ടപ്പെട്ടു. ജോലിയും കൂലിയുമില്ലെങ്കിലും ഊണിന് വിഭവങ്ങൾ കുറഞ്ഞാൽ ആണുങ്ങൾ പൊട്ടിത്തെറിക്കും. വീട്ടുജോലിക്കും പുറംജോലിക്കും പോയി അധിക വരുമാനം

കണ്ടെത്തിയായിരുന്നു പല സ്ത്രീകളും രണ്ടറ്റവും കൂട്ടിമുട്ടിച്ചത്. പലർക്കും തൊഴിൽ നഷ്ടപ്പെട്ടു. ബെവറേജസ് തുറക്കാതായതോടെ കള്ളു കിട്ടാത്തതിന്റെ പരാക്രമവും പെണ്ണുങ്ങളോടാണ്. സർക്കാരിന്റെ ഭക്ഷണക്കിറ്റ് കിട്ടുന്നതുകൊണ്ട് പട്ടിണിയില്ല സതിയേച്ചിയേ എന്നാണ് പലരും പറയുന്നത്. സുനിയെപ്പോലുള്ളവർ ഇതിനെക്കുറിച്ചൊക്കെ എഴുതണം. അപ്പോൾ മാനസിക പിരിമുറുക്കം കുറഞ്ഞുകിട്ടും."

"എഴുത്തും വായനയുംതന്നെയാണ് ശരണം. പക്ഷേ, ഇടയ്ക്ക് മനസ്സങ്ങ് പിടിവിടും."

"അതിനാണ് കല്യാണം കഴിച്ച് കുടുംബമായി കഴിയണമെന്നു പറയുന്നത്. ഞാനന്നു പറഞ്ഞ മാഷുടെ കാര്യത്തെക്കുറിച്ചെന്തു പറയുന്നു? പ്രായമിത്തിരി കൂടുതലാണെങ്കിലും പട്ടുപോലത്തെ മനുഷ്യനാണ്. നിന്നെപ്പോലെ വിവാഹം വേണ്ടെന്നു വച്ചതാണ്. എവിടെയോ നിന്റെ ഇന്റർവ്യൂ വായിച്ചപ്പോൾ തോന്നിയ മോഹമാണെന്നാണ് പറഞ്ഞത്."

"അയ്യോ....എഴുത്ത് വേറെ ജീവിതം വേറെ. തല്ക്കാലം അത്തരം ചിന്തകളൊന്നും മനസ്സിലില്ല. പുതിയൊരു നോവലിന്റെ പണിപ്പുരയിലാണ്. അതൊന്നു വേണ്ട രീതിയിൽ മുഴുവനാക്കിയാൽ മനസ്സൊന്നു തണുക്കും. വെറുതേ വിളിച്ചതാണോ?"

"സംസാരത്തിനിടയിൽ അക്കാര്യം മറന്നു. നമ്മുടെ സീനത്ത് ഒരു പുസ്തകമെഴുതിയിട്ടുണ്ട്. അത് ഇയാള്തന്നെ പ്രകാശനം ചെയ്യണമെന്ന് അവൾക്ക് നിർബ്ബന്ധം. സുനിയുടെ ആരാധികയാണ്. നിന്നെക്കുറിച്ചു പറയുമ്പോൾ ആളങ്ങു കത്തിക്കയറും."

"ഏത് സീനത്ത്......?"

"ആ ട്രാൻസ്ജെന്റർ കുട്ടി. അതിന്റെയൊക്കെ അവസ്ഥ വളരെ കഷ്ടമാണ് കേട്ടോ. പെണ്ണായി മാറിയിട്ടും വീട്ടുകാരോ സമുദായമോ സമൂഹമോ അവരെ ആ അവസ്ഥയിൽ അംഗീകരിക്കുന്നില്ലെന്നു മാത്രമല്ല അവസരം കിട്ടിയാൽ പരിഹസിക്കുകയും ചെയ്യും. അതുകൊണ്ടാണ് ഞാനവരോടൊപ്പം നില്ക്കുന്നത്."

"ഇപ്പം മനസ്സിലായി. ചില പരിപാടികളിൽവച്ചു കണ്ടിട്ടുണ്ട്. ഇവരെന്തിനാ സതീ, ഇങ്ങനെ ഉടുത്തൊരുങ്ങി പെൺജീവിതം ആഘോഷമാക്കാൻ ശ്രമിക്കുന്നത്. എനിക്കതിൽ എതിർപ്പുണ്ട് കേട്ടോ. അതുമല്ല, അവളുടെ ഏറ്റവും വലിയ മോഹത്തെക്കുറിച്ചു പറഞ്ഞു കേട്ടപ്പോൾ തെല്ലൊന്നന്ധാളിക്കുകയും ചെയ്തു."

"അതൊക്കെ വെറും പറച്ചിലാ. അങ്ങനെയൊക്കെ പറഞ്ഞാലേ

ഇപ്പോൾ പൊതുരംഗത്ത് വിലയുള്ളൂ എന്നൊക്കെയാ എന്നോടു പറഞ്ഞത്. അടക്കിവെച്ച കാമനകൾ പുറത്തുവിട്ടാൽ അവർക്ക് മനസ്സുഖം കിട്ടുമെങ്കിൽ കിട്ടിക്കോട്ടെന്നേ. അവരുടെ മാനസികാവസ്ഥ നമുക്കു പിടികിട്ടുകയില്ല. ഏറെക്കാലം അടക്കിവെച്ച പെൺകാമനകൾ പുറത്തെടുക്കാൻ അവസരം കിട്ടുമ്പോഴുള്ള അമ്പരപ്പും അന്ധാളിപ്പും ചേച്ചിക്കു പറഞ്ഞാ മനസ്സിലാവൂലാ എന്നാ അവര് പറയുന്നത്. അവളുടെ സുഹൃത്ത് ലിസയെ കണ്ടുമുട്ടിയിരുന്നില്ലെങ്കിൽ അവളുടെ ജീവിതം ചുവന്ന തെരുവിൽ ഒടുങ്ങിയേനെ. അച്ചനാകേണ്ട സൈമൺ പെണ്ണാകാൻവേണ്ടി തെരുവിലിറങ്ങി കഷ്ടനഷ്ടങ്ങൾ ഏറെ സഹിച്ചിട്ടാണ് ലിസയായത്. അച്ചനായിരുന്നെങ്കില് അവന് സമൂഹത്തിൽ നിലയും വിലയും കിട്ടുമായിരുന്നു. അതൊന്നും വേണ്ടെന്നുവച്ച് പെണ്ണാകുന്നതിന്റെ പൊരുള് പെണ്ണായി ജനിച്ച് പെണ്ണായിത്തന്നെ ജീവിക്കാൻ ഭാഗ്യം ലഭിച്ച എനിക്കും നിനക്കും മനസ്സിലാകില്ലെന്നാണ് അവര് പറയുന്നത്.. സീനത്ത് ഇവിടത്തെ സാമാന്യം ഭേദപ്പെട്ട മുസ്ലിം കുടുംബത്തിലെ അംഗമാണ്. അത്തരമൊരു കുടുംബത്തിൽനിന്ന് പുറത്തുചാടി ഇങ്ങനെയൊരു കൂടുമാറ്റം നടത്തുമ്പോഴുണ്ടാകുന്ന മാനസികപിരിമുറുക്കങ്ങളും സമുദായത്തിൽ നിന്നുണ്ടാകുന്ന എതിർപ്പുകളുമൊക്കെ ഊഹിക്കാമല്ലോ. അവളുടെ അനുഭവക്കുറിപ്പുകളാണ്. മനസ്സു വെന്തുപോകുന്ന അനുഭവങ്ങളാണ്. ഞാനാണ് അച്ചടിക്കാൻ ഏർപ്പാടാക്കിക്കൊടുത്തത്. ആദ്യത്തെ ട്രാൻസ്ജന്റർ എഴുത്തെന്നു വിശേഷിപ്പിച്ചുകൊണ്ട് പ്രസാധകർ പരസ്യം കൊഴുപ്പിക്കുന്നുണ്ട്. ആ പ്രസാധകരുമായി സുനി ഇത്തിരി മുഷിവിലാണെന്നും അതുകൊണ്ട് ഞാൻ മുൻകൈയെടുത്ത് സമ്മതിപ്പിക്കണമെന്നുമാണ് സീനത്ത് പറഞ്ഞത്.''

''എന്റെ എഴുത്തിൽ അവര് പറയുന്ന മസാലകൾ ചേർത്ത് സെൻസേഷണലാക്കി മാർക്കറ്റുണ്ടാക്കിക്കൊടുക്കണമെന്നു പറഞ്ഞാൽ നടക്കുന്ന കാര്യമാണോ? മതം ഓരോരുത്തരുടെയും വ്യക്തിപരമായ കാര്യമല്ലേ? വിശ്വാസിയാകുന്നതും ആകാതിരിക്കുന്നതും ഓരോരുത്തരുടെ ഇഷ്ടം. സമൂഹത്തിൽ ഇടം കണ്ടെത്താൻ വേണ്ടിമാത്രം മതത്തെ തള്ളിപ്പറയണമെന്നും വായനക്കാരെ ഇക്കിളിപ്പെടുത്തുന്ന ചില ഭാഗങ്ങൾ ചേർക്കണമെന്നും പറഞ്ഞാൽ വഴങ്ങിക്കൊടുക്കാനൊന്നും എന്നെ കിട്ടില്ല. എന്റെ ചിന്തകൾ ആർക്കും ഞാൻ പണയപ്പെടുത്തില്ല. എനിക്കങ്ങനെയുള്ള പബ്ലിസിറ്റിയൊന്നും വേണ്ട.''

''പ്രസാധകർ കല്പിക്കുന്നതുപോലെ പുസ്തകമെഴുതാൻ തയ്യാറുള്ളവരുടെ നീണ്ട നിരയുണ്ടെന്നു മറക്കണ്ട. പുട്ടിനു തേങ്ങയിടുന്നതുപോലെയല്ലേ അശ്ലീലം കുത്തിക്കയറ്റുന്നത്. ഒരു നാട്ടിലെ മനുഷ്യരെല്ലാം

അശ്ലീലം പറയുന്നവരും പ്രവൃത്തിക്കുന്നവരുമാണെന്ന തോന്നലാണ് ഈയിടെ ഒരു നോവൽ വായിച്ചപ്പോൾ എനിക്കനുഭവപ്പെട്ടത്. സെക്സ് ഒരു മോശപ്പെട്ട കാര്യമാണെന്ന് എനിക്കിന്നേവരെ തോന്നിയിട്ടില്ല. ഉണ്ണുന്നതുപോലെ, ഉറങ്ങുന്നതുപോലെ അനിവാര്യമായ ഒരു സംഗതി. മനുഷ്യജീവിതത്തെക്കുറിച്ചു പറയുമ്പോൾ ചിലപ്പോൾ നമുക്ക് ലൈംഗികതയെക്കുറിച്ചു തീർച്ചയായും പറയേണ്ടിവരും. സുനിയുടെ ഒരു നോവലിൽ അറപ്പും വെറുപ്പും തോന്നാത്ത വിധത്തിൽ ഒരു സെക്സ് വർക്കറുടെ ജീവിതം അതിമനോഹരമായി പറഞ്ഞിട്ടുണ്ടല്ലോ. ആദ്യത്തെ നോവൽ അതായിരുന്നു അല്ലേ?''

''അതെ, അതെഴുതിയതുകൊണ്ടാണല്ലോ സുനി കല്യാണി അറിയപ്പെടുന്നവളായത്. എന്നുകരുതി എന്നും അതുപോലെ എഴുതണമെന്നുണ്ടോ?''

''നാലാണുങ്ങളെ സ്വന്തം ശരീരം കാണിച്ചു മയക്കി ഒരുപോലെ വരുതിയിൽ നിർത്തുകയും അതേസമയം അവർക്ക് വഴങ്ങിക്കൊടുക്കാതിരിക്കുകയും ചെയ്യുന്ന നാരായണി എന്ന ഗ്രാമീണകഥാപാത്രത്തെ എത്ര സ്വാഭാവികമായിട്ടാ താൻ അവതരിപ്പിച്ചത്. വേണമെങ്കിൽ പൈങ്കിളിയാക്കാമായിരുന്നു. അതെഴുതുമ്പം ഏതോ ഒരിമേജ് തന്റെ മുന്നിലുണ്ടെന്ന് എനിക്കു തോന്നിയിട്ടുണ്ട്.''

''അമ്മ പറഞ്ഞുതന്ന അനേകം കഥകളിൽനിന്ന് ഞാൻ കോറിയെടുത്ത കഥാപാത്രമാണ് നാരായണി. നന്നേ ചെറുപ്പത്തിൽ ഭർത്താവ് മരിച്ചപ്പോൾ ജീവിക്കുവാൻവേണ്ടി ശരീരം പണയപ്പെടുത്തുകയല്ലാതെ നാരായണിക്ക് മറ്റു മാർഗ്ഗമൊന്നുമുണ്ടായിരുന്നില്ല. അക്കാലത്ത് നാട്ടുമ്പുറങ്ങളിൽ അത്തരം ഒന്നോ രണ്ടോ സ്ത്രീകളെങ്കിലുമുണ്ടാകും. നാട്ടിലെ പെണ്ണുങ്ങൾ അവരെ തങ്ങളുടെ ഭർത്താക്കന്മാരിൽനിന്നകറ്റി നിർത്താൻ അവരെക്കുറിച്ച് ഇല്ലാക്കഥകൾ പ്രചരിപ്പിക്കുമ്പോൾ ഭർത്താക്കന്മാർ ഈർഷ്യ പുറത്തു കാണിക്കാറില്ലെങ്കിലും പാത്തും പതുങ്ങിയും ഇരുളിൽ അവരെത്തേടിപ്പോകുന്നത് പാവം ഭാര്യമാർക്ക് തടയാനാകാറില്ല. ഇത്തരം കാമവെറിയന്മാരെ ആരും മോശക്കാരായി കാണാറില്ല. അതവരുടെ ആണത്തമെന്നു വീമ്പുപറയുന്നവരാണ് ആണുങ്ങൾ. പ്രേമിച്ചു വിവാഹം കഴിച്ചതുകൊണ്ട് സമൂഹത്തിലും സമുദായത്തിലും ഒറ്റപ്പെട്ടവളായിരുന്നു എന്റെ അമ്മ. എനിക്കുവേണ്ടി മാത്രമുള്ള ജീവിതമായിരുന്നു അമ്മയുടേത്. ഇല്ലാക്കഥകൾ മെനഞ്ഞും സ്നേഹം നടിച്ചും വശത്താക്കാൻ വന്നവരെ അരിവാളുകൊണ്ട് നേരിട്ട കഥ വടക്കൻപാട്ടിന്റെ ഈണത്തിൽ അമ്മ പാടിയും പറഞ്ഞും ധാരാളം കേട്ടിട്ടുണ്ട്. എല്ലാംകൂടി ചേർത്ത് എന്റെ സങ്കല്പത്തിനനുസരിച്ച് നാരായ

ണിയെ സൃഷ്ടിക്കുമ്പോൾ സത്യം പറഞ്ഞാൽ വായനക്കാരൊന്നും മുന്നിലുണ്ടായിരുന്നില്ല. എഴുതിക്കഴിഞ്ഞ് അമ്മയെയാണ് ആദ്യം വായിച്ച് കേൾപ്പിച്ചത്. തരക്കേടില്ലാലോ എന്നായിരുന്നു നല്ലൊരു വായനക്കാരിയായ അമ്മയുടെ പ്രതികരണം. അങ്ങനെയാണ് രണ്ടുംകല്പിച്ച് സീരിയലൈസു ചെയ്യാൻ ആഴ്ചപ്പതിപ്പിന് അയച്ചുകൊടുത്തത്. പ്രസിദ്ധീകരിക്കുമെന്ന് വിചാരിച്ചതേയല്ല. അവരത് വലിയ പരസ്യമൊക്കെ കൊടുത്ത് സുനി കല്യാണി എന്ന എഴുത്തുകാരിയെ സൃഷ്ടിച്ചു എന്നാണ് എനിക്കു തോന്നിയിട്ടുള്ളത്.”

“അതേതായാലും നന്നായി. മലയാളത്തിനു കരുത്തുള്ള ഒരെഴുത്തുകാരിയെ കിട്ടിയല്ലോ. ഇപ്പോ തിരക്കൊഴിഞ്ഞ് വീട്ടിലിരിക്കയല്ലേ, പഴയ ഓർമ്മകളെല്ലാം ചിക്കിച്ചികഞ്ഞ് പുറത്തെടുത്ത് കുറിച്ചിട്. പിന്നീട് വിപുലപ്പെടുത്താം.”

“അങ്ങനെയൊന്നും എഴുത്ത് വരില്ല സതീ. ഇടയ്ക്കിടെ അമ്മ വന്ന് പ്രകോപിപ്പിക്കുമ്പോഴാണ് പുതിയ സൃഷ്ടികളെക്കുറിച്ച് ചിന്തിക്കാറുള്ളത്.”

“അമ്മയുമായി തനിക്കുള്ള അടുപ്പം പല രചനകളിലും വായിച്ചറിഞ്ഞിട്ടുണ്ട്. അവരെ എന്റെ ഭാവനയ്ക്കനുസരിച്ച് മനസ്സിൽ കോറിയിട്ടിട്ടുമുണ്ട്. അതാണ് എന്റെ തകരാറ്. ഒരു നോവലോ കഥയോ വായിച്ചാൽ അതിലെ കഥാപാത്രങ്ങളെ എന്റെ ഭാവനയ്ക്കനുസരിച്ച് പുനഃസൃഷ്ടിച്ച് അവരുമായി സല്ലപിക്കുക സ്ഥിരം പതിവാണ്.”

“അതൊരു നല്ല കഴിവല്ലേ.? ശ്രമിച്ചാൽ എഴുത്തുകാരിയാകും.”

“അയ്യോ, അതൊന്നും വേണ്ട. ഇഷ്ടപ്പെട്ട എഴുത്തുകാരുടെ കൃതികൾ വായിച്ചും രസിച്ചും എന്നെക്കൊണ്ടാകുന്നതുപോലെ സമൂഹത്തെ സേവിച്ചും ഈ ജീവിതമങ്ങു തീർക്കാം.”

“വലിയ മനസ്സുള്ളതുകൊണ്ടാ സതിക്കിങ്ങനെ പറയാൻ സാധിക്കുന്നത്. നാലു കഥകളും ഒന്നരനോവലും എഴുതുമ്പോഴേക്കും കേരളം മുഴുക്കെ തങ്ങളെ അറിയണമെന്ന് നിർബ്ബന്ധംപിടിക്കുന്നവരാണ് ഞാനടക്കമുള്ള എഴുത്തുകാരിൽ പലരും.”

“നന്നായിട്ട് എഴുതിയിട്ട് അങ്ങനെയൊക്കെ അഹങ്കരിക്കട്ടെ. നമുക്ക് കേസില്ല. സീനത്തിന്റെ കാര്യം മറക്കല്ലേ? സമൂഹത്തിൽ നിലയും വിലയും നേടിയെടുക്കണമെന്ന അവളുടെ ഉള്ളിലെ മോഹമാ ഈ പുസ്തകം. അവരുടെയൊക്കെ മാനസികസംഘർഷങ്ങളെക്കുറിച്ചു വായിക്കുമ്പോൾ നമ്മളൊക്കെ ഭാഗ്യം ചെയ്തവരാ. ലിസയുടെകൂടെ കൂടി സീനത്ത് കരുത്ത് നേടിയിട്ടുണ്ട്. ആ മീന ഒരു പാവമാ. ഒരു ലോവർ മിഡിൽ

ക്ലാസിൽ ആണും പെണ്ണുമല്ലാതെ ജനിച്ച കുട്ടി. അച്ഛൻ ചെറുപ്പത്തിലെ ഉപേക്ഷിച്ചു. പക്ഷേ, ആ അമ്മയെ സമ്മതിക്കണം കേട്ടോ. ഏക മകന് മകളാകണമെന്നു പറഞ്ഞപ്പോൾ കൗമാരക്കാലത്തുതന്നെ അവരതിനുള്ള ശ്രമം തുടങ്ങി. രാവും പകലും അദ്ധ്വാനിച്ച് പണമുണ്ടാക്കി മനു എന്ന മകനെ അവർ മീനയാക്കി. നന്നേ ചെറുപ്പത്തിലേ ഇങ്ങനെയാവാൻ അവസരംകിട്ടുന്ന ട്രാൻസ്ജന്റേഴ്സ് കുറവാണ് കേട്ടോ. അമ്മ മരിച്ച തോടെ മീന ഒറ്റയ്ക്കായി. ലിസ കൂടെയുള്ളത് മീനയ്ക്കും വലിയ സഹായമായിട്ടുണ്ട്..''

''ഇവരെയൊക്കെ സതി എങ്ങനാ തപ്പിപ്പിടിച്ച് കണ്ടെത്തുന്നത്?''

''മീന എന്റെ അയൽക്കാരിയാണ്. അവളാണ് സീനത്തിനെ പരിച യപ്പെടുത്തിയത്. സീനത്ത് ലിസയെ പരിചയപ്പെടുത്തി. ഇപ്പോ അവർക്ക് സംഘടനയൊക്കെയുണ്ട്. സീനത്തും ലിസയും അതിലെ സജീവപ്രവർ ത്തകരാണ്. പെണ്ണായി തിരിച്ചെത്തിയതിനുശേഷം സീനത്ത് ഇംഗ്ലീഷ് ലിറ്ററേച്ചറിൽ ബിരുദമെടുത്തിട്ടുണ്ട്. സുനി അവരെയൊക്കെ പരിച യപ്പെടണം. നോവലെഴുതാൻ ഒരുപാട് വിഷയങ്ങൾ കിട്ടും. അപ്പോ പറഞ്ഞതുപോലെ പുസ്തകപ്രകാശനം ഏറ്റല്ലോ. തീയതിയും ലിങ്കു മൊക്കെ സീനത്ത് അയച്ചുതരും.''

''സതി പറഞ്ഞാൽ തട്ടിക്കളയാൻ പറ്റില്ലല്ലോ. പക്ഷേ, പുസ്തകം നേരത്തേ അയച്ചുതരാൻ പറയണം. പുസ്തകം വായിക്കാതെ പുസ്തക പ്രകാശനത്തിനെത്തി അവിടെയും ഇവിടെയും തൊടാതെ ചപ്പടാച്ചി പറയുന്നത് എഴുത്തുകാരോട് ചെയ്യുന്ന നീതികേടാ.''

''അതു ശരിയാ. ആയിക്കോട്ടെ. ഞാൻ സീനത്തിനോട് വിളിക്കാൻ പറയാം. നിന്റെ ബോർഡിഗാർഡ് ഹൈറു എന്തു പറയുന്നു?''

''അവക്ക് കുഴപ്പമൊന്നുമില്ല. പക്ഷേ, ഇരു സമുദായത്തിലും പെട്ടവർക്ക് കൃമികടി തുടങ്ങിയിട്ടുണ്ട്. ഫോണിൽ ഭീഷണി. സമൂഹമാദ്ധ്യമങ്ങളിലൂടെ അപമാനിക്കൽ.. സത്യം പറഞ്ഞാൽ അവളെ വീട്ടിൽ തനിച്ചാക്കി പുറത്തുപോകാൻപോലും പേടിയാ. ആദ്യം പുരുഷന്മാരായിരുന്നു അവളെ ഉപദേശിക്കാൻ എത്താറുണ്ടായിരുന്നത്. ഈയിടെയായി ചില സ്ത്രീസംഘടനകളും ഭീഷണിപ്പെടുത്താൻ തുടങ്ങിയിട്ടുണ്ട്.''

''തന്നെക്കുറിച്ചിട്ട മോശപ്പെട്ട ഫെയിസ്ബുക്ക് കുറിപ്പുകൾ ഞാൻ കണ്ടു. ഭൂരിപക്ഷവർഗ്ഗീയതയും ന്യൂനപക്ഷവർഗ്ഗീയും ഒരുപോലെ കത്തിക്കാളിക്കാനുള്ള തീവ്രമായ ശ്രമമാണ് ചില സാമൂഹ്യദ്രോഹികൾ നടത്തിക്കൊണ്ടിരിക്കുന്നത്. നമ്മളെപ്പോലുള്ളവർ വേണം ഇതിനു തടയിടാൻ.''

“അധികാരം പിടിച്ചെടുക്കാനും നിലനിർത്താനും വർഗ്ഗീയത പറഞ്ഞുപരത്താൻ ഭരിക്കുന്നവർതന്നെ ഒരുമ്പെട്ടിറങ്ങിയാൽ എങ്ങനെ ചെറുത്തു നില്ക്കും. പൗരത്വഭേദഗതിനിയമത്തിനെതിരെ സമരം ചെയ്തവരെ ഗുണ്ടകളെ വിട്ട് അടിച്ചൊതുക്കിയത് നാം കണ്ടതല്ലേ? കോവിഡിന്റെ പേരിൽ സമരംചെയ്യാനുള്ള അവരുടെ സ്വാതന്ത്ര്യത്തിനും ചങ്ങലയിട്ടു. ഇനി കർഷകസമരത്തെയും അതുപോലെ ഒതുക്കാനുള്ള പരിപാടികൾ ആസൂത്രണം ചെയ്തു തുടങ്ങിയിട്ടുണ്ടല്ലോ.”

“ഇതിനെക്കുറിച്ചൊക്കെ ഒരുപാട് ചർച്ച ചെയ്യാനുണ്ട്. നമുക്കു കുറച്ചുപേർക്ക് അടുത്തുതന്നെ ഒന്നു കൂടണം. ഇപ്പോൾ എനിക്ക് ഒരു വെബിനാറുണ്ട്. വിളിക്കാം കേട്ടോ.”

സതി ഫോൺ കട്ടാക്കിയപ്പോൾ വീണ്ടും ഏകാന്തത പൊതിയാൻ തുടങ്ങി. മനസ്സാകെ നീറുന്നതുപോലെ.

“സുനിയേച്ച്യേ.... വന്നോളിൻ ചോറു റെഡി. അയല പൊരിച്ചതുണ്ട്, കരിമീൻ വറുത്തതുണ്ട്..... ഉണ്ണാൻ വാ പൊന്നാരെ.” ഹൈറുവിന്റെ പാട്ടുകേട്ട് അകത്തേക്കു നടന്നു.

പന്ത്രണ്ട്

"എങ്ങട്ടാ നിന്റെ പുറപ്പാട്?"

മുഷ്ത്തരി അവളുടെയും കുട്ടികളുടെ വസ്ത്രങ്ങൾ പെട്ടികളിലാക്കുന്നതും നോക്കി കട്ടിലിലിരിക്കുകയായിരുന്ന ഹൈദർഅലി ഒടുക്കം വായതുറന്നു.

"നിങ്ങളോട് ഞാൻ ഇന്നലെ പറഞ്ഞതല്ലെ. ഞാൻ ഇന്ന് വീട്ടിലേക്ക് പോവുകയാണെന്ന്. തിസീസ് മുഴുവനാക്കുന്നതുവരെ അവിടെ നില്ക്കാം."

"നല്ലോണം ആലോചിച്ചിട്ടാണോ ഓരോന്നിന് ചാടിപ്പുറപ്പെടുന്നത്? ഉമ്മ സമ്മതിക്കില്ലെന്നറിയില്ലേ?"

"ഹൈദർക്ക സമ്മതിക്കില്ലേ?"

"അതിപ്പം ഉമ്മയെ എതിർത്ത്... നിനക്കിപ്പം ഇവിടെയെന്താ ഒരു കുറവ് എന്ന് ഉമ്മ ചോദിക്കുന്നത് ശരിയല്ലേ?"

"ഉമ്മ പറയുന്നതുപോലെ ഞാൻ പണി രാജിവച്ച് വീട്ടിനുള്ളിൽ അടിഞ്ഞുകൂടണമെന്നാണൊ നിങ്ങള് പറയുന്നത്?"

"അതിപ്പം എല്ലാ പെണ്ണുങ്ങളും അങ്ങനല്ലേ? വീട്ടുകാര്യോം കുട്ടികളുടെ കാര്യോം കയിഞ്ഞിട്ടല്ലേ പുറംലോകത്തിറങ്ങുന്നതിനെക്കുറിച്ച് ആലോചിക്കേണ്ടത്?"

"എന്നാ ഞാനങ്ങനല്ല. ആദ്യം പുറംലോകം, പിന്നെ വീട്ടകം."

"ഇതാണ് നിന്റെ തലതിരിഞ്ഞ ചിന്ത എന്ന് ഉമ്മ പറയുന്നത്."

"ഉമ്മ പറയുന്നത് ആവർത്തിക്കുകയല്ലാതെ ഹൈദർക്കയ്ക്ക് സ്വന്തമായി അഭിപ്രായമൊന്നുമില്ലേ?"

"ഉമ്മമാരുടെ കാലിൻചുവട്ടിലാണ് സ്വർഗ്ഗമെന്ന് നീ *ഖുറ്ആനിൽ* വായിച്ചിട്ടില്ലേ?"

"ഉണ്ട്. ഭാര്യമാരോട് നീതി കാണിക്കണമെന്നും *ഖുറ്ആൻ* അനുശാസിക്കുന്നില്ലേ?"

"നിന്നോടിപ്പം എന്തു നീതികേടാ ഞാൻ കാണിക്കുന്നത്? നിനക്കും കുട്ടികൾക്കും എന്തിന്റെ കുറവാ ഇവിടുള്ളത്? നീയിങ്ങനെ ഇടംതിരിഞ്ഞ്നിന്ന് ഉമ്മാനെക്കൊണ്ട് ഓരോ കടുംകൈ ചെയ്യിച്ചാൽ എനക്ക് തടുക്കാൻ പറ്റീന്നു വരില്ല."

"രണ്ടാം കല്യാണമല്ലേ ഉമ്മയുടെ കടുംകൈ. നിങ്ങളതിനു കൂട്ടുനില്ക്കുകയാണെങ്കിലായിക്കോ. എന്റെ മക്കളെ വളർത്താനുള്ള തന്റേടം എനിക്ക് അള്ളാഹു തന്നിട്ടുണ്ട്."

"ഇത് തന്റേടമല്ല, അഹങ്കാരമാ. കുറച്ചുദിവസം വീട്ടിൽപ്പോയി നില്ക്കുമ്പോ താനെ മാറിക്കോളും."

"അപ്പോ, ഞാൻ വീട്ടിലേക്കു പോകുന്നതിൽ ഇങ്ങക്ക് എതിർപ്പില്ലല്ലോ."

"എന്നു ഞാൻ പറഞ്ഞില്ല."

"പിന്നെന്താ പറഞ്ഞത്?"

"എന്നെ ഉത്തരംമുട്ടിച്ചിട്ട് കാര്യല്ല. നീ ഉമ്മയ്ക്ക് ഉത്തരംകൊടുത്താ മതി."

"ഇങ്ങളല്ലേ എന്നെ കല്യാണം കഴിച്ചത്?"

"നിന്നെ കല്യാണം കഴിച്ചെന്നുവെച്ച് ഉമ്മാനെ വെലവെക്കേണ്ടാന്നാണോ നീ പറേന്നത്?"

"എഴുതാപ്പുറം വായിക്കല്ലേ ഹൈദറിക്കാ. എന്റെ ചെറിയ സന്തോഷങ്ങൾക്കുപോലും ഉമ്മ തടസ്സം നില്ക്കുന്നത് നിങ്ങള് കാണുന്നതല്ലേ. വീട്ടുകാര്യങ്ങളും കുട്ടികളുടെ കാര്യങ്ങളും ഞാൻ നോക്കിക്കോളാം. പക്ഷേ, ജോലി രാജിവയ്ക്കുന്ന പ്രശ്നമില്ല."

"എന്റെ മോനെ എനക്കെതിരാക്കാൻ ഇയ്യ് കൂട്ട്യാ കൂടില്ല മുശ്ത്തരീ.. അങ്ങനാ ഞാനോനെ വളർത്തിയത്." പൊട്ടിമുളച്ചതുപോലെയാണ് ഉമ്മയെത്തിയത്.

"മറ്റുള്ളോര് പറേന്നത് ഒളിഞ്ഞു കേൾക്കരുതെന്നും അനുവാദം ചോദിക്കാതെ അവരുടെ സ്വകാര്യ ഇടങ്ങളിലേക്ക് കയറിച്ചെല്ലരുതെന്നും *ഖുറ്ആനിൽ* പറഞ്ഞിട്ടുണ്ടെന്ന് ഉമ്മ മറന്നോ?"

"നീയെന്നെ വേദം പഠിപ്പിക്കണ്ട മൊയില്യാരിച്ചി. അന്റെ ബാപ്പ മാഷാണെങ്കിൽ ഇന്റെ ബാപ്പ മൊയിലാരേനും. എന്റെ പൊന്നുപോലത്തെ മോനെ നിയ്യ് കൊറച്ചൊന്നുമല്ല സൈ്വരംകെടുത്തുന്നത്. കാലാകാലം ഇന്റെ കൊമ്പും വമ്പും സഹിച്ച് ജീവിക്കേണ്ട ഗതികേടൊന്നും ഓനിക്കില്ല."

"ഞാൻ ഇങ്ങളോട് തർക്കത്തിനില്ല. ഞാൻ കൊറച്ചുദിവസത്തേക്ക് വീട്ടിൽ പോയി നിക്കട്ടേന്ന് ഹൈദരിക്കാനോട് ചോദിക്കുമ്പളാ ഉമ്മ വന്നത്."

"എന്നിട്ട് ഓനന്തേ പറഞ്ഞ്?"

"ഉമ്മാനോട് ചോയിക്കാൻ."

"എന്നിട്ട് നിയ്യ് ചോദിച്ചോ?"

"അപ്പളത്തിന് ഉമ്മ വാളെടുത്തില്ലേ?"

"അനിസ്ലാമികമായിട്ടുള്ള നടപടികള് കണ്ടാല് ഞാൻ വാളെടുക്കും."

"ഇതെങ്ങനാ അനിസ്ലാമികമാകുന്നത്? രണ്ടുമാസം മിനക്കെട്ടാൽ എന്റെ പഠിത്തം പൂർത്തിയാകും. നല്ല ജോലിയും കിട്ടും. കുട്ടികളെ നോക്കലും പൊരപ്പണിയും പഠിത്തവും കൂടി എനക്കാവുന്നില്ല. അവിടെയാകുമ്പം വീട്ടുകാര്യങ്ങളും കുട്ടികളെ കാര്യങ്ങളും ഉമ്മ നോക്കിക്കോളും. എനക്ക് പഠിത്തത്തിൽ ശ്രദ്ധിക്കാം. ഉമ്മക്ക് എന്തെങ്കിലും അത്യാവശ്യമുണ്ടെങ്കില് ഞാനെത്തിക്കോളാ. വലിയ ദൂരമൊന്നുമില്ലാലോ."

"പോയാപ്പിന്നെ ഇങ്ങട്ട് മണ്ടിപ്പാഞ്ഞ് വരാന്നുള്ള പൂതി വേണ്ട. ഇവിടെ നീയെന്തു മലയാ മറിക്കുന്നത്. പുറംപണിക്ക് നബീസയുണ്ട്. ചൊട്ടിയാ ചോര തെറിക്കുന്ന മരുമോളുണ്ടായിട്ടും എനക്ക് അടുക്കളേന്നു കേറാൻ നേരല്ല. റബ്ബേ..... എന്നിട്ടും ഓള് പറയുന്നത് കേട്ടില്ലേ....?"

"എന്നെ കൊണ്ടാവുന്നതുപോലെ ഞാനിങ്ങളെ അടുക്കളേല് സഹായിക്കലുണ്ടായിരുന്നല്ലോ. തൊട്ടതിനും പിടിച്ചതിനുമൊക്കെ കുറ്റം പറയുന്നതുകൊണ്ടല്ലേ ഞാൻ മാറി നില്ക്കുന്നത്."

"എന്റെ കുട്ടിക്ക് വായിക്ക് രുചിയുള്ളത് തിന്നണം. ഓന്റെ ഉപ്പാക്കും അങ്ങനെ തന്നേനും. ഓലെ കാര്യം കയിഞ്ഞിട്ടേ എനക്ക് മറ്റെന്തുമുള്ളൂ. മാപ്പളാരേം മക്കളേം തൃപ്തിപ്പെടുത്തി ജീവിക്കുന്നതും ഇബാദത്താ. ഉപ്പിട്ട വെള്ളം കാച്ചാനറിയാതയല്ലേ ഇന്റെ ഉമ്മ ഇന്നെ ഇങ്ങോട്ടേക്കയച്ചത്?"

"വെറുതേ എന്റെ പാവം ഉമ്മാനെ ഇതില് വലിച്ചെഴക്കണ്ട."

"ഇന്റെ ബാപ്പാന്റെ വാക്കില് ഹൈദറിന്റെ ഉപ്പ വീണുപോയി. ഓല് വലിയ ചങ്ങായിമാരേമ്പല്ലോ. പഠിപ്പുള്ള പെണ്ണിനെ വേണ്ടാന്ന് മൂപ്പരോട് അന്നേ ഞാൻ പറഞ്ഞതാ. പഠിപ്പുണ്ടെങ്കിലും ഇന്റെ പൊര നോക്കാൻ ഇക്കുട്ടി മതീന്നാ മൂപ്പര് പറഞ്ഞത്. ചങ്ങായിന്റെ വാക്ക് വിശ്വസിച്ചായിരിക്കും മൂപ്പരങ്ങനെ പറഞ്ഞത്."

"എന്നെ പഠിപ്പിക്കാന്ന് ഇവിടത്തെ ഉപ്പ ബാപ്പക്ക് വാക്കു കൊടുത്തത് ഇങ്ങള് മറന്നോ?"

"വാക്ക് തെറ്റിച്ചിക്കില്ലാലോ. കല്യാണം കയിഞ്ഞിട്ടും ഇന്നെ പഠിപ്പിച്ചില്ലേ. എം എ ജയിച്ചില്ലേ. കാലാകാലം പഠിക്കണോന്ന് പറഞ്ഞാൽ നടക്കണ കാര്യാ? നിയ്യ് പണിയെടുത്തിട്ട് ഈ കുടുംബം പോറ്റണ്ട.

അള്ളാന്റെ വേണ്ടുകകൊണ്ട് ഇന്റെ മോനും കുടുംബത്തിനും അല്ലലില്ലാതെ കയ്യാനുള്ളത് ഓന്റെ ബാപ്പ നയിച്ചുണ്ടാക്കി വെച്ചിട്ടുണ്ട്. ഓനീ രാവുംപകലും മണ്ടിപ്പാഞ്ഞു നടക്കുന്നത് ഇങ്ങക്കു വേണ്ടീട്ടല്ലേ. എന്നിട്ട് ഓൻ പൊരേലെത്തിയാൽ ഒരു ഗ്ലാസ് ചായ കൊടുക്കാൻ ഓക്ക് നേരല്ല."

"ഉമ്മാ, ഇല്ലാത്തതു പറയല്ലേ. ഹൈദറിക്കാന്റെ ഏതു കാര്യത്തിനാ ഞാൻ മൊടക്കം വരുത്തുന്നത്. സ്വന്തംവീടുപോലത്തന്നെയാ ഞാനിതുവരെ ഇവിടെ പെരുമാറിയത്. സ്വന്തം ഉമ്മാനെപ്പോലെയാ ഇങ്ങളേം കരുതുന്നത്."

"നിയ്യിന്നെക്കൊണ്ട് വർത്താനം പറയിക്കല്ലേ മുശ്ത്തരി... ഇന്റെ ബാപ്പ ഇങ്ങട്ട് വരട്ടെ, കണക്കിനു കൊടുക്കുന്നുണ്ട് ഞാൻ. പെങ്കുട്ട്യേളെ അടക്കത്തിലും ഒതുക്കത്തിലും വളർത്തണം. അങ്ങാടീല് മേയാൻ വിട്ടാൽ ഇതാ ഗതി. ഓന്റെ ബാപ്പ മയ്യത്തായീന്നു വെച്ചിട്ട് ചോയിക്കാനും പറയാനും ഓനിക്ക് ആളില്ലാന്ന് നിങ്ങള് കരുതണ്ട."

"കേളേജില് പോണതാ അങ്ങാടി തെണ്ടല്? അള്ളാ.... എന്തു വർത്താനാ ഉമ്മാ ഇങ്ങള് പറേന്നത്?" മുഷ്ത്തരിയുടെ തൊണ്ടയിടറി.

പട മുറുകുന്നത് കണ്ട് ഹൈദർ മേശപ്പുറത്തിരുന്ന കാറിന്റെ താക്കോലുമെടുത്ത് പുറത്തേക്കിറങ്ങി.

അതോടെ ഉമ്മയും പിന്നാലെ ചെന്നു. വാതില്ക്കൽ പകച്ചു നില്ക്കുന്ന സനയേയും അർമാനെയും അപ്പോഴാണ് മുഷ്ത്തരി കണ്ടത്.

"വല്ലിമ്മച്ചിന്റെ മക്കളിങ്ങട്ട് പോന്നാളാ. ഓളെ അരിശം ഇങ്ങളോട് തീർക്കും."

അകത്തേക്ക് വരാനൊരുങ്ങിയ മക്കളുടെ കൈയുംപിടിച്ച് ഉമ്മ പോകുന്നതുകണ്ട് മുഷ്ത്തരി വല്ലാതെ തളർന്നു. മക്കൾ ചോദിക്കുന്നതെല്ലാം വാങ്ങിക്കൊടുത്തും ശാഠ്യത്തിനു വഴങ്ങിക്കൊടുത്തും ഉമ്മ അവരെ കൂടെ ചേർത്തുനിർത്താൻ ശ്രമിക്കുന്നത് വല്ലാതെ അസ്വസ്ഥതപ്പെടുത്താറുണ്ട്. അർമാനെ ലാളിച്ച് വഷളാക്കി അനുസരണ ഒട്ടുമില്ലാതായി. ഓൺലൈനിലാണ് ഈയിടെ ക്ലാസുകൾ. അർമാൻ ഒരു ക്ലാസും മുഴുവനെ ഇരുന്നു ശ്രദ്ധിക്കില്ല. അവനെ വഴക്കു പറയുമ്പോഴേക്കും ഉമ്മ ഓടിയെത്തും.

"പൈതമ്മക്കളെ രാവും പകലും ഈ കുന്ത്രാണ്ടത്തിന്റെ മുന്നിലിരുത്തിയുള്ള പഠിപ്പിക്കല് നല്ലേനല്ല. ഓനൊന്ന് എന്റെടുത്ത് വന്ന് എന്തെങ്കിലുമൊന്ന് മിണ്ടിപ്പറയുമ്പളത്തിന് ഓള് വിളി തൊടങ്ങും."

"സ്കൂളുണ്ടെങ്കില് ഓല് രാവിലെ പോകൂലേ ഉമ്മാ. ഇതിപ്പോ ഇങ്ങനെയൊരു കാലായതോണ്ടല്ലേ ടി വിയിലൂടെയും മൊബൈലിലൂടെയുമാ ഇപ്പളത്തെ പഠിത്തം. പരീക്ഷയും അങ്ങനെതന്നാ."

"ഓനത്തര പഠിച്ചാ മതി. സ്വന്തം കച്ചോടം കൊണ്ടുനടത്താൻ ഇന്നെ

പ്പോലെ പഠിപ്പുമ്മെ പഠിപ്പൊന്നും മേണ്ട. പഠിക്കാനും പണിയെടുക്കാനും പോണ നേരത്തിന് നല്ലകാലത്ത് നാലു പെറ്റാ നാളേക്കൊരു തൊണ കാണും. ഒറ്റ മോനായേന്റെ സങ്കടം എനക്കിപ്പിളും തീർന്നിക്കില്ല. ഒരു പെൺതരിയുണ്ടായിരുന്നെങ്കിലെന്ന് നീ കൊമ്പ് കോർക്കുമ്പളെല്ലാം ഞാൻ സങ്കടപ്പെടാറുണ്ട്. വിധിയുണ്ടായീലാ. ഹൈദറിനെപ്പെറാൻ മൂന്നു ദെവസാ ഞാൻ പ്രസവമുറീല് കെടന്നത്. ഓപ്പറേഷന് മൂപ്പര് സമ്മയിച്ചില്ല. ഗർഭപാത്രത്തിന് ചതവു പറ്റീന്നാ ഡോക്ടറമ്മാര് പറഞ്ഞത്. അല്ലെങ്കിലി പ്പൊര മക്കളെക്കൊണ്ട് നെറഞ്ഞീനി. ആരാന്റേനെ ആറാണ്ടു പോറ്റി യാലും ആറാലൊരു കണ്ടം കിട്ടൂന്നു നീ വിചാരിക്കണ്ട ആമിനക്കുട്ടീന്ന്. ഇന്റെ ആങ്ങളന്റെ മക്കളെ താലോലിക്കുമ്പം മൂപ്പരെ ഉമ്മ പറഞ്ഞതാ നേര്. ഈ കുടുംബത്തില് എല്ലാരിക്കും ഒരേയൊരു സന്തതിയെ വിധിച്ചി ട്ടുള്ളൂ. പടച്ചോന്റെ വേണ്ടുക. മാലും മുതലുമുണ്ടായിട്ടെന്താ പൊര നെറച്ചും മക്കളെ കിട്ടാനും വേണം ഒരു യോഗം. മോളായിട്ടല്ലേ നിന്നെ ഞാൻ കരുതിയേക്കണ്. എന്നിട്ട് അക്കൂറ് ഇനിക്കുണ്ടോ..? അള്ളാ നീ കാക്ക്.''

“വായ തുറന്നാൽ ഉമ്മയ്ക്ക് പരാതിയേ ഉള്ളൂ.''

“ഒറ്റമോനായതോണ്ട് നാത്തൂൻപോരൊന്നും ഉണ്ടാവൂലാ. മുഷ്ത്തരി ഭാഗ്യമുള്ളോളാ.''

കല്യാണം നിശ്ചയിച്ചതോടെ കുടുംബക്കാരെല്ലാം പറഞ്ഞിരുന്നു. ഭർത്താവിന്റെ ഉമ്മയെ സ്വന്തം ഉമ്മയെപ്പോലെ കാണണമെന്ന് കരുതിയ തുമാണ്. എന്നിട്ടും ഇപ്പോൾ പോരൊഴിഞ്ഞ നേരമില്ല.

ഒരുമ്മാക്ക് ഒരു മോൻ തിരുമോൻ കുരുത്തംകെട്ടമോൻ എന്നു പറയാനും നിവൃത്തിയില്ല. ഡിഗ്രി മുഴുവനാക്കാത്തത് ബാപ്പയെ സഹായി ക്കാനാണെന്നു വിചാരിച്ചതുകൊണ്ടായിരിക്കം, ബാപ്പപോലും അതൊരു കുറവായി കാണാതിരുന്നത്. ഹൈദർക്കയ്ക്ക് ദുഃസ്വഭാവങ്ങളൊന്നുമില്ല. വേണ്ടാത്ത കൂട്ടുകെട്ടുകളുമില്ല. വീടുവിട്ടാൽ കച്ചവടം. ബാപ്പ അദ്ധ്വാനിച്ചു ണ്ടാക്കിയത് ഇരട്ടിയാക്കി മക്കളെ സുരക്ഷിതരാക്കാനുള്ള പുറപ്പാടിലാണ് ഹൈദറിക്ക. ഭാര്യയെന്നാൽ കുടുംബിനി, കിടക്ക പങ്കിട്ട് അദ്ദേഹത്തിന്റെ മക്കളെയും പ്രസവിച്ച്, അവരെ വളർത്തി സായൂജ്യം അടയേണ്ടവളെ ന്തിനാ പുറംലോകം സ്വപ്നം കാണുന്നതെന്ന് മൂപ്പര് പറയാതെ പറയു മ്പോൾ അറിയാതെ അരിശം നുരച്ചു പൊന്തും.

“ഇങ്ങളേത് യുഗത്തിലാ മൂപ്പരേ ജീവിക്കുന്നത്? ഇന്ന് പെണ്ണുങ്ങള് കൈവയ്ക്കാത്ത മേഖലയുണ്ടോ? ആകാശത്തിലും ഭൂമിയിലും മാത്രമല്ല ബഹിരാകാശത്തും സ്ത്രീകളുടെ സാന്നിദ്ധ്യമുണ്ട്.''

“അതുതന്നെയാ ലോകം ഇക്കോലത്തിലായത്. നിസ്സാരമായ ഒരു സാംക്രമിക രോഗത്തിന്റെ അണുക്കളെ തടഞ്ഞു നിർത്താൻ ലോകം കീഴടക്കിയെന്ന് അഹങ്കരിക്കുന്ന വിദ്വാന്മാർക്കൊന്നും സാധിച്ചില്ലല്ലോ.''

“ഇങ്ങളും ഉമ്മാനെപ്പോലെ വർത്താനം പറയല്ലേ ഹൈദറിക്കാ. ഡിഗ്രി മുഴുവോനാക്കിയില്ലെങ്കിലും രണ്ടുകൊല്ലം കോളേജില് മേഞ്ഞ് നടന്നതല്ലേ? ശാസ്ത്രജ്ഞന്മാർ വാക്സിൻ കണ്ടുപിടിക്കാൻ ശ്രമിക്കയല്ലേ. കൊറച്ചു സമയമെടുക്കും.”

“നിന്റെ പരിഹാസം ഞാൻ കാണുന്നില്ലാന്ന് കരുതണ്ട. ഓളൊരു വലിയ എം എ ക്കാരത്തി. എനക്കിന്നോട് തർക്കിക്കാൻ നേരല്ല.”

“ഇങ്ങക്കിന്നോട് മിണ്ടാൻ നേരണ്ടോ? ആഴ്ചയിലൊന്ന് ഇന്നേം മക്കളേം പൊറത്തു കൊണ്ടോകാൻ നേരണ്ടോ? എന്നിട്ടല്ലേ തർക്കം. പൊരേലെത്തിയാലെങ്കിലും മിണ്ടീം പറഞ്ഞും ഇരിക്കാൻ ഇങ്ങക്ക് താല്പര്യല്ലല്ലോ.”

“മിണ്ടാൻ വന്നാൽ ഇയ്യാതി തർക്കുത്തരല്ലെ ഇനിക്ക് പറയാനൊള്ളത്?”

“മിണ്ടാനും പറയാനും ഉമ്മ സമ്മതിക്കീല്ല. ഇപ്പം എന്റെ മക്കളേം ഉമ്മ എന്റടുത്തുനിന്ന് അകറ്റാൻ ശ്രമിക്കുന്നുണ്ടോന്ന് ഇനിക്ക് പേടീണ്ട്. അർമാൻ ഞാൻ പറഞ്ഞാ ഒരു വക കേൾക്കില്ല. ഞാനൊന്നു കണ്ണുരുട്ടു മ്പളത്തിന് വല്ലിമ്മച്ചീന്നും പറഞ്ഞ് ഒരോട്ടാ. പിന്നെ ഉമ്മാന്റെ വായിലു ള്ളത് മുഴ്വനും ഞാൻ കേക്കണം. അവന്റെ മുന്നില് എന്നെ ഇങ്ങനെ ഇകഴ്ത്തിക്കാണിച്ചാ ഓനെന്നെ വെലവെക്കോ?”

“ഉമ്മാനോടുള്ള അരിശം നീയെന്തിനാ കുട്ട്യേളോട് തീർക്കുന്നത്? എന്റെ ഉമ്മേം ബാപ്പേം ഒരീർക്കിലികൊണ്ടുപോലും എന്നെ നോവിച്ചി ട്ടില്ല.”

“അതിന്റെ കൊറവ് ഞാനല്ലേ അനുഭവിക്കുന്നത്.”

“ഞാനിന്റെ ഭാഗത്തും ദേശത്തും വരണുണ്ടോ. നീ നിന്റെ ഇഷ്ടത്തി നൊത്തല്ലേ ഇവിടെ ജീവിക്കുന്നത്. ഇതാണ് നിന്നോട് ഞാൻ മിണ്ടാൻ വരാത്തത്. വായ തുറന്നാൽ കരളിൽക്കുത്തുന്ന വർത്താനേ പറയൂ.”

അതോടെ മിണ്ടാട്ടം മുട്ടും. സിനിമ കാണുന്നത് ഹറാം. പൊതുപരി പാടികൾക്ക് പോകുന്നതും ഹറാം. എന്തിന് പാട്ടു കേൾക്കുന്നതുപോലും തെറ്റായ കാര്യമാണെന്നു പറഞ്ഞാൽ എങ്ങനെ പ്രതികരിക്കാതിരിക്കും? കല്യാണത്തിനുമുമ്പ് ആങ്ങളമാരോടൊപ്പം നല്ല സിനിമകളെല്ലാം കാണു മായിരുന്നു. ബാപ്പയും ഉമ്മയും അദ്ധ്യാപകരായതുകൊണ്ട് വീട്ടിൽ അത്യാവശ്യത്തിനു സ്വാതന്ത്ര്യമുണ്ടായിരുന്നു. ഒറ്റ മോളാണെന്ന പരിഗണ നയും നല്ലോണമുണ്ടായിരുന്നു. `മകളുടെ ശാഠ്യങ്ങൾക്ക് അധികം അരു നില്ക്കല്ലേ. നമ്മള് സങ്കല്പിക്കുന്നതുപോലുള്ള പുതിയാപ്ലയെ കിട്ടിയി ല്ലെങ്കില് അവളുടെ ജീവിതം കുഴഞ്ഞുമറയുമേ' എന്ന ഉമ്മയുടെ താക്കീ തിന് ബാപ്പ പുഞ്ചിരികൊണ്ടാണ് മറുപടി പറയാറുള്ളത്. ഹൈദറിക്കയുടെ ആലോചന വന്നപ്പോൾ ഉമ്മ എതിർത്തതുമാണ്.

“അവര് ഭയങ്കര താലിബാനാന്നാ കേട്ടത്. തലയിൽ പേരിന് തുണി ചുറ്റുന്ന ഇങ്ങളെ മോള് ആടെച്ചെന്നാ പർദ്ദയിടേണ്ടിവരും. മാത്രല്ല ചെക്കൻ ഡിഗ്രി മുഴുവനാക്കിയിട്ടുമില്ല.. കച്ചോടക്കാർ വേണ്ട. വലിയ പണക്കാരും വേണ്ട. ഞമ്മക്കൊത്തത് മതി.”

ഉമ്മ പറഞ്ഞിരുന്നു. നക്കാബ്കൊണ്ട് മുഖം മറച്ച് കണ്ണുമാത്രം കാണിച്ചു നടക്കുന്നവരെ താലിബാനികളെന്നാണ് ഉമ്മ പറയാറുള്ളത്. ഉമ്മ സാരികൊണ്ട് തല മറയ്ക്കുന്ന കൂട്ടത്തിലായിരുന്നു.

“ഓന്റെ ബാപ്പ നല്ലൊരു മനുഷ്യനാ. ഞങ്ങളൊന്നിച്ച് കളിച്ചും ചിരിച്ചും വളർന്നോരാ. മുഷ്ത്തരിയെ മരുമോളായി കൊടുക്കാന്ന് ഞാൻ വാക്കു കൊടുത്തതാ. ഓനിക്ക് വയ്യാതായതോടെ ഒറ്റയ്ക്ക് ബിസിനസ്സ് നോക്കിനടക്കാനാവാത്തതുകൊണ്ടാ ഹൈദർ പഠിപ്പ് നിർത്തിയത്. ആ ഉമ്മയും ആള് നല്ലതാ. ഇപ്പോൾ *ഖുർആൻ* ക്ലാസിലൊക്കെ പോയി താലിബാനായതാ. ഹൈദറിനെ ചെറുപ്പത്തിലെ എനക്കറിയാം. വേണ്ടാത്തരമൊന്നുമില്ല. ദീനിയായ കുട്ടി.”

“അതേ, ദീനിയാണ്, നല്ലവനാണ്, പക്ഷേ.......”

“ഹൈദറിന്റെ ഉമ്മയുടെ ഭാഗത്തുനിന്ന് നീയൊന്ന് ചിന്തിക്ക് മോളേ. ഹൈദറിന്റെ ബാപ്പയുടെ പെട്ടെന്നുള്ള മരണം അവരെ കുറച്ചൊന്നുമല്ല സങ്കടപ്പെടുത്തുന്നത്. നീ ഹൈദറിനെ അവിടന്നു മാറിത്താമസിക്കാൻ നിർബ്ബന്ധിക്കുന്നു എന്നാ മൂപ്പത്തിയുടെ പരാതി. അതൊന്നും വേണ്ട മോളേ.”

അധികം ചിന്തിച്ചാ സ്വന്തം സ്വപ്നങ്ങൾ പണയപ്പെടുത്തേണ്ടി വന്നേക്കാം. അള്ളാ.... നേരായ മാർഗ്ഗം നീതന്നെ കാണിച്ചു താ.... ആരുടെ തോളിലാ കുറച്ചു നേരത്തേക്കെങ്കിലും ഈ ഭാരമൊന്നിറക്കിവച്ച് അഭിപ്രായം ചോദിക്കുക? സുനി ടീച്ചർ.... അതേ, സുനി ടീച്ചർ.

പതിമൂന്ന്

സുനിത മുറ്റത്തുലാത്തുമ്പോഴാണ് പാട്ടുപാടുന്ന ഫോണുമായി ഹൈറുവെത്തിയത്.

"പിടിച്ചോളീ, ഇങ്ങളെ ഈ ഫോൺ കാരണം എനക്കാ ഇപ്പോ സ്വൈരമില്ലാത്തത്."

"നിന്നോടാരാ എന്റെ ഫോണെടുക്കാൻ പറഞ്ഞത്?"

"ഇതായിപ്പം നന്നായത്. ഫോണെടുത്തതാ കുറ്റം? എന്റള്ളോ... ഇതെന്തൊരു ദുനിയാവ്."

വേണ്ടതിലും വേണ്ടാത്തതിലും തലയിടല്ലേ എന്നു പറഞ്ഞാൽ ഹൈറു മുഖം വീർപ്പിക്കും. എന്റെ ചുമതല അവളെ ഏല്പിച്ചിട്ടാണ് അമ്മ പോയതെന്ന മട്ടിലുള്ള അവളുടെ പെരുമാറ്റം ചിലപ്പോൾ അലോസരപ്പെടുത്താറുണ്ട്. അതിന്റെ പേരിൽ ചെറിയ പിണക്കങ്ങളും പതിവാണ്. എന്നാലും അവളുടെ കരുതലും സ്നേഹവും വല്ലാത്തൊരാശ്വാസം തന്നെയാണ്. മഹാമാരിക്കാലത്തെ ഈ ഒറ്റപ്പെടലിൽ അവൾകൂടി കൂട്ടിനില്ലായിരുന്നെങ്കില് ചിലപ്പോൾ വട്ടുപിടിച്ചുപോയെനെ. ഈയിടെ ഒറ്റയ്ക്കാണെന്ന തോന്നൽ വല്ലാതെ അലട്ടുന്നുണ്ട്. അമ്മ നിത്യേനയെന്നോണം ഓർമ്മിപ്പിക്കുന്ന വിവാഹക്കാര്യത്തെക്കുറിച്ച് ഇടയ്ക്ക് ചിന്തിക്കാറുമുണ്ട്. കുണ്ടനിടയിലെ നഗ്നരൂപം ഇപ്പോൾ മനസ്സിലില്ല. വിവാഹം ഒരത്യാവശ്യമാണെന്ന് ഇതുവരെ തോന്നിയിട്ടില്ല. അച്ഛന്റെ തണലില്ലാതെ വളർന്നതുകൊണ്ട് ചെറുപ്പത്തിലെ പുറംലോകത്തെ ഒറ്റയ്ക്കാണ് അഭിമുഖീകരിച്ചത്. പുരുഷന്റെ തുണയില്ലാതെ എന്നെ വളർത്തി വലുതാക്കിയ അമ്മയായിരുന്നു റോൾമോഡൽ. ഒരു സ്ത്രീയായി ജനിച്ചതിന്റെ പരിമിതികളെക്കുറിച്ച് നിത്യേന പരാതി പറയുമ്പോഴും പുരുഷന്മാരുടെ ലോകത്ത്

അവരെ അവഗണിച്ചുകൊണ്ട് അമ്മയ്ക്ക് ജീവിക്കാമെങ്കിൽ എനിക്കെന്തു കൊണ്ടായിക്കൂടാ എന്നു പറഞ്ഞാണ് ഞാൻ അമ്മയുടെ വായടപ്പിക്കുന്നത്.. പുരുഷന് എന്തുമാകാമെങ്കിൽ സ്ത്രീക്കും അങ്ങനെയൊക്കെ ജീവിക്കാമെന്ന് ലോകത്തെ ബോദ്ധ്യപ്പെടുത്തേണ്ടതുണ്ട് എന്നൊരു തോന്നൽ ചെറുപ്പത്തിലേ തലയിൽ കയറിക്കൂടിയിരുന്നു. ഈ ചിന്താഗതിയോടൊക്കെ യോജിക്കുന്ന, ഏതെങ്കിലും പുരുഷനെ കൂട്ടിനു കിട്ടുമോന്ന് യാതൊരുറപ്പുമില്ല. അതുകൊണ്ടുകൂടിയാണ് വിവാഹം വേണ്ടെന്നുവച്ചത്. നാടു പുരോഗമിച്ചെങ്കിലും കേരളത്തിലെ ഭൂരിപക്ഷം പുരുഷന്മാരും അധീശാധികാരത്തിന്റെ വക്താക്കളാണെന്നാണ്, പെരുമാറാറുള്ളതെന്നാണ് വിവാഹിതകളായ പല സുഹൃത്തുക്കളും പറയുന്നത്. സ്ത്രീ എപ്പോഴും താഴ്ന്നുകൊടുക്കണമെന്നു പറഞ്ഞാണല്ലോ മുഷ്ത്തരിയുടെ അമ്മായിയമ്മ അവളെ തീ തീറ്റിക്കുന്നത്. ഇത്തരം വയ്യാവേലികൾ തലയിൽ കയറ്റി ഇന്നനുഭവിക്കുന്ന സ്വാതന്ത്ര്യം കളയാൻ തല്ക്കാലം ഉദ്ദേശിക്കുന്നില്ല. ഇതൊക്കെ പല തവണ അമ്മയെ ബോദ്ധ്യപ്പെടുത്തിയതാണെങ്കിലും അമ്മ ആശ കൈവിട്ടിട്ടില്ല. വീണ്ടും ഫോണടിഞ്ഞു.

"എന്താ മുഷ്ത്തരി. സുഖമല്ലേ?"

കരച്ചിലായിരുന്നു ഉത്തരം.

"എന്താ കാര്യം....വീണ്ടും ഹൈദറുമായി പിണങ്ങിയോ?"

"ഇണങ്ങിയിട്ടുവേണ്ടേ പിണങ്ങാൻ.....?"

അവളുടെ ഗദ്ഗദം.

"നീയിങ്ങനെ തുടങ്ങിയാലെങ്ങനാ......?"

"എല്ലാരും ഇതുതന്നെയാ ചോദിക്കുന്നത്. എനിക്കെന്തെങ്കിലും തകരാറുണ്ടോ ടീച്ചറേ....?"

"നീയെന്തൊക്കെയാ കുട്ടീ പറയുന്നത്? നിനക്ക് തകരാറുണ്ടെന്ന് ആരാ പറഞ്ഞത്. വെറുതേ ഓരോന്നു സങ്കല്പിച്ചുണ്ടാക്കി സ്വയം ശിക്ഷിക്കുന്നതെന്തിനാ?"

"സത്യവും മിഥ്യയും തിരിച്ചറിയാത്ത കോലത്തിലാ ഞാനിപ്പോ. ഉള്ളതു പറഞ്ഞാ തന്റേടി. അനുസരണയില്ലാത്തവൾ. കേട്ടു മടുത്തു. എന്നാ തലതിരിഞ്ഞവളാകാനുള്ള ധൈര്യവുമില്ല."

"ഇന്നത്തെ വഴക്കിനെന്താ കാരണം?"

"ഞാൻ കുറച്ചുദിവസം വീട്ടിൽപോയി താമസിക്കുന്ന കാര്യത്തെക്കുറിച്ച് ടീച്ചറോട് സൂചിപ്പിച്ചതല്ലേ. അതെന്തോ വലിയ അപരാധമാണെന്ന മട്ടിലാണ് ഇവിടത്തെ ഉമ്മ പറയുന്നത്. ഹൈദറിക്കക്കാണെങ്കില് ഉമ്മയുടെ മുന്നില് നാവ് പൊന്തില്ല. പൊട്ടനെപ്പോലെയാ നിപ്പ്. പോയാ പിന്നെ മടങ്ങി വരണ്ടാന്നുള്ള മട്ടില് ഉമ്മ പറയുമ്പളെങ്കിലും എന്തെങ്കിലും മിണ്ടണ്ടേ? വെറുതെ ഉമ്മാനെ പിണക്കല്ലേ, ഉമ്മ എന്തെങ്കിലും കടുത്ത

നിലപാടെടുത്താ എന്നെ കുറ്റം പറയണ്ടാന്നാ മൂപ്പര് പറയുന്നത് കേക്കുമ്പോ ഞാനറിയാതെ കത്തിക്കാളും.. അവരുടെ വാക്കു തെറ്റിച്ച് ഞാനിറങ്ങിയാൽ കുട്ടികളെ കൂടെ അയക്കില്ലെന്നും എനിക്കു പേടിയുണ്ട്. അർമാന് വല്ലിമ്മച്ചിയെ മതി. സന ചെറുതായതുകൊണ്ട് തല്ക്കാലം അഭിപ്രായമില്ല. ഇങ്ങനെപോയാൽ..''

''ജീവിതം ഒരു ചലഞ്ചായെടുക്കണമെന്ന് ഞാൻ എപ്പോഴും നിന്നോട് പറയാറില്ലേ? തോറ്റോടാൻ എളുപ്പമാണ്. എന്തായാലും സമരം ചെയ്യണം. അത് ബോധപൂർവ്വമായാൽ അതല്ലേ നല്ലത്. ജയിക്കുമെന്ന് ഉറപ്പില്ലെങ്കിലും. ഇതൊന്നും ഇപ്പോൾ നിന്റെ തലയിൽ കയറില്ലെന്നെനിക്കറിയാം. ഇപ്പോ നീ ഒറ്റയ്ക്കല്ല. രണ്ടു മക്കളുടെ ഭാവിയെക്കുറിച്ചുകൂടി ചിന്തിക്കേണ്ടിയിരിക്കുന്നു.''

''അതുകൊണ്ട് ഞാനെന്നും മറ്റൊരാളിന്റെ തണലിൽ കഴിയണമെന്നാണോ ടീച്ചറ് പറയുന്നത്?''

''എന്നു ഞാൻ പറയില്ല. അത് ഭീരുത്വമാണ്. മാത്രമല്ല അത് കൂടുതൽ ഏറ്റുമുട്ടലിന് ഇടയാക്കുകയും ചെയ്യും. നീ എടുത്തുചാടി ഒരു തീരുമാനത്തിലെത്തല്ലേ എന്നേ ഞാൻ ഉദ്ദേശിച്ചുള്ളൂ. നിങ്ങള് കൂട്ടായി ആലോചിച്ച് ഒരു തീരുമാനത്തിലെത്ത്. സ്വന്തം മക്കളോട് ഹൈദറിനു സ്നേഹമില്ലാതിരിക്കുമോ?''

പറഞ്ഞു തീരുംമുമ്പേ മുഷ്ത്തരി പൊട്ടിക്കരഞ്ഞുകൊണ്ട് ഫോൺ കട്ട് ചെയ്തു. അങ്ങോട്ട് വിളിച്ചിട്ട് അവൾ ഫോൺ എടുത്തതുമില്ല. ഇതാണ് അദ്ധ്യാപകരുടെ തകരാറ്. തരം കിട്ടിയാൽ ഉപദേശത്തിന്റെ കെട്ടഴിക്കും. അവളെ നല്ല രണ്ടുവാക്കു സമാധാനിപ്പിക്കുന്നതിനു പകരം അവളുടെ സങ്കടം ഇരട്ടിപ്പിച്ചു. വലിയവലിയ കാര്യങ്ങൾ ഉപദേശിക്കാൻ എളുപ്പമാണ്. പറഞ്ഞത് തിരിച്ചെടുക്കാനാവില്ലല്ലോ. ഇനി വിളിച്ചാൽ കുറേ നേരത്തേക്കെങ്കിലും അവൾ ഫോണെടുക്കില്ല. മുഷ്ത്തരിയുടെ ഉമ്മയുടെ നമ്പറിൽ വിളിച്ചുനോക്കാം..

''സുനിത ടീച്ചറേ, സുഖമല്ലേ. മുഷ്ത്തരി പോയതോടെ നമ്മളയൊക്കെ മറന്നു അല്ലേ?''

എന്നു ചോദിച്ചുകൊണ്ടാണ് അവർ ഫോണെടുത്തത്.

''അങ്ങനെ മറക്കാൻ പറ്റുമോ ഉമ്മാ. നിങ്ങള് വിളമ്പിത്തന്ന ചോറ് ഞാനും കുറേ ഉണ്ടതല്ലേ?''

''അള്ളാ, ഞാൻ തമാശ പറഞ്ഞതാ ട്ടോ. സുഖല്ലേ.. മുഷ്ത്തരി വിളിക്കലുണ്ടോ?''

''ഇതാ ഇപ്പളും വിളിച്ചു. പക്ഷേ, കേൾക്കാൻ സുഖമുള്ള കാര്യങ്ങളല്ല പറയുന്നത്. ആകെ അപ്സറ്റായിരുന്നു. സംസാരിക്കുന്നതിനിടെ ഫോൺ കട്ടു ചെയ്തു. അങ്ങോട്ട് വിളിച്ചിട്ട് എടുക്കുന്നുമില്ല.''

"കല്യാണം കയിഞ്ഞ് രണ്ടു മക്കളുമായിട്ട് ഇനി ഓനുമായി പൊരുത്തപ്പെടാൻ പറ്റൂലാന്നു പറഞ്ഞാ എന്താ ടീച്ചറേ ചെയ്യുന്നത്? കുട്ടികളുടെ ഭാവി നോക്കണ്ടേ?"

"പക്ഷേ, ഇങ്ങനെ പോയാലെങ്ങനാ. ഇന്നെന്താ സംഭവം?"

"ഓക്ക് കുറച്ചുദിവസത്തേക്ക് ഇവിടെ വന്നു നിക്കണമെന്ന് കൊറേയായി പറയുന്നു. ഡോക്ടറേറ്റെടുത്ത് കോളജദ്ധ്യാപികയാവുകയെന്നത് അവളുടെ ചെറുപ്പത്തിലേയുള്ള മോഹമാണെന്ന് ടീച്ചർക്കറിയാമല്ലോ. അക്കാര്യം കേൾക്കുമ്പളേക്ക് ഹൈദറിന്റെ ഉമ്മാക്ക് ഹാലിളകും. കുട്ടികളെ അവളുടെ കൂടെ അയക്കില്ല, ഹൈദർ കാണാൻ വരില്ല. പിന്നെ മകനെ വീണ്ടും വിവാഹം കഴിപ്പിക്കുമെന്ന ദുസ്സൂചന. ബാപ്പാനോട് അങ്ങോട്ട് ചെല്ലണമെന്ന് പറഞ്ഞിരിക്കുകയാണ്." .

"പഠിത്തം പൂർത്തിയാക്കി ജോലിയൊക്കെ കിട്ടിയിട്ട് മതി അവളുടെ വിവാഹമെന്ന് അന്നേ ഞാൻ നിങ്ങളോട് പറഞ്ഞതല്ലേ. അവൾ പഠിക്കാൻ മിടുക്കിയായിരുന്നു. സ്വന്തമായി അഭിപ്രായങ്ങളുള്ള സ്ത്രീകൾക്ക് ഇന്നും നമ്മുടെ നാട്ടിൽ ജീവിക്കാൻ വലിയ ബുദ്ധിമുട്ടാ."

"നേരാ ടീച്ചറേ. ഇവളാണെങ്കിൽ പ്രായവും തരവും നോക്കാതെ ഉള്ളത് മുഖത്ത് നോക്കിപ്പറയും."

"അതിന് അവളെ കുറ്റം പറഞ്ഞിട്ട് കാര്യമുണ്ടോ. ടീച്ചറും മാഷും അങ്ങനയല്ലേ അവളെ വളർത്തിയത്. എന്നിട്ടും ഇതുപോലൊരു കുടുംബത്തിലേക്കയച്ചതാ എനിക്കു മനസ്സിലാകാഞ്ഞത്."

"തലവരയെന്നല്ലാതെ എന്തു പറയാനാ ടീച്ചറേ? ഞാനാദ്യമേ എതിരായിരുന്നു. പണവും പ്രതാപവുമൊന്നും നോക്കണ്ട. വിദ്യാഭ്യാസവും ഉദ്യോഗവുമുള്ള ഒരു പയ്യനെ മതിയെന്നൊക്കെ പറഞ്ഞതുമാണ്. പക്ഷേ, ഓളെ ബാപ്പയും ഹൈദറിന്റെ ബാപ്പയും ചെറുപ്പത്തിലേ ഈച്ചയും ചക്കരയുംപോലെ കയിഞ്ഞോലാ. ഒന്നിച്ചാ പഠിച്ചതും. കുട്ട്യേള ചെറുപ്പത്തിലേ അവര് തമ്മില് മക്കളുടെ കല്യാണമങ്ങുറപ്പിച്ചു. പിന്നെ ഹൈദറിനെ കുട്ടിക്കാലത്തേ അറിയാം. വെടക്കത്തരങ്ങളൊന്നുമില്ല എന്നൊക്കെ പറഞ്ഞപ്പോ എന്റെ മിണ്ടാട്ടം മുട്ടി. കല്യാണം കയിഞ്ഞാലും ഓളെ പഠിപ്പ് മുടക്കില്ല. ഹൈദറും പഠിച്ച് ബിരുദമെടുക്കുമെന്നൊക്കെയാ ഓന്റെ ബാപ്പ പറഞ്ഞത്. മൂപ്പര് ഇത്ര പെട്ടെന്നങ്ങു പോവുന്ന് ആരെങ്കിലും വിചാരിച്ചതാണോ? മൂപ്പരിക്ക് മുഷ്ത്തരി മോളെപ്പോലെതന്നെയായിരുന്നു."

"ഇനിയിപ്പം കഴിഞ്ഞുപോയത് ചിക്കിപ്പരത്തിയിട്ട് കാര്യമില്ലല്ലോ. മേലാക്കം എന്താണ് വേണ്ടതെന്ന് നോക്കണ്ടേ?"

"ഓളെ കാര്യമാലോചിച്ച് രാത്രി ഉറക്കമില്ല ടീച്ചറേ. ആമ്മക്കള് ഹൈദറിന്റെ സൈഡാ. മുഷ്ത്തരിയോട് അടങ്ങിയൊതുങ്ങി കയിഞ്ഞോളാനാണ് അവര് പറയുന്നത്."

"ഒരു ബ്രദറ് ഹൈദറിന്റെ പാർട്ണരാണെന്ന് മുഷ്ത്തരി പറഞ്ഞിരുന്നു."

"രണ്ടാമത്തോൻ ദുബായിയിലാ. പെട്ടെന്നു പണി പോയപ്പോ ബിസിനസ്സ് തുടങ്ങാൻ ഹൈദർ സഹായിച്ചിരുന്നു. അവനിപ്പം പച്ചപിടിക്കുകയും ചെയ്തു. ഇപ്പളത്തെ കുട്ട്യേക്ക് പണത്തിനോടും സുഖജീവിതത്തോടുമൊക്കെ വലിയ ആർത്തിയാ. ലോകം വെട്ടിപ്പിടിക്കുന്നതിനിടയിൽ കാലിന്റടിയിലെ മണ്ണ് ഒലിച്ചു പോകുന്നത് അവരറിയുന്നില്ല. മുഷ്ത്തരി ഇവിടെ വന്നു നില്ക്കുന്നതിന് ഞങ്ങക്ക് ആൺമക്കളെ അനുവാദമൊന്നും വേണ്ട. സർക്കാർ പെൻഷനുള്ളതുകൊണ്ട് ജീവിക്കാൻ അവരെ ആശ്രയിക്കേണ്ട ഗതികേടും ഞങ്ങക്കില്ല. പക്ഷേ, ഓളെ കുട്ട്യേളെ കാര്യമാലോയിച്ചിട്ടാ അടങ്ങാൻ പറയുന്നത്."

"എവിടെയും എപ്പോഴും പെണ്ണാണല്ലോ അടങ്ങേണ്ടത്. എനിക്ക് അവളുടെ കാര്യത്തില് ഉല്ക്കണ്ഠയുണ്ട്. ടീച്ചറൊരു കാര്യം ചെയ്യ്. ഫോൺ കട്ട് ചെയ്തിട്ട് മുഷ്ത്തരിയെ വാട്സ് ആപിൽ വിളിക്ക്. എന്നിട്ട് എന്നെയും ആഡ് ചെയ്യ്. നമുക്ക് രണ്ടുപേർക്കുംകൂടി അവളോട് സംസാരിച്ചുനോക്കാം."

"ശരി ടീച്ചറേ." മുഷ്ത്തരിയുടെ ഉമ്മ ഫോൺ കട്ടു ചെയ്തു.

പത്തുപതിനഞ്ചു മിനുട്ട് അവരുടെ ഫോൺകോളിനായി കാത്ത് മുറ്റത്ത് ഉലാത്തുന്നതു തുടർന്നു.

"ഇന്ന് കുളിയും നനയുമൊന്നുമില്ലേ? നാസ്ത റെഡിയാ. വെള്ളാപ്പവും സ്റ്റൂവും." ഹൈറു ഉമ്മറവാതില്ക്കൽ തല കാണിച്ചു.

"ഈയിടെയായിട്ട് നിന്റെ തലയിൽ ഭക്ഷണക്കാര്യം മാത്രേ ഉള്ളൂ."

"ഇങ്ങളെങ്ങോട്ടും പോകാണ്ട് പൊരേന്റുള്ളില് കുത്തിരിക്കുമ്പം മൂന്നുനേരം അന്നം തരാണ്ടെ പറ്റ്വോ? ഒരു നേരം എന്തെങ്കിലും കൊണ്ടോന്ന് ഒപ്പിക്കാന്ന് വച്ചാ അപ്പം, സുനിതയ്ക്ക് വായ്ക്ക് രുചിയുള്ളതൊന്നും കൊടുക്കാണ്ട് മടിപിടിച്ചിരിക്ക്യാന്നും പറഞ്ഞ് അമ്മ അടുക്കളയിലെത്തും."

"അപ്പം എന്നെ മാത്രമല്ല നിന്നേം അമ്മ വന്നു കാണുന്നുണ്ട് അല്ലേ. ഈ അമ്മേന്റൊരു കാര്യം."

"ഇങ്ങള് കമ്പ്യൂട്ടറില് കാണുമ്പം ഞാൻ അടുക്കളയില് കാണും. അതാ അമ്മേന്റെ പവറ്. മൂപ്പത്തിയുടെ കാവലുള്ളതുകൊണ്ടാ ഞമ്മള് അല്ലലൊന്നുമില്ലാതെ കയിഞ്ഞുകൂടുന്നതെന്ന് ഇങ്ങള് മറക്കണ്ട."

"ഞാൻ മറന്നാലും ഓർമ്മിപ്പിക്കാൻ നീയില്ലേ. എന്റെ രക്ഷക!"

അവളുടെ മുഖം തെളിഞ്ഞു. കുളിച്ചു വേഷംമാറി വന്നപ്പോഴേക്ക് അപ്പവും സ്റ്റൂവും മേശപ്പുറത്തെത്തിയിരുന്നു.

"നീയും വാ. ഒരുമിച്ചു കഴിക്കാം."

“ഇനിക്ക് അടുക്കളേല് ലേശംകൂടി പണിയുണ്ട്. ഉച്ചക്കലത്തേക്കുള്ളതൊന്നും ആയില്ല.”

“രാവിലത്തേത് കഴിഞ്ഞിട്ടുപോരെ ഉച്ചക്കലത്തെ കാര്യം?”

“അത് ശരിയാവൂലാ. ഉച്ചക്കലത്തേതുംകൂടി കഴിഞ്ഞാൽ ചായകുടിയും കഴിഞ്ഞ് വീട് വൃത്തിയാക്കിക്കയിഞ്ഞാ പിന്നെ അടുക്കളേല് കേറണ്ടാലോ.”

“രാവിലെ ഞാനുംകൂടി സഹായിക്കാമെന്നു പറഞ്ഞാൽ നീ സമ്മതിക്കില്ലല്ലോ.”

“അമ്മ ഇങ്ങളെക്കൊണ്ട് എന്തെങ്കിലും പണിയെടുപ്പിക്കലുണ്ടോ? ഞാനായിട്ട് ഇങ്ങളെ അടുക്കളയില് കേറ്റിയാല് മൂപ്പത്തി രാത്രി എന്നെ ഉറങ്ങാൻ സമ്മേയിക്കൂലാ. അന്നേരംകൊണ്ട് ഇങ്ങളൊരു നോവലെയ്തിയാ എനക്കും അതൊരഭിമാനാല്ലേ.”

“നീ വക്കീലാകേണ്ടതായിരുന്നു. നിന്നെ വാദിച്ചു തോല്പിക്കാൻ എനിക്കാവില്ല.”

“ഇങ്ങള് തിന്ന്, ഞാനീ അപ്പം അപ്പറത്തെ അമ്മച്ചിക്ക് കൊടുത്തിട്ട് വരാം. മൂപ്പത്തി പറഞ്ഞതുപോലെ തയ്യാറാക്കിയ അപ്പക്കൂട്ടാ. ശരിയായോന്ന് ചോദിക്കണ്ടേ?” അവൾ കൈയിൽ കാസറോളുമായി തിരക്കിട്ട് പുറത്തേക്കു നടന്നു.

ഭക്ഷണം കഴിക്കുന്നതിനിടയിലും ഹൈറുവിനെക്കുറിച്ചായിരുന്നു ചിന്ത. പാവം കുട്ടി. എനിക്കു വച്ചുവിളമ്പിത്തന്ന് അവളുടെ ജീവിതം തീർക്കുന്നതിൽ ഈയിടെയായി വല്ലാത്ത കുറ്റബോധം തോന്നാറുണ്ട്. പഠിച്ച് എന്തെങ്കിലും ജോലിചെയ്ത് സ്വന്തം കാലിൽ നില്ക്കാൻ പ്രാപ്തി നേടണമെന്ന് അവളോട് പറഞ്ഞു മടുത്തു. അന്തസ്സായി ജോലിചെയ്തു തന്നെയാ ഞാൻ ജീവിക്കുന്നത്. വീട്ടുപണി മോശാന്ന് ഇങ്ങളോടാരാ പറഞ്ഞതെന്നാണ് അവളുടെ മറുചോദ്യം.

മാസംതോറും ഒരു നിശ്ചിത തുക മുടങ്ങാതെ അവളുടെ പേരിൽ ബാങ്കിലിടുന്നുണ്ട്. അവളോടുള്ള കടപ്പാട് പണം കൊടുത്താൽ തീരുന്നതല്ലെന്നറിയാം. അമ്മ മരിച്ചതിനുശേഷം തീർത്തും ഒറ്റപ്പെട്ടുപോയപ്പോൾ ഹൈറു കൂടെയുള്ളത് ചെറിയ കാര്യമല്ല. നാട്ടിലെ അകന്ന ബന്ധുക്കളുമായി അമ്മയുള്ളപ്പോഴേ വലിയ അടുപ്പമൊന്നുമില്ല. അച്ഛന്റെ സുഹൃത്തും അമ്മയുടെ സഹായിയുമായ രാമേട്ടനായിരുന്നു നാട്ടിലുള്ള ഏക ബന്ധു. രാമേട്ടൻ മരിച്ചിട്ടും ആ വീടുമായി മാത്രമാണ് ഇപ്പോഴും അടുപ്പമുള്ളത്. രാമേട്ടന്റെ മകനാണ് നാട്ടിലെ വീട് പരിപാലിക്കുന്നതും തേങ്ങ വലിപ്പിക്കുന്നതും. ഇടയ്ക്ക് വല്ലപ്പോഴും ഹൈറുവിനെയുംകൂട്ടി അവിടെ ച്ചെന്ന് രണ്ടുമൂന്നു ദിവസം താമസിക്കാറുണ്ട്. അവിടത്തെ താമസം ഹൈറുവിനും വളരെ ഇഷ്ടമാണ്. വീടു മുഴുവൻ തൂത്തുതുടച്ച്

കണ്ണാടിപോലെ മിനുക്കിയിട്ടാണ് ഓരോ തവണയും മടക്കം. രാമേട്ടന്റെ മകന്റെ ഭാര്യയുമായി ഹൈറു വലിയ അടുപ്പത്തിലാണ്. അങ്ങോട്ടുമിങ്ങോട്ടും ഭക്ഷണം കൈമാറലും കളിയും ചിരിയുമായി വലിയ ഹരത്തിലായിരിക്കും അവൾ. ഞാനാകട്ടെ അമ്മയുമായി സല്ലപിച്ചും അച്ഛന്റെ പഴയ പുസ്തകങ്ങൾ പൊടി തട്ടി വൃത്തിയാക്കിയും മുകളിലെ മുറിയിൽ അടയിരിക്കും. റിട്ടയറായാൽ നാട്ടിൽച്ചെന്നു താമസിക്കണമെന്നാണ് മോഹം. മനുഷ്യരുടെ മോഹങ്ങൾക്കതിരില്ല. കൊറോണ പിടിപെട്ട് ആയിരങ്ങൾ ലോകമെമ്പാടും മരിച്ചുവീഴുമ്പോഴും എന്റെ സ്വപ്നങ്ങൾക്ക് അതിരില്ലല്ലോ എന്ന് കുറ്റബോധത്തോടെ ഓർക്കാറുണ്ട്. 'തല്ക്കാലം കോവിഡ് പിടിക്കാതെ കയിച്ചലാകണോന്ന് ദ്വാഎരക്ക് സുനിയേച്ച്യേ....' എന്നാണ് എന്റെ മോഹങ്ങൾ പങ്കുവയ്ക്കുമ്പോൾ ഹൈറു പറയാറുള്ളത്. അതും നേരാണ്.

"ഇന്റെ റബ്ബേ......രണ്ടപ്പം ഇതുവരെ തിന്നു കയിഞ്ഞില്ലേ ഇങ്ങള്?"
"ഓരോന്നാലോചിച്ച് അങ്ങിരുന്നുപോയി." എഴുന്നേറ്റ് കൈ കഴുകുമ്പോൾ പറഞ്ഞു.

പതിനാല്

വെട്ടെന്ന് ഫോൺ കട്ട് ചെയ്തതിൽ സുനിത ടീച്ചർക്ക് വിഷമമായിട്ടുണ്ടാകും. ടീച്ചർ ഇങ്ങോട്ട് വിളിച്ചിട്ട് ഫോൺ എടുത്തതുമില്ല. ഇതാണ് തകരാറ്. വെറുതെ എല്ലാവരെയും പിണക്കും. നിന്റെ നാവിന് കടിഞ്ഞാണിടുന്നതാണ് മുഷ്ത്തരീ നല്ലത്. ഉള്ളിൽനിന്നുള്ള താക്കീതിന് പലപ്പോഴും ചെവി കൊടുക്കാറില്ല. എന്തിന് സ്ത്രീ മാത്രം എല്ലായിടത്തും താഴുന്നു എന്നുള്ള ചോദ്യം സുനിത ടീച്ചർതന്നെയാണ് മനസ്സിലിട്ടുതന്നത്. അനീതിക്കെതിരെ പ്രതികരിക്കാനാണ് ദൈവം നമുക്ക് നാവുതന്നിരിക്കുന്നത്. പെണ്ണായതുകൊണ്ട് നാവ് ചങ്ങലയ്ക്കിടണമെന്നാണ് ചെറുപ്പംമുതൽ നാം പെൺകുട്ടികളെ പഠിപ്പിക്കുന്നത്. 1929 ൽ പ്രസിദ്ധീകരിച്ച വെർജീനിയ വൂൾഫിന്റെ *സ്വന്തമായൊരു മുറി (എ റൂം ഓഫ് ഒൺസ് ഓൺ)* എന്ന പുസ്തകത്തെ പരാമർശിച്ചുകൊണ്ട് ടീച്ചർ നടത്തിയ പ്രഭാഷണം കേട്ടാണ് അവരുടെ ആരാധികയായത്. ചന്ദനക്കളറിൽ ചുവന്ന ബോർഡറുള്ള സാരിയും ചുവന്ന ബ്ലൗസുമിട്ട ടീച്ചറുടെ ചുവന്നുതുടുത്ത മുഖത്തുനിന്ന് കണ്ണെടുക്കാനേ തോന്നിയില്ല. ഫസ്റ്റ് ഇയർ ഇംഗ്ലീഷ് സാഹിത്യക്ലാസിൽ വെച്ചാണ് ടീച്ചറെ ആദ്യമായി കണ്ടത്. പിന്നീട് മൂന്നു കൊല്ലവും ടീച്ചറുടെ പ്രിയശിഷ്യരുടെ കൂട്ടത്തിലായിരുന്നു.

വെർജിനിയാ വുൾഫിനെപ്പോലെയുള്ള ആദ്യകാല സ്ത്രീസ്വാതന്ത്ര്യവാദികളെക്കുറിച്ച് സംസാരിക്കുമ്പോൾ ടീച്ചർ കൂടുതൽ വാചാലയാവും. മുഖം വെട്ടിത്തിളങ്ങും. ശബ്ദത്തിനു ഗാംഭീര്യം കൂടും. പാരമ്പര്യമായി പുരുഷന്മാർ മാത്രം കൈകാര്യം ചെയ്തിരുന്ന സാഹിത്യ സാംസ്കാരിക മേഖല സ്ത്രീകൾക്കുകൂടി അവകാശപ്പെട്ടതാണെന്ന് സ്ഥാപിച്ചെടുക്കുന്ന

വെർജീനിയ വൂൾഫിന്റെ *സ്വന്തമായൊരു മുറി* എന്ന കൊച്ചു പുസ്തകം നിങ്ങളെപ്പോലുള്ള സാഹിത്യവിദ്യാർത്ഥികൾ തീർച്ചയായും വായിച്ചിരിക്കേണ്ടതാണെന്നു പറഞ്ഞായിരുന്നു തുടക്കം.

സ്ത്രീയുടെ എഴുത്തിനെ വ്യത്യസ്തമായൊരു നിലയിൽ വിശകലനം ചെയ്യാനായിരുന്നു വൂൾഫ് ശ്രമിച്ചത്. സ്വന്തമായൊരു മുറിയും അഞ്ഞൂറു പൗണ്ടും സ്വന്തമായുണ്ടെങ്കിലേ സ്ത്രീക്ക് സാഹിത്യരംഗത്ത് നിലനില്പുള്ളൂ എന്ന് അവർ പറയുന്നു. സ്ത്രീയായതുകൊണ്ടുമാത്രം സർവ്വകലാശാലയിലെ ലൈബ്രറിയിൽ പ്രവേശനം നിഷേധിച്ചതിനെതിരെ അതിശക്തമായാണ് അവർ പ്രതികരിച്ചത്. ഓക്സ്ഫോർഡ്, കേംബ്രിഡ്ജ് സർവ്വകലാശാലകളെ പരിഹസിച്ചുകൊണ്ട് ഓക്സ്ബ്രിഡിജ് എന്ന സാങ്കല്പിക കോളേജിൽ പ്രസംഗിക്കാൻ പോയതിനെക്കുറിച്ചും ലൈബ്രറിയിൽ പ്രവേശനം നിഷേധിച്ചതിനെക്കുറിച്ചുമൊക്കെയായിരുന്നു വൂൾഫിന്റെ ലേഖനം. പണവും സ്വകാര്യതയും കൈവശമുണ്ടെങ്കിലേ എഴുത്തുകാരികൾക്ക് സാഹിത്യരംഗത്ത് ഇടംകിട്ടൂ. അതുകൊണ്ട് നോവലെഴുതാൻ തുടങ്ങുന്നതിനുമുമ്പ് സാമ്പത്തികസ്വാതന്ത്ര്യം ഉറപ്പുവരുത്തൂ എന്ന് വൂൾഫ് അടിവരയിട്ടു പറഞ്ഞതുതന്നെയാണ് എനിക്ക് നിങ്ങളോടും പറയാനുള്ളത്. നോവലെഴുതാൻ മാത്രമല്ല ഈ ലോകത്ത് സ്വതന്ത്രമായിട്ട് ജീവിക്കണമെങ്കിലും സ്ത്രീക്ക് സ്വന്തമായി വരുമാനം വേണം. അതുകൊണ്ട് പഠിത്തം മുഴുമിപ്പിച്ച് സ്വന്തമായൊരു വരുമാനമാർഗ്ഗം കണ്ടെത്തിയതിനുശേഷം മതി പ്രേമവും വിവാഹവും എന്നു പറഞ്ഞുകൊണ്ടാണ് ടീച്ചർ ക്ലാസ് അവസാനിപ്പിച്ചത്.

സ്ത്രീസ്വാതന്ത്ര്യത്തെക്കുറിച്ച് വാചാലയാകാറുള്ള ടീച്ചർ നിനക്ക് കുറച്ചുകൂടി പക്വതയോടെ പെരുമാറിക്കൂടെ, ക്ഷമ വേണ്ടേ എന്നൊക്കെ ചോദിക്കുന്നതുകേട്ട് കുറച്ചൊന്നുമല്ല അമ്പരന്നത്. സങ്കടംവന്ന് വാക്കുകളിടറിയപ്പോഴാണ് ഫോൺ കട്ട് ചെയ്തതും ടീച്ചർ വീണ്ടും വിളിച്ചപ്പോൾ എടുക്കാതിരുന്നതും. ഉമ്മയുടെ കോളും അറ്റന്റ് ചെയ്തില്ല. ടീച്ചറെ വിളിച്ച് ക്ഷമ പറയാം എന്നു വിചാരിച്ച് എഴുന്നേറ്റിരുന്നപ്പോഴാണ് വീണ്ടും ഫോണടിഞ്ഞത്. ടീച്ചറായിരിക്കും എന്നാണ് കരുതിയത്. പക്ഷേ, പരിചയമില്ലാത്ത നമ്പറായിരുന്നു.

"മിസിസ് ഹൈദറലിയല്ലേ....?"

"അതേ, ആരാ....?"

"ഞാൻ ഡോക്ടർ ഹിഷാം. നിങ്ങളുടെ ഭർത്താവ് ഹൈദർഅലിയെ ഓഫീസിൽ കുഴഞ്ഞു വീണതുകൊണ്ട് ഇവിടെ കൊണ്ടുവന്നിട്ടുണ്ട്. അദ്ദേഹത്തിന്റെ കൂടെയുള്ള ആളാ നിങ്ങളുടെ നമ്പർ തന്നത്."

"അള്ളാ......എന്താ ഹൈദർക്കാക്ക്....? രാവിലെ ഇവിടന്നു

പോകുമ്പോൾ ഒന്നുമുണ്ടായിരുന്നില്ല....''

''പേടിക്കാനൊന്നുമില്ല. ബി പി കൂടിയിട്ടുണ്ട്. ചെറിയ പനിയുള്ളതുകൊണ്ട് ഐസലോഷൻ വാർഡിലേക്കു മാറ്റി. കോവിഡ് ടെസ്റ്റിന് സ്രവം അയച്ചിട്ടുണ്ട്. പേടിക്കാനൊന്നുമില്ല.''

''ഞാനുടനെ എത്താം ഡോക്ടർ.''

''നിങ്ങള് വന്നാലും കൂടെ നില്ക്കാനനുവദിക്കില്ല. ഹൈദർ ഇവിടെയാണ് സ്ഥിരമായി ചെക്കപ്പിന് വരാറുള്ളത്. അതുകൊണ്ട് ഞങ്ങള് വേണ്ടത് ചെയ്തോളാം.''

''ഹൈദർക്ക അവിടെ വരാറുണ്ടെന്നോ....? എന്തിന്.... എന്നോടിതുവരെ പറഞ്ഞിട്ടില്ല.''

''അത് നന്നായി. അയാൾക്ക് ഹൈ ബി പിയാ. മരുന്നു നേരത്തിന് കഴിക്കാഞ്ഞിട്ടാ ബി പി കൂടിയത്. ഭർത്താവിന്റെ കാര്യം നിങ്ങളല്ലേ ശ്രദ്ധിക്കേണ്ടത്?''

''ഞാനുടനെ അവിടെയെത്തി ഡോക്ടറെ കാണാം.''

''കോവിഡ് പ്രോട്ടോകോൾ പാലിച്ചുവേണം അകത്തു കടക്കാൻ.''

ഡോക്ടർ ഫോൺ വച്ചപ്പോൾ കുറ്റബോധംകൊണ്ട് മനസ്സു നീറി. എന്തിനും ഏതിനും കുറ്റം പറയുമ്പോൾ ഹൈദർക്ക പലപ്പോഴും തല കുമ്പിട്ടിരുന്ന് ദീർഘശ്വാസം വിടുന്നത് എന്നെ ഉത്തരം മുട്ടിക്കാനെന്നാണ് കരുതിയത്. എന്തെങ്കിലും ഗുളിക കഴിക്കുന്നത് ഇതുവരെ ശ്രദ്ധയിൽ പെട്ടിട്ടില്ല. ഇപ്പോൾ അതൊക്കെ ആലോചിച്ചു നില്ക്കാനുള്ള സമയമല്ല. കോവിഡ് കിട്ടിയാലും വേണ്ടില്ല. ഹൈദർക്കയെ ഒറ്റയ്ക്കിടുന്ന പ്രശ്നമില്ല. ഉമ്മയോടെങ്ങനെ പറയുമെന്നതായിരുന്നു അപ്പോഴത്തെ ചിന്ത. ഞാൻ കാരണമാണ് എല്ലാം സംഭവിച്ചതെന്ന് ഉമ്മ കുറ്റപ്പെടുത്തുമെന്ന് ഉറപ്പാണ്. അതിനൊന്നും ചെവികൊടുക്കാൻ ഇപ്പോൾ നേരമില്ല. ഉടനെ ആശുപത്രിയിലെത്തണം. ഡ്രൈവർ രാവിലെ ഉണ്ടായിരുന്നു. പുറത്തുപോയി കാണുമോ? ആസ്പത്രിയിലേക്കാണെന്നു പറഞ്ഞാലും ഡ്രൈവറുടെ കൂടെ ഒറ്റയ്ക്കയക്കാതിരിക്കാൻ നൂറായിരം ന്യായങ്ങളുണ്ടാവും ഉമ്മയ്ക്ക്.. പരുങ്ങിയാണ് ഉമ്മയുടെ മുറിയിലെത്തിയത്. ഉമ്മ കിടക്കുകയായിരുന്നു. കുട്ടികളെ അവിടെ കണ്ടില്ല. സിറ്റിങ് റൂമിൽ ടി വിയുടെ ശബ്ദം കേൾക്കാം. ശനിയാഴ്ചയായതുകൊണ്ട് ക്ലാസില്ല. ടി വിയുടെ മുന്നിൽ ചടഞ്ഞിരിക്കുന്നുണ്ടാകും.

''ഉമ്മാ...'' പതുക്കെ വിളിച്ചു.

''ആരാത്....?'' പാതി മയക്കത്തിലായിരുന്നു ചോദ്യം.

''ഞാനാ.....''

"ഊം.....?" മൂളിലിൽ അപ്പോഴും അരിശം.

"അതു പിന്നെ....ഹൈദർക്കാക്ക് ബി പി കൂടിട്ട് ആസ്പത്രീല്......."

"എന്റെ റബ്ബേ.......എന്താ എന്റെ കുട്ടിക്ക്. ഓന് ബി പി വന്നില്ലെങ്കിലേ അതിശയമുള്ളൂ. ഏതു നേരവും കൊത്തുകോഴിയെപ്പോലെ ഓന്റെ പിന്നാലെ മണ്ടലല്ലേ." ഉമ്മ പിടഞ്ഞെഴുന്നേറ്റ് കത്തിക്കാളി...

"ഞാനാസ്പത്രീല്ക്ക് പോവ്വാണ്. കൊറോണക്കാലമായതുകൊണ്ട് അതിന്റെ ടെസ്റ്റും ചെയ്യണം..."

"റബ്ബേ.....ഇന്റെ കുട്ടി ഒറ്റയ്ക്കാ ആടെ.....?"

"അല്ല, ആപ്പീസിന്ന് ആരോ കൂടെ പോയിട്ടുണ്ട്. ഡ്രൈവറ് പോയോ...?"

"കുഞ്ഞയമ്മദ് പോയിട്ടില്ല.. കാറെടുക്കാൻ പറ. ഞാനും പോരാം."

"ഉമ്മ വരണ്ട. അറുപത് വയസ്സു കയിഞ്ഞോലെ ആസ്പത്രീല് കേറ്റൂലാ."

"റഹ്മാനെ എന്റെ കുട്ടിക്കൊന്നും വരുത്തല്ലേ... എന്നാ നിയ്യ് വേഗം ചെല്ല്. കൈയില് പൈസണ്ടോ?"

"കാർഡുണ്ട്. ഞാനീ നൈറ്റിയൊന്ന് മാറ്റി ചുരിദാറിടട്ടെ."

"ഒരുങ്ങാനൊന്നും നിക്കണ്ട, വേഗം ചെല്ല്."

യാ ഇലാഹീ....എന്റെ കുട്ടിനെ കാക്കണേ.....

നഗരത്തിലെ ഏറ്റവും മുന്തിയ ആസ്പത്രിയാണ്. അതുകൊണ്ടു തന്നെ അകത്ത് കയറാൻ കടമ്പകളേറെയുണ്ടായിരുന്നു. ഡോക്ടർ ഹിഷാമിനെ ഫോണിൽ വിളിച്ച് അനുവാദം വാങ്ങിയിട്ടാണ് അകത്ത് കടത്തിയത്. ഡോക്ടറുടെ കൺസൾട്ടിങ് റൂം കണ്ടുപിടിച്ച് വാതിലിൽ മുട്ടി. പുറത്തുവന്ന നഴ്സിനോട് കാര്യം പറഞ്ഞപ്പോൾ അകത്തേക്കു കയറ്റി. ദൂരെയിട്ട കസേര ചൂണ്ടിക്കാണിച്ച് ഡോക്ടർ ഇരിക്കാൻ ആംഗ്യം കാണിച്ചു.

പി പി ഇ കിറ്റിൽ അടിമുടി മൂടിയ അദ്ദേഹം എക്സറേ പരിശോധിച്ചുകൊണ്ടിരിക്കുകയായിരുന്നു.

"വലിയ കുഴപ്പമൊന്നുമില്ല. പനിയും കുറവുണ്ട്. നിങ്ങൾ ടെസ്റ്റ് ചെയ്യണം. വീട്ടിൽ പ്രായമായ ഉമ്മയുണ്ടെന്ന് ഹൈദർ പറഞ്ഞു. അവരുടെ മാത്രമല്ല വീട്ടിലെ എല്ലാവരുടെയും സ്രവം ടെസ്റ്റു ചെയ്യണം. ഞാൻ ഫാർമസിയിൽനിന്ന് വീട്ടിലേക്ക് ആളെ അയയ്ക്കാൻ ഏർപ്പാടാക്കാം.. ഓഫീസ് രണ്ടു ദിവസത്തേക്ക് അടച്ചിട്ട് അണുവിമുക്തമാക്കാൻ കൂടെ വന്ന മാനേജറോട് പറഞ്ഞിട്ടുണ്ട്. ഓഫീസ് സ്റ്റാഫ് ഒരാഴ്ച നിരീക്ഷണത്തിലിരി

ക്കട്ടെ. പ്രത്യേകിച്ചും കൂടെവന്ന മാനേജർ. എന്നിട്ട് ടെസ്റ്റ് ചെയ്താൽ മതി.''

ഡോക്ടർ പറയുന്നതിനു ചെവികൊടുക്കുമ്പോഴും ഹൈദർക്കയെക്കുറിച്ചായിരുന്നു ചിന്ത.

''സർ, അദ്ദേഹത്തെ എനിക്കൊന്നു കാണാമോ.''

ആദ്യം നിങ്ങൾ കോവിഡ് വാർഡിൽച്ചെന്ന് ഫാർമസിയിൽ സ്രവം കൊടുത്തിട്ടു വരൂ. സിസ്റ്റർ ഇവരുടെ കൂടെ ചെല്ലൂ.''

സിസ്റ്ററും ദേഹമാകെ മൂടിയിരുന്നു. ഫാർമസിയിൽ പോകുന്ന വഴിക്ക് കണ്ടവരെല്ലാം പി പി ഇ കിറ്റിനുള്ളിലായിരുന്നു. പ്രേതലോകത്ത് ചെന്നുപെട്ടതുപോലെയൊരു തോന്നലായിരുന്നു. ഷാളുകൊണ്ട് ഞാനും ആകെ മൂടി. കൊറോണ തുടങ്ങിയതുമുതൽ സോക്സും ഗ്ലൗസും മാത്രമല്ല തലയും ഒട്ടാകെ മൂടിയാണ് നടപ്പ്. 'പർദ്ദയിടാൻ പറഞ്ഞാ കേക്കൂലാ. ഇപ്പളെന്തായി. എല്ലാരെക്കൊണ്ടും അള്ളാഹു ഒട്ടാകെ മൂടിച്ചില്ലേ.' ഉമ്മയുടെ പരിഹാസം കേട്ടില്ലെന്ന് നടിക്കാറാണ് പതിവ്. "മാഡം വരൂ.'' സിസ്റ്റർ വിളിക്കുന്നതുകേട്ട് കൂടെച്ചെന്നു. ലാബിൽ സ്രവം ടെസ്റ്റിനുകൊടുത്തിട്ട് വീണ്ടും ഡോക്ടറുടെ മുറിയിലെത്തി.

''ഹൈദറിനെ റൂമിലേക്ക് മാറ്റിയിട്ടുണ്ട്. 402. ദൂരെനിന്നു കണ്ടോളൂ. എന്നിട്ട് ആ ഫ്ളോറിലെ കൗണ്ടറിൽച്ചെന്ന് അഡ്മിഷൻ ഫോർമാലിറ്റീസൊക്കെ പൂർത്തിയായോന്ന് ചോദിക്ക്.''

ടെമ്പറേച്ചർ ചെക്ക് ചെയ്ത് കൈകൾ സാനിടൈസ് ചെയ്ത് മുറിയുടെ വാതിലിൽ മുട്ടുമ്പോൾ മനസ്സ് വല്ലാതെ വിങ്ങുന്നുണ്ടായിരുന്നു.....

''ആരാ....?'' ഹൈദർക്കയുടെ തളർന്ന സ്വരം ഉള്ളിൽ വിങ്ങലുണ്ടാക്കി..

''ഞാനാ.'' പറഞ്ഞപ്പോൾ എന്റെയും സ്വരമിടറി.

''ആര്. മുഷ്ത്തരിയോ...?''

''അതേ....''

''നീയിപ്പോ എന്തിനാ ഇങ്ങോട്ട് വന്നത്?'' ഹൈദർക്കയുടെ സ്വരത്തിൽ വേവലാതി.

''ഡോക്ടർ വിളിച്ചിരുന്നു. സുഖമില്ലാഞ്ഞിട്ട് എന്നോടെന്താ പറയാഞ്ഞത്?''

''ഇപ്പോൾ അതൊന്നും വിസ്തരിക്കാൻ നില്ക്കാതെ നീ വീട്ടിൽ പോയ്ക്കോ. ഉമ്മയും കുട്ടികളും മാത്രല്ലേ അവിടുള്ളൂ. ഉമ്മാനോട് വിവരം പറഞ്ഞോ?''

“ആ..... സിസ്റ്റർ ഞാനകത്ത് കടക്കട്ടെ.” കൂടെ വന്ന സിസ്റ്ററോടു ചോദിച്ചു.

“അയ്യോ അതു പറ്റില്ല. ഡോക്ടറുടെ പെർമിഷൻ വേണം. മാത്രമല്ല, റൂമിൽ കയറിയാൽ പിന്നെ പുറത്തിറങ്ങാൻ അനുവദിക്കില്ല.”

“അതു സാരമില്ല. ഞാൻ കൂടെ നിന്നോളാം.”

“മുഷ്ത്തരീ, നീ പൊരേപ്പോയ്ക്കോ. ഉമ്മ ബേജാറാവും.”

“ഞാൻ ഫോൺ വിളിച്ചു പറഞ്ഞോളാം ഇക്കാ....ഇങ്ങളെ ഒറ്റയ്ക്കാക്കാൻ പറ്റൂലാ.”

അപ്പോഴേക്കും ഡ്യൂട്ടിയിലുള്ള സിസ്റ്ററെത്തി.

“നിങ്ങൾക്ക് അകത്ത് കയറണമെങ്കിൽ സമ്മതപത്രം തരണമെന്ന് ഡോക്ര് ഹിഷാം പറഞ്ഞിട്ടുണ്ട്. മാത്രമല്ല, രോഗി നെഗറ്റീവായി പുറത്തിറങ്ങുമ്പോഴേ നിങ്ങൾക്കും പുറത്തിറങ്ങാൻ സാധിക്കൂ.”

“ആയിക്കോട്ടെ.”

“മാഡം, ഞാൻ സരോജ്. സാറിന്റെ ഓഫീസിലെ...”

“മുമ്പൊരിക്കൽ ഓഫീസിൽ വന്നപ്പോൾ കണ്ടിട്ടുണ്ട്. എന്താണ്ടായത് സരോജേ.....? നല്ല പനിയുണ്ടായിരുന്നോ?”

അയാളെ മുഴുമിപ്പിക്കാനനുവദിക്കാതെ ഞാൻ വേവലാതിയോടെ ചോദിച്ചു.

“ഇന്നലെമുതലേ ക്ഷീണമുണ്ടെന്നു പറയുന്നുണ്ടായിരുന്നു. തലവേദനയുമുണ്ടായിരുന്നു. പാരസെറ്റമോൾ കഴിച്ചപ്പോൾ കുറയുകയും ചെയ്തു.”

“കുഴഞ്ഞുവീണന്നൊക്കെ ഡോക്ടർ പറഞ്ഞതോ?”

“സംസാരിച്ചുകൊണ്ടിരിക്കേ ക്ഷീണം പെട്ടെന്നു കൂടി കസേരയിൽ കുഴഞ്ഞു വീഴുകയായിരുന്നു. ആംബുലൻസ് വിളിച്ചാണ് ഇങ്ങോട്ടു കൊണ്ടുവന്നത്.”

“ഓർമ്മയുണ്ടായിരുന്നോ?”

“ഉവ്വ്. എന്നെ ആംബുലൻസിൽ കയറാമ്പോലും സമ്മതിച്ചില്ല. പെട്ടെന്നാണ് പനി കൂടിയത്. കോവിഡാകാൻ സാദ്ധ്യതയുണ്ടെന്നും കഴിയുന്നതും ആരുമായും അടുത്തിടപഴകരുതെന്നും സാറിന്റെ സുഹൃത്തായ ഡോക്ടർ താക്കീത് ചെയ്തതോടെ ഓഫീസിലുള്ളവരെക്കുറിച്ചായിരുന്നു സാറിനു വേവലാതി. എല്ലാവർക്കും മൂന്നുദിവസം അവധി നല്കി ഓഫീസ് പൂട്ടാൻ പറഞ്ഞു. ഓഫീസിൽ ഞാൻ മാത്രമേ സാറുമായി അടുത്തിടപഴകിയിട്ടുള്ളൂ. അതുകൊണ്ട് സാറിന്റെ കൂടെ ഞാൻ

നിന്നോളാം. മാഡം വീട്ടിലേക്കു പോയ്ക്കോളൂ."

"അതു വേണ്ട. ഞാനും മൂപ്പരുമായി അടുത്ത് ഇടപഴകിയതാണല്ലോ. ഇവിടെ ഞാൻ നിന്നോളാം. സരോജ് ക്വാറന്റൈനിൽ പ്രവേശിച്ചോളൂ. വീട്ടിലതിനുള്ള സൗകര്യമുണ്ടോ?"

"വൈഫ് പ്രസവത്തിനു പോയതുകൊണ്ട് വീട്ടിൽ ഞാനൊറ്റയ്ക്കാ മാഡം."

"അൽഹംദുലില്ലാഹ്. അത് നന്നായി. ഓഫീസിൽ ഫോൺ വിളിച്ച് വേണ്ടതെല്ലാം ഏർപ്പാടാക്കിയാൽ മതി. ഇനി അങ്ങോട്ടു പോണ്ട. ഏതെങ്കിലും ഏജൻസിയിൽ വിളിച്ചുപറഞ്ഞ് ഓഫീസ് ഡിസ് ഇൻഫെക്ട് ചെയ്യിക്കണം."

"അതൊക്കെ ചെയ്തോളാം മാഡം. അഡ്മിഷൻ ഫോർമാലിറ്റീസൊക്കെ പൂർത്തിയായിട്ടുണ്ട്. സാറ് പറഞ്ഞതനുസരിച്ച് അഡ്വാൻസുമടച്ചിട്ടുണ്ട്. ഇതാ പേപ്പേഴ്സ്."

"ശരി, ബാക്കി ഞാനായിക്കോളാം. സരോജ് പെട്ടെന്ന് വീട്ടിലേക്കു പോയ്ക്കോ. വണ്ടിയുണ്ടല്ലോ?"

"ഉണ്ട്."

അപ്പോഴേക്കും ഒരു പേപ്പറുമായി സിസ്റ്ററെത്തിയിട്ടു ചോദിച്ചു.

"ആരെങ്കിലും കൂടെ നില്ക്കുന്നുണ്ടോ? എങ്കില് ചില ഫോർമാലിറ്റീസൊക്കെയുണ്ട്."

"മൂപ്പർക്ക് ഇപ്പഴെങ്ങനെയുണ്ട്?"

"നല്ല ടെമ്പറേച്ചറുണ്ട്. ക്ഷീണവുമുണ്ട്."

"എന്നാ ഞാൻ കൂടെ നില്ക്കാം. അതിനുവേണ്ടത് ചെയ്തോളൂ."

"റിസ്കാണ്. നിങ്ങൾക്കും രോഗം പകരാൻ സാദ്ധ്യതയുണ്ട്. ഡോക്ടറുമായി കൺസൾട്ട് ചെയ്തിട്ട് ഞാൻ വരാം. അതുവരെ പുറത്തു നിന്നാ മതി."

"മൂപ്പരെ ഈ അവസ്ഥയിൽ ഒറ്റയ്ക്കാക്കുന്നതും റിസ്കല്ലേ സിസ്റ്ററേ?"

സിസ്റ്ററും സരോജും പോയപ്പോൾ ഞാൻ വരാന്തയിലെ കസേരയിലിരുന്നു. വരാന്ത ശൂന്യം. ആസ്പത്രിയുടെ ഒരു വിങ് കോവിഡ് ട്രീറ്റ്മെന്റ് സെന്ററാക്കി മാറ്റിയിരിക്കുകയാണ്. കോവിഡ് ചികിത്സ സർക്കാർ ആശുപത്രികളിൽ സൗജന്യമാണ്. എന്നാൽ സ്വകാര്യ ആശുപത്രികൾ ലക്ഷങ്ങളാണ് വാങ്ങുന്നതെന്നൊക്കെ പത്രത്തിൽ വായിക്കുമ്പോൾ ഇങ്ങനെയൊരു സാഹചര്യം നേരിടേണ്ടിവരുമെന്ന് കരുതിയതേയില്ല. ഹൈദർ

ക്കയും വളരെ കരുതലോടെയാണ് പുറത്തിറങ്ങാറുള്ളത്. കഴിഞ്ഞയാഴ്ച എന്തോ ആവശ്യത്തിന് കോയമ്പത്തൂരിൽ പോയിരുന്നു. കാറിലാണ് പോയത്. രാത്രി തിരിച്ചെത്തുകയും ചെയ്തു. അങ്ങനെ കിട്ടിയതാകാനാണ് സാദ്ധ്യത.

ഫോണടിഞ്ഞു. ഉമ്മയായിരുന്നു.

"ഹൈദ്രൂന് എങ്ങനെയുണ്ട്?"

"എന്നെ ഇതുവരെ മുറിയിലേക്ക് കയറ്റിയിട്ടില്ല. കുഴപ്പമില്ലെന്നാണ് ഡോക്ടറ് പറഞ്ഞത്."

"നിനക്ക് ഉള്ളില് പോകാൻ പേടിയുണ്ടെങ്കില് ഞാൻ ഓന്റെകൂടെ നിന്നോളാം. നീ ഇങ്ങട്ട് വന്ന് കുട്ട്യേളെകൂടെ നിക്ക്."

പതിവുപോലെ ഉമ്മ കുറ്റപ്പെടുത്തൽ തുടങ്ങി.

"ഫാർമസീന്ന് ആള് വരും. ഇങ്ങളതും കുട്ട്യേളതും കോവിഡ് ടെസ്റ്റെടുക്കണമെന്ന്."

"അപ്പം നിന്റതോ?"

"എന്റത് കയിഞ്ഞു."

ഉമ്മ എന്തൊക്കെയോ എണ്ണിപ്പെറുക്കുന്നതിനിടയിൽ മുറിക്കകത്തു നിന്ന് വല്ലാത്തൊരു ഞരക്കം കേട്ടു..

"ഡോക്ടർ വരുന്നു ഞാൻ പിന്നെ വിളിക്കാം." ഞാൻ ഫോൺ കട്ടു ചെയ്തു മുറിയുടെ വാതിൽ തുറന്നുനോക്കി.

ഹൈദർക്ക ശ്വാസം കിട്ടാതെ പിടയുന്നതിനിടയിൽ തൊട്ടടുത്തുള്ള ബെല്ലിൽ കൈയമർത്തുന്നുണ്ടായിരുന്നു. പിന്നീടൊന്നും ആലോചിക്കാതെ ഞാൻ മുറിയിലേക്ക് കയറി. പിന്നാലെ സിസ്റ്ററും.

പതിനഞ്ച്

"ഇങ്ങളെന്താ ഹോർലിക്സ് കുടിക്കാഞ്ഞത്? തണുത്തിട്ടുണ്ടാവും."

കുളി കഴിഞ്ഞ് മുടി ചീകുന്നതിനിടയിൽ കട്ടിലിനരികിൽ ചെന്ന് മുഷ്ത്തരി പറഞ്ഞു..

ഹൈദർ ഉരിയാട്ടമില്ലാതെ തുറിച്ചു നോക്കുന്നത് കണ്ട് വേവലാതിയോടെ അടുത്തുചെന്നു കുലുക്കി വിളിച്ചു.

"ഇക്കാ......എന്താ....?"

"ഹേ.....?"

"എന്താ......തല വേദനയുണ്ടോ...?"

അതിനുമില്ല ഉത്തരം. പൊതുവേ മിണ്ടാട്ടം കുറവാണ്. കോവിഡ് മാറി വീട്ടിലെത്തിയിട്ടും ഇപ്പോഴും അന്തംവിട്ട മട്ടാണ്. ചിലർക്ക് അങ്ങനെയുണ്ടാവും. പതുക്കയെ നോർമ്മലാവൂ എന്ന് ഡോക്ടർ പറഞ്ഞിട്ടും സമാധാനമില്ല. ഒരു മാസത്തോളമാണ് ആശുപത്രിയിൽ കിടന്നത്. ഒരാഴ്ച വെന്റിലേറ്ററിലായിരുന്നു. അതിനിടയിൽ ഞാനും കോവിഡ് രോഗിയാണെന്ന കാര്യമേ മറന്നു. റിസൾട്ട് പോസിറ്റീവായിരുന്നെങ്കിലും പനിയോ തലവേദനയോ ഒന്നുമുണ്ടായിരുന്നില്ല. ഭീകരമായ തൊണ്ട വേദനയായിരുന്നു കാര്യമായ പ്രശ്നം. നല്ല ക്ഷീണവുമുണ്ടായിരുന്നു. വായ്ക്ക് രുചിയും കുറഞ്ഞു. ഉപ്പുരസം മാത്രമേ അറിഞ്ഞിരുന്നുള്ളൂ. അതിനെക്കുറിച്ചൊന്നും ചിന്തയില്ലായിരുന്നു. പനിയും ശ്വാസംമുട്ടും വല്ലാതെ കൂടി. ഒരാഴ്ച അങ്ങോട്ടോ ഇങ്ങോട്ടോ എന്നറിയാതെ മൂപ്പർ വെറ്റിലേറ്ററിൽ കിടന്നപ്പോൾ ഒന്നു കാണാൻപോലും സാധിക്കാതെ മിണ്ടാനും പറയാ

നുമാരുമില്ലാതെ ഒറ്റയ്ക്ക് ആശുപത്രി മുറിയിൽ കടുത്ത മാനസിക സമ്മർദ്ദത്തിലായിരുന്നു. കുട്ടികളെ കാണാനാകാതെ മനസ്സു നീറി. ഉമ്മയും ബാപ്പയും സുനിത ടീച്ചറും ഇടയ്ക്കിടെ വിളിച്ച് ആശ്വസിപ്പിക്കുമ്പോഴും മനസ്സു പലപ്പോഴും കൈവിട്ടു പോകുമായിരുന്നു. മുറിക്കു പുറത്തിറങ്ങാനോ, മറ്റാർക്കെങ്കിലും മുറിയിലേക്ക് പ്രവേശിക്കാനോ അനുവാദമുണ്ടായിരുന്നില്ല. കാന്റീനിൽ നിന്ന് മൂന്നു നേരമെത്തുന്ന ഭക്ഷണം പലപ്പോഴും കഴിക്കാറില്ല. ഹൈദർക്കയുടെ വിവരം അപ്പപ്പോൾ ഡോക്ടർ ഹിഷാം വിളിച്ചു പറയാറുണ്ടെങ്കിലും ഒന്നു നേരിട്ടു കാണുന്നതുപോലാവില്ലല്ലോ. ഹൈദർക്കയ്ക്ക് എന്റെ ജീവിതത്തിലുള്ള ഇടം മനസ്സിലാക്കാൻ അള്ളാഹു തന്ന പരീക്ഷണമാണോ കോവിഡ് എന്നുപോലും തോന്നി. അന്നു രാവിലെ വീട്ടിലേക്ക് പോകാനായി പെട്ടിയൊരുക്കുമ്പോഴുണ്ടായ സംഭവങ്ങൾ മനസ്സിൽ തികട്ടിവരുമ്പോൾ തല പെരുക്കും. തലേദിവസം ഉമ്മ വായിൽത്തോന്നിയതൊക്കെ വിളിച്ചു പറഞ്ഞതിലുള്ള വാശിക്കാണ് കുറച്ചുദിവസം വീട്ടിൽച്ചെന്നു നില്ക്കാൻ തീരുമാനിച്ചത്. പഠിപ്പും പത്രാസുമല്ല പെണ്ണിനലങ്കാരം. പുരുഷനു വഴിപ്പെട്ടു നില്ക്കാനുള്ള മനസ്സാണ്. എന്നാലേ കുടുംബത്തില് സമാധാനമുണ്ടാകൂ. ഉമ്മ എന്നെക്കുറിച്ച് പരാതിക്കടലൊഴുക്കിയിട്ടും ഒരു വാക്കുപോലും ഭാര്യയുടെ പക്ഷം പറയാതെ എല്ലാം കേട്ട് കല്ലുപോലിരിക്കുന്ന ഹൈദർക്കയോടുള്ള അരിശം നുരഞ്ഞു പൊന്തിയപ്പോഴാണ് ഇനി കുറച്ചുകാലം മാറിനില്ക്കാമെന്ന കടുത്ത തീരുമാനമെടുത്തത്.

“നിയ്യ് എങ്ങട്ടാച്ചാ പോയ്ക്കോ. മക്കളെ ഞാനയക്കൂലാ. ഹൈദ്രൂന് മക്കളെ കാണാണ്ട് പറ്റൂലാ.”

കേട്ടതും ആകെയൊരു വിങ്ങൽ. നാവിന്റെ കെട്ടഴിഞ്ഞതുമറിഞ്ഞില്ല. പറയാൻ പാടില്ലാത്തതൊക്കെ പറഞ്ഞെന്നു പിന്നീട് തോന്നുകയും ചെയ്തു. ആസ്പത്രിമുറിയിലെ ഏകാന്തവാസം സ്വയം പരിശോധനയ്ക്കുള്ള അവസരം കൂടിയായിരുന്നു. വിവാഹം കഴിഞ്ഞ് രണ്ട് മക്കളായിട്ടും പരസ്പരം മനസ്സിലാക്കാൻ സാധിക്കാത്തത് ആരുടെ കുറ്റം എന്ന ചോദ്യം അകവും പുറവും ഒരുപോലെ ചുട്ടുപുകയ്ക്കുമ്പോഴായിരിക്കും ഉമ്മയുടെ ഫോണിലൂടെയുള്ള കുറ്റപ്പെടുത്തലുകൾ. ഞാൻ കാരണം ബി പി കൂടി. അതു കാണിക്കാൻ ആസ്പത്രിയിൽച്ചെന്നപ്പോൾ ഹൈദർക്കയ്ക്ക് കോവിഡ് കിട്ടിയെന്നൊക്കെ കഥയുണ്ടാക്കി ഉമ്മ പലരോടും വിളിച്ചുപറഞ്ഞതായി അറിഞ്ഞിരുന്നു. ഞാനും കോവിഡ് രോഗിയാണെന്ന കാര്യം ഉമ്മ പലപ്പോഴും മറക്കും. നിനക്കെങ്ങനെയുണ്ടെന്ന് ഒരിക്കൽപോലും ചോദിച്ചിട്ടില്ല. സ്വന്തം മക്കൾ വയ്യാതിരിക്കുമ്പം എല്ലാ ഉമ്മമാരും അങ്ങനാ മുത്തൂ എന്ന് പറഞ്ഞാണ് ബാപ്പ ഈ പരാതിക്ക് പരിഹാരം കാണുന്നത്. വീട്ടിലെ വിളിപ്പേരാണ് മുത്തു. മനസ്സു കലങ്ങി

മറിയുകയും ശരീരം രോഗത്താൽ തളരുകയും ചെയ്യുന്നതിനിടയിലാ യിരിക്കും ഉമ്മയേയും ബാപ്പയേയും കാണണമെന്നു പറഞ്ഞ് ഫോണി ലൂടെയുള്ള മക്കളുടെ കരച്ചിൽ. ആകെക്കൂടി വല്ലാത്തൊരവസ്ഥയാ യിരുന്നു. കാര്യമായ രോഗലക്ഷണങ്ങളൊന്നുമില്ലായിരുന്നെങ്കിലും പലതരം ചിന്തകൾ അലട്ടുമ്പോൾ തല പൊട്ടിപ്പിളരുന്നതുപോലുള്ള വേദനയാണ്.. ഉമ്മയും ഞാനും പോരടിക്കുന്നതു കണ്ട് ഒരു കള്ളനെ പ്പോലെ മുറിവിട്ടിറങ്ങിപ്പോകുന്ന ഹൈദർക്കയുടെ രൂപം ഉള്ളിലുണ്ടാക്കിയ പോറൽ ചെറുതായിരുന്നില്ല. എന്റെ സങ്കല്പത്തിലുള്ള ഭർത്താവ് ഇങ്ങനെയായിരുന്നില്ലല്ലോ റബ്ബേ..... ഉമ്മ വഴക്കു പറയുമ്പോൾ മിണ്ടാതി രുന്നാലും പിന്നീട് എന്നെ ന്യായീകരിച്ച് രണ്ടു വാക്ക് പറയാൻ മൂപ്പർ ശ്രമിച്ചിരുന്നെങ്കിൽ എന്റെ കലി ഞാൻ വിഴുങ്ങിയേനെ. ഈയിടെയായി വീട്ടിലും ഇതു തന്നെയാണ് അവസ്ഥ. രണ്ടുപേരും രണ്ട് തീനാളങ്ങളായി ഇങ്ങനെ ഒരുമിച്ചു കഴിഞ്ഞാൽ ആ തീയിൽ ചിലപ്പോൾ എരിഞ്ഞ് ചാമ്പലാകുന്നത് എന്റെ മക്കളായിരിക്കുമോ എന്ന ആധി പലപ്പോഴും മാനസികനിലപോലും തെറ്റിക്കുമ്പോൾ വെർജിനിയാ വൂൾഫിന്റെയും ആൻഡ്രിയ ഡോർക്കിന്റെയുമൊക്കെ വാക്കുകളാണ് നാവിലെത്തുക. അപ്പോൾ ഉമ്മയാകട്ടെ *ഖുറ്ആൻ* ക്ലാസിലെ മൗലവിയുടെ തനിസ്വരൂ പമായി മതപ്രസംഗം കസറും. വാക്കുകൾ വാളാക്കി ഞാനും ഉമ്മയും പരസ്പരം പൊരുതുമ്പോൾ ഹൈദർക്ക എങ്ങോട്ടെന്നില്ലാതെ ഊളിയിടുകയാണ് പതിവെന്ന് യുദ്ധം കഴിഞ്ഞാണ് ഞങ്ങൾ പലപ്പോഴും മനസ്സിലാക്കാറുള്ളത്. എന്നെ ജീവിതകാലം മുഴുവൻ കയറില്ലാതെ കെട്ടിയിട്ട് ഹൈദർക്കയെ വീണ്ടും വിവാഹം കഴിപ്പിക്കുമെന്ന ഉമ്മയുടെ ഭീഷണി നാവുകൊണ്ടെങ്കിലും നേരിടാതിരിക്കുന്നത് സ്ത്രീകളോട് കാണിക്കുന്ന വഞ്ചനയാവില്ലേ എന്ന് ന്യായീകരിക്കാൻ ശ്രമിച്ചാണ് സ്വയം സമാധാനിക്കുന്നത്. ഭർത്താവ് രാവെന്നു പറഞ്ഞാൽ പകലും രാവാണെന്ന് സമ്മതിക്കുന്ന ഒരു ശരാശരി സ്ത്രീയെ വിവാഹം കഴിച്ച് മൂപ്പർ സമാധാനത്തോടെ ജീവിച്ചോട്ടെ എന്ന് മനസ്സുകൊണ്ട് ഉറപ്പിച്ചതുമാണ്. പക്ഷേ, മക്കളെ വിട്ടുകൊടുക്കുന്ന പ്രശ്നമില്ല. മറ്റൊരു പുരുഷൻ ഇനിയെന്റെ ജീവിതത്തിലുണ്ടാവുകയുമില്ല. മനസ്സും ശരീരവും ഒരാൾക്ക് അടിയറവെച്ചിട്ട് മറ്റൊരു പുരുഷന് ശരീരംമാത്രം കാഴ്ചവ യ്ക്കാൻ ഞാനൊരു പുരുഷനല്ലല്ലോ. സ്വന്തം ജീവിതത്തിൽ മനുഷ്യന് ഒരു റോളുമില്ലല്ലോ എന്ന ചിന്ത ഈയിടെയായി കുറച്ചൊന്നുമല്ല അലോസരപ്പെടുത്തുന്നത്. കഴിഞ്ഞ ഒരുമാസത്തിനിടയിൽ ജീവിത വീക്ഷണംപോലും മാറിപ്പോയി. എല്ലാം നാളേക്കു മാറ്റിവയ്ക്കുന്നതാ യിരുന്നു എന്റെ രീതി. ഹൈദർക്കയാകട്ടെ അന്നന്നത്തെ കാര്യം അന്നന്നു ചെയ്തുതീർക്കുന്ന പ്രകൃതക്കാരനും. അതിന്റെ പേരിലും വഴക്കു

പതിവാണ്. നാവെടുക്കാത്ത എന്റെ കുട്ടിക്ക് നിന്നെപ്പോലത്തെ പടച്ചി അസറെയാണല്ലോ അള്ളാഹു കണക്കാക്കിയത് എന്ന ഉമ്മയുടെ വാക്കുകൾ ഇപ്പോൾ അധികം നോവിക്കാറില്ല. ഒന്നും നമ്മുടെ കൈയിലല്ല. ലോകം മുഴുവൻ മഹാമാരി പടർന്നുപിടിച്ച് ജനം പുഴുക്കളെപ്പോലെ മരിച്ചുവീഴുകയും ആഗോളസാമ്പത്തികരംഗം തകർന്ന് മനുഷ്യജീവിതം വഴിമുട്ടുകയും ചെയ്യുമ്പോൾ എന്റെ പ്രശ്നങ്ങൾ നിസ്സാരമാണെന്ന് മനസ്സിനെ പറഞ്ഞു പഠിപ്പിക്കാനാണ് ഇപ്പോഴത്തെ ശ്രമം.

നിന്നനില്പിന് ഇറങ്ങിപ്പോന്നതുകൊണ്ട് വായിക്കാനൊരു പുസ്തകംപോലും കൈയിലുണ്ടായിരുന്നില്ല. പുതുതായി ഇറങ്ങുന്ന പുസ്തകങ്ങൾ വാങ്ങി വായിക്കുന്നത് പതിവാണ്. വായിക്കാത്ത പുസ്തകങ്ങളും മുറിയിലുണ്ട്. അതു കൊടുത്തയയ്ക്കാൻ പറഞ്ഞാൽ ആ നേരത്ത് നിനക്ക് *ഖുർആൻ* ഓതി ഹൈദറിന്റെ സൂക്കേട് മാറാൻ അള്ളാനോട് തേടിക്കൂടെ എന്നായിരിക്കും ഉമ്മയുടെ ഉത്തരം. വീട്ടിലേക്കു കൊണ്ടുപോകാൻ ഒരുക്കിവച്ച ബാഗ് ഡ്രൈവറോട് പറഞ്ഞ് എടുപ്പിച്ചിരുന്നു. ഹൈദർക്കയുടെ ഡ്രസ്സുകളും ഉമ്മ കൊടുത്തയച്ചു. പുറത്തുനിന്ന് എന്തെങ്കിലും സാധനങ്ങൾ മുറിയിലെത്തണമെങ്കിൽ കടമ്പകൾ ഏറെയായിരുന്നു. മൊബൈലായിരുന്നു പുറംലോകത്തേക്കുള്ള പാലം.

“ഹൈദറിക്കാ കുടിക്കാൻ വേറെന്തെങ്കിലുമെടുക്കട്ടെ. നിങ്ങളിങ്ങനെ തിന്നാതേം കുടിക്കാതെയുമിരുന്നാൽ ക്ഷീണം മാറണ്ടെ. ഓഫീസിൽ സരോജ് ഒറ്റയ്ക്ക് നട്ടം തിരിയുകയാണ്. അടുത്തയാഴ്ച എന്തോ വലിയ ഡീല് നടക്കാനുണ്ടെന്നും അന്നെങ്കിലും സാറിന് എത്താൻ കഴിയുമോ എന്നൊക്കെ അയാൾ ചോദിച്ചിരുന്നു. കോവിഡ് നെഗറ്റീവായില്ലേ ഇനിയൊന്ന് പോസിറ്റീവായി കാര്യങ്ങള് കാണ്. എനിക്ക് ഓൺലൈൻ ക്ലാസുണ്ട്. അതിനു മുമ്പ് ജ്യൂസ് തരാം.”

“ഇപ്പം വേണ്ട. നല്ല ക്ഷീണം ഞാൻ കെടക്കട്ടെ.”

“മോനേ, എന്താ ഹാല്?” എന്നു ചോദിച്ചുകൊണ്ട് ഉമ്മയും കൂടെ കുട്ടികളുമെത്തി.

“ഇപ്പാ, ഈ അറ്മാൻ ഇന്നെ വല്ലാണ്ടെ കാട്ടണ്ട് ട്ടോ. ഓനെന്തു ചെയ്താലും വല്ലിമ്മച്ചി ഓന്റെ സൈഡാ. ഓനരാങ്കുട്ട്യല്ലേ. അനക്കൊന്നു താണുകൊടുത്തൂടേ? അന്റുമ്മാനെപ്പോലെ ആണുങ്ങളെ മേക്കിട്ട് കേറണത് നല്ല ശീലല്ല. ഉമ്മ എടങ്ങാറാക്കീട്ടാ ഇപ്പാക്ക് സുഖല്ലാണ്ടായത് എന്നൊക്കെ ഇന്നെ വയക്ക് പറയണ്. നേരാ.....?”

അവസാനമായപ്പോഴേക്കും അവളുടെ തൊണ്ടയിടറി.

“ഇന്റെ റബ്ബേ....... ഉമ്മാന്റെ ശൂരിതം മുയുമൻ പെണ്ണിന് കിട്ടീക്കണ്.”

ഉമ്മ പറഞ്ഞതും അവളോടി ഹൈദർക്കയുടെ അടുത്തെത്തി

കട്ടിലിൽ കയറാൻ തുടങ്ങിയപ്പോൾ ഹൈദർക്ക ഭയത്തോടെ പറഞ്ഞു.

"ഇപ്പന്റടുത്ത് വരണ്ട. സൂക്കേട് കിട്ടും."

"ഇങ്ങക്ക് എപ്പളേ നെഗറ്റീവായി ഹൈദർക്കാ. വെറുതെ പേടിക്കല്ലേ. രണ്ടാളും ചെന്ന് ഇപ്പാക്ക് ചക്കരമുത്തം കൊടുക്ക്."

"മുഷ്ത്തരീ....... ഞാൻ കഷ്ടപ്പെട്ടത് എനക്കല്ലേ അറിയൂ. ഇനി കുട്ട്യേക്കും അതുപോലെ വരണോ?" ഹൈദർക്കയുടെ സ്വരം ഇടറി.

"ഇങ്ങക്ക് ഒന്നൂല്ല. മക്കക്കും കോവിഡ് വന്ന് മാറിയതാ. ഉമ്മാക്ക് മാത്രം പടച്ചോൻ സഹായിച്ച് പോസിറ്റീവായില്ല. കയിഞ്ഞതൊക്കെ മറന്ന് ഇങ്ങള് ബിസിനസ്സ് കാര്യങ്ങളിൽ ശ്രദ്ധിക്ക്. നേരിട്ട് പോയില്ലെങ്കിലും ഫോൺ വിളിച്ച് കാര്യങ്ങളറിയാലോ?"

"ഓള് പറയുന്നതിലും കാര്യമുണ്ട് മോനേ. നിയ്യങ്ങോട്ട് പോയിട്ട് കൊറേ ദിവസമായില്ലേ. എല്ലാം അൽക്കുല്ത്തായിട്ടുണ്ടാവും. ആരേം കണ്ണുമടച്ച് വിശ്വസിക്കാൻ പറ്റാത്ത കാലാ. ഉമ്മാന്റെ കുട്ടിക്ക് ഇപ്പോ ഒന്നൂല്ല."

ഉമ്മ അടുത്തുചെന്ന് തല തടവിയപ്പോൾ ഹൈദർക്ക കൈയെടുത്തു മാറ്റിയിട്ട് പറഞ്ഞു.

"നെഗറ്റീവായാലും സൂക്കേട് മറ്റുള്ളോലിക്ക് പകരാൻ സാദ്ധ്യത യുണ്ടെന്നാ ഡോക്ടറ് പറഞ്ഞത്. അതോണ്ട് എന്റടുത്ത് കുറച്ചീസത്തേ ക്കുംകൂടി ആരും വരണ്ട."

"ഈ മുറിയില് വരുന്നോര് മാസ്ക്കിട്ടാ മതി ഹൈദർക്കാ. മക്കള് മാസ്ക്കിട്ടത് കണ്ടില്ലേ? ഓലൊന്ന് അടുത്തുവന്നോട്ടെ."

"ഇനിക്ക് പൂതിയായിട്ടല്ലേ, ഇപ്പാ...... ഞാനൊന്ന് അടുത്തിരുന്നോട്ടെ."

സന പറഞ്ഞപ്പോൾ ഹൈദർക്ക രണ്ടുകൈയും നീട്ടി അവളെ മാറോടടുക്കി. അപ്പോൾ അറ്മാനും അടുത്തു ചെന്നു.

"ഉമ്മ ഇങ്ങോട്ടിരിന്നു നാട്ടുവർത്താനമൊക്കെ പറഞ്ഞുകൊടുക്ക്. എന്നും രാവിലെ കൊറേ നേരമിരുന്ന് കിസ പറയുന്നതല്ലേ. ഹൈദർക്ക അത് മിസ് ചെയ്യുന്നുണ്ടാകും. ഹോർലിക്സ് തണുത്തുപോയി. ഞാൻ കുടിക്കാൻ ഓറഞ്ച് ജ്യൂസെടുത്തിട്ട് വരാം. പന്ത്രണ്ട് മണിക്ക് ഓൺലൈൻ ക്ലാസുണ്ട്. മോനൂ, നിന്റെ ക്ലാസ് കയിഞ്ഞോ?"

"ഇല്ലമ്മാ. ക്ലാസിനിടയിലാ ഓൻ വന്നത്. എന്റെത് കയിഞ്ഞു." കിട്ടിയ അവസരം പാഴാക്കാതെ സന അവനെ കുറ്റപ്പെടുത്തി.

"കുറച്ചീസത്തേക്ക് നിയ്യ് പഠിപ്പിക്കലൊക്കെ മതിയാക്ക് മുഷ്ത്തരി. എന്റെ കുട്ടി ഒന്ന് രണ്ട് കാലുമ്മല് നിന്നിട്ട് മതി ഇനി ബാക്കി കാര്യങ്ങള്."

ഉമ്മയുടെ കുറ്റപ്പെടുത്തലുകൾ നിസ്സംഗതയോടെ കേട്ടു നില്ക്കാനുള്ള കഴിവും കോവിഡ് നേടിത്തന്നു എന്ന് ഈയിടെയായി തോന്നാറുണ്ട്.

"മോനൂ, ചെന്ന് ക്ലാസ് അറ്റന്റ് ചെയ്യ്. മോളും പോയ്ക്കോ." ഹൈദർക്ക പറഞ്ഞു.

"ഓൻ പോയ്ക്കോട്ടെ ഇപ്പാ. ഞാൻ കൊറച്ചുംകൂടി നേരം എന്റെ പൊന്നാര ഇപ്പാന്റടുത്തിരുന്നോട്ടെ."

സന കൊഞ്ചിയപ്പോൾ ഹൈദർക്കയുടെ മുഖത്ത് തിളക്കം.

"ഞാനിപ്പം ജ്യൂസെടുത്തിട്ട് വരാട്ടോ ഉമ്മാ. മോനൂ വാ." മുറിക്ക് പുറത്തിറങ്ങി.

എന്നോട് അധികം സംസാരിക്കാറില്ലെങ്കിലും രാവിലെ ഓഫീസിൽ പോകുന്നതിനുമുമ്പ് കുറച്ച് നേരം ഉമ്മയോടൊപ്പമിരുന്ന് വിശേഷങ്ങൾ പങ്കുവയ്ക്കുക മൂപ്പരുടെ പതിവായിരുന്നു. ഞാൻ രാവിലെ എപ്പോഴും തിരക്കിലായിരിക്കും. ഉമ്മ നേരത്തേ എഴുന്നേറ്റ് സുബഹി നിസ്കാരം കഴിഞ്ഞ് അടുക്കളയിലിറങ്ങി രാവിലത്തെ നാസ്ത റെഡിയാക്കുമെങ്കിലും അടുക്കള ആകെ അലങ്കോലമായി കിടക്കുന്നുണ്ടാവും. പാത്രങ്ങൾ പെറുക്കി പുറത്തെ കൊട്ടത്തളത്തിൽവെച്ച് അടുക്കള വൃത്തിയാക്കി കുട്ടികളുടെയും എന്റെയും ടിഫിൻ പാത്രത്തിലാക്കി വേഷം മാറാൻ ഓടുമ്പോഴേക്കും ക്ലോക്കിൽ മണി എട്ടരയായിട്ടുണ്ടാകും. അതിനിടയിൽ ഹൈദർക്കയുടെ കാര്യങ്ങൾ നോക്കാൻ സമയം കിട്ടിയിരുന്നില്ലല്ലോ എന്ന് ഇപ്പോഴാണ് മനസ്സിലാക്കുന്നത്. ഹൈദർക്കയുടെ കാര്യങ്ങൾ ഉമ്മയ്ക്കു തന്നെ ചെയ്യണമെന്നുള്ളതുകൊണ്ട് നീ മാറി നിന്നതല്ലേ എന്ന് സ്വയം സമാധാനിപ്പിക്കാനാണ് ഇപ്പോഴത്തെ ശ്രമം.

"നീ കിനാക്കണ്ടതുപോലെയുള്ള ഒരുത്തനെ കൂട്ടിന് കിട്ടീല്ലാന്ന് വിചാരിക്കുന്നതുകൊണ്ട് ഹൈദർ ചെയ്യുന്നതെല്ലാം കുറ്റമായിട്ട് നിക്ക് തോന്നുന്നത്. ഹൈദർ അത്ര മോശം ചെറുപ്പക്കാരനൊന്നുമല്ല മുത്തൂ. ഇപ്പളത്തെ ചങ്ങായിമാരെപ്പോലെ സ്നേഹം പ്രകടിപ്പിക്കാനറിയില്ലെ ങ്കിലും ഓന് നിന്നേം മക്കളേം ജീവനാ."

ബാപ്പ കാണുമ്പോഴെല്ലാം പറയും.

"ജീവിതം സിനിമയല്ല മുത്തൂ.. കുറച്ചൊക്കെ കണ്ടില്ലാന്നും കേട്ടില്ലാ ന്നുമൊക്കെ വെക്കേണ്ടി വരും." ഉമ്മയുടെ ഉപദേശം.

"ഇങ്ങക്ക് മനസ്സിനുപിടിച്ച പുരുഷനെ കിട്ടീലേ? ഇങ്ങളെ കണ്ട് ഇഷ്ടപ്പെട്ടല്ലേ ബാപ്പ കല്യാണം കഴിച്ചത്. അതുകൊണ്ട് എന്റെ വിഷമം ഇങ്ങക്ക് മനസ്സിലാകൂലാ."

"നിന്റെ ബാപ്പാക്ക് എന്നെ ഇഷ്ടാന്ന് കല്യാണാലോചന വീട്ടിലെത്തി യപ്പോഴാ അള്ളാണെ നബിയാണെ ഞാനറിഞ്ഞത്. ഞങ്ങള് രണ്ടാളും ഒരേ സ്കൂളില് പഠിപ്പിച്ചതുകൊണ്ട് നാട്ടുകാര് കെട്ടിയുണ്ടാക്കിയതാ ഞങ്ങളെ പ്രണയ കഥ. പ്രേമിച്ച് മോനെ വശീകരിച്ചെന്നും പറഞ്ഞ് നിന്റെ ബാപ്പാന്റെ ഉമ്മ ആദ്യമൊക്കെ എന്നെ വല്ലാതെ നോവിച്ചിരുന്നു. അതൊ

ന്നും വകവയ്ക്കാതെ തഞ്ചത്തിലും താളത്തിലും നിന്നാ നിന്റെ വല്ലിമ്മയെ ഞാൻ വശത്താക്കിയത്.'' പറയുമ്പോൾ ഉമ്മയുടെ മുഖത്ത് അഭിമാനം.

''അയിന് ബാപ്പ ഇങ്ങളെ പക്ഷത്തായിരുന്നില്ലേ...''

''ജ്യൂസെടുക്കാൻ വന്നോള് നാടുവിട്ടോ. ഓനൊറങ്ങി. നിയ്യെന്താ ഇബടെ കാട്ടണത്?''

ഉമ്മ അടുക്കളയിലെത്തിയപ്പോൾ ഓറഞ്ച് ജ്യൂസ് നിറച്ച ഗ്ലാസുമായി ഞാൻ അടുക്കളവിട്ടിറങ്ങി.

പതിനാറ്

വെള്ളവസ്ത്രത്തിൽ പൊതിഞ്ഞ് കട്ടിലിൽ കൂനിക്കൂടിയിരിക്കുന്ന മുഷ്ത്തരിയുടെ രൂപം സുനിതയുടെ ഉള്ള് കീറിമുറിച്ചു. കടുംനിറത്തിലുള്ള ചുരിദാറിലല്ലാതെ അവളെ കാണാറേയില്ല. കറുപ്പ്, മെറൂൺ, കടുംപച്ച. എല്ലാം അവൾക്ക് നന്നായി ചേരും. വിവാഹത്തിനുമുമ്പ് വസ്ത്രത്തിനു മാച്ചുചെയ്ത മാലയും വളയും ധരിച്ച് പൊന്നൊളി വിതറിക്കൊണ്ടാണ് കോളേജിലെത്തുക. കോളേജിലെ ഒരുവിധം ആൺകുട്ടികളൊക്കെ അവളെ നോക്കി നില്ക്കാറുണ്ട്. അവളാകട്ടെ എല്ലാവരോടും സമദൂര സിദ്ധാന്തം പാലിച്ചു അകറ്റി നിർത്തുകയും എല്ലാവരുടെയും സുഹൃത്തും കോളേജ് ബ്യൂട്ടിയുമൊക്കെയായി വിലസി നടക്കുകയുമാണ് പതിവ്. പുറംവെളിച്ചം ഒട്ടും അകത്തു കടക്കാത്തവിധത്തിൽ ജനൽ കർട്ടനിട്ട അടച്ചിട്ട മുറിയിൽ കൈയിലും കാതിലും കഴുത്തിലുമൊന്നുമില്ലാതെ വെള്ളചുരിദാറിട്ട് വെള്ളഷാളുകൊണ്ട് മൂടിപ്പൊതിഞ്ഞ് ചുമരിൽ കണ്ണും നട്ടിരിക്കുന്ന മുഷ്ത്തരിയെ കണ്ട് കണ്ണുനിറഞ്ഞു

"ഇതിന്റെയൊക്കെ വല്ല ആവശ്യവുമുണ്ടോ കുട്ടീ?" മുഴുവനാക്കും മുമ്പേ എന്നെ ഞാനറിയാതെ അനുഗമിച്ച ഹൈദറിന്റെ ഉമ്മ വല്ലാതെ പൊട്ടിത്തെറിച്ചു.

"എന്റെ കുട്ടി ജീവിച്ചിരുന്നപ്പം ഓനിക്ക് ഇങ്ങള് സ്വര്യം കൊടുത്തിട്ടില്ല. ഖബറിലെങ്കിലും ഓൻ സമാധാനത്തോടെ കെടന്നോട്ടെ. മരിച്ചുപോയ മാപ്പളാരക്ക് വേണ്ടി നാലുമാസവും പത്തുദിവസവും മറയിലിരിക്കുന്നത് ഓലോടുള്ള കടമ നിറവേറ്റലാ. നബിതങ്ങളെ ബീടന്മാര് മറയിലിരുന്നിട്ടുണ്ട്. ഇതെല്ലാം ഓളെ പറഞ്ഞു പഠിപ്പിച്ചിട്ടാ ഓള് മറയിലി

രിക്കാൻ സമ്മതിച്ചത്. ഇങ്ങളിനി ഓളെ മനസ്സ് മാറ്റണ്ട ടീച്ചറേ. ഇവക്ക് ഓനോട് ഇഷ്ടക്കുറവുണ്ടായിരുന്നെങ്കിലും എന്റെ കുട്ടിക്ക് ഇവളേം മക്കളേം ജീവനായിരുന്നു. അക്കാര്യം ഇങ്ങള് മറന്നാലും എനക്ക് മറക്കാനാവൂലാ..... എന്നാലും റബ്ബേ നീ എന്നോടിത് ചെയ്തല്ലോ.... വയസ്സായ ഞാനിരിക്കുമ്പം കരിമുരിക്കുപോലത്തെ ബാല്യക്കാരനെയല്ലേ നീ മടക്കി വിളിച്ചത്......"

മകനെ നഷ്ടപ്പെട്ട ആ ഉമ്മയുടെ ഉള്ളിൽത്തട്ടിയ നിലവിളി കുറച്ചൊന്നുമല്ല അസ്വസ്ഥയാക്കിയത്. ഞാനവിടെ ചെല്ലുന്നത് അവർക്ക് ഇഷ്ടമല്ലെന്നറിഞ്ഞിട്ടും പോകാതിരിക്കാനായില്ല. ഭർത്താവ് മരിച്ച് മറയിലിരിക്കുന്ന സ്ത്രീകളെ പുരുഷന്മാർ മാത്രമല്ല, അന്യജാതിക്കാർ, സ്ത്രീകളായാലും കാണരുതെന്നാണ് മൗലവി പറഞ്ഞിട്ടുള്ളത് എന്ന അവരുടെ വാക്കുകളിലെ സൂചന മനസ്സിലായില്ലെന്ന് ഭാവിച്ച് അവിടെ ചെല്ലുന്നത് മുഷ്ത്തരിയെ ആശ്വസിപ്പിക്കാൻ മാത്രമായിരുന്നില്ല. കുട്ടികളുടെ പഠിത്തകാര്യങ്ങളിൽ ശ്രദ്ധിക്കാൻ മുഷ്ത്തരിക്ക് സാധിക്കുന്നില്ല എന്നതുകൊണ്ടുകൂടിയായിരുന്നു. ഉമ്മയുടെ അടുത്ത് കുറേ നേരമിരുന്ന് അവരുടെ ഉള്ളുരുക്കങ്ങളും മകനെക്കുറിച്ചുള്ള ഓർമ്മകളും പങ്കുവയ്ക്കുകയും കുട്ടികളെ അടുത്തുവിളിച്ചിരുത്തി അവരുടെ പഠനകാര്യങ്ങളെക്കുറിച്ച് അന്വേഷിക്കുകയും ചെയ്ത ശേഷമാണ് മുഷ്ത്തരിയുടെ മുറിയിലേക്കു ചെല്ലാറുള്ളത്. മുഷ്ത്തരി ആകെ മരവിച്ച അവസ്ഥയിലായിരുന്നു. കണ്ടാലും കുറേനേരം ഒരനക്കവുമുണ്ടാവില്ല. ഒരക്ഷരം ഉരിയാടാതെ ഏറെ നേരമിരിക്കും. പണിപ്പെട്ടാണ് അവളുടെ ഉള്ള് തുറപ്പിക്കുന്നത്.

"ഹൈദർക്ക എനിക്കാരായിരുന്നു എന്ന് മൂപ്പരില്ലാതായപ്പോഴാണ് ഞാൻ മനസ്സിലാക്കിയത്. ഞാൻ മൂപ്പരുടെ കാര്യം ശ്രദ്ധിക്കുന്നില്ല എന്ന പരിഭവം ശരിയായിരുന്നു ടീച്ചറേ. ഇക്കാക്ക് ഹൈ ബി പിയുണ്ടെന്നറിയാതെയല്ലേ ഞാനെന്നും പോരടിച്ചത്. ഉമ്മ പറയുന്നത് നേരാ. ഞാൻ ശ്രദ്ധിച്ചിരുന്നെങ്കിൽ ഇക്ക കുറേക്കാലംകൂടി ജീവിച്ചെനേ...." മുളചീന്തും പോലെ പൊട്ടിക്കരയുന്ന അവളോടൊപ്പം കരയുമ്പോഴായിരിക്കും കുട്ടികളുടെ വരവ്.

"ഇമ്മാ..... ഇപ്പാനെ കാണണം." അർമാനും സനയും അവളെ കെട്ടിപ്പിടിച്ച് അലമുറയിടുന്നത് കേട്ട് ഉമ്മ മുറിയിലെത്തും.

"ഇപ്പ പോയി മക്കളേ....... ഇങ്ങളിങ്ങനെ കരഞ്ഞ് ഇപ്പാന്റെ ഖബറില് ഇടങ്ങേറുണ്ടാക്കല്ലേ..... എന്റെ കുട്ടിക്ക് ഈ വിധി വന്നല്ലോ. സൂക്കേടെല്ലാം മാറി ആപ്പീസിൽ പോകാനിരുന്നതല്ലേ....."

ഉമ്മ ചങ്കുപൊട്ടി നിലവിളിക്കുമ്പോൾ എന്തു പറഞ്ഞ് ആശ്വസിപ്പിക്കണമെന്നറിയാതെ തരിച്ചിരിക്കുകയാണ് പതിവ്. അതിനിടയിലായിരിക്കും

സനമോളുടെ ചോദ്യം.

"ഇപ്പച്ചി എന്നെ കൊണ്ടോകാതെ എങ്ങട്ടാ ടീച്ചറാന്റീ പോയത്? ഇപ്പാനെ കാണാൻ പൂതിയാവണ്. ഇപ്പാക്ക് ചക്കരമുത്തം കൊടുത്തിട്ട് ദെവസമെത്രയായി?"

"അള്ളാ.... ഇപ്പെതംമക്കളെ കണ്ണീരിന് ആരുത്തരം പറയും....?"

ഉമ്മ മക്കളെ അണച്ചുപിടിച്ച് ആർപ്പിടുമ്പോഴും കല്ലുപോലിരിക്കുന്ന മുഷ്ത്തരി വല്ലാതെ പേടിപ്പിച്ചു. ഇങ്ങനെ പോയാൽ......

"ഓളെ ഇരിപ്പു കണ്ടില്ലേ..... ഇതെന്തൊരു പടപ്പ്....." ഉമ്മയുടെ വാക്കുകളിൽ അരിശവും സങ്കടവും.

"നീ തിന്നാതേം കുടിക്കാതേം മാനത്ത് കണ്ണുംനട്ടിരുന്നാ പോയോൻ മടങ്ങി വര്വോ.... *ഖുറ്ആനെ*ടുത്തുവച്ച് ഓത്. എന്റെ മോന്റെ ഖബറിൽ വെളിച്ചം പകരാനും ആഖിറം നന്നാക്കിക്കൊടുക്കാനും വേണ്ടി ദുആ ഇരക്ക്. നാലുമാസോം പത്തീസോം കയിഞ്ഞാൽ ഇന്നെ ഇവിടെ കെട്ടിയിടാൻ എനക്കാവൂലാ. അത് അള്ളാക്ക് വിരോധള്ള കാര്യാ. മാപ്പളാരുടെ പൊടിപ്പ് പെണ്ണുങ്ങമ്മാരെ വയറ്റിലുണ്ടോന്നറിയാനാ നാലുമാസവും പത്തുദിവസവും എന്ന് കൃത്യമായി *ഖുറ്ആൻ* പറഞ്ഞിട്ടുള്ളത്. അത് കയിഞ്ഞാ ഞാൻ നിന്നെ പിടിച്ചു വെക്കൂലാ.......പടച്ചോനെ മറന്ന് ഞാനൊന്നും ചെയ്യൂലാ. അത്രേം കാലംകൂടി നീ ഓനിക്കുംമേണ്ടി ജീവിക്ക്."

അതോടെ മുഷ്ത്തരിയുടെ ഭാവം മാറും. സ്വരം കടുക്കും.

"ഇദ്ദ കയിഞ്ഞാൽ .എന്നേം മക്കളേം ഇവിടന്ന് പറഞ്ഞയക്കാന്ന് ഉമ്മ വിചാരിക്കണ്ട. എനക്ക് ആയുസ്സുള്ള കാലത്തോളം ഇങ്ങളെ നോക്കിക്കോളാന്ന് ഞാൻ ഹൈദറിക്കാക്ക് വാക്കു കൊടുത്തതാ. ഇങ്ങളെ കരയിച്ചാ മൂപ്പര് എന്നോട് പൊറുക്കൂലാ.... ഇങ്ങളെ പേരക്കുട്ട്യേള് ഇവിടല്ലേ വളരേണ്ടത്."

ഏതോ പാതാളത്തിൽനിന്നുള്ള അശരീരിപോലെ മുഷ്ത്തരി പറയുമ്പോൾ ഉമ്മയുടെ കരച്ചിലിനു ശക്തികൂടും.

"പൊന്നുമോനേ........ മരിക്കാൻ കിടക്കുമ്പോളും ഇനിക്ക് ഉമ്മാനക്കുറിച്ചായിരുന്നല്ലോ ആധി.... ഇന്നെ സ്നേയിച്ച് ഉമ്മാക്ക് പൂതി മാറീട്ടില്ലാലോ. എന്നും രാവിലെ ഉമ്മാന്റെ കിസ്സ കേക്കാൻ ഉമ്മാക്കിനി ആരാള്ളത്.....? കേട്ടോ ടീച്ചറേ......ഓന്റെ ബാപ്പ മരിച്ചതിനുശേഷം എന്നും രാവിലെ ആപ്പീസില് പോണേനു മുന്നം എന്റെ കുട്ടി എന്റടുത്ത് വന്നിരിക്കും. ഇങ്ങോട്ടൊന്നും പറയില്ലെങ്കിലും എന്റെ പയങ്കിസ്സകൾക്ക് ചെവിടോർത്തിരിക്കും. ചെറുപ്പത്തിലേ ഓനങ്ങനാ. ആരോടും അധികം മിണ്ടില്ല. എന്നാ ബാപ്പയും മോനും ചങ്ങായിമ്മാരെപ്പോലെയാ. ബാപ്പാന്റടുത്തിരിക്കുമ്പം ഓന്റെ നാവിന് നീളം ഏഴുമൊളാ. അടുത്ത് ഞാനിരിക്കുന്നുണ്ടെന്ന് ഇങ്ങക്ക് ഓർമ്മയില്ലാലോ എന്ന് പറഞ്ഞ് ഞാൻ പെണങ്ങീട്ടുണ്ട്.

ഓനെ ഇംഗ്ലണ്ടിലയച്ച് എംബിഎ എടുപ്പിക്കണോന്നേനും ബാപ്പാന്റെ പൂതി. വയസ്സുകാലത്ത് ഉമ്മനീം ബാപ്പനീം ഒറ്റക്കാക്കി ഞാനെങ്ങോട്ടും പോവൂലാന്ന് ഓനൊരേ വാശി. അപ്പളത്തിന് ഉപ്പാക്ക് വയ്യാണ്ടായീലേ. പിന്നെ കൂടെ കൊണ്ടുനടന്ന് കച്ചോടം പഠിപ്പിക്കാതെ വേറെ വയി ഇല്ലാലോ.. ഇവനെപ്പോലെതന്നെ നെനച്ചിരിക്കാതെയല്ലേ മൂപ്പരും പോയത്. രാത്രി നല്ലോണം ഒറങ്ങാൻ കെടന്ന മനുഷ്യന് രാവിലെ വിളിച്ചപ്പോൾ മിണ്ടാട്ടമില്ല. അതുപോലെതന്നല്ലേ എന്റെ ഹൈദ്രുവും പോയത്. ഹലാക്കിന്റെ കൊറോണ..... അതൊരു കാരണം മാത്രം. ... അസ്രായീലിന്റെ വരവിനെ തടുക്കാൻ ആദംമക്കക്ക് കയിവുണ്ടോ? എനക്കെപ്പളാ വിളിയാള മെത്തുന്നതെന്ന് ആരിക്കാ നിശ്ചയം. ഇവളേം രണ്ടു കുഞ്ഞിമ്മക്കളേം എന്നെ ഏല്പിച്ച് ഓല് രണ്ടാളും പോയീലേ.... സ്വത്തും മൊതലും ഉണ്ടായിട്ടെന്താ കാര്യം. ഓന്റെ വിളിയെത്തിയാ പോവാണ്ടെ പറ്റ്വോ.....? ആപ്പീസിലെ കാര്യങ്ങളെല്ലാം അവതാളത്തിലാന്നാ കേക്കുന്നത്. എന്റെ മോൻ മണ്ടിപ്പാഞ്ഞു നടന്ന് എല്ലാം നോക്കി നടത്തിയതാ.'' ഉമ്മ എണ്ണിപ്പെറുക്കിക്കരയുമ്പോഴും മുഷ്ത്തരി ഒരക്ഷരം ഉരിയാടാറില്ല.

"മോനും വാപ്പയും കഷ്ടപ്പെട്ട് കെട്ടിപ്പടുത്തതൊക്കെ അന്യാധീനപ്പെട്ടുപോകാതെ നടത്തിക്കൊണ്ടുപോകണ്ടേ ഉമ്മാ. കുടുംബത്തിലാരെയെങ്കിലും കാര്യങ്ങള് നോക്കാൻ ഏല്പിച്ചൂടെ?''

"അങ്ങനെ വിശ്വസിച്ച് ഏല്പിക്കാൻ പറ്റിയോരൊന്നും നാട്ടിലില്ല. മൂപ്പരെ കുടുംബത്തില് എല്ലാരിക്കും ഓരോ മക്കളാ. എല്ലാരും ബങ്കീശക്കാരാ. ആരിക്കും അങ്ങോട്ടുമിങ്ങോട്ടും സഹായിക്കാൻ നേരമില്ലാത്ത അവസ്ഥ.. എന്റെ ആങ്ങളാരെ മക്കളെ കണ്ണുമടച്ച് നമ്പാനാകൂലാ. മൂപ്പരുള്ള കാലത്ത് ഒരുത്തന് ആപ്പീസില് പണി കൊടുത്തിട്ട് ഏറിയ പുക്കാറുമുണ്ടായതാ. മേലായ റബ്ബേ.....നീയേ തുണ.''

"ഉമ്മ ആപ്പീസിലെ കാര്യങ്ങൾ അന്വേഷിക്കാറുണ്ടോ. ആരെങ്കിലും ശ്രദ്ധിക്കാതിരുന്നാലെങ്ങനാ?''

അറിയാതെ ചോദിച്ചതും നാക്കു കടിച്ചു. ഉമ്മ തെറ്റിദ്ധരിക്കുമോ? ഹൈദറിന് എന്താണ് ബിസിനസ്സ് എന്നുപോലും എനിക്കറിയില്ല. സിമന്റും കമ്പിയും മറ്റു ബിൽഡിങ് മെറ്റീരിയലുകളുമൊക്കെ വില്ക്കുന്ന മൊത്ത ഏജൻസിയാണെന്ന് മുഷ്ത്തരി പറഞ്ഞതായി ഓർമ്മയുണ്ട്. ഈയിടെയായി ഹൈദർ കോൺട്രാക്ട് പണിയും തുടങ്ങിയിട്ടുണ്ടെന്നും അവൾ പറഞ്ഞിരുന്നു. ഏതോ വലിയ ഫാക്ടറി നിർമ്മിക്കാനുള്ള പ്രോജക്ട് കിട്ടി. അതിനുവേണ്ടി കോയമ്പത്തൂരിൽ പോയപ്പോഴാണ് അസുഖം കിട്ടിയതെന്നും പലരുടെയും സംസാരത്തിൽനിന്ന് മനസ്സിലാക്കിയിരുന്നു. കുടുംബകാര്യങ്ങളിലിടപെടണമെന്നു കരുതി ചോദിച്ചതല്ല.

"ആപ്പീസിലുള്ളവർക്ക് ശമ്പളം കൊടുക്കാനുള്ള ചെക്ക് ഞാനാ

ഒപ്പിടുന്നത്. അതിനുള്ള ഏർപ്പാടൊക്കെ എന്റെ കുട്ടി ചെയ്ത് വെച്ചിരുന്നു. ആ മാനേജരുകുട്ടി വിശ്വസ്തനാ. മേൽനോട്ടത്തിന് ഇവളെ ബാപ്പയേയും ഏല്പിച്ചിരുന്നു. ഓന്റെ ബാപ്പ മരിച്ചതിനുശേഷമാ ഹൈഡ്രു കോൺട്രാക്ട് പണി ഏറ്റെടുത്ത് നടത്താൻ തുടങ്ങിയത്. എല്ലാം കാര്യോം തൊടങ്ങ ണേന്റെ മുന്നം എന്നോടാലോയിക്കും. എല്ലാംകൂടി നിനക്കൊറ്റക്ക് നടത്താ നാവ്വോന്ന് ഞാൻ ചോദിച്ചതാ.. കമ്പീം സിമന്റും വിറ്റ് ഇനി അധികകാലം മുന്നോട്ടുപോവാനാവില്ലുമ്മാ. കാലം മാറുന്നതിനനുസരിച്ച് നമ്മളും മാറണണെമെന്നും പറഞ്ഞാ എന്നെ സമാധാനിപ്പിച്ചത്. മുഷ്ത്തരീനെ ആപ്പീസിലെ കാര്യങ്ങളേല്പിച്ചാലോന്ന് സുഖമില്ലാതിരിക്കുമ്പം ഓൻ ചോദിച്ചപ്പോ ഓക്കിത് വല്ലോം പിടീണ്ടോന്ന് ഞാൻ ചോദിക്കും ചെയ്ത്. തല്ക്കാലം ബാപ്പ കൂടെനിന്ന് സഹായിക്കട്ടെ. പിന്നെ ഓക്ക് ഒറ്റക്ക് ചെയ്യാമ്പറ്റുമെന്നൊക്കെ ഓൻ പറഞ്ഞതൊന്നും ഞാനത്ര കാര്യമാക്കി യില്ല. ഓനിക്കെന്തോ സംഭവിക്കുന്നൂന്ന് ഓൻ മനസ്സില് കണ്ടിനോന്ന് ഇപ്പം എനക്ക് സംശണ്ട് ടീച്ചറേ. കയിഞ്ഞ മാസം ഓൻ മുഷ്ത്തരീനേംകൂട്ടി ആപ്പീസില് ചെന്ന് കൊറേ കാര്യങ്ങളൊക്കെ പറഞ്ഞു കൊടുത്തീര്ന്ന് അല്ലേ മുഷത്തരീ?''

''നേരാണ് ടീച്ചറേ. പുതിയ പ്രോജക്ടിന്റെ ഡീല് ഒപ്പിടാൻപോകുമ്പം ഒറ്റക്കയക്കില്ലെന്ന് ഞാൻ ശാഠ്യം പിടിച്ചപ്പം മൂപ്പർ എതിർത്തൊന്നും പറഞ്ഞില്ല. കൊറോണ മാറി നെഗറ്റീവായെങ്കിലും മൂപ്പർക്ക് നല്ല ക്ഷീണമു ണ്ടായിരുന്നു. രണ്ടടി നടക്കുമ്പളേക്ക് കിതയ്ക്കും. എന്നാ ബാപ്പയെക്കൂടെ വിളിക്ക്, ചില കാര്യങ്ങൾ ഏല്പിക്കാനുണ്ടെന്നു പറഞ്ഞു. അന്നുമുതൽ ബാപ്പ നിത്യവും ഓഫീസിൽ ചെല്ലുന്നുണ്ട്. ഗോഡൗണിലെ തൊഴിലാളി കളടക്കം പത്തു സ്റ്റാഫുകളുണ്ട്. അവരെയൊക്കെ വിളിച്ച് എന്നെ പരിചയപ്പെടുത്തുകയും ചെയ്തു. ഇക്കയുടെ ബിസിനസ്സ് കാര്യത്തിൽ ഞാനന്നുവരെ ഒരു താല്പര്യവും കാണിച്ചിരുന്നില്ല. എന്തിനും ഏതിനും ആണുങ്ങളെ ആശ്രയിക്കാതെ സ്വന്തമായി വരുമാനമുള്ളവരായിരിക്കണം സ്ത്രീകളെന്ന് കുട്ടിക്കാലംമുതലേ ഉമ്മയും ബാപ്പയും പറഞ്ഞതുകേട്ട് വളർന്ന ഞാൻ സ്വന്തമായൊരു ഇരിപ്പിടം കണ്ടെത്താനുള്ള തത്രപ്പാടി ലായിരുന്നെന്ന് ടീച്ചർക്ക് അറിയുന്നതല്ലേ. അതിനിടയിൽ ഹൈദർക്കയുടെ ഇടപെടുകളെക്കുറിച്ച് അറിയാൻ ഞാൻ താല്പര്യം കാണിച്ചതേയില്ല.. അസുഖമായി കിടന്നപ്പോൾ മുതൽ ഓഫീസ് കാര്യങ്ങളെക്കുറിച്ച് മൂപ്പർക്ക് വല്ലാത്ത വേവലാതിയായിരുന്നു. ബാപ്പ ഉപ്പാപ്പമാർ ജീവിതകാലം മുഴുവൻ അദ്ധ്വാനിച്ചുണ്ടാക്കിയത് കണ്ടവര് കൊണ്ടുപോകാനിടയാകുമല്ലോ, എന്റെ മക്കള് അനാഥരാവുമല്ലോ എന്നൊക്കെ പറഞ്ഞ് ആധിപിടിക്കുമ്പോൾ ഒരു പനി വന്നതിനാ ഇങ്ങളിങ്ങനെ ബേജാറാകുന്നതെന്നു ചോദിച്ച് ഞാൻ കളിയാക്കിയിട്ടുണ്ട്. എന്റെ ഉമ്മാക്ക് ആരുമില്ല. ഉമ്മാനേം കുട്ട്യേളേം

ആപ്പീസുമെല്ലാം നിന്നെയാ ഞാനേല്പിക്കുന്നത്. ജീവിച്ചിരിക്കുമ്പോ നിന്നെ സന്തോഷിപ്പിക്കാനായില്ല. ഇനിയിപ്പോ എന്താ നിങ്ങളെ ഹാലെന്നു പറഞ്ഞ് ആധിപിടിച്ചപ്പളും ഞാനതൊന്നും കാര്യമായി എടുത്തില്ലല്ലോ ടീച്ചറേ... ഇങ്ങനെയൊക്കെ വരുമെന്ന് ആരെങ്കിലും കരുതിയതാണോ..... എല്ലാം എന്റെ പിഴ......ഉമ്മ പറേന്നതാ ശരി... ഞാൻ മൂപ്പർക്ക് സൈ്വരം കൊടുത്തില്ല..... ഞാൻ ഞാനെന്നു പറഞ്ഞഹങ്കരിച്ചതിനുള്ള ശിക്ഷ...... തർക്കക്കോഴിക്ക് അള്ളാഹു തന്ന പരീക്ഷണം....''

മുഷ്ത്തരിയുടെ ആർത്തലപ്പിൽ വീടാകെ വെറുങ്ങലിക്കും. കുട്ടികൾ വാവിട്ട് നിലവിളിക്കും.

''ഉമ്മയ്ക്കും കുട്ടികൾക്കും താങ്ങാവേണ്ടത് നീയല്ലേ......നീ തളർന്നാ എങ്ങനെയാ..?'' വെറുംവാക്കാണെന്നറിഞ്ഞുകൊണ്ടുതന്നെ അവളെ ആശ്വസിപ്പിക്കുകയാണെന്ന് സമാധാനിച്ച് ഉമ്മയുടെയും കുട്ടികളുടെയും കണ്ണീരിൽ വെറുങ്ങലിച്ച് വീട്ടിലേക്കു തിരിച്ചുപോകുമ്പോൾ എന്റെ മനസ്സും മരവിച്ചിരിക്കും. വീട്ടിലെത്തിയാൽ ഹൈറു വിസ്താരത്തിനു വരുമ്പോൾ അതുവരെയുള്ള സങ്കടവും ആശങ്കയും അസ്വസ്ഥതയും അരിശമായി പുറത്തു ചാടും. അവൾക്കതു മനസ്സിലാവുന്നതുകൊണ്ട് എതിർത്തൊന്നും പറയാതെ വഴിമാറും.

അങ്ങു ദൂരെ ചൈനയിൽ പടർന്ന മഹാമാരി എനിക്കു പ്രിയപ്പെട്ടവർക്കും വിനയാകുമെന്ന് വിചാരിച്ചതേയല്ല. ഹൈദർ മാത്രമല്ല പരിചയമുള്ള പലരും കോവിഡ് ബാധിച്ചു മരിച്ചു. വളരെ അടുപ്പമുള്ള പലരും പോയപ്പോൾ അവരുടെ മൃതദേഹംപോലും ഒന്നു കാണാനാകാതെ ഉള്ള് പിടഞ്ഞു. ഏലിയാമ്മച്ചേടത്തിയുടെ ഇളയ മകൻ ഇറ്റലിയിൽ കോവിഡ് ബാധിച്ചു മരിച്ചതിലുള്ള ആധി മൂത്ത് ആ പാവം ആകെ ഉലഞ്ഞെങ്കിലും മനക്കരുത്ത് ചോർന്നുപോകാതെ പിടിച്ചുനില്ക്കുന്നത് വലിയ ആശ്വാസമാണ്. എന്നും രാവിലെ അവരെ ചെന്നു കാണാറുണ്ട്.

''ഇരുപതാം വയസ്സിൽ അതിയാന്റെ കൂടെ മലകേറുമ്പോൾ പണിയായുധം മാത്രമായിരുന്നു കൈമുതൽ. മണ്ണിനോട് മല്ലടിച്ചും രോഗങ്ങളോട് പൊരുതിയും അതിയാനുണ്ടാക്കിയതൊന്നും ഞാനായിട്ട് ഇല്ലാതാക്കരുതല്ലോ ടീച്ചറേ. എന്റെ ചെറുക്കനെ ഒന്നു കാണാൻകൂടി ദൈവവിധിയുണ്ടായില്ല. ദൈവവിളി വന്നാൽ എല്ലാവരും പോകണം. അതുവരെ സ്വന്തം കർമ്മങ്ങൾ ചെയ്യാതിരിക്കുന്നത് ദൈവകോപത്തിനിടവരുത്തും. ഈ മഹാമാരിക്ക് അറുതിവന്ന് എന്റെ മക്കളെ നേരിട്ടു കാണാനിടവരുത്തണേന്ന് മുട്ടിപ്പായി പ്രാർത്ഥിക്കുന്നുണ്ട് ടീച്ചറെ......'' വ്യസനത്തിൽ വെന്തു നീറുമ്പോഴും മറിയാമ്മച്ചേടത്തിയുടെ വാക്കുകളിടറാറില്ല.

കൗജുത്താത്തയും മക്കളും ഇതുവരെ സുരക്ഷിതരാണെന്നുള്ളതും വലിയ ആശ്വാസം. ദൈവവിശ്വാമിില്ലെന്ന് പറഞ്ഞ് അമ്മ വഴക്കിനു വരു

മ്പോൾ കമ്മ്യൂണിസ്റ്റുകാരന്റെ മകളായിട്ടും തൊട്ടതിനും പിടിച്ചതിനും ദൈവത്തെ കൂട്ടുവിളിക്കുന്നു എന്നുപറഞ്ഞ് അമ്മയെ പരിഹസിക്കുമായിരുന്നു. ഇപ്പോൾ എനിക്കും അവസാനത്തെ ആശ്രയം പ്രാർത്ഥന മാത്രം. നീ വിതച്ച മഹാമാരിയുടെ വിത്ത് നീയായിട്ട് കുഴിച്ചുമൂടണേ എന്നു ഏതോ ഒരദൃശ്യ ശക്തിയോട് പ്രാർത്ഥിക്കുന്നുണ്ട്. കഴിഞ്ഞ ദിവസം രാത്രി ഉറക്കം വരാതെ എഴുന്നേറ്റ് എഴുത്തുമേശയ്ക്ക് മുമ്പിലിരുന്ന് മനസ്സിലെ ആധിയും വ്യാധിയും കുത്തിക്കുറിച്ചതോടെ അല്പമൊരാശ്വാസം തോന്നുന്നു. വരാനുള്ളത് വഴിയിൽ തങ്ങില്ല. അവരവരുടെ തലവരയിൽ രേഖപ്പെടുത്തിയത് അനുഭവിച്ചേ തീരൂ എന്ന് അമ്മ പറഞ്ഞതുതന്നെയാണ് കൗജുത്താത്തയും മറിയാമ്മച്ചേടത്തിയും പറയുന്നത്. ഇത്തിരിപ്പോന്ന ഹൈറുപോലും മുഷ്ത്തരിയുടെ വീട്ടിൽനിന്ന് വിങ്ങുന്ന മനസ്സുമായി തിരിച്ചെത്തുന്ന എന്നെ സമാധാനിപ്പിക്കുന്നത് ഇതുതന്നെ പറഞ്ഞാണ്. പഠിപ്പുണ്ടായതുകൊണ്ടും സമൂഹത്തിൽ നിലയും വിലയുമുള്ളതുകൊണ്ടും ആരും വലിയവരാകുന്നില്ല. മനസ്സിനാണ് വലിപ്പം വേണ്ടത്. ഇനി ഞാൻ കൊറോണക്കാലത്തെക്കുറിച്ച് ഒന്നും മിണ്ടില്ല. കൊറോണാനന്തരകാലത്തെക്കുറിച്ച് സ്വപ്നം കാണും. ആ സ്വപ്നം മറ്റുള്ളവരുമായി പങ്കുവയ്ക്കും. പഴയതുപോലെ നിത്യേന കോളേജിൽ പോകുന്നതും കുട്ടികളുമായി അടുത്തിടപഴകുന്നതും അവരുടെ ചിരിയിലും സന്തോഷത്തിലും പങ്കുകൊള്ളുന്നതും മനസ്സിൽ കണ്ട് ആനന്ദിക്കും. ഇടതടവില്ലാതെ സാംസ്കാരിക പരിപാടികളിൽ പങ്കെടുക്കും..... അകലം പാലിക്കലിന്റെ തടസ്സമില്ലാതെ സുഹൃത്തുക്കളുമായി ഇടപഴകും.....ഈ ലോകം വീണ്ടും സുന്ദരമാകും. എല്ലാവരുടെയും മുഖത്തെ പ്രത്യാശയുടെ തിളക്കംകണ്ട് സന്തോഷിക്കും.... ഹാ.... ഹാ... ഉറക്കെ ചിരിക്കും.

"സുനിയേച്ച്യേ....... ഇതിപ്പം എന്താ കഥ..... ഒറ്റയ്ക്കിരുന്ന് ചിരിക്കാതെ അക്കഥ ഇന്നേക്കൂടി കേൾപ്പിച്ചാൽ എനക്കുംകൂടി ചിരിക്കെന്നും. ചിരിച്ചിട്ടെത്തര ദെവസായി!"

"ചിരിക്കാം ചിരിക്കാം ചിരിച്ചും കണ്ടിരിക്കാം....... മുത്തേ സത്തേ പൂമുത്തേ....." അവളുടെ തോളിൽത്തട്ടി പാടിയപ്പോൾ അവളുടെ മുഖത്തും തിളക്കം.

പതിനേഴ്

അടുക്കളയിൽ കയറി ഒരു ചായയുണ്ടാക്കി കുടിച്ച് സുനിത പതിവ് നടത്തത്തിനായി മുറ്റത്തിറങ്ങുംമുമ്പ് ഒരിക്കൽക്കൂടി സമയം നോക്കി ഫോൺ ഉമ്മറത്തെ തിണ്ണയിൽവച്ചു. അഞ്ചാകുന്നതേയുള്ളൂ. ഇന്ന് കോളേജിൽനിന്ന് കുറച്ച് നേരത്തേ ഇറങ്ങി. ഉച്ച കഴിഞ്ഞപ്പോഴേക്കും പതിവു തലവേദന വല്ലാതെ ശല്യപ്പെടുത്തി. ക്ലാസെടുത്തതുപോലും ശരിയായില്ല. ഹൈറു എത്തുമ്പോൾ ആറാകും. അവൾ മുഷ്ത്തരിയുടെ ഓഫീസിൽ ജോലിയിൽ കയറിയതോടെ വീടുറങ്ങി. ഇണങ്ങിയും പിണങ്ങിയും ഏറെ സമ്മർദ്ദം ചെലുത്തിയുമാണ് അവളെ വീട്ടിനു പുറത്തിറക്കിയത്. ഒന്നുകിൽ വിവാഹം അല്ലെങ്കിൽ സ്വന്തമായൊരു ജോലി, രണ്ടിലൊന്ന് തെരഞ്ഞെടുത്തേ മതിയാകൂ എന്ന് കർശനമായി പറയേണ്ടി വന്നു. കണ്ണീരൊലിപ്പിച്ച് ഏറെ ദിവസം പിണങ്ങി നടന്നു.

“ഞാൻ പോയാ ഇങ്ങളെ കാര്യം അൽക്കുൽത്താവും. തിന്നാനുണ്ടാക്കി മേശപ്പുറത്തു വച്ചാല് ഇങ്ങളെടുത്ത് സമയത്തിന് തിന്നൂലാ. ഇനിക്കിപ്പം ഇവിടെന്താ ഒരു കുറവ്?” പറയുമ്പോൾ അവൾ കരച്ചിലിന്റെ വക്കത്തായിരുന്നു.

“നീ അടുക്കളയിൽ കയറ്റാത്തതുകൊണ്ടല്ലേ ഞാൻ മടിച്ചിയായത്. ഇനിയത് ശരിയാവൂലാ. രാവിലെ നമ്മൾ രണ്ടുപേരും ഒരുമിച്ചിറങ്ങിയാൽ ഒരു മണിക്കൂറുകൊണ്ട് തീരുന്ന പണിയല്ലേ ഇവിടുള്ളൂ.”

“ഇങ്ങളെക്കൊണ്ട് പൊരപ്പണിയെടുപ്പിച്ചിട്ട് ഞാൻ പുറത്ത് പണിക്കുപോകുന്ന പ്രശ്നല്ല.”

“വേണ്ട. നീ രാവിലെ ജോലിയൊക്കെ തീർത്തിട്ട് നമുക്കൊരുമി

ച്ചിറങ്ങാം. കോളേജിൽ പോകുംവഴി നിന്നെ മുഷ്ത്തരിയുടെ ഓഫീസിൽ വിടാം. പകല് മുഴുവനുമുള്ള നിന്റെ ഫോണിൽക്കുത്ത് അങ്ങനെ ഒഴിവാക്കുകയും ചെയ്യാമല്ലോ.''

"അപ്പം തൊടീലെ കാര്യമൊന്നും നോക്കണ്ടേ? ഇന്റെ പച്ചക്കറിത്തോട്ടോം പൂന്തോട്ടവുമൊക്കെ നാനാവിധമാകൂലേ?''

"അതൊക്കെ വെറും തോന്നലാ. വൈകുന്നേരം അഞ്ചുമണിയാവുമ്പം നീയിങ്ങെത്തൂലേ. അപ്പോ തോട്ടത്തിലിറങ്ങാലോ. ഇതുപോലൊരു ചാൻസ് നിനക്കിനി കിട്ടീന്ന് വരൂലാ. ഓഫീസിൽ കഴിയുന്നത്ര സ്ത്രീകൾ മതി ജോലിക്ക് എന്ന് മുഷ്ത്തരി വിചാരിച്ചതുകൊണ്ടാ നിനക്കിങ്ങനെ ഒരവസരം കിട്ടീതെന്നു മറക്കണ്ട.''

"ഒരു കാര്യം ഞാൻ പറയാം സുനിയേച്യേ.. മുന്തിരിത്താത്താന്റെ അമ്മായിമ്മയ്ക്ക് ഇന്നെ അത്ര പിടുത്തല്ല. അവര് വല്ലതും പറഞ്ഞാ ഞാൻ മിണ്ടാണ്ടിരിക്കൂന്ന് വിചാരിക്കണ്ട.''

"അതൊക്കെ പഴങ്കഥ. ഇപ്പം അവരാ മുഷ്ത്തരിയുടെ കരുത്ത്. ഹൈദർ മരിച്ചതോടെ അവരാകെ മാറി. മുഷ്ത്തരിയോട് പഴയതുപോലുള്ള അകൽച്ചയൊന്നുമില്ല. അവരുടെ സപ്പോർട്ട് ഉള്ളതുകൊണ്ടല്ലേ മുഷ്ത്തരി നല്ലൊരു ബിസിനസ്സ് വുമണായത്.''

"അമ്മൂപ്പത്തീനെ സമ്മതിക്കണം കേട്ടോ. ബിസിനസ്സില് വെച്ചടി കേറ്റാ. പെണ്ണുങ്ങള് വിചാരിച്ചാലും പലതും നടക്കും ല്ലേ.....?''

"ഇതല്ലേ ഇത്രേം കാലായിട്ട് നിന്നോട് ഞാൻ പറയുന്നത്. പെൺ ജീവിതം അടുക്കളയിൽക്കിടന്ന് ഉരുകിത്തീരാനുള്ളതല്ല.''

"ഇനിക്കതിന് ഇവിടെ ഉരുക്കമൊന്നുമില്ലാലോ. കണ്ട കോന്തമ്മാരെ കെട്ടീരുന്നെങ്കില് ഇന്റെ റബ്ബേ.....ജീവിച്ച് മരിക്കേണ്ടിവരുമായിരുന്നു. ഇങ്ങളൊന്നുംകൂടി ആലോയിക്ക് സുനിയേച്യേ. സ്വാതന്ത്ര്യം കിട്ടിയാ ഞാൻ ചെലപ്പോ പറക്കാൻ ചിറക് വിടർത്തിയാലോ?''

"എന്നാ സന്തോഷം ഇരട്ടിക്കും. നിനക്ക് കാലാകാലം എന്നെ ആശ്രയിച്ച് ജീവിക്കാൻ സാധിക്കുമോ? മനുഷ്യരുടെ അവസ്ഥയല്ലേ. എനിക്കെന്തെങ്കിലും സംഭവിച്ചാൽ ഞാൻ അമ്മയ്ക്ക് കൊടുത്ത വാക്ക് പാഴ്വാക്കായിപ്പോകില്ലേ?''

"ഇന്റുമ്മോ..... മതി. ഇതാണല്ലെ ഇമോഷനൽ ബ്ലാക്ക്മെയിലിങ്....?''

"ഈശ്വരാ, നീ നന്നായി ഇംഗ്ലീഷ് പറയുന്നുണ്ടല്ലോ.''

"മതി സോപ്പിട്ടത്. ഇങ്ങക്കുംമേണ്ടി ഞാൻ പണിക്കു പോകാം. പക്ഷേങ്കില് പൊരപ്പണി എന്റെ മാത്രം ഉത്തരവാദിത്താ. ഇങ്ങളതില് എടപെട്ടാ എയ്ത്തൊന്നും നടക്കൂലാ. ഇങ്ങള് വലിയ എയ്ത്തുകാരിയായി ലോകം മുയുമനും അറിയപ്പെടണോന്നാ എന്റെ പൂതി.''

"നീ പൂതി വെച്ചതുകൊണ്ടുമാത്രം കാര്യം നടക്കില്ലല്ലോ. ഞാനും

ശ്രമിക്കണ്ടെ?"

"അദ്ദാണ്. ഇങ്ങള് ശ്രമിക്കുന്നില്ല. ഇങ്ങക്ക് ശേഷം എയ്തിത്തുടങ്ങിയോരൊക്കെ സകലമാന പരിപാടികളിലും പങ്കെടുത്ത് വേണ്ടാത്തതൊക്കെ എയ്തി, എന്നും പേപ്പറിൽ പടവും വരുത്തി വലിയ ആളായി വിലസുന്നു. ഇന്നാള് ഇങ്ങളെ കാണാൻ ഇവിടെവന്ന കൈയില്ലാത്ത കുപ്പായമിട്ട ആ ചേച്ചീന്റെ കഥ വായിച്ചിട്ട് ഇനിക്ക് ശർദ്ദിക്കാൻ വന്നു. ആണും പെണ്ണും അടച്ചിട്ട മുറിക്കകത്ത് കാട്ടിക്കൂട്ടണതെല്ലാം പച്ചക്ക് എയ്തി വെച്ച്ക്കണ്. ഇനിക്ക് അറപ്പായിപ്പോയി."

"എല്ലാം തുറന്നെഴുതുന്നതാ ഇന്നത്തെ ന്യൂജനറേഷൻ രീതി. അവരങ്ങനെ പത്രത്താളുകളിൽ നിറഞ്ഞുനില്ക്കും. അതിന് നീയും ഞാനും അസൂയപ്പെട്ടിട്ട് കാര്യമില്ല."

"എന്നിട്ട് ഞമ്മളെ പയേ എയ്ത്തുകാരായ എം ടിയും ബഷീറും തകഴിയും ഉറൂബുമൊന്നും അങ്ങനെയൊന്നും എയ്തീക്കില്ലാലോ. എന്തിന് എല്ലാം തുറന്നെഴുത്തെന്ന് ചിലര് പഴി പറയണ കമലാ സുരയ്യ പോലും ഇയ്യാതി തെറി എയ്തിയത് ഞാൻ വായിച്ചിട്ടില്ല."

"അമ്പടീ, നീയിത്രേം പുരോഗമിച്ച കാര്യം ഞാനറിഞ്ഞില്ലാട്ടോ. നിനക്കു വേണമെങ്കില് നിരൂപണമെഴുതാം."

"ഇങ്ങള് ഇന്നെ കളിയാക്കണ്ട. ഓലെ പുസ്തകങ്ങള് വായിച്ചപ്പോ ഇനിക്കു തോന്നിയ കാര്യങ്ങളാ ഞാൻ പറഞ്ഞത്."

"കളിയാക്കിയതല്ല. നീ ഇത്രേം സീരിയസായിട്ട് പുസ്തകം വായിക്കുന്നുണ്ടെന്നറിഞ്ഞപ്പോഴുള്ള സന്തോഷംകൊണ്ടു പറഞ്ഞതാ. നീ പറഞ്ഞതിലും കാര്യമുണ്ട്. നീ പറഞ്ഞ എഴുത്തുകാരൊക്കെ അപൂർവ്വ പ്രതിഭാശാലികളാണ്. മനുഷ്യരുടെ കഥ പറയുമ്പോൾ എന്തൊക്കെ പറയാം, എന്തൊക്കെ പറയരുത് എന്ന് ധാരണയുള്ളവർ. യഥാർത്ഥജീവിതത്തിൽ മനുഷ്യർ സ്നേഹിക്കും പ്രേമിക്കും പ്രണയിക്കും, ശാരീരികമായി ബന്ധപ്പെടും, വൃത്തികേടുകൾ പറയും പ്രവർത്തിക്കും, കൊല്ലും കൊല്ലിക്കും. പക്ഷേ, അതെല്ലാം അതേപടി പകർത്തിയാൽ സാഹിത്യമാവില്ലെന്ന് ഉറച്ചു വിശ്വസിച്ചവരായിരുന്നു നമ്മുടെ മുൻതലമുറയിലെ എഴുത്തുകാർ. അതേസമയം മനുഷ്യമനസ്സുകളിലെ എല്ലാത്തരം നനുത്ത വികാരങ്ങളെക്കുറിച്ചും കാമത്തെക്കുറിച്ചും പ്രേമത്തെക്കുറിച്ചും അവരും എഴുതിയിരുന്നു. അതൊക്കെ അറപ്പോ വെറുപ്പോ കൂടാതെ നമുക്കു വായിക്കാൻ സാധിച്ചു എന്നതാണ് അവരെ മഹത്തായ എഴുത്തുകാരാക്കിയത്. ഇന്ന് അത്തരക്കാരുടെ എണ്ണം കുറഞ്ഞുവരുന്നു എന്ന് നിന്നെപ്പോലുള്ള വായനക്കാർ പറയുമ്പോൾ എന്നെപ്പോലുള്ള എഴുത്തുകാർക്ക് അത് തള്ളിക്കളയാനാവില്ല."

"ഇങ്ങള് പൊറത്ത് പോയാല് ഞാൻ പൊരേലിരുന്ന് ഫോണുമ്മക്ക

ളിയല്ലാന്ന് ഇപ്പം ഇങ്ങക്ക് മനസ്സിലായില്ലേ. ഇങ്ങളെ ലൈബ്രേറീലെ നോവലുകള് മിക്കതും ഞാൻ വായിച്ചിട്ടുണ്ട്. കടിച്ചാപൊട്ടാത്ത സാധന ങ്ങളൊന്നും വായിക്കാനുള്ള പുത്തി ഈ പാവത്തിനില്ലേ."

"ഇങ്ങനെ പോയാ നീ ഗൗരവമുള്ള വായനയിലേക്ക് തിരിയാൻ അധികസമയം വേണ്ടിവരില്ല."

"അയിന് ഇങ്ങളെന്നെ സമ്മതിക്കുന്നില്ലാലോ. പണിക്കുപോന്നും പറഞ്ഞ് പിന്നാലെ നടക്കുകയല്ലേ."

"നിന്റെ ഗുണത്തിനല്ലേ കുട്ടീ. ഇന്നാള് മുസ്തഫ കൊണ്ടുവന്ന ആലോചന തരക്കേടില്ലായിരുന്നു."

"ഏത്... ആ കുട്ടിയുള്ള ആളോ....... അയാളെന്താ ഇന്നോട് പറ ഞ്ഞേന്നോ.... അയാൾക്ക് ഭാര്യയുടെ ആവശ്യമുണ്ടായിട്ടല്ല, മോളെ നോക്കാൻ ഒരാളെ വേണം. അതിനാ കല്യാണം കഴിക്കുന്നത്. എന്നെ ക്കൊണ്ട് നിനക്കൊരു ശല്യവുമുണ്ടാകില്ലാന്ന്. എന്താ അതിന്റെ പൊരുളെന്ന് ഇങ്ങക്ക് പിടിയുണ്ടോ.....?"

"എന്താ.....?" അന്തംവിട്ടാണ് ചോദിച്ചത്.

"ഇങ്ങളിങ്ങനെ പാവമായിപ്പോയല്ലോ. ദുനിയാവില് നടക്കുന്ന നല്ല കാര്യങ്ങള് മാത്രേ ഇങ്ങള് കാണുന്നും കേക്കുന്നുമുള്ളു. അയാക്ക് പെണ്ണിനോടല്ല ആണിനോടാ താല്പര്യമെന്ന്. ഛീ....".

"നീയെന്തിനാ എഴുതാപ്പുറം വായിക്കുന്നത്?"

"എയ്താപ്പുറമൊന്നുമല്ല സുനിയേച്യേ. എയ്തിയ പുറംതന്നെയാ. ഞാൻ സീനത്ത് താത്താനെ വിളിച്ചു ഇതിന്റെ പൊരുളെന്താന്നു ചോദിച്ചപ്പം മൂപ്പത്തിയാ സംഗതി മനസ്സിലാക്കിത്തന്നത്."

"സംശയം ചോദിക്കാൻ കിട്ടിയ ആളേ......"

"ഇങ്ങള് ഓലെ അങ്ങനെ എയ്തിത്തള്ളണ്ട. ഇത്തരം ഏറിയ കടമ്പകളും കടന്നിട്ടാ ഓലിന്നത്തെ നിലയിലെത്തിയത്. ഇങ്ങക്ക് ലോകത്തിലെല്ലാരും നല്ലോലാ. എന്നാ സ്വന്തം കൂട്ടിന് നല്ലൊരാളെ കണ്ടെത്തുന്നുമില്ല. ഇനിക്ക് ഇങ്ങളെ കാര്യമാലോചിച്ചിട്ടാ സമാധാ നമില്ലാത്തത്. ഇനിക്കെന്തെങ്കിലും പറ്റിപ്പോയാ ഇങ്ങളൊറ്റക്കാകൂലേ."

"നീ കൂടുതലൊന്നും ആലോചിച്ച് തല പുണ്ണാക്കാതെ കിട്ടിയ ജോലിയിൽ കയറാൻ നോക്ക്."

അവളെയൊന്ന് വീട്ടിനു പുറത്തിറക്കാൻ അവൾ പറഞ്ഞതുപോലെ ഇമോഷനൽ ബ്ലാക്ക് മെയിലിങ്തന്നെ വേണ്ടിവന്നു. ഡിഗ്രി പൂർത്തിയാക്കിയില്ലെങ്കിലും ഓൺലൈൻ കമ്പ്യൂട്ടർക്ലാസിൽ ചേർന്ന് ഡാറ്റാ എൻട്രിയും മറ്റ് അത്യാവശ്യകാര്യങ്ങളുമൊക്കെ അവൾ വശമാക്കി യിരുന്നു. ഇപ്പോൾ അവൾ മുഷ്ത്തരിയുടെ പേഴ്സണൽ അസിസ്റ്റന്റ് തസ്തികയിലാണ്. തരക്കേടില്ലാത്ത ശമ്പളം കൊടുക്കുന്നതിനൊപ്പം

അവളുടെ കാര്യങ്ങളിൽ മുഷ്ത്തരിക്ക് പ്രത്യേക ശ്രദ്ധയുണ്ട്. ഈയിടെ ലോണെടുത്ത് സ്വന്തമായി തരക്കേടില്ലാത്ത ഒരു പഴയ സ്കൂട്ടി വാങ്ങി അതിലാണ് യാത്ര. ഹൈറുവിന് പണി വാങ്ങിക്കൊടുത്തത് എനിക്ക് പറ്റിയ ഭൂലോകമണ്ടത്തരമാണെന്ന് ചില സുഹൃത്തുക്കളും ബന്ധുക്കളു മൊക്കെ പറയുന്നുണ്ട്. ഇനിയവൾക്ക് ടീച്ചറുടെ വീട്ടുപണി ചെയ്യാൻ താല്പര്യമുണ്ടാകുമോ, ടീച്ചർ ഇനി അവളുടെ വിടുപണി ചെയ്യേണ്ടിവരും. അങ്ങനെ നൂറഭിപ്രായങ്ങൾ. അവർക്ക് ഹൈറുവിനെ അറിഞ്ഞുകൂടല്ലോ. ഇനിയവൾ ചിറകുവിടർത്തി പുറംലോകത്തേക്ക് പറക്കാനാഗ്രഹിക്കു ന്നെങ്കിൽ ഒരു പെണ്ണിനെയെങ്കിലും സ്വന്തംകാലിൽ നില്ക്കാൻ പ്രാപ്തയാക്കിയതിൽ ഉള്ളറിഞ്ഞു സന്തോഷിക്കുമെന്ന് പറഞ്ഞിട്ട് പലർക്കും മനസ്സിലാവുന്നില്ല.

കാറിന്റെ ഹോൺ കേട്ട് നോക്കിയപ്പോൾ ഒരു ചുവന്ന വാഗണർ. ഗെയിറ്റ് തുറന്ന് മാറിനിന്നു. സീനത്തായിരുന്നു കാറോടിച്ചത്. സുഹൃത്തു ക്കൾ രണ്ടുപേരും കൂടെയുണ്ട്. ഇവരെയൊക്കെ ഇങ്ങനെ നല്ല നിലയിൽ കാണുമ്പോൾ മനസ്സിനൊരു കുളിർമ.

“ബോർഡിഗാർഡ് എത്തിയില്ല അല്ലേ?” എന്നു ചോദിച്ചുകൊണ്ട് മീന കാറിൽനിന്നിറങ്ങി ഗെയിറ്റടച്ചു. സീനത്ത് കാർ അകത്തേക്കെടുത്ത് പോർച്ചിൽ ഒതുക്കി നിർത്തി.

“ടീച്ചർ കുറച്ച് ക്ഷീണിച്ചല്ലോ. അസുഖമൊന്നുമില്ലാല്ലോ.” ലിസയും ലോഹ്യം ചോദിച്ചു.

“ത്രീ മൊസ്കിറ്റോസ് ഒരുമിച്ചെന്താ. ദുരുദ്ദേശം വല്ലതുമുണ്ടോ?”

“ദുരുദ്ദേശങ്ങളെല്ലാം ചവറ്റുകുട്ടയിലെറിഞ്ഞിട്ടല്ലേ ടീച്ചറേ പെൺവേ ഷമണിഞ്ഞത്.” ലിസ.

“മീനാ നീ വല്ലാതെയങ്ങ് കോലംകെട്ടല്ലോ. എന്തുപറ്റി?” അവരെ അകത്തേക്ക് ക്ഷണിക്കുന്നതിനിടയിൽ ഞാൻ ചോദിച്ചു..

“ഓളെ കല്യാണപ്പൂതിയാ ഇക്കോലത്തിലാക്കിയത്. ഓളൊരു ബാബേട്ടൻ. ഇവളെ പണംമാത്രം മതി ഓന്. ഓളെ നാലയലത്തും അടുപ്പി ക്കൂലാ. കുടിച്ച് വന്ന് തല്ലും ചെയ്യും. ഞങ്ങള് അന്നേ പറഞ്ഞതാ, കേട്ടില്ല. കുമാരേട്ടൻ മരിച്ചതോടെ ഇവക്ക് കഷ്ടകാലം തുടങ്ങി.” സീനത്തിന്റെ സ്വരത്തിൽ അരിശം നുരച്ചുപൊന്തി.

“ലിസ ഇപ്പോഴും അവിടത്തന്നെയല്ലേ താമസം?’

“ഞാനുള്ളതുകൊണ്ടാ ഇവളിന്നു ജീവിച്ചിരിക്കുന്നത്. അവന്റെ അടവുകളൊന്നും എന്നോട് നടക്കില്ല. ഇവളെ തല്ലാനോങ്ങുമ്പോൾ മർമ്മം നോക്കിയാ ഞാൻ കൊടുക്കുന്നത്.” ലിസ.

“ചെറുപ്പംമുതലേ അറിയുന്നതല്ലേ. ഇങ്ങനെയാകുമെന്ന് കരുതിയില്ല. എന്നെ സ്നേഹിക്കണ്ട. വെറുക്കാതിരുന്നൂടെ?” മീനയുടെ സ്വരമിടറി.

"ലിസയാണ് അവളുടെ ഭർത്താവെന്നും പറഞ്ഞാണ് ഇപ്പഴത്തെ പോര്. എങ്ങനെയെങ്കിലും ലിസയെ അവിടന്ന് ഇറക്കിവിടണം. എന്നാ ലല്ലെ ഇവളെ കൊല്ലാക്കൊല ചെയ്യാൻ പറ്റൂ. എന്നിട്ട് ഇവളുടെ വീട് അവന് കൈക്കലാക്കണം." സീനത്ത്.

"ഞാനവിടന്ന് മാറി ഇവളെ കൊലയ്ക്ക് കൊടുക്കില്ല. ഞങ്ങള് വീടൊക്കെ നന്നാക്കി ടീച്ചറേ. എനിക്കായി ഒരു പുതിയ മുറിയുംകൂടി പണിതു. ഒന്നും അവന് ദഹിക്കുന്നില്ല. ദഹിക്കണ്ട. എനിക്കു പുല്ലാ. ഇതിലും വലിയ ഗുണ്ടകളെ കൈകാര്യം ചെയ്തിട്ടുണ്ട് ലിസ. എന്റെ കൈകൊണ്ട് ചാവാനാവും അവന്റെ വിധി."

"വഴക്കിനുപോയി അരുതാത്തതൊക്കെ ചെയ്ത് സ്വന്തം ജീവിതം കുളമാക്കണ്ട ലിസേ. അവനെതിരെ പൊലീസിൽ പരാതികൊടുത്തോ?"

"അതിന് ഇവള് സമ്മതിക്കണ്ടേ?" ലിസ.

"നീയെന്തിനാ ഈ വിഴുപ്പുകെട്ട് പേറുന്നത് മീനേ?" എനിക്ക് ചോദിക്കാതിരിക്കാൻ കഴിഞ്ഞില്ല.

"കുമാരേട്ടൻ ഇനിക്ക് അച്ഛനെപ്പോലേനും. കുമാരേട്ടൻ ഓട്ടോ റിക്ഷ വിറ്റുകിട്ടിയ പൈശ മോനു കൊടുക്കാതെ അവസാനകാലത്ത് എനക്കാ തന്നത്. ഞാനിറക്കിവിട്ടാൽ ബാബേട്ടൻ എങ്ങോട്ടു പോവും....? എന്റെ കഴുത്തിൽ മൂപ്പരുടെ താലിയില്ലേ?"

"മീനേ......നിർത്തിക്കൊ. താലി. അവൻ നിന്നെ എന്നെങ്കിലും ഭാര്യയായി കണ്ടിട്ടുണ്ടോ? കൈയിലുള്ള പൊട്ടുംപൊടിയും നിനക്കുത ന്നതിന് ആ കള്ള റാസ്കൽ ആ കുമാരേട്ടനെ എടുത്തിട്ട് ചവിട്ടിയതിന് നീയും സാക്ഷിയല്ലേ. നീയല്ലെ അങ്ങേരെ മരിക്കുന്നതുവരെ സംരക്ഷി ച്ചത്. ഇനിയും നീ അവന് വക്കാലത്തു പറഞ്ഞാൽ ഞാനിറങ്ങി എന്റെ വഴിക്കു പോകും. ഇന്ന് ദൈവം സഹായിച്ച് ഒരു വീടു വാടകയ്ക്കെടുത്ത് ഒറ്റയ്ക്ക് ജീവിക്കാനുള്ള വരുമാനമൊക്കെ എനിക്കുമുണ്ട്. സ്വന്തം അനിയ ത്തിയെപ്പോലെ നിന്നെ കാണുന്നതുകൊണ്ടാ അവന്റെ അശ്ലീലവർ ത്തമാനവും വൃത്തികേടുകളും സഹിച്ച് അവിടത്തന്നെ തങ്ങുന്നത്." ലിസയുടെ സ്വരം കടുത്തു.

"ഉമ്മ മരിച്ചപ്പോൾ എന്റെകൂടെ വന്നു താമസിക്കാൻ ഞാൻ ലിസേ ച്ചിയെ വിളിച്ചതാ. മീനയെ കൊലയ്ക്കുകൊടുക്കണോന്നാ ചോദിച്ചത്." സീനത്ത്.

"വിവാഹം നിന്റെയും സ്വപ്നമായിരുന്നല്ലോ സീനത്തേ. ആദ്യം പരിചയപ്പെട്ടപ്പോൾ നീ എന്നോടു പറഞ്ഞ കാര്യങ്ങളൊന്നും ഞാനിതു വരെ മറന്നിട്ടില്ല." ഞാനിടപെട്ടു.

"അതൊക്കെ വ്യാമോഹങ്ങളാണെന്ന് ഇവളുടെ ജീവിതം എന്നെ പഠിപ്പിച്ചു. പലർക്കും എന്നോടൊപ്പം സെക്സ് ചെയ്യണം. പക്ഷേ, വിവാഹ

മെന്നു കേൾക്കുമ്പോൾ മുഖം കോട്ടും. അള്ളാഹു നിരോധിച്ച വഴിക്ക് ഞാൻ പോകില്ലെന്ന് ഞാനെന്റെ ഉമ്മാക്ക് വാക്കു കൊടുത്തതാ. അത് ഞാൻ തെറ്റിക്കില്ല.'' സീനത്തും ഇമോഷണലായി.

''നിന്നെ വേദനിപ്പിക്കാൻ ചോദിച്ചതല്ല. വന്നകാര്യം പറഞ്ഞില്ല. നിങ്ങളുടെ സംരംഭങ്ങളൊക്കെ എങ്ങനെ നടക്കുന്നു? നിന്റെ പുതിയ രചനകളൊന്നും കാണുന്നില്ലല്ലോ സീനത്തേ?''

ഞാൻ സംസാരിക്കുന്നതിനിടയിൽ, ''അല്ലാ ഇതാരൊക്കെയാ?'' എന്നു ചോദിച്ചുകൊണ്ട് ഹൈറുവെത്തി.

''ആപ്പീസറായപ്പളത്തിന് നീ ആളാകെ മാറിയല്ലോ.'' സീനത്തിന്റെ സ്വരത്തിൽ സന്തോഷം.

''ഇങ്ങളിരിക്ക്. ഞാനീ വേഷമൊക്കെ മാറിയിട്ട് ചായ എടുക്കാം.'' ഹൈറു തിരക്കിട്ട് അകത്തേക്കു നടന്നു.

പത്തൊൻപത്

"നല്ലൊരു കാര്യാട്ടോ ടീച്ചറ് ചെയ്തത്. ഇവിടെയെത്തിയതുകൊണ്ട് അവക്ക് ജീവിതം തിരിച്ചുകിട്ടി. ഇതുപോലൊരു കേസ് ഇപ്പം ഞങ്ങളുടെ അടുത്ത് എത്തിയിട്ടുണ്ട്. മീനയുടെ അകന്ന ബന്ധത്തിലുള്ളതാ. നമ്മളെ പെങ്കുട്ട്യേള് എന്താ ടീച്ചറേ ഇങ്ങനെ? ആണൊരുത്തൻ ഒന്നു ഞൊടിച്ചാ കെട്ടും മാറാപ്പുംകെട്ടി അവനെ വിശ്വസിച്ച് കൂടെയിറങ്ങുന്നവര് ഇന്നുമുണ്ട്. വാട്സ് ആപ്പിലൂടെ പരിചയപ്പെട്ട മുസ്ലിം ചെക്കന്റെകൂടെ പെണ്ണ് ഒളിച്ചോടി. അവനവളെ മതംമാറ്റി സിറിയയിലേക്ക് അയക്കാൻ പോകുന്നെന്നും പറഞ്ഞ് അവളുടെ കൂട്ടക്കാരായ സംഘികൾ വാളെടുത്തു. ചെക്കന്റെ വീട്ടുകാർക്ക് താല്പര്യമില്ലാഞ്ഞിട്ടും മഹല്ല് കമ്മറ്റിയും ചില തലേക്കെട്ടുകാരും കേസ് ഏറ്റെടുത്തതോടെ ചെക്കനും പെണ്ണും ഔട്ട്. നാട്ടിൽ ഇരുകൂട്ടരും ചേരിതിരഞ്ഞ് അടി തുടങ്ങിയപ്പോൾ ചെക്കൻ അവളെ ഉപേക്ഷിച്ച് എങ്ങോട്ടോ മുങ്ങി. അവളുടെ അമ്മ മീനയെ വിളിച്ച് കരച്ചിലോട് കരച്ചിൽ. നാട്ടുകാരുടെ കണ്ണുവെട്ടിച്ച് ഒരുവിധമാ ഞങ്ങളവളെ ഇങ്ങോട്ടു കടത്തിക്കൊണ്ടുവന്നത്. സതിയേച്ചിയും കൂടെയുണ്ടായിരുന്നു. അവൾ ഫാഷൻ ഡിസൈനിങ് പാസായിട്ടുണ്ട് ടീച്ചറേ. നന്നായി ഡ്രസ്സ് ഡിസൈൻ ചെയ്യും." സീനത്ത്.

"ഇനിയെന്താ നിങ്ങളുടെ ഉദ്ദേശ്യം? നിങ്ങളുടെ റെഡിമെയിഡ് യൂണിറ്റ് നന്നായി നടക്കുന്നുണ്ടോ? ഇവളെക്കൂടെ അതിലുൾക്കൊള്ളിക്കാൻ സാധിക്കുമോ?"

"അക്കാര്യത്തെക്കുറിച്ച് സംസാരിക്കാനാ ഞങ്ങള് വന്നത്. നിങ്ങളെപ്പോലുള്ളവരുടെ പിൻബലമുള്ളതുകൊണ്ടാണ് ഞങ്ങൾക്ക് സമൂഹത്തിൽ

സ്വന്തം ഇടങ്ങൾ കണ്ടെത്താൻ സാധിച്ചത്. റെഡിമെയിഡ് യൂണിറ്റ് നന്നായി പോകുന്നുണ്ട് ടീച്ചറെ. സീനത്തിന്റെ വീട്ടുമുറ്റത്തെ ഷെഡ് ടീച്ചറാണല്ലോ ഉദ്ഘാടനം ചെയ്തത്. അതിപ്പോൾ ഞങ്ങൾ കുറേക്കൂടി പരിഷ്കരിച്ചു. ഞങ്ങളെപ്പോലുള്ള നാലുപേർക്ക് തൊഴിലു കൊടുക്കാനുമായി. ഇതുവരെ ഞങ്ങൾ റെഡിമെയിഡ് സ്ഥാപനങ്ങളുടെ ഓർഡർ അനുസരിച്ച് തയ്ച്ചുകൊടുക്കുകയായിരുന്നു പതിവ്. ഒരു ബുട്ടീക് തുടങ്ങിയാലോന്നാണ് ഇപ്പളാലോചിക്കുന്നത്." ലിസ.

"ബുട്ടീക് തുടങ്ങുക ഇപ്പോൾ സ്ത്രീകളുടെ ഹോബിയായി മാറിയിട്ടുണ്ട്. സാമ്പത്തിക ഭദ്രതയുള്ള പെണ്ണുങ്ങൾ ഒഴിവുസമയം ചെലവഴിക്കാൻ ഇപ്പോൾ ബുട്ടീക് തുടങ്ങുകയാണ് പതിവ്. സാമ്പത്തികമായി പിന്നോക്കം നില്ക്കുന്നവരും ചെറിയ രീതിയിലുള്ള റെഡിമെയിഡ് കടകൾ തുടങ്ങുന്നു. അവരുമായിട്ടൊക്കെ മത്സരിച്ചു മുന്നോട്ടുപോകാൻ നിങ്ങൾക്ക് സാധിക്കുമോ? കണ്ണായ സ്ഥലത്ത് കട കിട്ടണമെങ്കിൽ വലിയ തുക അഡ്വാൻസ് കൊടുക്കണം. മോശമല്ലാത്ത വാടകയും വേണ്ടിവരും. മാളിനകത്തുള്ള നിങ്ങളുടെ കോഫിഷോപ്പ് ഇപ്പഴുണ്ടോ?"

"ഇല്ല ടീച്ചറേ. ഒരു മേശയിടാനുള്ള സ്ഥലമായിരുന്നു. അതുതന്നെ അന്ന് സതിയേട്ടത്തി ഇടപെട്ട് വാങ്ങിത്തന്നതാ. കൊറോണ വന്നതോടെ കച്ചോടം മുട്ടി വാടക കൊടുക്കാനാകാതെ ഞങ്ങൾക്കത് തിരിച്ചുകൊടുക്കേണ്ടി വന്നു." ലിസ.

"പിന്നെങ്ങനെയാ?"

"മുഷ്ത്തരി ടീച്ചർക്ക് ഇപ്പോൾ വലിയ പിടിപാടാണല്ലോ. വ്യാപാര വ്യവസായ സമിതിയിലൊക്കെ അംഗമാണെന്ന് ഹൈറു പറഞ്ഞു. അവരുടെ ഓഫീസിനുനേരെ മുന്നിൽ ഇപ്പോൾ പുതിയൊരു ഷോപ്പിങ് കോംപ്ലക്സ് പണിതിട്ടുണ്ട്. അവിടെ ഒരു മുറി കിട്ടാൻ ടീച്ചർ വിചാരിച്ചാൽ സാധിക്കില്ലേ? വാടക കാര്യമായി കൊടുക്കാം. അഡ്വാൻസ് കുറച്ചു തന്നാ മതി." ലിസയുടെ സ്വരത്തിൽ പ്രത്യാശ.

അപ്പോഴേക്ക് ഹൈറു ചായയുമായി എത്തി. ചുരിദാർ മാറ്റി നൈറ്റിയിൽ കയറിയിരുന്നു.

"എന്താ എല്ലാവരുംകൂടി വലിയ ആലോചന."

"നിനക്കറിയില്ലേ.....? നീയല്ലേ എല്ലാത്തിന്റെയും തലച്ചോറ്."

ഹൈറുവിനെ എരികേറ്റാനായി ഞാനൊന്നു കോറി.

"ഇന്റെ റബ്ബേ......ഇതെന്താ പുതിയ കേസ്.....?" അവളുടെ മുഖം മങ്ങി.

"നീയിപ്പോ മുഷ്ത്തരിയുടെ സ്വന്തമാളല്ലേ. നിങ്ങടെ ഓഫീസിനു മുന്നിലുള്ള ഷോപ്പിങ് കോംപ്ലക്സിൽ ഇവർക്കൊരു കട സംഘടിപ്പിച്ചു കൊടുക്ക്."

"സുനിയേച്യേ..... ഇങ്ങളിന്നെ വെറുതേ ചൊറിയാൻ വരണ്ട. ഇനിക്ക്

സ്വന്തായിട്ട് ഇങ്ങളേള്ളൂ. ഇവിടെ സ്വസ്ഥായിട്ടിരുന്ന ഇന്നെ ഉന്തിത്തള്ളി പറഞ്ഞയച്ചിട്ട്...... ഇങ്ങക്കിപ്പം ഇന്നെ ഇഷ്ടല്ല അല്ലേ?" ഹൈറു കരച്ചിലിന്റെ വക്കിലെത്തിയിരുന്നു.....

"എനിക്കു ചൊറിയാനും എന്നെ ചൊറിയാനും നീയല്ലേയുള്ളൂ." എന്റെ പതം പറച്ചിൽ അവളുടെ മുഖത്തെ മങ്ങലകറ്റി.

"അതൊക്കെ വിട്, മുഷ്ത്തരി വിചാരിച്ചാൽ ഇവരെ സഹായിക്കാൻ പറ്റുമോ ഹൈറു?"

"പിന്നെന്താ. മൂപ്പത്തിക്ക് അതില് ഷെയറുണ്ടെന്നാ ഞാൻ മനസ്സിലാക്കിയത്."

"ഞാൻ മുഷ്ത്തരിയെ വിളിച്ച് അന്വേഷിച്ചിട്ട് നിങ്ങളെ അറിയിക്കാം. അവൾക്ക് ചെയ്യാനാവുന്നതാണെങ്കില് എന്റെ വാക്ക് തട്ടിക്കളയില്ല."

"കേട്ടോ ലിസിച്ചേച്ചീ, സുനിയേച്ചി ഒരാള് കാരണാ മുഷ്ത്തരി ത്താത്ത ഇന്നീ നിലയിലെത്തിയത്. പെട്ടെന്ന് ഹൈദർക്ക മരിച്ചപ്പോ മൂപ്പത്തിക്ക് ലെവല് തെറ്റിപ്പോയതാ. മിണ്ടാട്ടവും ഉരിയാട്ടവുമില്ലാതെ ഒരേ കെടപ്പേര്ന്ന്. എന്നും രാവിലെ ടിഫിൻപാത്രത്തില് ചോറും കറിയും കുട്ട്യേക്കുള്ള സാധനങ്ങളുമായി സുനിയേച്ചി പോകുമായിരുന്നു. പുലി പോലെ തുള്ളിയിരുന്ന ഹൈദർക്കാന്റെ ഉമ്മയെ എലിയാക്കിയത് സുനി യേച്ചിയാ. മുഷ്ത്തരിത്താത്താനെ വീടിനു പുറത്തിറക്കാൻ സുനിയേച്ചി ഏറെ പാടുപെട്ടതാ."

ഹൈറുവിന്റെ കഥപറച്ചിലിന് തടയിട്ട് ഞാൻ സീനത്തിനേയും കൂട്ടരേയും യാത്രയാക്കാൻ മുറ്റത്തിറങ്ങി. കൂടെ ഹൈറുവും മറ്റുള്ളവരും. സന്ധ്യ മയങ്ങിയിയിരുന്നു. ആകാശത്തിന് വശ്യതയാർന്ന സ്വർണ്ണനിറം. സൂര്യൻ കടലിൽ മുങ്ങാൻ ഏറെനേരം വേണ്ടെന്നു തോന്നുന്നു.

"ടീച്ചറെ തോട്ടത്തിന് ഒരു ശോഭക്കുറവ്. പഴയതുപോലത്തെ തുടുപ്പില്ല ചെടികൾക്ക്."

മീന

"ഹൈറുവിന്റെ ലാളനയും കിന്നാരവും പഴയതുപോലെ കിട്ടുന്നി ല്ലല്ലോ." ഹൈറുവിനെ സുഖിപ്പിക്കുക കൂടിയായിരുന്നു ഉദ്ദേശ്യം.

"സീനത്ത്താത്താ ഇനിക്കും ഡ്രൈവിങ് പഠിപ്പിച്ചു തരോ? എന്നിട്ട് വേണം ഒരു കാറു വാങ്ങാൻ." ഹൈറു തമാശമട്ടിൽ ചോദിച്ചു..

"സ്വപ്നം കാണുമ്പോ ഒട്ടും പിശുക്കണ്ട കേട്ടോ ഹൈറൂ. നിന്നെ ഡ്രൈവിങ് പഠിപ്പിക്കുന്ന കാര്യം ഞാനേറ്റു. എന്നെ പഠിപ്പിച്ച ഡ്രൈവിങ് സ്കൂള്കാരത്തിയെ ഇന്നുതന്നെ വിളിച്ചു ഏർപ്പാടാക്കാം."

"ഇങ്ങള് പോകാൻ നോക്കീം. ഞാൻ വെറുതേ തമാശ പറഞ്ഞതാ. ഡ്രൈവിങ് പഠിച്ചാ മുഷ്ത്തരിത്താത്താന്റെ ഡ്രൈവർപണിയും ഞാനെടു ക്കേണ്ടി വരും. ഇന്നെക്കൊണ്ടാവൂലാ എല്ലാംകൂടി തലേലേറ്റാൻ.

ഇപ്പത്തന്നെ ഇവിടത്തെ കാര്യങ്ങള് കൊയമാന്തരത്തിലാ. ഞാൻ ചെടി നനക്കട്ടെ. ഇന്റെ മക്കള് ദാഹിച്ച് അണ്ണാക്ക്പൊട്ടി ഇന്നേം കാത്ത് ഇരിക്കുന്നുണ്ടാവും.''

അവർ പോയതും ഗേറ്റടച്ചു. ''ചെടികളെല്ലാം വാടി നാശായി. അമ്മാതിരി ചൂടല്ലേ.''

ഹൈറു ഹോസുമായി ചെടി നനയ്ക്കാനിറങ്ങി. ഹൈറുവിന്റെ പരിചരണം കുറഞ്ഞത് ചെടികളിൽ കാണാനുണ്ട്. ഇലച്ചെടികളെല്ലാം വാടിയിരിക്കുന്നു. മനുഷ്യരുടെയും അവസ്ഥ ഇതുതന്നെയാ. സ്നേഹിക്കാനും സാന്ത്വനിപ്പിക്കാനും കൂടെ കരയാനും ഒപ്പം നിക്കാനും ആളില്ലെന്നു തോന്നിയാൽ ജീവിതം നരകമാകും. ഈയിടെയായി ഏകാന്തതവല്ലാതെ അലട്ടുന്നുണ്ട്. കൊറോണക്കാലം ജീവിതത്തിന്റെ താളം തെറ്റിച്ചു. മനുഷ്യരെ അകറ്റിനിർത്തി വീട്ടിനുള്ളിൽ ഒതുങ്ങിക്കൂടാൻ നിർബ്ബന്ധിതരായതോടെ എന്നെപ്പോലെ പലരുടെയും ജീവിതംതന്നെ മാറിമറിഞ്ഞു. കോളേജും പൊതുപരിപാടികളും വിദ്യാർത്ഥികളുമൊക്കെയായി ദിവസത്തിന് ഇരുപത്തിനാല് മണിക്കൂർ പോരെന്ന മട്ടിലുള്ള ജീവിതത്തിനിടയിലാണല്ലോ സഡൺ ബ്രേക്കിട്ടതുപോലുള്ള കൊറോണയുടെ രംഗപ്രവേശം. അതോടെ ജീവിതരീതിതന്നെ മാറി. ആദ്യമാദ്യം ധാരാളം വർചൽ മീറ്റിങ്ങുകളിൽ പങ്കെടുക്കാറുണ്ടായിരുന്നു. കേൾവിക്കാർ കുറയുന്നു എന്നു മനസ്സിലായതോടെ ആ പരിപാടി നിർത്തി. സംഘാടകർ കടിച്ചാൽപൊട്ടാത്ത വിഷയങ്ങളാണ് തരുന്നത്. മിനക്കെട്ടിരുന്ന് വായിച്ച് പേപ്പർ തയാറാക്കി അവതരിപ്പിക്കുമ്പോൾ കേൾക്കാൻ സംഘാടകർ പോലുമില്ലെന്നറിഞ്ഞതോടെ എന്നെപ്പോലെ പലരും പരിപാടികളിൽ പങ്കെടുക്കുന്നത് മതിയാക്കി. ഓൺലൈൻ ക്ലാസുകളും പിന്നീട് ചടപ്പായി. അടുത്ത കൂട്ടുകാരായി അധികമാരുമുണ്ടായിരുന്നില്ല. ഫോൺ വിളിച്ച് കുശലം അന്വേഷിക്കാനും അധികമാരുമില്ല. അമ്മയുള്ളപ്പോഴേ ബന്ധുക്കളുമായി വലിയ അടുപ്പമൊന്നുമുണ്ടായിരുന്നില്ല. നാളെ എന്താ അവസ്ഥയെന്നതിനെക്കുറിച്ചുള്ള ആധി. ഹൈദറിന്റെ പെട്ടെന്നുള്ള മരണത്തോടെ മുഷ്ത്തരിയുടെ വിളി ഇല്ലാതായി. ആകെ തകർന്നുപോയ ആ കുടുംബത്തെ അതിൽനിന്നു പതുക്കെയെങ്കിലും കരകയറ്റാനായി എന്നുള്ളതാണ് കോവിഡുകാലത്തെ പറയത്തക്ക നേട്ടം.

ഹൈദറിന്റെ മരണം മുഷ്ത്തരിയെ മനോരോഗത്തിന്റെ വക്കിലെത്തിക്കുമെന്ന് കരുതിയതേയില്ല. കാണുമ്പോഴെല്ലാം അവൾക്ക് പറയാനുണ്ടായിരുന്നത് ഹൈദറിനെക്കുറിച്ചുള്ള പരാതികളായിരുന്നു. സ്വന്തമായി അഭിപ്രായമില്ല. ഉമ്മയുടെ ചേലത്തുമ്പിൽ കെട്ടിയിട്ടിരിക്കുന്നു. വീട്ടിനു പുറത്തിറങ്ങണമെങ്കിൽ ഉമ്മയുടെ അനുവാദം വേണം. ഇങ്ങനെ

നൂറായിരം പരാതികളുമായാണ് അവൾ ഓരോ തവണയും എത്തുക. സ്വപ്നങ്ങൾ പണയംവെച്ച് ആ വീട്ടിൽ തുടരുന്നതിലർത്ഥമില്ലെന്ന തീരുമാനമെടുത്ത് അവൾ സ്വന്തം വീട്ടിലേക്ക് പോകാനിരിക്കുമ്പോഴായിരുന്നു ഹൈദറിന് കൊറോണ വന്നത്. അതോടെ മുഷ്ത്തരി പിണക്കം മറന്ന് ഹൈദറിന്റെ ശുശ്രൂഷ സ്വയം ഏറ്റെടുക്കുകയായിരുന്നു. ഏക അത്താണിയായ മകനെ നഷ്ടപ്പെട്ട ആ ഉമ്മയുടെ സങ്കടം, മുഷ്ത്തരിയുടെ സമനിലവിട്ടുള്ള പെരുമാറ്റം, കുട്ടികളുടെ നിസ്സഹായാവസ്ഥ, എല്ലാംകൂടെ മുങ്ങിത്താഴാൻ പോകുന്ന കപ്പൽപോലെയായിരുന്നു ആ വീട്.

"വീടകം ജയിലറയായി കണ്ട എനിക്ക് പുറംലോകത്തേക്കുള്ള വാതിൽ തുറന്നുകിട്ടാൻ വിധവയാവേണ്ടി വന്നു ടീച്ചറേ.."

മുഷ്ത്തരിയുടെ വാവിട്ടുള്ള നിലവിളിയിൽ ആടി ഉലഞ്ഞപ്പോൾ എന്റെ സുഹൃത്തായ സൈക്കോളജിസ്റ്റിനെക്കൊണ്ട് അവളെ പരിശോധിപ്പിക്കേണ്ടി വന്നു. ഇദ്ദ കഴിഞ്ഞിട്ടും വെള്ളവസ്ത്രം മാറാതെ മുറിക്കുള്ളിൽക്കൂടിയ അവളെ ഉമ്മയുടെകൂടി സഹായത്താലാണ് വീട്ടിനു പുറത്തിറക്കിയത്. ഇപ്പോൾ ഓഫീസുകാര്യങ്ങൾ മുഷ്ത്തരി ഭംഗിയായി നോക്കുന്നു. ഹൈദർ ഏറ്റെടുത്ത പദ്ധതികളെല്ലാം മുഷ്ത്തരി കാലതാമസമില്ലാതെ പൂർത്തിയാക്കിയെന്നു മാത്രമല്ല പുതിയ പദ്ധതികൾ ഏറ്റെടുക്കുകയും ചെയ്തു. ഇന്ന് നഗരത്തിൽ അറിയപ്പെടുന്ന വ്യവസായ സംരംഭകയാണ്. മുഷ്ത്തരിക്ക് തിരക്കേറിയതും ഹൈറു പണിക്കു പോയിത്തുടങ്ങിയതും എന്റെ ഏകാന്തത കൂട്ടുന്നതായി ഈയിടെ തോന്നിത്തുടങ്ങിയിരിക്കുന്നു. വയസ്സ് നാല്പത് കഴിഞ്ഞു. ഇനിയും ഒറ്റയ്ക്കിങ്ങനെ എത്ര കാലമെന്ന ചിന്ത ഈയിടെ വല്ലാതെ അലട്ടുന്നുണ്ട്.

"അമ്മ പറേന്നത് ഇനിയെങ്കിലും നീ കേക്ക്. മനസ്സിനിണങ്ങിയ ഒരാളെ കണ്ടുപിടിച്ച് പുതിയൊരു ജീവിതം തുടങ്ങ്. വയസ്സായ എന്റെ കുട്ടിക്ക് ആരുമുണ്ടാകൂലാ." അപ്പോഴൊക്കെയും അമ്മയുടെ കണ്ണീരിൽ കുതിർന്ന വാക്കുകൾ മുറിയിൽ അലയടിക്കും.

"സുനിയേച്ച്യേ, ഇങ്ങള് ജയ്പൂരിൽ പോയപ്പം പരിചയപ്പെട്ട ആ സാറ് ഇങ്ങക്ക് നല്ലോണം ചേരും. മൂപ്പര് ഒറ്റയ്ക്കാന്നല്ലെ ഇങ്ങള് പറഞ്ഞത്. മൂപ്പരാണെങ്കില് എയ്ത്തുകാരനല്ലെങ്കിലും നല്ല വായനക്കാരനാ മൂപ്പരെന്ന് ഇങ്ങള് ഫോണില് ആരോടൊക്കെയോ പറയുന്നത് കേക്കാലോ. ഞമ്മക്കൊന്നാലോയിച്ചാലോ?"

ഹൈറു ഈയിടെയായി നിത്യേനയെന്നോണം ചോദിക്കുന്നുണ്ട്. ഏത് യാത്ര കഴിഞ്ഞുവന്നാലും അവിടത്തെ കഥകൾ ഹൈറുവിനെ കേൾപ്പിക്കൽ ഈയിടെ ഒരു ചടങ്ങായി മാറിയിട്ടുണ്ട്. ജയ്പൂരിൽവച്ച് പ്രസാദിനെ പരിചയപ്പെട്ട കാര്യം ഞാൻ തന്നെയാണ് അവളോടു

പറഞ്ഞത്. കോവിഡ് വ്യാപനം രൂക്ഷമാകുന്നതിനു കുറച്ചുമുമ്പായിരുന്നു ജയ്പൂർ ലിറ്റററി ഫെസ്റ്റിവെല്ലിൽ പങ്കെടുത്ത് നാട്ടിൽ തിരിച്ചെത്തിയത്. 'എഴുത്തും ജീവിതവും' എന്നതായിരുന്നു വിഷയം. സ്വന്തം ജീവിതാനുഭവങ്ങളുടെ പശ്ചാത്തലത്തിൽത്തന്നെയാണ് വിഷയമവതരിപ്പിച്ചത്. കുട്ടിക്കാലത്ത് ഇടവഴിയിൽവെച്ച് ഒരുത്തൻ തന്നിലുണ്ടാക്കിയ മാനസികാഘാതങ്ങളെക്കുറിച്ചുള്ള തുറന്നുപറച്ചിലും സാമാന്യം മോശമല്ലാത്ത ഇംഗ്ലീഷും എഴുത്തുകാർക്കിടയിൽ അംഗീകാരം നേടിത്തന്നു. പ്രസംഗം ഇഷ്ടപ്പെട്ട പ്രസാദ് എന്നെ തേടിയെത്തി സ്വയം പരിചയപ്പെടുത്തുകയായിരുന്നു. അതിനുശേഷം പോരുന്നതുവരെ പല പരിപാടികളിലും ഞങ്ങൾ ഒന്നിച്ചു പങ്കെടുക്കുകയും ചെയ്തിട്ടുണ്ട്.

"ഇങ്ങളിതെന്തിരുപ്പാ? നേരമിരുട്ടി. ചെടികൾക്കിടയില് എയജന്തുക്കളുണ്ടാവൂലാന്ന് ഒറപ്പിക്കണ്ട. ആത്തേക്ക് കേറ് സുനിയേച്യേ." ഹൈറു ഉമ്മറത്തെ ലൈറ്റിട്ട് അകത്തേക്കു കയറുമ്പോൾ പറഞ്ഞു.

ഇരുപത്

അടുക്കളജോലികളൊതുക്കി ലൈറ്റുകളണച്ച് കൈയിൽ വെള്ളക്കുപ്പിയുമായി ഹൈറു സുനിതയുടെ മുറിയിലെത്തി. സുനിത കമ്പ്യൂട്ടറിന്റെ മുന്നിലായിരുന്നു.

"ഇങ്ങളൊറങ്ങണില്ലേ? അധികം ഒറക്കൊയിഞ്ഞാ കണ്ണിന്റെ തായെ കറുപ്പ് നിറമാകും. പിന്നെ കാണാൻ ചേലുണ്ടാവില്ല." വെള്ളക്കുപ്പി മേശപ്പുറത്താച്ച് ഹൈറു പറഞ്ഞു.

"ഇപ്പം അമ്മ വന്ന് ഇക്കാര്യം പറഞ്ഞതേയുള്ളു. ഇനി നിന്റെ വകയും വേണ്ട."

"ഇങ്ങള് ശരിക്കും അമ്മേനെ ഇതിനകത്ത് കാണാറുണ്ടോ സുനിയേച്യേ? ഇന്നെ ചോയ്ക്കലുണ്ടോ അമ്മ?"

"പിന്നില്ലാതെ."

"എന്നാ ഇനിക്കുമൊന്ന് കാണിച്ചു തരീ."

"അതിനേ ഭാവന വേണം. നിനക്കതില്ലല്ലോ."

"അത് ശരി, ഇങ്ങളോരോന്ന് സങ്കലിപിച്ചുണ്ടാക്കുന്നതാ അല്ലേ? അതാണല്ലേ എയ്ത്ത്...?"

"അതേ, അതാണ് എയ്ത്ത്. നിന്റൊപ്പംകൂടി ഞാനുമിപ്പോ പയം, മയ, കോയി, എയ്ത്ത് എന്നൊക്കെ പറഞ്ഞുതുടങ്ങി."

"ഓരോരുത്തരെ നാട്ടുഭാഷയാണ് മുന്തിയ ഭാഷയെന്ന് ഇങ്ങളെ കാണാൻ വരുന്ന എയ്ത്തുകാരോട് പറേന്നത് കേക്കാലോ. ഹൈറു പറയുമ്പളാ കൊയപ്പം അല്ലേ? ഇങ്ങള് കോഴി പൊരിച്ചതുണ്ടോ ഹൈറൂന്ന് ചോദിക്കുമ്പളക്ക് ഞാൻ കോയിപൊരിച്ച് തിന്നു വെള്ളോം

കുടിച്ചിട്ടുണ്ടാകും. ഇന്റെ റബ്ബേ പെരുമയ പെയ്യണെന്നു പറയണേന്റെ സുഖം തുള്ളിമുറിയാതെ മഴ പെയ്യുന്നുണ്ടല്ലോ എന്നു പറേന്നതിലുണ്ടോ ഇന്റെ സുനിയേച്യേ...?"

"ഇല്ല, സമ്മതിച്ചു നീ ചെന്ന് കെടക്കാൻ നോക്ക്. അല്ലെങ്കില് നിന്റെ കണ്ണിന് താഴെയും കറുക്കും."

"ഇന്റെ കണ്ണിനു തായെ കറക്കൂലാ. ഞാൻ ഒറങ്ങാൻ പോണേന്റെ മുന്നം കറ്റാർവായനീര് തേക്കും. ഇങ്ങക്കും ഞാൻ തന്നതല്ലേ. തേക്കൂലാലോ. എന്നാ ഗുഡ്നൈറ്റ്." ഹൈറു സ്വന്തം മുറയിലേക്കു നടന്നു.

മൂന്നു കിടപ്പുമുറിയും രണ്ടു തളവും അടുക്കളയും വർക്ക് ഏരിയയുമൊക്കെയായി സാമാന്യം വലിയ വീടാണ്. ഈയിടെ ഊൺ തളത്തിൽനിന്ന് പുറത്തേക്ക് വലിയ കണ്ണാടിവാതിൽവച്ച് സാമാന്യം വലിയൊരു വരാന്തയും പണിതിട്ടുണ്ട്. അവിടെയാണ് പച്ചക്കറിത്തോട്ടം. അതിലെ ഊഞ്ഞാലക്കട്ടിലിൽ ഇരുന്നും കിടന്നുമാണ് സുനിയേച്ചിയുടെ വായന. ഇങ്ങനെയൊരു വീട്ടിൽ സ്വന്തമായൊരു മുറിയും സ്നേഹിക്കാൻ ഉമ്മയുടെ സ്ഥാനത്ത് സുനിയേച്ചിയും... "ഇന്റെ റബ്ബേ നിന്നെ എത്ര സ്തുതിച്ചാലും മതിയാകില്ല." ഹൈറു രണ്ടുകൈയും മേലോട്ടുയർത്തി ദുആ ചെയ്തു. കുളിമുറിയിൽച്ചെന്ന് അംഗശുദ്ധി വരുത്തി രാത്രി നമസ്കാരമായ ഇശാഅ് നമസ്കരിച്ചു. ഏതെങ്കിലും തെരുവിൽ കഴുകന്മാർ കൊത്തിപ്പറിച്ച് പുഴുത്തു ചാവേണ്ട ഹൈറുവിനെ ഇങ്ങനെയൊരു ചുറ്റുപാടിലെത്തിക്കാൻ അള്ളാഹു സുനിയേച്ചിയെയാണ് നിയോഗിച്ചത്. ഇപ്പോഴിതാ അടുക്കളപ്പണിക്കാരിയിൽനിന്ന് ഉദ്യോഗസ്ഥയിലേക്കുള്ള കൂടുമാറ്റവും. ഹൈറു അള്ളാഹുവിന് പ്രിയപ്പെട്ടവളാണെന്ന് അവൻ തെളിയിച്ചു കൊണ്ടിരിക്കുന്നു. പതിനഞ്ചാം വയസ്സിൽ ഒരു കള്ള ഹിമാറിന്റെ പഞ്ചാര വാക്കുംകേട്ട് നാടുകാണാൻ പുറപ്പെട്ടപ്പോൾ മനസ്സിൽ മൊയിലാഞ്ചിമൊഞ്ചുള്ള കിനാക്കളായിരുന്നു. അവൻ ഹാജിയാരുടെ അടുക്കളയിൽന്ന് ഹൈറുവിനെ കരകയറ്റി സ്വർഗ്ഗപ്പൂന്തോപ്പിലെ ഹൂറിയാക്കും. അവന്റെ പുതിയോട്ടിയായി ഹാജിയാരുടെ വീട്ടിലെത്തും. ഹാജിയാർ ആട്ടിത്തുപ്പിയാലും അവന്റെ ഉമ്മ കനിവു കാണിക്കും. ഹൈറു അവന്റെ പെണ്ണായി ആ വീട്ടിലെ അരുമയാകും. എന്തെല്ലാം വ്യാമോഹങ്ങൾ! മുകളിൽ അവന്റെ മുറി വൃത്തിയാക്കാൻ ചെല്ലുമ്പോൾ ആദ്യം അറിയാത്ത മട്ടിലും പിന്നീട് അറിഞ്ഞും ദേഹത്ത് മുട്ടുകയും ഉടലൊട്ടി നില്ക്കുകയുമൊക്കെ ചെയ്തപ്പോൾ ആദ്യമാദ്യം ശക്തമായി പ്രതികരിച്ചിരുന്നു. ഒച്ചവച്ചാൽ ഉമ്മയുടെ മുന്നിൽ വഷളാകുന്നത് എന്നേക്കാൾ നീയായിരിക്കുമെന്ന ഭീഷണി ശരിയാണെന്ന് ഉൾവിളി ഉണ്ടായതോടെ അവനുള്ളപ്പോൾ ആ മുറിയിൽ ചെല്ലാതായി.

"ഉമ്മാ, അപ്പെണ്ണ് എന്റെ മുറി ഇപ്പളായിട്ട് വൃത്തിയാക്കണില്ലാട്ടോ."

ഞാൻ കേൾക്കേ ഉമ്മ കാണാതെ എന്റെ നേരെ കണ്ണിറുക്കി പറയുമ്പോൾ ഉമ്മയുടെ വഴക്കും കേൾക്കേണ്ടി വന്നു.

പിന്നീടവൻ മാലയും വളയും ഫൈവ്സ്റ്റാറും വാങ്ങിത്തരികയും സ്നേഹത്തോടെ അണച്ചുപിടിക്കുകയും കൊഞ്ചിക്കുകയുമൊക്കെ ചെയ്തപ്പോൾ മനസ്സ് പിടിവിട്ടുപോയി. ആരോരുമില്ലാത്ത ഏഴയെന്ന തോന്നൽ ഇല്ലാതാവുന്നതുപോലെ. അവന്റെ മുറി വൃത്തിയാക്കാൻ കൂടുതൽ സമയമെടുത്തു. അവനില്ലെങ്കിലും അവിടെ ചുറ്റിപ്പറ്റി നില്ക്കാനൊരു പൂതി.

"തേച്ചുമിനുക്കി നീ ഓന്റെ സാധനങ്ങളൊന്നും നാശാക്കണ്ട. ഇതിന്റുള്ളില് കേറിയാ നിനക്ക് പൊറത്തെറങ്ങാനെന്താ ഇത്ര മടി? പെണ്ണൊരുമ്പെട്ട കാലാന്ന് മൂപ്പര് നായികയ്ക്ക് നാല്പത് വട്ടം പറേന്നത് വെറുതെയല്ല."

ഹാജ്യാരുടെ ഭാര്യ താക്കീത് ചെയ്യുമ്പോൾ മനസ്സൊന്നു പിടയുമെങ്കിലും ഉള്ളിൽ പെരുന്നാളിന്റെ കോള്. സത്യം പറഞ്ഞാൽ അവന്റെ പുന്നാരം ചതിയാണെന്നറിഞ്ഞത് അവന്റെ സുഹൃത്തുക്കളുടെ മുന്നിൽ തുണിപറിച്ചിട്ടു കൊടുത്തപ്പോളായിരുന്നല്ലോ റബ്ബേ. ആലോചിക്കുമ്പോൾ എവിടെയൊക്കെയോ വിണ്ടുകീറി ചോരകിനിയും.

. നെഞ്ചുപിടച്ചപ്പോഴും സന്തോഷത്തിമർപ്പോടെയാണ് കാറിൽ അവന്റൊപ്പം നാടുചുറ്റാൻ പുറപ്പെട്ടത്. എങ്ങോട്ടേക്കാ പോണതെന്നു പോലും ചോദിച്ചില്ല. അവൻ വാങ്ങിത്തന്ന ചുരിദാറിട്ട്, അവൻ തന്ന അത്തറ് പൂശി, മണവാട്ടിയായി നേരംകെട്ട നേരത്ത് അവനോടൊപ്പം കാറിൽ കയറുമ്പോഴും ഉള്ളിൽ പൂത്തിരി കത്തുന്നുണ്ടായിരുന്നു.

"പെണ്ണേ, കണ്ടും കേട്ടും നിന്നോ. ചെറിയ മൊതലാളി അന്റെ പിന്നാലെ മണപ്പിച്ച് നടക്കണത് ഞാൻ കാണുന്നുണ്ട്. ഓനാളത്ര ശരിയല്ല. ഇന്റെ ഉമ്മാനെ വിചാരിച്ചിട്ടാ ഞാൻ മൊതലാളിച്ചിനോട് ഇക്കാര്യം പറയാത്തത്. ഇന്റെ പണിപോയാ അപ്പൊാര പട്ടിണിയാകും." വെപ്പുകാരി സൈനുത്തയുടെ താക്കീത് വകവെച്ചില്ല.

"ഹൈറൂ, പെണ്ണാ. അധികം തുള്ളാട്ടം മേണ്ട. പണക്കാര് കുണ്ടമ്മാര് ചക്കരവർത്താനം പറഞ്ഞ് പിന്നാലെ കൂടും. അച്ചതിയിലൊന്നും വീണുപോകരുത്. ആവശ്യം കയിഞ്ഞാ ഓല് ചണ്ടിപോലെ വലിച്ചെറിയും. എന്റെ നല്ല പ്രായത്തില് ഇന്നേം തന്ന് ഇന്റെ ഉപ്പ പോയിട്ടും ബെടക്കത്തെ രത്തില് ഈ ഉമ്മ ജീവിച്ചിട്ടില്ല. എല്ലുമുറിയെ പണിയെടുത്താ ഇന്നെ പോറ്റി വളർത്തിയത്. എനക്ക് ആബദുണ്ടായിരുന്നെങ്കില് ഇന്നെ ഞാനാടെ പണിക്കയക്കൂലേര്ന്ന്. ഉമ്മാന്റെ കുട്ടി മാനംവിട്ടൊന്നും കളിക്കരുത്."

മുതലാളിയുടെ മോൻ പട്ടുപോലത്തെ മനുഷ്യനാണെന്ന് ഉമ്മയോടു പറഞ്ഞപ്പോൾ ഉമ്മ കണ്ണുരുട്ടിയതും ചെവിയിൽ കയറിയില്ല. യാത്ര

പോകുന്നതിനു തലേദിവസമാണ് അവൻ പാത്തും പതുങ്ങിയും മുറ്റമടിക്കുന്ന നേരത്ത് പ്ലാസ്റ്റിക്ക് കവർ കൈയിലേല്പിച്ചത്. എവിടെയെത്തണമെന്നൊക്കെ അതിലൊരു തുണ്ടിലെഴുതിയിട്ടുണ്ട്. 'നാളെ മഗരിബ് കയിഞ്ഞാൽ കുളിച്ച് അത്തറു പുരട്ടി മൊഞ്ചത്തിയായിട്ട് വരണം. കാറില് ചുറ്റിയടിക്കണമെന്ന ഇന്റെ പൂതി ഞാൻ സാധിപ്പിച്ചു തന്നേക്കാം.'

"ഉമ്മാനോട് എന്തുപറയും?"

"സൈൻത്ത പൊരേപ്പോയതോണ്ട് രാത്രി ഇവിടെ നിക്കയാണെന്ന് പറഞ്ഞാ മതി. സുബഹ് ബാങ്കുകൊടുക്കുന്നതിനു മുമ്പ് നിന്നെ ഞാൻ തിരിച്ചെത്തിക്കാം. ഞമ്മക്ക് കൊശിയാക്കണ്ടേ?"

അവന്റെ സ്വരത്തിലെ ആവേശം എന്റെ ശരീരത്തിലും പടർന്നു. അവനോടൊപ്പം മുന്തിയകാറിൽ ഒരു യാത്ര. വഴിക്ക് ഹോട്ടലിൽ ഭക്ഷണം. ഐസ്ക്രീം, പെപ്സി, ചോക്ലേറ്റ് - ഇതൊക്കെ മാത്രമേ മനസ്സിലുണ്ടായിരുന്നുള്ളു. അവൻ കെട്ടിപ്പിടിക്കാനും മുത്തം തരാനുമൊക്കെ ഒരുങ്ങിയാൽ സ്നേഹത്തോടെ എതിർക്കും. അതെല്ലാം കല്യാണം കഴിഞ്ഞിട്ടെന്ന് കൊഞ്ചിപ്പറയും. എല്ലാവിധത്തിലും തയ്യാറെടുത്തതായിരുന്നു. കാറിൽ രാത്രി ചുറ്റിത്തിരിഞ്ഞ് പൊലർച്ചയ്ക്കുമുമ്പ് തിരിച്ചെത്തിക്കാമെന്ന അവന്റെ വാക്കു വിശ്വസിച്ച പൊട്ടത്തിപ്പാറു. ബോധമുണ്ടായിരുന്നെങ്കിൽ അവന് ഹൈറുവിന്റെ ദേഹത്ത് കയറി മേയാൻ സാധിക്കില്ലായിരുന്നു. നെറികെട്ടവൻ. പെണ്ണിനെ ബോധംകെടുത്തി കാമപ്പിരാന്ത് തീർക്കുന്ന കള്ളപ്പന്നികളെ കടിച്ചുകീറി കൊക്കയിലെറിയണം. കാർ നഗരത്തിനു പുറത്തു കടന്നപ്പോഴാണ് ദാഹിക്കുന്നെങ്കിൽ കുടിച്ചോ എന്നു പറഞ്ഞ് അവൻ പെപ്സിക്കുപ്പി കൈയിൽത്തന്നത്. ഒപ്പം ചോക്ളേറ്റും. തിന്നതും കുടിച്ചതും ഓർമ്മയുണ്ട്. വണ്ടിക്കകത്ത് മാപ്പിളപ്പാട്ടിന്റെ ഈണം. അതിനിടയിൽ അവൻ ആരോടൊക്കെയോ ഫോണിൽ സംസാരിക്കുന്നത് ചെവിയിൽ എത്തുന്നുണ്ടായിരുന്നെങ്കിലും ഒന്നും പിടികിട്ടിയില്ല. കൺപോളകൾ വലിച്ചു തുറക്കാൻ ശ്രമിക്കുന്തോറും അടഞ്ഞുപോകുന്നു. അവൻ താങ്ങിപ്പിടിച്ച് ഹോട്ടൽ മുറിയിൽ കൊണ്ടുപോയത് നേരിയ ഓർമ്മയുണ്ട്. യാത്ര ചെയ്ത് ശീലമില്ല. ശർദ്ദിച്ച് തളർന്നുപോയി. അവൻ ആരോടോ പറയുന്നത് കേട്ടിട്ടും കണ്ണുതുറക്കാനോ മിണ്ടാനോ ആയില്ല. ഒന്നുറക്കെ കരഞ്ഞിരുന്നെങ്കിൽ ആരെങ്കിലും വന്ന് രക്ഷിച്ചേനെ. കട്ടിലിൽ ആരൊക്കെയോ ചുണ്ട് കടിച്ചു പറിക്കുന്നു... കാല് വലിച്ചു കീറുന്നു. യാ അള്ളാ.....ഞാൻ മരിച്ചോകും എന്നുപറയാൻ വായ തുറന്നതും വായിലെന്തോ ഒഴിക്കുന്നു. പിന്നീട് ഒന്നും ഓർമ്മയില്ലാത്ത മയ്യത്തായി അവരുടെ മുന്നിൽ തുണിയില്ലാതെ എത്രനേരം കിടന്നെന്ന് യാതൊരോർമ്മയുമില്ല. ഓർമ്മ വന്നപ്പോൾ ആസ്പത്രിക്കിടക്കയിലായിരുന്നു. അരികിലിരുന്ന് ഉമ്മ തലയിട്ടടിച്ച് കരയുന്നു.

"ഇങ്ങള് തലതല്ലിക്കരഞ്ഞ് നാടു പുക്കാറാക്കണ്ട. മോളെ ജീവനോടെ തിരിച്ചുകിട്ടിയതിന് അള്ളാക്ക് ശുക്ര് പറ." ആൺ ശബ്ദംകേട്ട് പേടിയോടെ കണ്ണ് വലിച്ചുതുറന്നു.

"ജിന്ന്........റബ്ബേ...... ഓലിന്നെ കൊല്ലും. ..."

അലമുറയിട്ടു.

"ഉമ്മയും മോളും മത്സരിച്ച് കരഞ്ഞിട്ട് ഇനിയെന്താ കാര്യം? എന്താ ഏതാ നടന്നതെന്ന് ഓളോട് ചോയിച്ച് മനസ്സിലാക്ക്. എന്നിട്ട് വേണം പൊലീസിലറിയിക്കാൻ."

"പൊലീസിലൊന്നും അറിയിക്കണ്ട മുസ്തഫാ. ബങ്കീശക്കാരിക്കേ നീതികിട്ടൂ. എവളൊന്ന് എണീറ്റ് നടക്കാനായാ ഞാൻ ഇന്റെ കുടീല്ക്ക് പോയ്ക്കോളാം."

"ഇങ്ങളെ കുടി അവുടെ ഇണ്ടായിറ്റ് മേണ്ടേ?"

"റബ്ബേ.......ഇന്റെ പെര. ......എന്തേ പറ്റീത്?"

"ഹാജ്യാരത് ഇങ്ങളെ പേരിലാക്കിത്തന്നീനോ....?"

"ഇല്ല. തരാന്ന് പറഞ്ഞീനി."

"അയാളത് പൊളിച്ചു."

"എന്തിന്...?"

"മാനംമര്യാദയ്ക്ക് കയിഞ്ഞോളുമെന്ന് വെച്ചിട്ടാ അവിടെ പെര കെട്ടിത്തന്നത്. പെയച്ചോലെ ഓലെ പൊരേന്റെ നാലയലത്തും അടുപ്പിക്കൂലാന്ന്."

"ആരാപ്പം പെയച്ചത്.....? അന്ന് രാത്തിരി എന്താ ഇണ്ടായതെന്നു എനക്ക് തിരിഞ്ഞിക്കില്ല. ഇവള് ചോരയിൽ കുളിച്ച് കെടക്കുന്നത് നിയ്യല്ലേ ആദ്യം കണ്ടത്? സൈൻത്ത നാട്ടിൽപ്പോയതോണ്ട് ഓള് രാത്രി ആടെയാ കെടക്കുന്നതെന്നു പറഞ്ഞിട്ടാ ഓള് വൈന്നേരം ഇവിടന്നിറങ്ങിപ്പോയത്. പിന്നെ ഓളെ ഞാൻ കാണണത്..... ഇക്കോലത്തിലും."

"എന്നാ മോളോട് ചോയിക്ക്.....?'

സംസാരം കേട്ട് പ്രയാസപ്പെട്ട് കണ്ണു തുറന്നപ്പോൾ മുന്നിൽ അയൽക്കാരൻ മുസ്തഫക്ക..

"മുസ്തഫക്കാ......ഇനിക്കെന്താ പറ്റീത്.....?"

"എട്ടുംപൊട്ടും തിരിയാത്ത ഇക്കുട്ടീനെ ഇക്കോലത്തിലാക്കിയോലെ അള്ള വെറുതേ വിടൂലാ. ഇങ്ങള് വരീ, ഞമ്മക്ക് പൊലീസില് പരാതി കൊടുക്കാം."

"മേണ്ട മുസ്തഫാ. നീ ഞങ്ങക്ക് താമസിക്കാൻ ഒരിടം കണ്ടെത്തിത്താ?"

"ഞാൻ ഹാജ്യാരെ ചെന്നു കണ്ടീനും. ഇവളെ ആസ്പത്രീലാക്കിയ വിവരം പറയൂം ചെയ്തു. ഇവളുടെ നെലേം വിളീംകേട്ട് ഹോട്ടലുകാര്

പൊലീസിലറിയിച്ചെന്നും അവര് വരണേനു മുന്നം കുണ്ടമ്മാര് ഹോട്ടലുകാരെ കണ്ണുവെട്ടിച്ച് ഇവളേം കാറിലിട്ട് ഇങ്ങോട്ട് പോന്നെന്നും ഇരുചെവി അറിയാതെ നിങ്ങളെ വീട്ടില് ഇറക്കിയിട്ട് മുങ്ങിയെന്നും അന്വേഷിച്ചെത്തിയ പൊലീസുകാരെ ഹാജിയാര് പണംകൊടുത്ത് സുല്ലാക്കിയെന്നുമൊക്കെ മൂപ്പരെ ഡ്രൈവറ് ആലിയാണ് എന്നോട് പറഞ്ഞത്. ഇങ്ങളെ സമ്മതമില്ലാതെ എനക്കെങ്ങനെ പൊലീസില് പരാതിപ്പെടാൻ പറ്റും?''

''ഓല് പണം മേങ്ങിയ സ്ഥിതിക്ക് പൊലീസില് പോയാല് വാദി പ്രതിയാവും. ഇതിപ്പം ആരും അറിഞ്ഞിക്കില്ല. വീണു പരിക്കു പറ്റീന്നാ ഡോക്ടരോട് പറഞ്ഞത്.''

''അതല്ലേന്ന് ഡോക്ടർക്ക് മനസ്സിലായിക്ക്. മൂപ്പത്തിയും പൈശന്റെ ആളാ. ഹാജിയാര് ഇടപെട്ടെന്നുറപ്പാ. അതോണ്ടാ പൊലീസലറിയാക്കിതെ ഞമ്മളെ മുമ്പില് മണ്ടൻ കളിക്കുന്നത്. അല്ലാതെ ഇങ്ങള് പറഞ്ഞതൊന്നും ഓല് വിശ്വസിച്ചിട്ടില്ല. ഇതിങ്ങനെ മൂടിവെക്കണ്ടാ കാര്യല്ലാന്നേ ഞാൻ പറയൂ....?''

അപ്പോൾ ഡോക്ടറും സംഘവും പരിശോധനയ്ക്കെത്തി.

''എങ്ങനെയുണ്ട്. വീഴ്ചയിൽ ഗർഭപാത്രമൊക്കെ ചതഞ്ഞുപോയിരിക്കുന്നു. ഓപ്പറേഷനൊക്കെ വേണ്ടിവന്നു. പണത്തിന്റെ കാര്യത്തിലൊന്നും വിഷമിക്കണ്ട. ചെറിയൊരു പെൺകുട്ടിയല്ലേ, ജീവിതം ഇനിയുമൊരുപാടില്ലെ? എല്ലാം സൗജന്യമാക്കിയിട്ടുണ്ട്. നാളെ നിങ്ങൾക്കു പോകാം. കുറച്ചുകാലത്തേക്ക് ഭാരമുള്ള പണിയൊന്നും മോളെക്കൊണ്ട് ചെയ്യിക്കണ്ട. കേട്ടല്ലോ.''

പരിശോധന കഴിഞ്ഞ് ഡോക്ടർ ഉമ്മയോടു പറയുന്നത് കേട്ടപ്പോൾ ഞാൻ ഡോക്ടരുടെ കൈപിടിച്ച് കരഞ്ഞുകൊണ്ട് ചോദിച്ചു.

''ഇനിക്കെന്താ ഡോക്ടറേ പറ്റിയത്?''

''കുട്ടിക്കൊന്നും ഓർമ്മയില്ലേ?''

''അപ്പഹയൻ തന്ന പെപ്സി കുടിച്ചതും ഞാൻ ഒറങ്ങിപ്പോയില്ലേ. അപ്പഹയന്മാര് എന്നെ എന്തൊക്കെയോ കാട്ടിക്കൂട്ടി....''

''മതി.'' ഡോക്ടർ എന്റെ വായ പൊത്തി. ''ഒന്നും നടന്നിട്ടില്ലെന്നു വിചാരിക്കുന്നതാ കുട്ടിക്ക് നല്ലത്. ഇതിപ്പം എന്താ ഏതാന്ന് ഇരുചെവി അറഞ്ഞിട്ടില്ല. എല്ലാം ദുഃസ്വപ്നമാണെന്ന് വിചാരിച്ചാ മതി. നന്നായിട്ടൊന്നു ഡെറ്റോളിട്ടു കുളിച്ചാൽ തീരുന്ന അഴുക്കേയുള്ളൂ. കേട്ടല്ലോ ഉമ്മാ. നാളെ പോകാം.''

ആകെ അന്തംവിട്ടുനില്ക്കുന്ന ഉമ്മയുടെ തോളിൽത്തട്ടി സമാധാനിപ്പിച്ച് പുറത്തേക്കിറങ്ങുമ്പോൾ ഡോക്ടർ മുസ്തഫക്കയോടു പറഞ്ഞു:

"നിങ്ങളൊന്ന് എന്റെ കൂടെ വരൂ."

തിരിച്ചെത്തിയ മുസ്തഫക്ക അരിശത്തിലായിരുന്നു.

"കള്ള ഹിമാറ്. ഇവരെ വെലക്കു വാങ്ങി. ഇങ്ങള് പറേന്നതുപോലെ ഇനി പൊലീസില് പരാതിപ്പെട്ടിട്ട് കാര്യല്ല. വേണോങ്കി കൊറച്ച് പൈശ തരാന്ന്. അതുംകൊണ്ട് നാടുവിട്ടോളാൻ."

"ഓന്റെ പൈശ ഓന്റെ പെട്ടീക്കിടക്കട്ടെ. തെണ്ടി ജീവിച്ചാലും ഇനിക്കത് മേണ്ട."

"ഞാൻ സുബഹി കയിഞ്ഞ് നടക്കാനിറങ്ങിയ വയിക്ക് വെറുതേ ഇങ്ങളാടെ കേറിയതാ. അപ്പളുണ്ട് കോലായ്മ്മെന്ന് ഒരു ഞരക്കം. നോക്കുമ്പം ഇക്കുട്ടിയുണ്ട് ചോരയിൽ കുളിച്ച് കെടക്കുന്നു. ഇതേ പ്രായത്തിലുള്ള എന്റെ മോളായിരുന്നു അപ്പം എന്റെ മനസ്സില്. അപ്പത്തന്നെ ഞാൻ ഞമ്മളെ കണ്ണനെ വിളിച്ച് ഓട്ടോറിക്ഷയ്ക്ക് ഏർപ്പാടാക്കി. ഓനാകുമ്പം ഇരുചെവി അറിയൂലാ. നമ്പാം. എനക്ക് അന്നേരം സംശയം കുടുങ്ങീക്ക്. അപ്പളാ ഇങ്ങള് വാതില് തുറന്ന് പുറത്തുവന്നത്. അപ്പളേ പൊലീസിലറിയിക്കേണ്ടതായിരുന്നു."

"ഓളെ രച്ചിക്കാൻ ഇന്നെ അള്ള ആടെ എത്തിച്ചതാ. പക്ഷേങ്കില് ഓളിനി ജീവിച്ചിട്ടെന്താ മുസ്തഫാ കാര്യം?"

"എവള് ഈയാസ്പത്രീലാന്ന് മൂപ്പരെങ്ങനേക്കും അറിഞ്ഞത്? പൈശക്കാര് എല്ലാം ഒടപ്രപ്പീങ്ങളാ. എല്ലാരും തമ്മിലറിയും. തമ്മില് സഹായിക്കും. അതല്ലല്ലോ ഇപ്പളത്തെ വിഷയം. നാളെ എങ്ങ്ട്ടേക്കാ ഇങ്ങളെ ഞാൻ മാറ്റണ്ടത്? ഇന്റെ പെരേല് കൊണ്ടോയാ ഞാൻ നൂറാളോട് ഉത്തരം പറയണം."

"ഞങ്ങക്കുംമേണ്ടി നിയ്യ് മാനംകെടണ്ട. അള്ള വിധിച്ചതുപോലെ വരും."

"ആരോരും തുണയില്ലാത്ത ഒരിമ്മാനേം മോളേം അങ്ങനെ പെരുവയിമ്മലാക്കി പോകണോന്നുണ്ടായിരുന്നെങ്കില് ഞാനിവളെ ആസ്പത്രീല്ക്ക് കൊണ്ടരണ്ടായിരുന്നല്ലോ. ഞാൻ കണ്ണനെയൊന്നു വിളിച്ചുനോക്കട്ടെ. ഓനാകുമ്പം പാർട്ടി ലവലില് നല്ല പിടിപാടാ. എന്തെങ്കിലും വയി കാണാണ്ടിരിക്കൂലാ."

ഇരുപത്തിയൊന്ന്

ഡോക്ടർ പറഞ്ഞതുപോലെ ഡെറ്റോളിട്ട് കുളിച്ചപ്പോൾ ശരീരം ശുദ്ധമായെന്നുതന്നെ വിശ്വസിക്കാനായിരുന്നു എനിക്കുമിഷ്ടം. പക്ഷേ, മനസ്സ് കൈപ്പിടിയിലൊതുങ്ങാൻ ഏറെ സമയമെടുത്തു. കണ്ണടയ്ക്കുമ്പോൾ കഴുകന്മാർ ശരീരം കൊത്തിവലിക്കുന്നത് കിനാക്കണ്ട് ഞെട്ടിയുണർന്ന് ഉമ്മയെ കെട്ടിപ്പിടിച്ച് തേങ്ങലടക്കി. ഉമ്മയുടെ മാറിടത്തിലുള്ള അഭയം പക്ഷേ, ഏറെ നാൾ നീണ്ടില്ല. ഒന്നുറക്കെ കരയാൻപോലും സൗകര്യമില്ലാത്തിടത്തായിരുന്നു താമസം. മുസ്തഫക്ക ആരുടെയൊക്കെയോ കൈയുംകാലും പിടിച്ചാണ് ഉമ്മയ്ക്ക് വൃദ്ധസദനത്തിൽ താമസിക്കാൻ അനുവാദം കിട്ടിയത്. എന്നെ പെൺകുട്ടികൾക്കുള്ള ജുവനൈൽ ഹോസ്റ്റലിലേക്ക് മാറ്റാനിരുന്നപ്പോഴാണ് ഉമ്മയ്ക്ക് പനിയും ശ്വാസതടസ്സവുംകൂടി ആസ്പത്രിയിൽ പ്രവേശിപ്പിച്ചത്. അതുകൊണ്ട് ആസ്പത്രിയിൽ ഉമ്മയുടെ കൂടെ നില്ക്കാൻ അനുവാദംകിട്ടി. പത്തുദിവസം സർക്കാർ ആശുപത്രിയിൽ കിടന്ന് ഉമ്മ ചക്രശ്വാസം വലിച്ചു. ഹാർട്ട് ഓപ്പറേഷൻ വേണമെന്നാണ് ഡോക്ടർമാർ പറഞ്ഞത്. അതിനു പണം വേണം. മുസ്തഫക്ക ഓടിനടന്ന് പണപ്പിരിവ് നടത്തുന്നതിനിടയിൽ ഉമ്മയുടെ ശ്വാസം നിന്നു. അന്നാണ് ഉമ്മയുടെ ഓപ്പറേഷൻ സൗജന്യമായി നടത്താൻ ആരോഗ്യമന്ത്രിയുടെ ഓർഡർ വന്നത്. ആരുടേയും സൗജന്യം സ്വീകരിക്കാൻ ഇഷ്ടമില്ലാത്ത ഉമ്മ അപ്പോഴേക്കും ഖബറിലടങ്ങിയിരുന്നു. അതുകഴിഞ്ഞ് ഒറ്റയ്ക്ക് ജുവനൈൽ ഹോമിലെത്തിയപ്പോൾ ആദ്യം തോന്നിയത് കെട്ടിത്തൂങ്ങി ചാകാനാണ്. അപ്പോഴേക്കും ഉമ്മ മുന്നിലെത്തും.

"അള്ളേം നബീം കല്പിച്ചതിനപ്പുറമൊന്നും എന്റെ കുട്ടി ചെയ്യല്ലേ. എന്തെല്ലാം കഷ്ടപ്പാടനുഭവിച്ചാ ഉമ്മ ഇന്നെ ഇത്രേം കാലം പോറ്റിയ തെന്ന് കൊറേ നീയും കണ്ടതല്ലേ? നല്ല പ്രായത്തില് ഉമ്മാനെ വയിതെറ്റിക്കാൻ ഇബലീസുകളേറെ വന്നതാ. പടച്ചോനിൽ മനമർപ്പിച്ച് എല്ലാം നേരിടുമ്പോളും ചില നേരത്ത് മനസ്സ് കൈവിട്ട് നിന്നേം മാറത്തടുക്കി പുഴയിൽച്ചാടാനും കെട്ടിത്തൂങ്ങാനുമൊക്കെ ഉമ്മാക്ക് തോന്നിയിട്ടുണ്ട്. അപ്പളൊക്കെയും ഈമാന്റെ കരുത്താണ് തുണയായത്. 'ഞാൻ തന്ന ജീവനെടുക്കാൻ നിനക്കധികാരമില്ല. വിശ്വാസിയായി പിറന്നിട്ട് അവിശ്വാസിയായി മരണപ്പെട്ട് നരകത്തീയിൽ കെടന്ന് വെന്തുരുകാനാണോ നീ വിചാരിക്കുന്നത്? ഞെരുക്കത്തിലാണ് എളുപ്പം. ക്ഷമിക്കുന്നവന്റെ കൂടെയാണ് ഞാൻ.' ആരോ മുകളിരുന്ന് കാതിലോതുന്നു. അപ്പൊ ഒളുവെടുത്ത് രണ്ടു റിക്കഅത്ത് നിസ്കരിച്ച് *ഖുർആൻ* കൈയിലെടുക്കും. അതോടെ ഏതോ ഒരു ശക്തി എന്റെ ശരീരവും മനസ്സും കീഴടക്കും. എന്നിട്ടും നിന്നെ കാക്കാൻ എനക്കായില്ലല്ലോ കുഞ്ഞാ.... ഇനി നിന്റെ ഹാലെന്താ.....?"

ഉമ്മ മരിച്ചു കിടക്കുമ്പോഴും ചുണ്ടുകളനങ്ങുന്നുതുപോലെ തോന്നി. 'ഇനി നിന്റെ ഹാലെന്താ.....' ശരീരം പിച്ചിക്കീറിയെങ്കിലും എന്റെ മനസ്സ് തെളിനീരുപോലെ ശുദ്ധമാണെന്ന് ഞാൻ ഉറച്ചു വിശ്വസിച്ചു. മഞ്ഞുവെള്ളംകൊണ്ടു കഴുകിയതുപോലെ ശുദ്ധം. അത് എന്നെ പടച്ച റബ്ബിനറിയാം. ഇബലീസിന്റെ കെണിയിൽ വീണുപോയതിന് അള്ളാഹുവിനോട് നൂറായിരം വട്ടം മാപ്പിരന്നിട്ടുണ്ട്. 'തെറ്റുപറ്റാത്തവരില്ല. പൊറുക്കുന്നവനാണ് ഞാൻ. അടിമകളുടെ തേട്ടം കേൾക്കുന്നവൻ. ഏദൻതോട്ടത്തിൽ എല്ലാ സുഖസൗകര്യങ്ങളോടെയും താമസിപ്പിച്ചിട്ടും ആദമും ഹവ്വയും ഇബലീസിന്റെ വലയിൽ വീണുപോയില്ലേ. എന്നിട്ടും ഞാനവരോട് ക്ഷമിച്ചില്ലേ. അവരുടെ സന്തതി പരമ്പരകൾ ഇന്ന് ലോകം അടക്കി വാഴുന്നില്ലേ. അഹങ്കരിച്ചു നടക്കുമ്പോൾ അവരെന്നെ മറക്കും. തെറ്റിൽനിന്ന് തെറ്റിലേക്ക് വഴുതിവീഴും. അപ്പോൾ അവരുടെ കുടുമയിൽ ഞാനൊരു പിടുത്തംപിടിക്കും. അതോടെ കീടത്തേക്കാളും നിസ്സഹായരാകും. മലയിടിഞ്ഞും മണ്ണിടിഞ്ഞും പേമാരിയിലും മഹാമാരിയിലും നാം വംശപരമ്പരയെ മുച്ചൂടും നശിപ്പിക്കും. അതിനെതിരെ ഒരു ചെറുവിരൽപോലുമനക്കാനാവാതെ അവർ മണ്ണടിയും. പുതിയ തലമുറയെ ഭൂമിയിൽ നിറയ്ക്കും.'

ജീവിക്കാനുള്ള ആർത്തി എന്നെയും വഴിതെറ്റിച്ചു. മുതലാളിയുടെ മകന്റെ രൂപത്തിലായിരുന്നു ഇബിലീസ് എന്നെ വശീകരിച്ചു വഴിതെറ്റിച്ചത്. ആണിന്റെ വാക്കും കാലിച്ചാക്കുമെന്ന് ഉമ്മ പറഞ്ഞു. സൈൻത്ത പറഞ്ഞു. അപ്പോൾ ഇബിലീസ് അവനെന്റെ രക്ഷകനാണെന്ന്

അരുമയോടെ ചെവിയിൽ മന്ത്രിച്ചു. എട്ടുംപൊട്ടും തിരിയാത്ത പ്രായം. സുഖസൗകര്യങ്ങളോടുള്ള അതിമോഹം. ഉമ്മയ്ക്കും എനിക്കും താമസിക്കാനൊരു വീടും മുന്തിയ സാഹചര്യങ്ങളും പൊന്നും മിന്നും പട്ടുതുണികളും ഊദും അത്തറും ഹൈറുവിന്റെ ജീവിതം വർണ്ണാഭ മാക്കും. അവൻ ഹൈറുവിനെ അവൾ കിനാക്കണ്ട മായികലോകത്തിലെ ത്തിക്കും. അവന്റെ വലയിൽ ഞാൻ വീണുപോയി റബ്ബേ.... ഇനി അത്തരക്കാരെ ഹൈറു നാലയലത്തും അടുപ്പിക്കാതെ ആട്ടിപ്പായി ച്ചോളാം. കൊട്ടാരം വേണ്ട, ഹൈറുവിന് കുടില് മതി. എല്ലുമുറിയെ പണിയെടുക്കാനുള്ള ആരോഗ്യവും. കാരുണ്യവാനേ, കരുണാനിധിയേ നീ എന്നോട് പൊറുക്ക്. ഈ നരകത്തിൽനിന്ന് എന്നെ കരകയറ്റ്. അല്ലെങ്കിൽ ഇനിയും എന്നെയവർ വഴികേടിലാക്കും. ജുവനൈൽ ഹോമിലെ വാർഡൻ ബോംബെയിലുള്ള കൂട്ടിക്കൊടുപ്പുകാരന് എന്നെ ദത്തുകൊടുക്കാൻ തീരുമാനിച്ചെന്ന് അവിടത്തെ പാചകക്കാരി ജാനമ്മച്ചേച്ചി പറഞ്ഞതോടെ മുട്ടിപ്പായി ആള്ളാഹുവിനോടു തേടി.

“മോളായിട്ട് ദത്തെടുക്കുന്നെന്നും പറഞ്ഞ് ഇതുപോലുള്ള ചെകുത്താന്മാര് മുമ്പും ഇവിടെ എത്തിയിരുന്നു. അവരോടൊപ്പം പോയ കുട്ടികൾ ബോംബെയിലെ ചുവന്ന തെരുവുകളിലാണ് എത്തിയത്. നിയ്യ് എങ്ങനേങ്കിലും രക്ഷപ്പെട്ടോ. കാണാൻ ചേലുള്ളോരെയാ വാർഡൻ നോട്ടമിടുന്നത്. ആ തള്ളയും ശരിയല്ല. കൂട്ടുകിടക്കാനെന്നും പറഞ്ഞ് കുട്ടികളെ മുറിയിൽ കൂട്ടിക്കൊണ്ടുപോയി വേണ്ടാത്തതെല്ലാം ചെയ്യിക്കും. പാവം കുട്ട്യേള് പിറ്റേന്ന് ഉള്ള് പഴുത്ത് ദേഹത്തിൽ മുറിവുകളുമായി എന്നോട് വന്ന് സങ്കടം പറയാം. എനക്കെന്തുചെയ്യാൻ പറ്റും കുട്ട്യേ?”

ജാനമ്മച്ചേച്ചി പാത്തും പതുങ്ങിയും എന്നെ ഉപദേശിച്ചുകൊണ്ടി രുന്നു. എനിക്കെന്റെ സങ്കടം പറയാൻ മുസ്തഫക്കയല്ലാതെ മറ്റാരുമുണ്ടാ യിരുന്നില്ല.

“എന്നെ ഇവിടന്ന് കൈച്ചലാക്കിത്താ മുസ്തഫക്കാ. അല്ലെങ്കില് ഇനി ഇങ്ങള് വരുമ്പോ ഞാനിവിടെ ഉണ്ടാകില്ല.”

“കുട്ട്യേ നീ മുസ്തഫക്കാനെ സങ്കടത്തിലാക്കല്ലേ. ഞാൻ എന്നാലാവുന്നതുപോലെ ശ്രമിച്ചോണ്ടിരിക്കയാ. നിനക്ക് ദോഷംവരാത്ത ഒരിടം കിട്ടണ്ടേ. ഒരു ടീച്ചറെ പൊരേല് ഓലെ അമ്മേനെ നോക്കാൻ ഒരാളുവേണമെന്ന് എന്നോട് പറഞ്ഞീനും. നിന്റെ ചരിത്രം കേക്കുമ്പോ കുലുമാലിനു കയ്യൂലാന്നും പറഞ്ഞ് എല്ലാവരെപ്പോലെ അവരും ആദ്യം പിന്നോട്ടടിക്കുന്നു. ടീച്ചറ് എയ്ത്തുകാരിയല്ലെ? ഇതുപോലുള്ള ഏഴക ളുടെ കഥ ലോകത്തെ അറിയിക്കുന്ന എയ്ത്തുകാരി. ടീച്ചറ് ഓളെയൊന്ന് കണ്ട് സംസാരിക്ക് എന്ന് ഞാൻ പറഞ്ഞപ്പോൾ സമ്മതിച്ചിട്ടുണ്ട്.

നാളെയോ മറ്റന്നാളോ ഇവിടെ വരും.''

''ആ തള്ള സമ്മയിക്ക്വോ?'' എന്റെ സ്വരം ഇടറി.

''ആ തള്ള ആളു ശരിയല്ലാന്ന് കേട്ടിട്ടുണ്ട്. അതുകൊണ്ട് സ്ഥലം എം എല്ലെയുടെ അനുമതിപത്രം ഞാൻ സംഘടിപ്പിച്ചിട്ടുണ്ട്. മൂപ്പര് പാവങ്ങളോട് കരുണയുള്ള ആളാ. കണ്ണന്റെ പാർട്ടിക്കാരനാ. കണ്ണനും കൂട്ടരും നാട്ടില് ഒരുപാട് നല്ല കാര്യങ്ങള് ചെയ്യുന്നുണ്ട് അവരെല്ലാം നിന്നെപ്പോലുള്ള പാവങ്ങളൊപ്പരാ. എം എല്ലെ എല്ലാ നല്ല കാര്യങ്ങൾക്കും അവരോടൊപ്പമുണ്ട്. ഇന്നെപ്പോലത്തെ ഗതിയും എങ്കതിയുമില്ലാത്ത പെണ്ണുങ്ങക്ക് നീതി വാങ്ങിക്കിട്ടാൻ സമരം ചെയ്യുന്നവരാ. എല്ലാ കാര്യങ്ങളും നിയമപരമായിട്ടുവേണം നീക്കാൻ. അതിനു കൊറച്ച് സമയമെടുക്കും.. നീ വേണ്ടാത്തതൊന്നും ചിന്തിക്കാതെ കൊറച്ചീസം കൂടി ക്ഷമിക്ക്. അള്ളാഹു വഴികാണിച്ചു തരാതിരിക്കൂലാ. അതിനിടയിൽ അവിവേകമൊന്നും കാണിച്ച് മുസ്തഫക്കാനെ സങ്കടത്തിലാക്കല്ലേ.''

അള്ളാഹു സുനിയേച്ചിയെ അയച്ചാണ് എന്നെ രക്ഷിക്കാനുള്ള വഴി കണ്ടെത്തിയത്.

സുനിയേച്ചിയെ കണ്ടതും ''എന്നെ രക്ഷിക്കണേ ഏച്ച്യേ......'' എന്നു പറഞ്ഞുകൊണ്ട് ഞാനാ കാലിൽ വീണു. കഴുകൻ കണ്ണുമായി അരികിൽ നിന്നിരുന്ന വാർഡൻ എന്നെ പിടിച്ചുമാറ്റുന്നതിനിടയിൽ ചേച്ചി എന്നെ എഴുന്നേല്പിച്ച് അണച്ചുപിടിച്ചിട്ട് പറഞ്ഞു.

''കുട്ടിയെ ഞാനിന്നുതന്നെ കൊണ്ടുപോവുകയാണ്.''

''അങ്ങനെ പെട്ടെന്നു പോകാനൊന്നും പറ്റില്ല. അതിനൊക്കെ അതിന്റേതായ നടപടികളൊക്കെയുണ്ട്.''

''ആയിക്കോട്ടെ. ഞാൻ എം എല്ലെയോട് സംസാരിച്ചിട്ടുണ്ട്. ഇവിട ത്തെ മേയറും എന്റെ സുഹൃത്താ. ഇവളെ ഞാൻ സംരക്ഷിച്ചുകൊള്ളാ മെന്നു സത്യവാങ്മൂലം എഴുതിത്തന്ന് കൊണ്ടുപോയിക്കോളാനാണ് അവർ പറഞ്ഞത്. ഇനി ഇവൾക്കെന്തു സംഭവിച്ചാലും അത് എന്റെ ഉത്തരവാദിത്വമായിരിക്കും. വേണെങ്കിൽ സാമൂഹ്യ ക്ഷേമവകുപ്പ് മന്ത്രി യുമായും ബന്ധപ്പെടാം. അവർക്കും എന്നോട് വലിയ കാര്യമാ. നിയമപര മായിത്തന്നെ കാര്യങ്ങൾ നീങ്ങട്ടെ. എന്റെ വക്കീലിപ്പോളെത്തും.''

അതോടെ വാർഡൻ തർക്കത്തിനുമുതിരാതെ നടപടികൾ പൂർത്തിയാക്കി എന്നെ പോകാൻ അനുവദിച്ചു. ഒരു പ്ലാസ്റ്റിക് കവറിൽ കരുതിയ ഒരു ജോടി പാവാടയും ബ്ലൗസും മാത്രമേ കൂടെ കൈയിലെടു ക്കാനുണ്ടായിരുന്നുള്ളൂ. വീട്ടിലെത്തിയ ചേച്ചി എന്നെ ആദ്യംകൊണ്ടു പോയത് അമ്മയുടെ മുറിയിലേക്കായിരുന്നു. അമ്മ കിടക്കുകയായിരുന്നു.

"അമ്മേ.....?"

"നീ വന്നോ.....ആ കുട്ടിയെ വിട്ടുകിട്ടിയോ....?"

എഴുന്നേറ്റിരിക്കാൻ ശ്രമിച്ച അമ്മയെ സുനിയേച്ചി ചെന്ന് താങ്ങിയെഴുന്നേല്പിച്ചു.

"ഭഗോതീ.....ഈ പ്രായത്തില്....... ആ സാരല്ല. അറിയാതെ വന്നുപോയ പിഴവുകൾ എല്ലാ ദൈവങ്ങളും ക്ഷമിക്കും. ഇനി ഇനിക്ക് സങ്കടപ്പെടേണ്ടി വരില്ല. എന്റെ മോള് നിനിക്ക് തുണയാകും. നീ ഓക്കും തുണയാകണം. ചെകുത്താന്മാർക്ക് ശരീരമല്ലേ കീഴടക്കാനും കൊത്തിപ്പറിക്കാനുമാവൂ. മനസ്സിപ്പളും നിന്റെ കൈപ്പിടിയിലല്ലേ. അത് കൈവിട്ടുപോകരുത്. നമ്മുടെ മാനം കാക്കേണ്ടത് നമ്മളുതന്നെയാ. കേട്ടല്ലോ."

ഓടിച്ചെന്ന് ആ കാലിൽ വീഴാൻ തുടങ്ങിയപ്പോൾ സുനിയേച്ചി തടഞ്ഞു.

"ആദ്യം ചെന്ന് കുളിച്ചിട്ടു വാ. നിനക്ക് പാകമാകുന്ന ചുരിദാറോ നൈറ്റിയോ ഉണ്ടോന്നു നോക്കട്ടെ. ഇവള് കുളിച്ച് മിടുക്കിയായി വന്ന് അമ്മേടെ കാര്യങ്ങളെല്ലാം നോക്കും. അല്ലേ ഹൈറൂ......"

"എന്താ കുട്ടീ ഇന്റെ പേര്?"

ക്ഷീണിച്ചതാണെങ്കിലും അമ്മയുടെ അലിവുള്ള ചോദ്യം കേട്ടപ്പോൾ ഉമ്മയെ ഓർത്ത് കരച്ചിലടക്കാൻ കഴിഞ്ഞില്ല.

"എന്തിനാപ്പം നീ കരേണത്?"

അമ്മേടെ സ്വരത്തിൽ വേവലാതി.

"ഇന്റെ ഉമ്മാനെ ഓർമ്മവന്നു." കരച്ചിൽ അണപൊട്ടി.

"എല്ലാം സുനിത പറഞ്ഞു. ദൈവനിശ്ചയം മനുഷ്യനു തടുക്കാനാവില്ലല്ലോ. നീ അഞ്ചുനേരവും നിസ്കരിക്കലുണ്ടോ?"

"ഉണ്ടായിരുന്നു........ഇപ്പം എല്ലാം താളം തെറ്റി."

"അതുപറ്റില്ല. നിന്റെ ഉമ്മ പഠിപ്പിച്ചതെല്ലാം തുടരണം. ഇവിടെ നിനക്കതിന് ഒരു തടസ്സവുമുണ്ടാവില്ല. താൻ പാതി ദൈവം പാതിയെന്നല്ലേ. നിനക്കൊന്നും സംഭവിച്ചിട്ടില്ല. ഉമ്മയില്ലെങ്കിലെന്താ നിനക്കിപ്പോൾ അമ്മയും ചേച്ചിയുമുണ്ടല്ലോ."

അതോടെ ഹൈറു കരയാൻ മറന്നു. അല്ല, കരയാൻ നേരമില്ലായിരുന്നു. സ്വന്തമായി എഴുന്നേറ്റിരിക്കാൻപോലും സാധിക്കാത്ത അമ്മയുടെ കാര്യങ്ങൾ നോക്കിയും വീടു വൃത്തിയാക്കിയും സുനിയേച്ചിക്കും അമ്മയ്ക്കും വെച്ചുവിളമ്പിയും ഹൈറു അമ്മയുടെയും

മകളുടെയും ഉള്ളിൽ കയറിക്കൂടി.

സുനിയേച്ചി പിറ്റേ ദിവസംതന്നെ പുതിയ ചുരിദാറും മറ്റു സാധനങ്ങളും വാങ്ങിക്കൊണ്ടുവന്ന കൂട്ടത്തിൽ നിസ്കാരക്കുപ്പായവും മുസല്ലയും ഉണ്ടായിരുന്നു.

“ഇന്നാട്ടില് ഇസ്ലാമിങ്ങളില്ലാഞ്ഞിട്ടാ മുസ്തഫാ ഇഞ്ഞിയോളെ കാഫിറിന് ദത്തു കൊടുത്തത്?” എന്നും ചോദിച്ച് മുതലാളിയുടെ കൂട്ടിക്കൊടുപ്പുകാർ മുസ്തഫക്കയെ നിരന്തരം ശല്യം ചെയ്തു.

“ഹാജ്യാര് ഒലെ പൊര രായ്ക്കുരാമാനം പൊളിച്ചെറിഞ്ഞപ്പോൾ ഞാൻ ഇങ്ങളോടുവന്ന് കെഞ്ചിയതല്ലേ. അന്നില്ലാത്ത അനുകമ്പയ്ക്ക് ഇപ്പളെന്തേക്കും കാരണം?”

“ഒരേതുവുമില്ലാതെ ഹാജിയാരങ്ങനെ ചെയ്യൂലാന്ന് ഞങ്ങക്കറിയാം ഇതിപ്പം ദീനിന്റെ കാര്യായതോണ്ടാ ഞങ്ങളിടപെടുന്നത്.”

“ഓളവിടെ ഇസ്ലാമായിട്ടുതന്നെയാ ജീവിക്കുന്നത്. ആദ്യം അവനോൻ അള്ളേം നബീം കല്പിച്ചതുപോലെയാണോ ജീവിക്കുന്നതെന്ന് നമ്മക്ക് പരിശോധന നടത്താം. എന്നിട്ട് മതി ദീനി പ്രചരണം.”

“എടാ, ഹംക്കെ, ദീനിനെ തൊട്ടുകളിച്ചാ ഇന്നെ ഞങ്ങള് വെറുതെ വിടൂലാ.”

“ഇങ്ങളെന്താച്ചാ നോക്ക് കുഞ്ഞാലിക്കാ. തർക്കത്തിനും കച്ചറക്കും ഇനിക്ക് നേരല്ല.”

“അനിസ്ലാമിക കാര്യങ്ങൾ ചെയ്യാനല്ലേ ഇനിക്കു നേരള്ളൂ. അള്ള ഇല്ലാന്നു പറേന്നോലെകൂടെയല്ലേ ഇന്റെ നടത്തം.”

“അള്ളേം നബീം പറേന്നതുപോലെത്തന്നെയാ ഞാനും ജീവിക്കുന്നത്. ഏഴകളോടു കരുണകാണിക്കാനും അവരെ രക്ഷിക്കാനും കല്പിച്ചതും മേലായ റബ്ബാ.”

. ഇത്തരം തർക്കങ്ങളെക്കുറിച്ച് മുസ്തഫക്ക സുനിയേച്ചിയോട് പറയുന്നത് ഒളിഞ്ഞുനിന്ന് ചെവിയോർക്കാറുണ്ടെങ്കിലും അതെക്കുറിച്ചാലോചിച്ച് തലപുണ്ണാക്കാൻ മനസ്സില്ലെന്ന് തീരുമാനമെടുക്കുകയായിരുന്നു. ഞാൻ വരുമ്പോൾ സുനിയേച്ചിയുടെ വീട്ടിലെ സ്ഥിതി ആകെ പരുങ്ങലിലായിരുന്നു. അമ്മയ്ക്ക് സുഖമില്ലാത്തതുകൊണ്ട് സുനിയേച്ചിക്ക് കോളേജിൽ പോകാൻ പറ്റുന്നുണ്ടായിരുന്നില്ല. അമ്മയെ നോക്കലും വീട്ടുപണിയും എല്ലാംകൂടെ നിന്നുതിരിയാൻ പറ്റാത്ത അവസ്ഥ. മൂപ്പത്തിക്കാണെങ്കിൽ അതൊന്നും ഒട്ടും ശീലവുമില്ല. വീടു നിറഞ്ഞുനിന്ന അമ്മ പെട്ടെന്ന് കിടപ്പിലായപ്പോഴുള്ള ആശങ്ക വേറെ. ശമ്പളമില്ലാത്ത ലീവെടുക്കേണ്ടിവരുമെന്ന ഘട്ടമായപ്പോഴാണ് മുസ്തഫക്കയോട് വീട്ടിൽ

നില്ക്കുന്ന ഒരാളെ ജോലിക്കുവേണമെന്ന് പറഞ്ഞുതുടങ്ങിയതത്രെ. അതുവരെ ഒരു ചേച്ചി വന്ന് ഉച്ചവരെ പണിയെടുത്തിട്ട് പോവുകയായിരുന്നു പതിവ്. ജോലിയൊക്കെ ചെയ്യുമെങ്കിലും കൈയിൽ കിട്ടിയത് എടുത്തുകൊണ്ടുപോകുന്ന പതിവുണ്ടെന്ന് അമ്മയാണ് പറഞ്ഞത്.

"വീട് മുഴ്വോനും കൊണ്ടോയാലും എന്റെ മോളറിയൂലാ. അറിഞ്ഞാലും ഓള് മിണ്ടൂലാ. സാവിത്രിയേച്ചിക്ക് ബുദ്ധിമുട്ടുള്ളതുകൊണ്ടായിരിക്കുമമ്മേ ഇത്തിരിശ്ശെ അരിയും മസാലകളുമൊക്കെ എടുത്തോണ്ടു പോവുന്നതെന്ന്. എങ്ങനെണ്ട്? ആരാന്റെ സാധനം അവരറിയാതെ എടുത്തുകൊണ്ടുപോവുന്നതിനെന്താ ഇങ്ങളെ നാട്ടില് പറേന്നത്?" അമ്മ ചോദിക്കും.

"കള്ളത്തരം." എന്റെ ഉത്തരം.

"ആണല്ലോ. എന്നാ എന്റെ മോളത് സമ്മയിക്കൂലാ. ഇല്ലാത്തവർ കാണാതെ എന്തെങ്കിലും എടുത്തുകൊണ്ടുപോകുന്നത് അവരുടെ ഗതികേടുകൊണ്ടാണെന്ന്. ഇല്ലെങ്കിൽ ചോദിക്കണം. സുനി അറിഞ്ഞു കൊടുത്താലും കാണാതെ എന്തെങ്കിലുമെടുത്തുകൊണ്ടോവാകാതെ സാവിത്രിക്ക് ഉറക്കം വരൂല.. എന്റെ മോളൊരു പൊട്ടത്തിയാ ഹൈറൂ."

"ചെലോല് അങ്ങനെയാ അമ്മേ. സുനിയേച്ചി വലിയ എഴുത്തുകാരിയല്ലേ ഞമ്മള് വിചാരിക്കുന്നതുപോലെയാവൂലാ ഓരെ ചിന്ത."

"അതു നേരാട്ടോ. നിന്റെ കഥ നോവലാക്കണോന്ന് സുനിക്ക് മോഹണ്ട്. പക്ഷേങ്കില് അയില് നീ വില്ലത്തിയാ. നിന്നെ പിച്ചിക്കീറി നിന്റെ ഉമ്മറത്ത് കൊണ്ടിട്ടവരെ ബോധം തിരിച്ചുകിട്ടിയപ്പോൾ നീ കൊടുവാളെടുത്ത് വെട്ടാൻ ചെന്നെന്ന്. ചോരയിൽ കുളിച്ചു നിനക്ക് ഭദ്രകാളിയുടെ രൂപമായിരുന്നെന്ന്. നീ കേസിനു പോയി ജയിച്ച് നിന്നെ ഉപദ്രവിച്ചവരെ ജയിലിലടച്ചെന്ന്."

"എയ്ത്തുകാരിക്ക് അങ്ങനെയല്ലേ അമ്മേ ആലോയിക്കാൻ പറ്റൂ. നടക്കാത്തതെല്ലാം നടന്നെന്ന് സങ്കല്പിച്ചുണ്ടാക്കലല്ലേ ഓലെ പണി. അതോണ്ടല്ലേ ഓല് എയ്ത്തുകാരും ഞമ്മള് സാധാരണക്കാരുമായത്."

"ആഹാ.....നീ ആളു കേമിയാണല്ലോ."

അമ്മയുടെ സ്നേഹം കിട്ടിയതോടെ ഹൈറു പഴയതെല്ലാം മറന്നു. ഉമ്മയുടെതല്ലാതെ മറ്റൊരു മുഖവും എന്റെ മനസ്സിലുണ്ടായിരുന്നില്ല. അസുഖമൊക്കെ മാറി അത്യാവശ്യം നടന്നു തുടങ്ങുന്നതിനിടയിലാണ് പെട്ടൊന്നൊരു ദിവസം അമ്മ കുഴഞ്ഞുവീണത്. സുനിയേച്ചി കോളേജിൽ പോയിരുന്നു. അപ്പുറത്തെ അമ്മച്ചിയാണ് ഡോക്ടറെ ഫോൺ വിളിച്ചു വരുത്തിയത്. ഡോക്ടർ നാടിപിടിച്ച് പരിശോധിക്കുമ്പോൾ അമ്മയ്ക്ക്

ശ്വാസമുണ്ടായിരുന്നു. സുനിയേച്ചി ഓടിക്കിതച്ചെത്തുമ്പോൾ അമ്മ കണ്ണു നാലുപാടും പായിക്കുന്നുണ്ടായിരുന്നു. എന്റെ കൈ മുറുകെ പിടിച്ചിരുന്നു. സുനിയേച്ചി വന്ന് നെറ്റിയിൽ തലോടി അമ്മേ.... എന്ന് തേങ്ങുന്നതിനിടയിൽ അമ്മയുടെ കണ്ണുകളടഞ്ഞു. ശ്വാസം നിന്നു. അന്ന് സുനിയേച്ചിയേക്കാൾ അലമുറയിട്ടത് ഞാനായിരുന്നു. അമ്മേ.....

"ഹൈറൂ....... എന്താ... എന്തിനാ നിലവിളിക്കുന്നത്... ഇതുവരെ എണീറ്റില്ലേ? നേരമെത്രെയായെന്നാ വിചാരം?"

ഹൈറു കണ്ണുതുറന്നു പകച്ചുനോക്കി. ജനലിലൂടെ വെയിൽനാളം അകത്തെത്തിയിരിക്കുന്നു. സുനയേച്ചി മുന്നിൽ.

"റബ്ബേ......നേരം വെയിലുദിച്ചു. അമ്മ ഇപ്പോ നമ്മളോടൊപ്പം ഉണ്ടാവണമായിരുന്നു അല്ലേ....? ഇന്നലെ ഓരോന്നാലോചിച്ച് ഉറക്കം വന്നില്ല. സുബഹിബാങ്കു കൊടുക്കാനായപ്പളാ ഒറങ്ങിയത്. ഇങ്ങള് ചായ കുടിച്ചോ?"

"പിന്നില്ലാതെ. നിന്റെ ചായ മേശപ്പുറത്തുണ്ട്."

"അള്ളാ, ഇന്നെ വിളിച്ചാപ്പോരേ...ഇങ്ങളെന്തിനാ രാവിലെ അടുക്കളയിൽ കയറിയത്? ഞാനിതാ എത്തിപ്പോയി. ഇപ്പം എല്ലാം ശരിയാക്കാം."

ഹൈറു കുളിമുറിയിലേക്ക് ഓടുമ്പോൾ വേവലാതിയോടെ പറയുന്നുണ്ടായിരുന്നു.

ഇരുപത്തിരണ്ട്

"ടീച്ചറേ, ഞാനാ മുത്തു."

മുഷ്ത്തരിയെ ഞാനുമിപ്പോൾ മുത്തുവെന്നാണ് വിളിക്കുന്നത്. അവളുടെ വീട്ടിലെ ചെല്ലപ്പേര്.

"ആഹാ, ഇതാര് ബിസിനസ്സ് ടൈക്കൂൺ മുഷ്ത്തരി മേഡമോ. കുറേക്കാലമായല്ലോ ഈ സ്വരം കേട്ടിട്ടിട്ട്."

"എന്നെ എല്ലാ നൂലാമാലയിലേക്കും തള്ളിവിട്ട് പരിഹസിക്കുന്നത് കണ്ടില്ലേ?"

"പരിഹസിച്ചതല്ല കുട്ടീ, സന്തോഷംകൊണ്ടാ. കാര്യങ്ങളെല്ലാം ഭംഗിയായിട്ട് നടക്കുന്നുണ്ടെന്ന് ഹൈറു പറയാറുണ്ട്."

"അവള് ഞാൻ വിചാരിച്ചതുപോലല്ല കേട്ടോ. കൂർമ്മബുദ്ധിയാ ഒരു സംഗതി ഒരു തവണ പറഞ്ഞുകൊടുത്താ ഉടനെ തലയിൽ കയറും. ഇപ്പോ ഹൈറു അറിയാതെ ഒരീച്ചയ്ക്ക്പോലും എന്റെ മുറിയിൽ പ്രവേശനമില്ല."

"ഓവറാകുന്നില്ലല്ലോ. ചിലപ്പോൾ ഭരണം കൂടിപ്പോകും."

"സ്നേഹക്കൂടുതലുകൊണ്ടാ ടീച്ചറോട് അവളങ്ങനെ പെരുമാറുന്നത്. അത്ര അടുപ്പമൊന്നും എന്നോടില്ല. എന്നാൽ കരുതലുണ്ട്താനും."

"നീ വെറുതേ വിളിച്ചതാ?"

"അല്ല ടീച്ചറേ. അർമാന്റെ കാര്യം പറയാനാ. അവനിപ്പോൾ എന്നോട് തീരെ അടുപ്പമില്ല. ഓഫീസിലെ തിരക്കിനിടയിൽ അവന്റെ കാര്യങ്ങൾ വേണ്ടപോലെ ശ്രദ്ധിക്കാനാവാതെ പോകുന്നുണ്ടോന്ന് എനിക്കും

സംശയം. അവനെ മതിമറന്ന് സ്നേഹിച്ചിട്ടാണ് ഉമ്മ ഹൈദർക്കയുടെ വിടവ് നികത്താൻ ശ്രമിക്കുന്നത്. അവൻ ചോദിക്കുന്നെല്ലാം കൊടുക്കും. ഞാനറിയാതെ അവന് പണം കൊടുക്കുന്നുണ്ട്. നന്നായി പഠിച്ചിരുന്നതാണ്. ഇപ്പോൾ പഠിത്തത്തിൽ താല്പര്യമില്ലെന്നാണ് ടീച്ചേഴ്സിന്റെ പരാതി. ചങ്ങാതിമാരെല്ലാം കൊമ്പത്തുള്ളവരാണ്. പണത്തിന്റെ വിലയറിയാത്തവർ. ഇത്തരം സ്കൂളിലൊന്നും ചേർക്കാതെ സാധാരണ സ്കൂളില് പഠിപ്പിച്ചാ മതിയെന്ന് ഞാനന്നും പറഞ്ഞതാ. കേട്ടില്ല.. വലിയ കെട്ടിടങ്ങളും എടുത്താൽ പൊങ്ങാത്ത ഫീസുമൊക്കെ ഉണ്ടെങ്കിൽ സ്കൂൾ മുന്തിയതായെന്ന നമ്മുടെ നിഗമനം അടുത്തൊന്നും മാറാൻ പോകുന്നില്ല. ഏതുനേരവും ഫോണിലും ലാപ്ടോപ്പിലുമായി കാതിൽ ഇയർഫോണുംവച്ചിരിപ്പാ. എന്തു പറഞ്ഞാലും വെറുതേ തലയാട്ടും. പാതിരാത്രിവരെ ഉറക്കമൊഴിഞ്ഞിരുന്ന് എന്താണാവോ കാട്ടിക്കൂട്ടുന്നതെന്ന് ഒരു രൂപവുമില്ല. ചോദിച്ചാൽ പറയുന്നത് ഗെയിംസ് കളിക്കുന്നു, പ്രോജക്ട് ചെയ്യുന്നു എന്നൊക്കെയാണ്. ഞാനറിയാതെ ഉമ്മ അവന് ഏറ്റവും വിലകൂടിയാ ലാപ്ടോപാ വാങ്ങിക്കൊടുത്തിരിക്കുന്നത്. വേറെയും എന്തൊക്കെയോ അവൻ ആമസോണിൽ വരുത്തുന്നുണ്ട്. അവനു വരുന്ന സാധനങ്ങൾ കാശുകൊടുത്തു വാങ്ങിവയ്ക്കാൻ ഉമ്മയെയാണ് ഏല്പിക്കുന്നത്. പഠിക്കാനുള്ള സാധനങ്ങളാണെന്നാണ് ഉമ്മ വിചാരിക്കുന്നത്. അവൻ ക്ലാസിൽ ശ്രദ്ധിക്കുന്നില്ലെന്നും എപ്പോഴു മിരുന്ന് ഉറക്കം തൂങ്ങുന്നെന്നും ടീച്ചർ പറഞ്ഞത് എന്നെ കുറച്ചൊന്നുമല്ല ആധിപിടിപ്പിക്കുന്നത്. ഓൺലൈൻ വഴി മയക്കുമരുന്നുപോലും കുട്ടികൾ വാങ്ങുന്നുണ്ടെന്നാണ് കേൾക്കുന്നത്. എന്റെ അശ്രദ്ധകാരണം എനിക്ക് ഹൈദർക്കാനെ നഷ്ടപ്പെട്ടു. ഇനി ഇവനും കൈവിട്ടുപോകുമോ ടീച്ചറേ...'' മുത്തുവിന്റെ സ്വരം നേർത്ത് കരച്ചിലായി.

''ഹേയ്..... എന്തിനാ ഇങ്ങനെ നെഗറ്റീവായി ചിന്തിക്കുന്നത്. ഉമ്മയുടെ കൈയിലെവിടുന്നാ ഇത്രയധികം കാശ്?''

''വീട്ടുകാര്യങ്ങളൊക്കെ പണ്ടേ ഉമ്മയാ നടത്തുന്നത്. ഹൈദർക്ക കൊടുക്കുന്നതുപോലെ ഉമ്മ ചോദിക്കുന്ന പണം ഒന്നാം തീയതിതോറും ഉമ്മയെ ഏല്പിക്കുകയാണ് പതിവ്.''

''അർമാന് അനാവശ്യമായി കാശുകൊടുത്താലുള്ള ഭവിഷ്യത്തുകളെ ക്കുറിച്ച് നിനക്ക് ഉമ്മയോട് പറഞ്ഞൂടെ?''

''പറയണമെന്നുണ്ട്. ഉമ്മ മറിച്ചെന്തെങ്കിലും വിചാരിച്ചാലോന്നാ പേടി.''

''നീ പഴയതെല്ലാം മറന്ന് അവരോട് ഉള്ള് തുറക്ക്. അതാ നിങ്ങക്ക് രണ്ടാക്കും നല്ലത്.''

“ടീച്ചർ വിചാരിക്കുന്നതുപോലുള്ള പ്രശ്നങ്ങളൊന്നും ഞങ്ങൾ തമ്മിലില്ല. അവരെ വാക്കുകൊണ്ടുപോലും വേദനിപ്പിക്കില്ലെന്ന് ഞാൻ ഹൈദർക്കയ്ക്ക് വാക്കു കൊടുത്തതാ.”

“ഹൈദറാകാൻ ശ്രമിക്കാതെ നീ നീയാകാൻ നോക്ക്.” ഞാനവളെ ശാസിച്ചു.

“പണ്ട് പുറത്തിറങ്ങുന്നതിന് ശാസിക്കുമായിരുന്ന ഉമ്മ ഇപ്പോൾ ഒരു ദിവസം വീട്ടിലിരുന്നാൽ ആപ്പീസിലെ ഹാലെന്താന്ന് ചോദിച്ച് ആധി പിടിക്കും. ഇനി ബാപ്പയും സരോജും ഓഫീസ് കാര്യങ്ങൾ നോക്കട്ടെ. ഞാൻ കുറച്ചുദിവസം മാറി നിന്നാലോന്ന് ആലോചിക്കുകയാ. എല്ലാവർക്കുംകൂടി ഒരു യാത്ര പോയാലോ എന്ന് ഉമ്മയോട് ചോദിച്ചതാ. ഉമ്മയ്ക്ക് താല്പര്യമില്ല. ഈ വീട്‌വിട്ട് ഇനി ഖബറിലേക്കേ യാത്രയുള്ളൂ എന്നാണ് പറയുന്നത്. ടീച്ചറ് കൊറേക്കാലമായല്ലോ അങ്ങോട്ടു വന്നിട്ട്. ഈ ഞായറാഴ്ച നമുക്കവിടെ കൂടാം. ഹൈറുവിനെയും കൂട്ടിക്കോ. ടീച്ചറെ മോനുവിനും വലിയ കാര്യമാ. ടീച്ചറുടെ മുന്നിൽ അവൻ മനസ്സു തുറന്നാലോ?”

“ഞാൻ വരാം. ഹൈറു വരുമോന്നറിയില്ല. ഞായറാഴ്ച അവൾക്ക് തീർത്താൽ തീരാത്ത പണിയാണ്. വീട്ടിനകവും പുറവും വൃത്തിയാക്കലും ചെടിപരിപാലനവുമൊക്കെ ഞായറാഴ്ചയാണ്. ഓണം വെക്കേഷന് എങ്ങോട്ടെങ്കിലും ഒരു യാത്ര പ്ലാൻ ചെയ്യ്.. കുട്ടികൾക്കും ഒരുമാറ്റം ആവശ്യമാണ്. ഉമ്മയോട് ഞാൻ സംസാരിക്കാം. നീ വെറുതേ ഓരോന്നാലോചിച്ച് തല പുണ്ണാക്കണ്ട.” ടീച്ചർ ഫോൺകട്ടു ചെയ്തു.

അർമാനും സനയ്ക്കും എന്നെക്കാളും അടുപ്പം ഉപ്പയോടായിരുന്നു. ഞാൻ തെറ്റുകണ്ടാൽ ശാസിക്കും. കേട്ടില്ലെങ്കിൽ അടിയും കൊടുക്കും. ഹൈദർക്കയുമായി പിണങ്ങുമ്പോൾ അതിന്റെ ഫ്രസ്റ്റേഷനും പലപ്പോഴും അവരോടാണ് തീർക്കുന്നത്. എന്നെ അവഗണിക്കുമ്പോഴും മക്കളോട് കാണിക്കുന്ന അമിതസ്നേഹം എന്നെ പലപ്പോഴും ഈറ പിടിപ്പിച്ചിട്ടുണ്ട്. നിന്നോട് ഇഷ്ടക്കുറവുണ്ടായിട്ടല്ല, ഉമ്മയെ മുഷിപ്പിക്കാതിരിക്കാനാണ് അകലം പാലിച്ചതെന്ന് അസുഖമായി കിടന്നപ്പോൾ പറഞ്ഞത് വല്ലാതെ ഉള്ളിൽ തട്ടിയിരുന്നു.

“ഉമ്മയും ബാപ്പയും ഈച്ചയും ചക്കരയുംപോലെ കഴിഞ്ഞതാ. ബാപ്പ മരിച്ചതോടെ ഉമ്മ ഒറ്റയ്ക്കായെന്ന് അവർക്കു തോന്നരുതല്ലോ....അതാണ്. സോറി.”

മരിക്കുന്നതിനു നാലുദിവസംമുമ്പ് എന്റെ കൈപിടിച്ച് അങ്ങനെയൊരു കുറ്റസമ്മതം മൂപ്പർ നടത്തിയപ്പോൾ എന്റെ ഉള്ളം കരിഞ്ഞുപോയി.

“നിങ്ങക്കത് എന്നോട് പറഞ്ഞാപ്പോരെ. ഞാനും കൂടെ നില്ക്കു

മായിരുന്നല്ലോ.'' എനിക്ക് കരച്ചിലടക്കാൻ കഴിഞ്ഞില്ല.

''ഞാനില്ലെങ്കിലും ഇക്കാര്യങ്ങളൊക്കെ നിന്റെ മനസ്സിലുണ്ടാകണം.''

''ഇങ്ങളെന്തിനാ ഇങ്ങനെ വേണ്ടാത്തതോരോന്ന് പറഞ്ഞ് എന്നെ സങ്കടപ്പെടുത്തുന്നത്.''

''എല്ലാരും മരിക്കും. പറഞ്ഞതുകൊണ്ട് മരണം നേരത്തേയെത്തില്ല. പറഞ്ഞില്ലെന്നുവച്ച് മരിക്കാതിരിക്കുകയുമില്ല.''

''ഞാനാദ്യം മരിക്കില്ലെന്നെന്താ ഉറപ്പ്? ഇപ്പളല്ലേ നിങ്ങളെ മനസ്സ് എനക്ക് പിടികിട്ടിയത്. ഇനി ഞാൻ തർക്കങ്ങളൊക്കെ മാറ്റിവയ്ക്കാം. സന്തോഷമായിട്ട് കഴിയാം. എനിക്ക് ജോലിക്കൊന്നും പോണ്ട. അതോടെ എല്ലാ പ്രശ്നങ്ങളും തീരുമല്ലോ.''

രാത്രി വൈകുന്നതുവരെ ഹൈദർക്ക ഇങ്ങനെ ഓരോന്നു പറയുമായിരുന്നു. ഓഫീസിന്റെ ചരിത്രവും ഭൂമിശാസ്ത്രവുമൊക്കെ ആ രണ്ടുമാസത്തിനിടയിൽ എനിക്കു മനപ്പാഠമാക്കിത്തരുകയും ചെയ്തു.

''ഞാൻ നിങ്ങളൊപ്പരം ആപ്പീസില് വരാൻ ഉമ്മ സമ്മതിക്കൂന്ന് വിചാരിക്കുന്നുണ്ടോ?''

''ഇതൊക്കെ പിന്നെ ഞാനാരെയാ വിശ്വസിച്ച് ഏല്പിക്കുക. പ്രായമായ നിന്റെ ബാപ്പയെ ഇങ്ങനെ എത്രകാലമാ ബുദ്ധിമുട്ടിക്കുക?''

''അതുമിതും പറയാതെ കിടന്നുറങ്ങാൻ നോക്ക്.''

ഞാൻ നിർബ്ബന്ധിക്കുമ്പോൾ എന്റെ കൈയിൽ മുറുകെ പിടിച്ചു കൊണ്ടാണ് ഹൈദർക്ക കിടക്കുക. അങ്ങനെ കൈയിൽ പിടിച്ചുകൊണ്ടു തന്നെയാണ് പോയതും..... കൈയിലെ പിടി മുറുകിയപ്പോൾ അള്ളോ... കൈവേദനിക്കുന്നു എന്നുപറഞ്ഞ് എഴുന്നേല്ക്കാൻ നോക്കുമ്പോൾ പിടി മുറുകുന്നു. ശ്വാസം കിട്ടാതെ പിടയുന്നു. പ്രയാസപ്പെട്ട് എഴുന്നേറ്റിരുന്ന് ഒരുവിധം കൈവിടുവിച്ച് ലൈറ്റിട്ടപ്പോഴേക്കും ആ ശ്വാസം നിലച്ചിരുന്നു.

ആലോചിക്കുമ്പോൾ ഇടനെഞ്ച് പൊട്ടും.

അതോടെ സമനില തെറ്റി. അലറിവിളിച്ചത് ഓർമ്മയുണ്ട്. ഓർമ്മ തിരിച്ചുകിട്ടിയപ്പോൾ ഹൈദർക്ക കട്ടിലിലുണ്ടായിരുന്നില്ല. ഓടിച്ചെന്ന് നോക്കിയപ്പോൾ ഉമ്മറത്തളത്തിലെ കട്ടിലിൽ വെള്ളപുതപ്പിച്ചു കിടത്തിയിരിക്കുന്നു. ''ഉമ്മാ......''

എന്നലറാനേ കഴിഞ്ഞുള്ളു. മൂന്നുദിവസം ആ കിടപ്പായിരുന്നെന്നും മക്കളെപ്പോലും അന്വേഷിച്ചില്ലെന്നുമൊക്കെ പിന്നീട് ഉമ്മയും ബാപ്പയും ടീച്ചറുമൊക്കെ പറഞ്ഞാണ് അറിഞ്ഞത്. മനസ്സു പിടിവിട്ടുപോയ ദിവസങ്ങൾ. കുറ്റബോധം മനസ്സിലാകെ ഇരുട്ടു പരത്തി. ഉമ്മ വാതോ

രാതെ കുറ്റപ്പെടുത്തിയപ്പോഴൊക്കെ ഞാനും എന്നെത്തന്നെ പഴിക്കുകയായിരുന്നു. സുനിതട്ടീച്ചറും ബാപ്പയുമൊക്കെ ഏറെ പരിശ്രമിച്ചാണ് പഴയ രൂപത്തിലാക്കിയത്. ഇടയ്ക്കിടെ കൗൺസിലർവന്ന് എന്തൊക്കെയോ പറയുമെങ്കിലും ഒന്നും തലയിൽ കേറിയിരുന്നില്ല.

“നിയ്യിങ്ങനെ കുലുമാലുകൂട്ടിയാ ഓനിനി മടങ്ങി വര്വോ മുഷ്ത്തരീ? നീ ഓന്റെ ഖബറിൽ വെളിച്ചം പകരാൻ അള്ളാനോട് തേട്. ആശേം പൂതീം തീരാതെയാ എന്റെ കുട്ടി പോയത്. മക്കളെ ഓനിക്ക് കരളേനും. കുഞ്ഞിമ്മക്കള് ഇന്റടുത്തിരുന്ന് കരേന്നത് നീ കേക്കുന്നില്ലേ?”

ഹൈദർക്കയുടെ ഉമ്മ പറയുന്നത് അശരീരിപോലെ കാതിൽവന്നലച്ചപ്പോൾ പ്രയാസപ്പെട്ടാണ് കണ്ണു തുറന്നത്. കരഞ്ഞുകലങ്ങിയ കണ്ണുകളുമായി എന്റെ മക്കൾ അടുത്തിരിക്കുന്നത് കണ്ടതോടെ കഴിഞ്ഞത് പതുക്കെ ഓർമ്മയിലെത്തുന്നു. ഹൈദർക്ക എന്റെ കൈ മുറുകെ പിടിച്ചിട്ടും ഞാനാ പിടിവിട്ടല്ലോ...പോയല്ലോ.....എന്നേം മക്കളേം അനാഥരാക്കീലേ......... പൊന്നുമക്കളേ..... ഉമ്മയ്ക്ക് അസ്രായീലിനെ തടയാനായില്ലല്ലോ. പോയില്ലേ..... ഇപ്പ...... അവരെ കെട്ടിപ്പിടിച്ചപ്പോൾ എന്റെ ശരീരത്തിലെവിടെയൊക്കെയോ മിന്നലേറ്റതുപോലെ. ഇല്ല എന്റെ മക്കളെ ഇനി ഞാൻ കരയാൻ അനുവദിക്കില്ല.

“മോനൂ.......... സനമോളേ.......”

“മോളേ നിനക്ക് പോവാനായില്ലേ? സനമോള് നിന്നെ കാത്തിരിക്കുന്നുണ്ടാവും.”

ബാപ്പ ചോദിച്ചത് കേട്ട് മുഖമുയർത്തി. കൈയിലിരുന്ന ഫോൺ അപ്പോഴും ഓഫാക്കിയിരുന്നില്ല.

“നീയെന്താ വല്ലാതെ?”

എന്റെയിരുപ്പ് കണ്ട് ബാപ്പ ചോദിച്ചു.

“ഓരോന്നാലോചിച്ചിരുന്നതാ. എനിക്ക് വല്ലാത്ത പേടി തോന്നുന്നു ബാപ്പ. ബിസിനസ്സ് സാമ്രാജ്യം കെട്ടിപ്പടുത്ത് ഹൈദർക്കയുടെ സ്വപ്നം പൂവണിയിക്കുന്നതിനിടയിൽ എന്റെ മക്കളെ കൈവിട്ടുപോകുമോ ബാപ്പാ?”

“അതെന്താ ഇപ്പം അങ്ങനെ തോന്നാൻ?”

“അർമാന്റെ ചില നേരത്തെ പെരുമാറ്റം കാണുമ്പോൾ എന്തോ പന്തികേട്.”

“ഓൻ ചെറിയ കുട്ടിയല്ലേ. ഹൈദറിനെ മിസു ചെയ്യുന്നുണ്ടാകും. ഉമ്മയുടെയും ബാപ്പയുടെയും സ്നേഹം നീ വേണം അവനു കൊടുക്കാൻ.”

"വീട്ടിലെത്തിയാൽ ഞാൻ ആദ്യം ചെല്ലുന്നത് അവന്റെ മുറിയിലാ. എന്നാൽ അവൻ എന്നെ കണ്ട ഭാവംപോലും നടിക്കില്ല. ചെവിയിൽനിന്ന് ഇയർഫോൺ മാറ്റാൻ ശ്രമിച്ചാൽ അവൻ വയലന്റാകുന്നു. എന്നെ കാണുമ്പോൾ പെട്ടെന്ന് ലാപ്ടോപ്പ് അടയ്ച്ചു വയ്ക്കുന്നു. അതോടെ എന്റെ സമനിലയും തെറ്റും. അവനെ എന്തെങ്കിലും ഗുണദോഷിക്കാൻ ശ്രമിക്കുമ്പോഴേക്ക് 'വല്ലിമ്മാ ഈ ഉമ്മ വെറുതേ വെറുപ്പിക്കുന്നു' എന്നു പറഞ്ഞ് അവൻ ഉമ്മയുടെ മുറിയിലെത്തും."

"നിയ്യെന്തിനാ മുഷ്ത്തരി അക്കുട്ടി പഠിക്കുമ്പം ആടെച്ചെന്ന് ഓനെ വെറുപ്പിക്കുന്നത്?" എന്നാവും ഉമ്മയുടെ ചോദ്യം.

"മുത്തൂ നീ കുറച്ചുകൂടി നയത്തില് വേണം അവനോട് പെരുമാറാൻ. ഇപ്പളത്തെ കുട്ടികളെ കൈകാര്യം ചെയ്യാൻ കുറച്ചു ബുദ്ധിമുട്ടാ. ഓൺലൈൻവഴി കുട്ടികളെ തെറ്റിലേക്കു നയിക്കാൻ കണ്ണുംനട്ടിരിക്കുന്ന കഴുകന്മാരാ ചുറ്റിനും. അവന്റെ കാര്യങ്ങൾ കഴിഞ്ഞിട്ടു മതി ഇനി ആപ്പീസു കാര്യം. കുറച്ചുകാലത്തേക്ക് പുതിയ പ്രോജക്ടുകളൊന്നും ഏറ്റെടുക്കണ്ട. ബാപ്പാക്കും ഇപ്പോ പണ്ടത്തെപ്പോലൊന്നുമാവുന്നില്ല. നിന്നെക്കരുതി മാത്രമാ നിത്യേന ഓഫീസിലെത്തുന്നത്. നിന്റെ മക്കക്ക് അത്യാവശ്യം കഴിഞ്ഞുകൂടാനുള്ളതൊക്കെയുണ്ടല്ലോ. അതുമതി. പണത്തിലും സ്വത്തിലും അമിതതാല്പര്യം കാണിച്ച് ജീവിക്കാൻ മറന്നുപോകുന്നവരുടെ കൂട്ടത്തിൽ എന്റെ മോളും പെട്ടുപോകരുത്. നീ വീട്ടിലിരുന്ന് മേൽനോട്ടം നടത്തിയാ മതി. അല്ലെങ്കിലും ഇപ്പോൾ എല്ലാ കാര്യങ്ങളും ഓൺലൈൻ വഴിയല്ലേ? ബാങ്കിടപാടുകൾക്കുപോലും വീട്ടിനു പുറത്തിറങ്ങേണ്ടല്ലോ."

"ഹൈദറിക്കയുടെ ബിസിനസ്സ് കാര്യത്തിൽ ഞാനൊരു താല്പര്യവും കാണിക്കാറുണ്ടായിരുന്നില്ലെന്ന് ബാപ്പയ്ക്കറിയാമല്ലോ. ചെറിയ ശമ്പളമാണെങ്കിലും സ്വന്തമായൊരു വരുമാനമാർഗ്ഗം എന്നതായിരുന്നു എന്റെ സ്വപ്നം. എല്ലാ മിഡിൽക്ലാസ് പെൺകുട്ടികളുടെയും മോഹങ്ങളേ എനിക്കുമുണ്ടായിരുന്നുള്ളൂ. ഭർത്താവിന്റെ മുന്നിൽ കൈ നീട്ടാതെ ജീവിക്കണമെന്നാശിച്ചതിന് അദ്ദേഹത്തെ തട്ടിയെടുത്താണ് അള്ളാഹു...."

"മുത്തൂ.......എന്തൊക്കെ വിവരക്കേടാ നീ പറയുന്നത്. നിന്നെ ഞാൻ ദീനി ബോധത്തോടെയാണല്ലോ വളർത്തിയത്. ജീവിതമാകുമ്പോൾ പലതും നേരിടേണ്ടിവരും. ഇരുളും വെളിച്ചവുംപോലെ സന്തോഷവും സങ്കടവും മാറിമാറിവരും. ജീവിതം ഇരുളിലാവുമ്പോൾ പടച്ചവനെ പഴിക്കുകയും വെളിച്ചം പരക്കുമ്പോൾ അവനെ സ്തുതിക്കയുമൊക്കെ മനോബലമില്ലാത്തവരുടെ ഏർപ്പാടുകളാ. ഇനി മേലാൽ ഇങ്ങനെയൊന്നും സംസാരിക്കരുത്."

"അറിയാം ബാപ്പാ. മരിക്കാൻ നേരത്തും ഹൈദർക്കയുടെ ആധി തന്റെ ബിസിനസ്സിനെക്കുറിച്ചായിരുന്നു. ജീവിച്ചിരുന്നപ്പോ മൂപ്പരോട് നീതി കാണിച്ചില്ല എന്നൊരു തോന്നലുകൊണ്ടാണ് ടീച്ചർ നിർബ്ബന്ധിച്ചപ്പോൾ ഞാൻ ഓഫീസ് കാര്യങ്ങളേറ്റെടുത്തത്. ഒന്നും വേണ്ടായിരുന്നു എന്നൊരു തോന്നലാണിപ്പോൾ."

"അങ്ങനെയൊന്നും വിചാരിക്കണ്ട. നീ ഏറ്റെടുത്ത ജോലി നന്നായി ത്തന്നെ ചെയ്യുന്നുണ്ട്. ഹൈദർ ഉണ്ടായിരുന്നതിനേക്കാൾ കച്ചവടസ്ഥാപ നങ്ങൾ നന്നായി നടത്താൻ നിനക്കു സാധിച്ചില്ലേ. ഇനി കുറച്ചു ദിവസം ഇതിൽനിന്നെല്ലാം മാറിനിന്നാലും കുഴപ്പമില്ല. കുട്ടികളേയുംകൊണ്ട് ചില യാത്രകളൊക്കെ പ്ലാൻ ചെയ്യ്. ഹൈദർ ഉള്ള കാലത്ത് ഉമ്മയുടെ നിയന്ത്ര ണം കാരണം നിങ്ങളെങ്ങോട്ടും പോകാറുണ്ടായിരുന്നില്ല. ഇപ്പോൾ നീയല്ലെ തീരുമാനമെടുക്കേണ്ടത്. ഉമ്മയുമായി ആലോചിക്ക്. അവരി പ്പോൾ പണ്ടത്തെ ഉമ്മയല്ലല്ലോ. നിന്നെ മോളെപ്പോലെയല്ലേ കാണുന്നത്?"

"സുനിട്ടീച്ചറും ഇതുതന്നെയാ പറഞ്ഞത്. ഉമ്മയെ ഒറ്റയ്ക്കാക്കി പോകാൻ പറ്റുമോ? അവരാണെങ്കില് ആ വീടിനു പുറത്തിറങ്ങുകയുമില്ല."

"അവർക്ക് ഉംറയ്ക്ക് പോകണമെന്ന് എന്നോടു പറഞ്ഞിരുന്നു. നന്നെ ചെറിയപ്രായത്തിൽ ഹൈദറിന്റെ ബാപ്പയുടെകൂടെ ഹജ്ജിനു പോയ തല്ലേ. ഹൈദറിന്റെ കല്യാണം കഴിഞ്ഞിട്ട് രണ്ടുപേരുംകൂടി ഉംറയ്ക്ക പോകാൻ പരിപാടിയിട്ടതാ. ഒരിക്കൽക്കൂടി ഹജ്ജു ചെയ്യണമെന്നുമു ണ്ടായിരുന്നു. നമ്മളൊന്നു വിചാരിക്കുന്നു. അള്ളാഹു മറ്റൊന്നോ തീരുമാനിക്കുന്നു. ഉംറയ്ക്ക് പോണോന്നു നിന്റെ ഉമ്മയും കുറേക്കാല മായി പറയുന്നു. അങ്ങനെയാണെങ്കില് ഞങ്ങളൊന്നിച്ച് ഉംറ പരിപാടിയി ട്ടാലോ?"

"ഏതായാലും നിങ്ങള് രണ്ടാളും ഞാറാഴ്ച അങ്ങോട്ടു വാ. ടീച്ച റോടും വരാൻ പറഞ്ഞിട്ടുണ്ട്. ആദ്യം അർമാനോട് ടീച്ചറൊന്നു സംസാരി ക്കട്ടെ. അവൻ ടീച്ചറോട് ഉള്ളു തുറക്കുമെന്നുതന്നെയാണ് എനിക്കു തോന്നുന്നത്."

"ആയ്ക്കോട്ടെ. ഹൈറു ഇന്നു നേരത്തേ പോയോ?"

"ഇല്ല, ഇപ്പമിറങ്ങിയതേയുള്ളൂ. അവളുടെ വേവലാതി മുഴുവൻ ടീച്ചറെക്കുറിച്ചാ. അവൾ നേരത്തിനു ചെന്നില്ലെങ്കില് വീടാകെ ഇടിഞ്ഞു പൊളിഞ്ഞുപോകുമെന്ന മട്ടിലാ വൈകുന്നേരത്തെ ഓട്ടം. അന്നേരം എന്തു പറഞ്ഞാലും അവളുടെ തലയിൽ കയറില്ല. ടീച്ചറുടെ കാര്യമായ തുകൊണ്ടാ ഞാനും കാണാത്ത മട്ട് നടിക്കുന്നത്."

"അവളെ കണ്ട് പഠിക്കണം പെൺകുട്ടികൾ. നന്നേ ചെറുപ്പത്തിലെ

ജീവിതം പിന്നിക്കീറിപ്പോയിട്ടും തുന്നിക്കൂട്ടി നേരെയാക്കിയില്ലേ? അവളെപ്പോലെയൊരു സഹായിയെ കിട്ടിയത് സുനിത ടീച്ചർക്കും അനുഗ്രഹമായി.''

''തുന്നിക്കൂട്ടിയത് ടീച്ചറല്ലേ?''

''ആപത്ത് കാലത്ത് ആരോരുമില്ലാത്തവർക്ക് തുണയായി അങ്ങനെ ആരെയെങ്കിലുമൊക്കെ അള്ളാഹു നിയോഗിക്കും. നീ പോകുന്നില്ലേ?''

''ഇറങ്ങാൻ തുടങ്ങുകയായിരുന്നു. കുട്ടികൾക്ക് കെഎഫ്സി ഓൺലൈനിൽ ഓർഡറ് ചെയ്തിട്ട് ഇറങ്ങാം. ഐസ്ക്രീമിനും പറയാം. ഒരു സർപ്രൈസ് ആയിക്കോട്ടെ.''

''ഇപ്പം എല്ലാം വിരൽത്തുമ്പിലല്ലേ. നടക്കട്ടെ. ഝങ്ക് ഫുഡ് കഴിയുന്നതും ഒഴിവാക്കുന്നതാണ് മുത്തൂ നല്ലത്. സൂരജിനെ കണ്ടിട്ട് ഞാനുമിറങ്ങുകയാണ്.''

''അവിടെ അർമാന് നിത്യേനെയെന്നോണം ഇതൊക്കെ തന്നെയാ പണി. ഉമ്മയെ പറഞ്ഞു പറ്റിക്കാൻ അവനു നല്ല മിടുക്കാ. എന്തെങ്കിലുമൊരു വഴി ആലോചിക്കേണ്ടിയിരിക്കുന്നു.''

''നീ ഇതുവരെ ശ്രമിച്ചില്ലല്ലോ. നീ ശ്രമിക്ക് ഞാനെത്തിക്കും എന്നല്ലേ പടച്ചോൻ പറഞ്ഞിട്ടുള്ളത്.''

ബാപ്പയോട് യാത്ര പറഞ്ഞു പുറത്തിറങ്ങുമ്പോൾ ഡ്രൈവർ രാജു കാറുമായി കാത്തു നില്ക്കുന്നുണ്ടായിരുന്നു. ഒരുകാലത്ത് സ്വന്തമായി ഒരു ടൂവീലറായിരുന്നു വലിയ സ്വപ്നം. അതിനുവേണ്ടി ഹൈദറിക്കയോട് വഴക്കിട്ടതിന് കണക്കില്ല. സിനിമയും സീരിയലുമൊക്കെ കണ്ട് കുന്നോളം മോഹങ്ങളുമായാണ് വിവാഹം കഴിഞ്ഞ് ഹൈദറിക്കയുടെ വീട്ടിലെത്തിയത്. ഡിഗ്രി കഴിഞ്ഞ് പി ജിയ്ക്ക് ചേർന്നപ്പോഴാണ് വിവാഹം. ഹൈദർക്കയുടെ ബാപ്പ ഉപ്പയോട് വാഗ്ദാനം ചെയ്തതനുസരിച്ച് എം എ പൂർത്തിയാക്കാൻ അവസരം കിട്ടിയെങ്കിലും കോളേജിൽ പോകാൻ അനുവാദമുണ്ടായിരുന്നില്ല. പ്രൈവറ്റായാണ് പരീക്ഷ എഴുതിയത്. വിവാഹം കഴിഞ്ഞയുടനെ ബാപ്പ നിർബ്ബന്ധിച്ച് ഞങ്ങളെ ഊട്ടിയിലും കൊടൈക്കനാലിലുമൊക്കെ അയച്ചിരുന്നു. ഹൈദർക്കയോടൊപ്പമുള്ള ആദ്യത്തെയും അവസാനത്തെയും ദൂരയാത്ര. വീണ്ടും ഹൈദർക്ക യാത്ര പ്ലാൻ ചെയ്തപ്പോൾ എല്ലാം പരീക്ഷ കഴിഞ്ഞു മതിയെന്നു ഞാനാണ് തടസ്സം പറഞ്ഞത്. വിവാഹം കഴിഞ്ഞതും ഉമ്മയ്ക്ക് പേരക്കുട്ടിവേണം. എം എ കഴിഞ്ഞിട്ടു മതിയെന്നു തീരുമാനമെടുത്തെങ്കിലും പഠിച്ചുകൊണ്ടിരിക്കുമ്പോൾത്തന്നെ ഗർഭിണിയായി. അതിന്റെ എല്ലാ അസ്വസ്ഥതകളും ഉമ്മയിൽനിന്നു മറച്ചുപിടിച്ചായിരുന്നു പഠിത്തവും പരീക്ഷ

യെഴുത്തും. ഹൈദർക്കയോടും മിണ്ടിയില്ല. അറിഞ്ഞാൽ പരീക്ഷയെഴു താൻ ഉമ്മ സമ്മതിച്ചില്ലെങ്കിലോ എന്നായിരുന്നു പേടി. പരീക്ഷ കഴിഞ്ഞ്, ആരോട് ആദ്യം പറയും എന്ന് സംശയിച്ചിരിക്കുന്ന സമയത്തായിരുന്നു ബാപ്പയുടെ മരണം. ഉമ്മയും മകനും ആകെ തകർന്നിരിക്കുന്ന നേരത്ത് എങ്ങനെ പറയും എന്തു പറയുമെന്നറിയാതെ വിഷമിച്ചിരിക്കുമ്പോഴാണ് നിർത്താതെയുള്ള ചർദ്ദിലും തലചുറ്റുമൊക്കെ കണ്ട് എന്റെ ഉമ്മ ആസ്പത്രിയിലേക്ക് കൊണ്ടുപോയത്. അതുകൊണ്ട് എനിക്കാരോടും പറയേണ്ടിവന്നില്ല. സങ്കടക്കടലിനിടയിൽ ഈ വാർത്ത ഹൈദർക്കയ്ക്കും ഉമ്മയ്ക്കും വലിയ ആശ്വാസമായിരുന്നു.

അർമാനെ ഗർഭം ധരിച്ചപ്പോൾ, ഇപ്പോൾ വേണ്ടിയിരുന്നില്ല എന്നായിരുന്നു ആദ്യത്തെ തോന്നൽ. അത് താല്ക്കാലികമായിരുന്നു. അവൻ വയറ്റിൽ വളരുന്തോറും എന്റെ ശരീരം മാത്രമല്ല മനസ്സും പൂത്തുലഞ്ഞു. അവന്റെ ഓരോ ചലനവും എന്നെ സന്തോഷത്തിൽ ആറാടിച്ചു. മൂന്നുദിവസം നിരന്തരമായ വേദന സഹിച്ചാണ് അവനെ പ്രസവിച്ചത്. അവനെന്റെ കരളിന്റെ കരളാണ്. ഒമ്പത് മാസം വയറ്റിലിട്ട് വളർത്തി വേദന സഹിച്ച് പ്രസവിച്ച് ഇത്രയും വളർത്തി വലുതാക്കിയ എനിക്ക് മേലിലും അവനെ സംരക്ഷിക്കാനാവും.

“മാഡം വീടെത്തി.” രാജു വാതിൽ തുറന്നു പറഞ്ഞപ്പോഴാണ് വീടെത്തിയതറിഞ്ഞത്.

ഇരുപത്തിമൂന്ന്

കാർ പാർക്ക് ചെയ്ത് കോളിങ് ബെല്ലടിച്ചു.

"നമസ്കാരം ടീച്ചറേ....."

മുത്തുവിന്റ ബാപ്പ സന്തോഷത്തോടെ എതിരേറ്റു.

"ബാപ്പ നേരത്തേ എത്തിയോ?"

"ആ കുറച്ചു നേരമായി. മുത്തുവും ഉമ്മയും അടുക്കളയിൽ കോഴി ബിരിയാനി ഉണ്ടാക്കുന്ന തിരക്കിലാണ്. അകത്തുവരൂ."

"കുട്ടികളെവിടെ?"

"സന ഇപ്പളാ എണീറ്റത്. മുത്തു കുലുമാല്കൂട്ടി കുളിക്കാൻ പറഞ്ഞയച്ചു. അർമാൻ ഇതുവരെ എണീറ്റില്ല. ഇപ്പളത്തെ കുട്ട്യേളെല്ലാം ഇങ്ങനെയാ. നേരത്തിന് ഉറങ്ങില്ല. എഴുന്നേല്ക്കുകയുമില്ല. വെറുതെയാണോ നന്നേ ചെറുപ്പത്തിലേ ആരോഗ്യപ്രശ്നങ്ങളുണ്ടാകുന്നത്."

"ഓരോ കാലത്ത് ഓരോരോ രീതികളും ശീലങ്ങളുമല്ലേ.. ഞാനൊക്കെ പഠിക്കുന്ന കാലത്ത് പുലർച്ചേ എഴുന്നേറ്റ് കുളി കഴിഞ്ഞാണ് പഠിക്കാനിരിക്കുക. അപ്പോഴേക്കും ചായയുമായി അമ്മയെത്തും."

"ഇപ്പം ചായേം വേണ്ട, കാപ്പീം വേണ്ട. ഏതു നേരവും ജ്യൂസും സോഫ്റ്റ് ഡ്രിങ്ക്സും."

"വന്ന കാലിൽനിന്ന് വിശേഷം പറയാതെ ഇങ്ങളക്കുട്ടീനെ അകത്തിരുത്ത്." സംസാരം കേട്ടെത്തിയ ഹൈദറിന്റെ ഉമ്മ പറഞ്ഞു.

"സോറി, വാ ടീച്ചറേ, ഇരിക്ക്."

"ഞാൻ ഉമ്മയുമായി വിശേഷം പങ്കുവയ്ക്കട്ടെ. ഏറെ നാളായി കണ്ടിട്ട്. സുഖമല്ലേ ഉമ്മാ?"

ഹൈദറിന്റെ ഉമ്മയുടെ കൈപിടിച്ചുകൊണ്ട് ഞാൻ കുശലം ചോദിച്ചു.

"ഇനിക്കിനി എന്തു സുഖം? മുകളിൽനിന്നുള്ള വിളിയാളം കാത്തിരിക്കുന്നു."

"അതുവരുന്നതുവരെ നമുക്കു ജീവിക്കണ്ടേ?"

"അതും നേരാ. വാ മോളേ, അകത്തിരിക്കാം."

ഞാൻ ഉമ്മയെ അനുഗമിച്ച് ഊണുമുറിയിലെ കസേരയിലിരുന്നു. എനിക്ക് എതിർവശത്തായി ഉമ്മയും.

"ടീച്ചറേ,. ഞങ്ങളിപ്പ വരാമേ."

മുത്തു അടുക്കളയിൽനിന്നു വിളിച്ചു പറഞ്ഞു.

"നീ ചെല്ല് ബാക്കി ഞാനായിക്കോളാം."

"മുത്തുവിന്റെ ഉമ്മ പറയുന്നുണ്ടായിരുന്നു."

"ടീച്ചറേ കുളിച്ചിട്ട് വരാമെന്ന് പറഞ്ഞ് മുത്തു ധൃതിയിൽ അകത്തേക്ക് നടന്നു."

"അർമാൻ എണീറ്റില്ലേ ഉമ്മാ?" ഞാൻ സംസാരത്തിനു തുടക്കമിട്ടു.

ഓൻ പഠിപ്പൊക്കെ കയിഞ്ഞ് കെടക്കുമ്പം നേരം പാതിരയാകും. സ്കൂളില്ലെങ്കില് ളൊഹറ് ബാങ്ക് കൊടുക്കുമ്പളാ എണീക്കല്."

"ഉമ്മയുടെ ഒരു കണ്ണ് എപ്പളും അവന്റെ മേലുണ്ടാകണം. മുത്തു രാവിലെ പോയാൽ ഇരുട്ടിയാലല്ലേ എത്തുന്നത്."

"സ്കൂളില്ലാഞ്ഞാ ഓനയിന് എബിടേക്കും പോണില്ലല്ലോ. അതിന്റ കത്ത് ഒരേ ഇരിപ്പല്ലേ? ചെലപ്പം രണ്ടുമൂന്ന് ചങ്ങായിമാര് ഇങ്ങട്ട് വരും. എല്ലാരും ഞമ്മളറിയണോരുതന്നെ."

"അതൊക്കെ ശരിയാ. എന്നാലും ഇപ്രായത്തില് ആൺകുട്ടികളുടെ കാര്യത്തിൽ നല്ല ശ്രദ്ധവേണം. ഇപ്പം വീട്ടിലിരിക്കുന്നവരേം വഴിതെറ്റിക്കാനാളുണ്ട്."

"എന്റള്ളോ. അതെങ്ങനാ?"

"ഓൺലൈനിൽ കുട്ടികളെ വഴിതെറ്റിക്കുന്ന സംഘങ്ങളെക്കുറിച്ചും അതിന്റെ ഭവിഷ്യത്തുകളെക്കുറിച്ചും ഞാൻ ഉമ്മയ്ക്ക് വിശദമായി പറഞ്ഞുകൊടുത്തു.

"അള്ളോ..... ബാപ്പയില്ലാത്ത എന്റെ കുട്ടീനെ നീ കാത്തോളണേ റബ്ബേ....." ഉമ്മയുടെ സ്വരത്തിൽ വേവലാതി.

"ഉമ്മയെ പേടിപ്പിക്കാൻ പറഞ്ഞതല്ല. അർമാൻ ഓൺലൈനിൽ വാങ്ങുന്ന സാധനങ്ങൾക്ക് ഉമ്മയാണോ കാശു കൊടുക്കുന്നത്?"

"പഠിക്കാനുള്ള സാധനങ്ങളാന്ന് പറഞ്ഞ് ഓൻ നിത്യവും ഓരോന്നു വരുത്തുന്നുണ്ട്. അതിന്റെ പൈശ ഞാനാ കൊടുക്കല്. ഈയിടെ സാധനം വാങ്ങല് കൊറച്ച് കൂടീട്ടുണ്ട്. മുഷ്ത്തരിയോട് പറയണമെന്ന് കരുതീതാ."

"ഇനി എന്തു പാർസലെത്തിയാലും ഉമ്മ തുറന്നുനോക്കണം. മുഷ്ത്തരിയോട് പറയുകയും വേണം. അത്യാവശ്യസാധനങ്ങളാണ് അവൻ വരുത്തുന്നതെങ്കില് നമുക്ക് ആശങ്കപ്പെടാതിരിക്കാമല്ലോ."

"ഓൻ പെണങ്ങും. ഒന്നും തൊറക്കരുതെന്നാ പറയുന്നത്."

"ടീച്ചറാന്റീ....." കുളിച്ചു മിടുക്കിയായി എത്തിയ സന വിളിച്ചു.

"ഇതാര് സനക്കുട്ടിയോ.....? നീയങ്ങ് വലുതായിപ്പോയല്ലോ. പഠിത്തമൊക്കെ എങ്ങനെയുണ്ട്?"

"കൊഴപ്പല്ല."

"ഓള് എല്ലാത്തിലും ഒന്നാമതാ. അർമാനാ ഇപ്പം പഠിപ്പില് പെറകില്. ഇരുപത്തിനാലു മണിക്കൂറും പഠിച്ചിട്ടും എന്റെ കുട്ടി തോറ്റുപോകുന്നു. പഠിക്കുന്നതൊന്നും തലേൽ കയറുന്നില്ലന്നാ ഓൻ പറേന്നത്."

"ഓനയിന് പഠിച്ചിട്ടു വേണ്ടേ? സ്കൂള് വിട്ട് എത്തിയാൽ ഫ്രൻസിന്റെ കൂടെ ഓൺലൈനിൽ കളിയാ. രാത്രില് വാതില് കുറ്റിയിട്ടിട്ടാ കളി. വല്ലിമ്മച്ചി വിചാരിക്കുന്നത് ഓൻ പഠിക്യാന്നാ."

"ഓനെ ഇക്കാക്കാന്ന് വിളിക്കണോന്ന് പറഞ്ഞാ പെണ്ണു കേക്കൂലാ. എടാ പോടാന്നൊക്കെയാ വിളി." ഉമ്മ.

"സനയെന്താ അർമാനെ ഇക്കാക്കാന്ന് വിളിക്കാത്തത്?"

"അങ്ങനെ ചോദിക്ക് ടീച്ചറേ?" എന്നു പറഞ്ഞുകൊണ്ട് മുത്തുവു മെത്തി.

"അർമാന് ഇന്നെ ഇഷ്ടല്ല ടീച്ചറേ. ഞാൻ മുറിയിച്ചെന്നാ ഒച്ചേം വിളീംകൂട്ടി പൊറത്താക്കും." സനയുടെ പരിഭവം.

"ഞാൻ ചെന്നാലും അങ്ങനെതന്നെയാ. അതൊന്നും ഇഷ്ടക്കേടു കൊണ്ടൊന്നുമല്ല." മുത്തു അവളെ സമാധാനിപ്പിച്ചു.

"ടീച്ചറാന്റി വരൂന്ന് ഉമ്മ ഇന്നലെ പറഞ്ഞതല്ലെ. എന്നിട്ട് ഓൻ ഇതു വരെ എണീറ്റോ?" സന എരികേറ്റി.

"ഓന്റെ കുറ്റം പറയാൻ എന്റെ മോക്ക് ആയിരം നാക്കാ. പണ്ടേ അങ്ങനാ."

"വല്ലിമ്മ അല്ലെങ്കിലും എപ്പളും ഓന്റെ സൈഡാ."

"വാ നമുക്ക് ചെന്ന് അവനെ ഉണർത്താം." ഞാൻ സനയുടെ കൈയുംപിടിച്ച് മുകളിലേക്കു കയറി.

സന മുറിയുടെ വാതിലിൽ ഉറക്കെ തട്ടി. "അർമാൻ ഓപൺ ദി ഡോർ. ടീച്ചറാന്റി വിളിക്കുന്നു."

"അർമാൻ....." സന വാതിലിൽ തട്ടോട് തട്ട്.

"സ്റ്റോപിറ്റ്." അർമാൻ കതകു തുറന്നു. എന്നെ കണ്ടപ്പോൾ അവന്റെ മുഖത്ത് ജാള്യം.

"മൈ ഗുഡ്നസ്. നീയങ്ങ് വളർന്നുപോയല്ലോ കുട്ടാ. ഹൈദർ തന്നെ."

"റിയലീ......?" അവൻ നാണത്തോടെ ചോദിച്ചു.

"അതേ..... നിന്റെ കുളി കഴിഞ്ഞോ?"

"ഇല്ല ഇപ്പം കുളിച്ചിട്ടു വരാം." അവൻ വാതിലടയ്ക്കാൻ തുനിഞ്ഞപ്പോൾ ഞാൻ തടഞ്ഞു.

"നോ..... ഞാൻ നിന്റെ മുറിയൊന്നു കാണട്ടെ. ഞങ്ങളിവിടെയിരിക്കാം. നീ കുളിച്ചിട്ടു വാ."

അവന് എതിർക്കാൻ അവസരം കിട്ടുന്നതിനുമുമ്പ് ഞാൻ അകത്തു കയറി. കൂടെ സനയും.

"ലുക്കറ്റ് ഹിസ് റൂം ടീച്ചറാന്റി. വാട്ടെ മെസ്സ്."

അവൻ സനയുടെ തലയ്ക്കൊരു കിഴുക്കും കൊടുത്ത് ബാത്റൂമിൽ കയറി വാതിലടച്ചു.

"അർമാൻ....." സന ഒച്ചവച്ചു.

"നമുക്ക് ഇവിടെ ക്ലീനാക്കിയാലോ?" ഞാൻ സനയോട് ചോദിച്ചു.

"ഓൻ ഷൗട്ട് ചെയ്യും. എന്നാലും ഞാൻ ഇടയ്ക്ക് ക്ലീൻ ചെയ്യും."

"ഗുഡ്ഗേൾ." ഞാൻ കിടക്കവിരി നേരെയാക്കി പുതപ്പ് മടക്കാൻ തുടങ്ങിയപ്പോൾ,

"ഐ വിൽ ഡു" എന്നു പറഞ്ഞുകൊണ്ട് അവൾ എന്നോട് പുതപ്പു വാങ്ങി. ഞാൻ അർമാന്റെ സ്റ്റഡിടേബിളിലെ സാധനങ്ങൾ അടുക്കിപ്പെറുക്കിവച്ചു. ലാപ്ടോപ് അപ്പോഴും ഓണായിരുന്നു. വെറുതേ അതൊന്ന് ഓപൺ ചെയ്തു. ആരോടോ ചാറ്റു ചെയ്യുകയായിരുന്നെന്നു തോന്നുന്നു. ഭാഷ ഒട്ടും സഭ്യമായിരുന്നില്ല. അവനു സംശയം തോന്നേണ്ടെന്നു കരുതി പൂട്ടിവച്ചു. മേശവലിപ്പ് വെറുതേ തുറന്നു. എന്തൊക്കെയോ സാധനങ്ങൾ കുത്തിനിറച്ചിരിക്കുന്നു. അതിനിടയിൽ ഒരു ലതർപൗച്ച് കണ്ട് വെറുതേ തുറന്നുനോക്കി. സിഗരറ്റും പൈപ്പും. മുഷ്ത്തരിയുടെ ഊഹം തെറ്റല്ലല്ലോ. ഞാനത് എന്റെ ബ്ലൗസിനടിയിൽ ഒളിപ്പിച്ച് മേശപ്പുറത്തെ സാധനങ്ങൾ അടുക്കിപ്പെറുക്കിവച്ചു. അപ്പോൾ കുളിമുറിയുടെ വാതിൽ പകുതി തുറന്ന് "ടീച്ചറാന്റി എനിക്ക് ഡ്രസ്സ് മാറണം." എന്ന് അർമാൻ പറഞ്ഞു.

"ഓ കെ പെട്ടെന്ന് താഴെ വരൂ കേട്ടോ." ഞാൻ പുറത്തിറങ്ങിയപ്പോൾ സനയും കൂടെവന്നു.

"ടീച്ചറാന്റിക്ക് എന്റെ മുറി കാണണ്ടെ?" സന ചോദിച്ചു.

"വേണമല്ലോ." എന്നുപറഞ്ഞ് ഞാനവളെ അനുഗമിച്ചു. അർമാന്റെ മുറിയിൽനിന്ന് വളരെ വ്യത്യസ്തമായിരുന്നു അവളുടെ മുറി. ഒരു സാധനംപോലും അസ്ഥാനത്തില്ല.

"വൗ......മിടുക്കി." ഞാനവളുടെ തോളിൽത്തട്ടി അഭിനന്ദിച്ചപ്പോൾ അവളുടെ മുഖം തിളങ്ങി.

"നീയിപ്പോൾ ക്രാഫ്റ്റ് ക്ലാസിനു പോകാറില്ലേ?"

“ഇപ്പോ നിർത്തി. ബോറിങ്.”

“എന്താ പുതിയ ഹോബി.”

“റീഡിങ് എന്റെ പെയിന്റിങ്.”

“ആഹാ കൊള്ളാമല്ലോ. പെയിന്റിങ് പഠിക്കാൻ പോകുന്നുണ്ടോ?”

“ഇല്ല, ടീച്ചർ ഈവിനിങ്ങില് ഇവിടെ വരും. ഒൺലി ത്രീ ഡെയിസ്.”

“മുകളിലേക്കു പോയവരെ കാണുന്നില്ലല്ലോ” എന്നു പറഞ്ഞുകൊണ്ട് മുത്തുവെത്തി.

അപ്പോഴേക്കും അർമാനും ഡ്രസ്സുമാറ്റി സുന്ദരക്കുട്ടനായി മുറിയുടെ വാതിൽ തുറന്നു.

“അള്ളാ ഉമ്മാന്റെ പൊന്നാരമോൻ ഇന്നു നേരത്തിനു റെഡിയായല്ലോ. ചക്കരക്കുട്ടൻ.” മുത്തു അവനെ ചേർത്തുപിടിച്ചു.

“ഉമ്മാ..... ഐ ആം നോട്ടെ ബേബി.....” അവൻ അനിഷ്ടം കാണിച്ചു.

“ഉമ്മമാരിക്ക് മക്കളെപ്പോഴും ബേബിയാ കുട്ടാ.” ഞാനവനെ സമാധാനിപ്പിച്ചു.

“ഇന്ന് നിങ്ങക്ക് രണ്ടാൾക്കും ടീച്ചറാന്റിയുടെ വക ട്രീറ്റുണ്ട്. എത്രനാളായി നമ്മളെല്ലാവരുംകൂടി പുറത്തുപോയിട്ട്?”

“ഹുറേ.......” സനയുടെ ആഹ്ലാദപ്രകടനം.

“ഇന്നു വേണ്ട. എനിക്കു പഠിക്കാനുണ്ട്.”

“വൈകുന്നേരം പോകാം. ഏഴുമണിക്കുമുമ്പ് നിന്നെ ഇവിടെ എത്തിച്ചുതന്നാൽ പോരേ?”

“ഓൻ വരണ്ട, ഞമ്മക്ക് പോകാം ടീച്ചറാന്റീ.......?”

“അർമാനും വരുന്നുണ്ട് അല്ലേ......?”

ഞാൻ പറഞ്ഞപ്പോൾ അവൻ തലയാട്ടി..

“എന്നാ, ചോറു തിന്നുകയിഞ്ഞാ മുറിയിൽ കയറി വാതിലടയ്ക്കാൻ സമ്മതിക്കരുത്. പിന്നെ ഓൻ പൊറത്തെറങ്ങൂലാ. ഓൻ വന്നില്ലെങ്കില് ഇങ്ങള് ഇന്നേം കൊണ്ടോവില്ല.” സനയുടെ മുറുമുറുപ്പ്.

“നീ ഉമ്മാന്റെ ചക്കരമോളല്ലേ. ഇന്ന് എന്തായാലും നമ്മള് പോകും. ഓണംവെക്കേഷന് നമ്മളൊരു ട്രിപ്പ് പ്ലാൻ ചെയ്യുന്നുണ്ട്.” മുത്തു അവളുടെ കവിളിൽ മുത്തംകൊടുത്തുകൊണ്ടു പറഞ്ഞു.

“മുത്തൂ...... ചോറ് റെഡിയായി.”

മുത്തുവിന്റെ ഉമ്മ താഴെനിന്നു വിളിക്കുന്നതുകേട്ട് ഞങ്ങൾ താഴേക്കിറങ്ങി..

ഇരുപത്തിനാല്

തിരിച്ചു വീട്ടിലെത്തിയപ്പോൾ നേരമിരുട്ടിയിരുന്നു. ഹൈറു രണ്ടുതവണ ഫോൺ വിളിച്ചിരുന്നു. അർമാനുമായി സംസാരിക്കുകയായിരുന്നതുകൊണ്ട് ഫോണെടുത്തില്ല. തിരിച്ചുവിളിക്കാനും മറന്നു.. മുഖം വീർപ്പിച്ചായിരിക്കും വാതില് തുറക്കുക. വൈകുന്നേരം കൂടെ വരാൻ അവളെക്കൂടി വിളിച്ചതാണ്. പണി തീർന്നിട്ടില്ലെന്നു പറഞ്ഞ് ഒഴിഞ്ഞു മാറി. സാധാരണ കാറിന്റെ ശബ്ദംകേട്ടാലുടൻ വാതില് തുറന്നു പുറത്തെത്തും. ഇന്നുപക്ഷേ, ബെല്ലടിച്ചതിനു ശേഷമാണ് വാതില് തുറന്നത്.

"ഇങ്ങനെ പിണങ്ങി മുഖം വീർപ്പിക്കാതെ വൈകുന്നേരം ബീച്ചിൽ പോകുമ്പോൾ കൂടെ വരാൻ വിളിച്ചതല്ലേ? ഞാൻ വന്ന് കൂട്ടാന്നും പറഞ്ഞു."

"അയിനിപ്പം ഞാനെന്തെങ്കിലും പറഞ്ഞോ?"

"പറയണ്ട. മുഖം കണ്ടാലറിയാലോ."

"മുഖം മനസ്സിന്റെ കണ്ണാടിയാന്നാ ഇങ്ങള് തന്നല്ലേ പറയല്. ഇങ്ങക്ക് ചായ എടുക്കട്ടെ?"

"വേണ്ട. കുട്ടികളെ ഐസ്ക്രീം കുടിക്കാൻ കൊണ്ടുപോയപ്പോ ഞാനൊരു കാപ്പി കുടിച്ചു. അടുത്തയാഴ്ച നമുക്കെല്ലാവർക്കുംകൂടി മുത്തു ഒരു ട്രിപ്പ് പ്ലാൻ ചെയ്യുന്നുണ്ട്. അന്നു നീ വന്നില്ലെങ്കിൽ നിന്നെപ്പോലെ ഞാനും പിണങ്ങും. കേട്ടല്ലോ."

"എങ്ങട്ടാ പോണത്?"

"അതൊക്കെ സർപ്രൈസാ."

"മുഷ്ത്തരിത്താത്താക്ക് ഇതെന്തു പറ്റി? ഞാറാഴ്ചയും മീറ്റിങ്ങായിരുന്നല്ലോ."

"അതൊക്കെ ഒന്നു കുറയ്ക്കാൻ ഞാനാ അവളോടു പറഞ്ഞത്. അർമാൻ കമ്പ്യൂട്ടറിന്റെ മുന്നിൽനിന്ന് എഴുന്നേല്ക്കുന്നില്ല, അവളോട് സംസാരിക്കുന്നില്ല, തർക്കുത്തരം പറയുന്നു. സനയാണെങ്കില് അവളെ ആരും കെയർ ചെയ്യുന്നില്ല എന്നുപറഞ്ഞ് പിണങ്ങുന്നു. എന്റെ മക്കളെ ശ്രദ്ധിക്കാൻ എനിക്ക് സമയം കിട്ടുന്നില്ല, ഞാൻ എല്ലാം മതിയാക്കി വീട്ടിലിരിക്കാൻ പോവ്വാ എന്നൊക്കെ പറഞ്ഞ് മുഷ്ത്തരി ഫോണിലൂടെ കരച്ചിലായിരുന്നു. അതുകൊണ്ടാ ഇന്നു ഞാൻ പോയതും വൈകുന്നേരം അവരേംകൂട്ടി പുറത്തുപോകാൻ തീരുമാനിച്ചതും."

അതോടെ ഹൈറുവിന് പതം വന്നു.

"മുഷ്ത്തരിത്താത്താന്റെ ഒരു കാര്യേയ്. വീട്ടിന്ന് പുറത്തെറങ്ങാൻ സമ്മയിക്കുന്നില്ലാന്നേനും പണ്ട് പരാതി. ഇപ്പം വീട്ടിലിരിക്കാൻ നേരം കിട്ടുന്നില്ലാന്നായി. അള്ളാന്റെ ഓരോ കളി. ബാപ്പയില്ലാത്ത മക്കളല്ലേ. ഉമ്മേംകൂടി ശ്രദ്ധിക്കുന്നില്ലാന്നു തോന്നിയാ ഓലെ കുറ്റം പറയാനും പറ്റൂലാ. ഓലെ അമ്മായിമ്മന്റെ ഹാലെന്താ?"

"അവരും ആകെ അവശയായിരിക്കുന്നു. കാലം ഇത്രയായിട്ടും ഹൈദറിന്റെ വിടവ് ഇന്നുമവിടെ നികന്നിട്ടില്ല."

"കുട്ട്യേള് രണ്ടാളും എട്ക്ക് സ്കൂള്വിട്ട് വരുമ്പോൾ താത്താനെ കൂട്ടാൻ അവിടെ വരാറുണ്ട്. സനമോള് അകത്തുവരുമെങ്കിലും അർമാൻ ഫോണിൽ കണ്ണും നട്ട് കാറിലിരിക്കലാ പതിവ്. സന ഏയിലായി ഏച്ചീ. എത്ര വേഗാല്ലേ കൊല്ലം പോണത്. അർമാൻ എട്ടിലോ ഒമ്പതിലോ ഏച്ചീ.. ആരോട് മിണ്ടീലെങ്കിലും എപ്പക്കണ്ടാലും ഇന്നോട് ലോഗ്യം ചോദിക്കും."

"അർമാൻ ഒമ്പതിലായി. ഞാനൊന്ന് കുളിച്ചിട്ടു വരാം. കുട്ടികളോടൊപ്പം കടലിലിറങ്ങി ആകെ നനഞ്ഞു."

"രാത്രീലേക്ക് കഞ്ഞി മതിയല്ലോ?" ഹൈറു അപ്പോഴേക്കും പിണക്കം മറന്നിരുന്നു.

കുളിയും കഞ്ഞികുടിയും കഴിഞ്ഞ് പുസ്തകവുമായി പതിവുപോലെ ചാരുകസേരയിലിരുന്നിട്ടും ഒരുവരിപോലും വായിക്കാൻ സാധിച്ചില്ല. എന്നും രാത്രി അരമണിക്കൂറെങ്കിലും വായിച്ചിട്ടേ ഉറങ്ങാൻ കിടക്കാറുള്ളൂ. പിറ്റേന്നത്തെ ക്ലാസിനു തയ്യാറെടുക്കുന്നതും ഈ സമയത്തായിരിക്കും. ഇന്നുപക്ഷേ, വായിക്കാനാവുന്നില്ല. പുസ്തകത്താളുകളിൽ നിറയെ അർമാനും അവന്റെ സുഹൃത്തുക്കളുമായിരുന്നു. അർമാൻ ഉള്ളുതുറന്നപ്പോൾ ഒരു തലമുറയുടെ പതനം എന്നെനോക്കി കോക്രി കാട്ടി. അർമാനെ മാത്രമല്ല, യുവതലമുറയെ നേരായ വഴിക്കു നടത്താനായില്ലെങ്കിൽ എന്റെ നാട് ദുരന്തത്തിലേക്കായിരിക്കും കൂപ്പുകുത്തുന്നതെന്ന ചിന്ത വല്ലാതെ

അലോസരപ്പെടുത്തി. അർമാന്റെ ഈറൻ വാക്കുകളോരോന്നും തികട്ടിവന്നു. അവനൊപ്പം പഠിത്തകാര്യങ്ങളൊക്കെ ചോദിച്ച് കടൽക്കരയിൽക്കൂടി നടക്കുമ്പോഴായിരുന്നു വേഷംകൊണ്ടും ഭാവംകൊണ്ടും പിശകു തോന്നിക്കുന്ന രണ്ട് മുതിർന്നകുട്ടികൾ അവന്റെ പേരു വിളിച്ചത്. അർമാൻ കേൾക്കാത്ത മട്ടിൽ നടക്കാൻ തുടങ്ങിയിട്ടും അവർ വിട്ടില്ല. "എന്താടോ മറന്നുപോയോ" എന്ന ചോദ്യത്തിൽ ഭീഷണി മുഴങ്ങിയതു കേട്ട് ഞാൻ ഇടപെട്ടു.

"നിങ്ങൾ അവന്റെ സ്കൂളിൽ പഠിക്കുന്നവരാണോ?"

"ഊഹും." അവർ തലയാട്ടി.

"അർമാനെ എങ്ങനെ അറിയാം...?"

"അതുപിന്നെ..... ഓന്റെ സ്കൂളിൽ പഠിക്കുന്ന ഒരു കുട്ടി ഇന്റെ വീട്ടിനടുത്താ താമസിക്കുന്നത്."

"നിങ്ങളെവിടെയാ പഠിക്കുന്നത്?"

അവർ അർമാന്റെ നേരെ എന്തോ ആംഗ്യം കാണിച്ച് പെട്ടെന്ന് സ്ഥലംവിട്ടതുകൊണ്ട് കൂടുതലൊന്നും ചോദിക്കാൻ കഴിഞ്ഞില്ല.

"നിനക്കവരെ അറിയാമോ?"

ആകെ അസ്വസ്ഥനായ അർമാനോട് ഞാൻ ചോദിച്ചു.

"കണ്ടിട്ടുണ്ട്..."

"എവിടെന്ന്?"

"എന്റെ ഫ്രന്റ് ആദിലിന്റെ വീട്ടിന്ന്."

"ആദിൽ നിന്റെ ക്ലാസിലാണോ പഠിക്കുന്നത്?"

"അല്ല, ടെൻത്തില്."

"മോനേ, നീ ടീച്ചറാന്റിയോട് കളവ് പറയില്ലെന്ന് അറിയാം. ഇതു നിന്റെതല്ലേ?"

അവന്റെ മുറിയിലെ മേശവലിപ്പിൽനിന്ന് കിട്ടിയ പൗച്ച് ബാഗിൽനിന്ന് പുറത്തെടുത്തിട്ട് ഞാൻ ചോദിച്ചു.

"നോ....ഇതെവിടന്നു കിട്ടി?"

"നിന്റെ മേശവലിപ്പിൽനിന്ന്."

"ദിസീസ് നോട്ട് ഫെയർ. ഉമ്മയെപ്പോലെ ആന്റിയും തുടങ്ങിയോ മുറി പരിശോധന."

"ഉമ്മയറിയാതെ നീ ഇങ്ങനെ ഓരോന്ന് ചെയ്യുന്നത് ഫെയറാണോ?"

"അത് ആദിലിന്റെതാ."

"എന്നിട്ട് നീയെന്തിനാ അത് നിന്റെ മേശയിൽ സൂക്ഷിച്ചത്."

"ഓന്റെ ഉപ്പ കണ്ടാൽ ചീത്ത പറയുമെന്ന് പറഞ്ഞു."

"അപ്പം നിന്നെ ആരും വഴക്കു പറയില്ലെന്നാണോ?"

"എനക്ക് ഉപ്പയില്ലല്ലോ."

"ഉമ്മയില്ലേ....?"

"ഉമ്മക്ക് ഞാൻ പറയുന്നത് കേൾക്കാൻ നേരല്ലല്ലോ."

"ഉമ്മ അടുത്തുവന്നാൽ നീയെന്തിനാ പിണങ്ങുന്നത്?"

"ഐ ഡോൺട് നോ......"

ഏറെ പണിപ്പെട്ടാണ് ഉമ്മ ഓഫീസിൽ പോകേണ്ട ആവശ്യകതയെക്കുറിച്ച് അവനെ പറഞ്ഞു മനസ്സിലാക്കിയത്. ഉപ്പയുടെ ജോലികൂടി ഉമ്മ ചെയ്യുന്നത് നിങ്ങൾക്കു വേണ്ടിയല്ലെ? നീ വലുതാകുന്നതുവരെ ഉപ്പയുടെ ബിസിനസ്സ് നടത്തിക്കൊണ്ടു പോവണ്ടേ? ടീച്ചറാന്റിയും വല്ലിമ്മയും നിർബ്ബന്ധിച്ചിട്ടല്ലേ ഉമ്മ അതെല്ലാം ഏറ്റെടുത്തത്. ഉപ്പ മിരിച്ചപ്പോ ഉമ്മയുടെ അവസ്ഥ നീയും കണ്ടതല്ലേ? എത്ര പാടുപെട്ടിട്ടാ ഞങ്ങളൊക്കെ അവളെ പഴയ നിലയിലെത്തിച്ചതെന്ന് നിനക്കും അറിയാവുന്നതല്ലേ. അതൊക്കെ മനസ്സിലാക്കാനുള്ള പ്രായം നിനക്കായിട്ടില്ലെന്നറിയാം. നീയല്ലേ ഈ കുടുംബത്തിന്റെ പ്രതീക്ഷ. പാവം വല്ലിമ്മ നിന്നെ എന്തുമാത്രം സ്നേഹിക്കുന്നുണ്ടെന്നും നിനക്കറിയാവുന്നതല്ലേ. നീ പിണങ്ങുമെന്ന് വിചാരിച്ചിട്ടല്ലേ നീ ചോദിക്കുന്നതെന്തും അവർ വാങ്ങിത്തരുന്നത്. എന്നിട്ട് നീയവരെ ചീറ്റു ചെയ്യുന്നത് ശരിയാണോ? നീ പൈപ്പ് വലിക്കാറുണ്ടോ. അതിലെന്താണ് നിറയ്ക്കുന്നത്?"

ഇങ്ങനെ സ്നേഹത്തിൽ ഓരോന്നു ചോദിച്ച് അവന്റെ മനസ്സു തുറക്കുകയായിരുന്നു. അവന്റെ സ്കൂളിലെ പത്താംക്ലാസിലെ പലരും കഞ്ചാവ് ഉപയോഗിക്കുന്നുണ്ടെന്നും ഒമ്പതാംക്ലാസുകാരെ ഭീഷണിപ്പെടുത്തി മയക്കുമരുന്നു വാഹകരാക്കുന്നുവെന്നും അതിന്റെ കണ്ണികളാണ് നേരത്തെ കണ്ട കുട്ടികളെന്നും അവൻ പഞ്ഞപ്പോൾ നെഞ്ചിൽ ഇടിത്തീവീണതുപോലെയായി.

"എനക്ക് ആ സ്കൂളിൽ പഠിക്കണ്ട. ഉമ്മാനോട് പറഞ്ഞിട്ട് മനസ്സിലാകുന്നില്ല."

അവൻ കരച്ചിലിന്റെ വക്കത്തായിരുന്നു. ഞാനവനെ ചേർത്തുപിടിച്ചു. വീണ്ടും വീണ്ടും സംസാരിച്ചപ്പോൾ അവൻ മനസ്സു തുറന്നു. സ്റ്റഡിടൂറിനു പോയപ്പോൾ എല്ലാവരുംകൂടി നിർബ്ബന്ധിച്ച് അവനെക്കൊണ്ട് സിഗരറ്റു വലിപ്പിച്ചെന്നും ഇപ്പോളവന് അത് ഇടയ്ക്കിടെ വലിക്കണമെന്ന് തോന്നാറുണ്ടെന്നും അതിനാണ് പൈപ്പും സിഗരറ്റും ആമസോണിൽനിന്ന് വരുത്തിച്ചതെന്നും സമ്മതിച്ചു.

"നീ ചെയ്യുന്നത് ശരിയാണെന്ന് നിനക്കു തോന്നുന്നുണ്ടോ?"

"അറീലാ. ഞാൻ എപ്പളെങ്കിലുമായിരുന്നു ട്രൈ ചെയ്തിരുന്നത്. പക്ഷേ, ഇപ്പോ ഇടയ്ക്കിടെ വേണമെന്നു തോന്നുന്നു. ശീലമാക്കരുതെന്നുണ്ട്. ബട്ട്....."

"ബട്ട്.......അവിടെയെന്തിനാ ബട്ട്. വേണ്ടെന്നു തോന്നുന്നതൊന്നും

ചെയ്യരുത്. അത്തരം കൂട്ടുകാരെ ഒഴിവാക്കണം."

"നേരത്തെ കണ്ട ചെക്കന്മാര് എന്റെ വീട്ടിലാ സാധനമെത്തിച്ചു തരുന്നത്. ഞാനാണത് ആദിലിനെ ഏല്പിക്കുന്നത്. അവർക്കിഷ്ടമില്ലാത്തതെങ്കിലും പറഞ്ഞാൽ ഞാനാണ് ഡ്രഗ് അവർക്ക് എത്തിച്ചുകൊടുക്കുന്നതെന്ന് പ്രിൻസിപ്പിളിനോട് പറയുമെന്നു പറഞ്ഞ് ബ്ലാക്ക്മെയിൽ ചെയ്യുന്നു. ഇക്കൊല്ലം സ്കൂള് മാറാൻ പറ്റ്വോ ടീച്ചറാന്റി? അവിടെ ഇനിയും പഠിച്ചാൽ ശരിയാവില്ല."

അവൻ വല്ലാതെ ഇമോഷനലായി.

"നീ ഒമ്പതിലല്ലേ മോനേ. പെട്ടെന്ന് സ്കൂള് മാറിയാൽ നിന്റെ പഠിത്തം ശരിയാവുമോ?"

"ദാറ്റ് ഐ വിൽ മാനേജ്. നേരത്തേ കണ്ടില്ലേ ആ ചെക്കന്മാര്..... അവര് പൈശ വേണമെന്ന് പറഞ്ഞ് ഫോൺ വിളിക്കുന്നു. കഴിഞ്ഞയാഴ്ച ഒരു പൊതി വീട്ടില് തന്നിട്ട് അത് ആദിലിന് കൊടുക്കാൻ പറഞ്ഞു. പറ്റില്ലെന്നു പറഞ്ഞപ്പം എന്നെ കേസിൽ കുടുക്കുമെന്നു പറഞ്ഞു പേടിപ്പിച്ചു. ഇപ്പം ആദിലും ഓരോന്നു പറഞ്ഞ്..... എനക്ക് അവരെ കമ്പനി വേണ്ട."

അവന്റെ സ്വരം നേർത്തു. കണ്ണു നിറഞ്ഞിരുന്നു.

"മോനൂ...... ഇങ്ങനെ പേടിച്ചാലോ.....? കൂൾ ഡൗൺ. ടീച്ചറാന്റി ഉമ്മയുമായി സംസാരിച്ച് ഇക്കൊല്ലംതന്നെ സ്കൂള് മാറ്റാൻ നോക്കാം."

"ഉമ്മ ചീത്ത പറയ്യോ?"

"ഇല്ല. ഇതെല്ലാം നീ ഉമ്മയോട് പറയേണ്ടതായിരുന്നു. സാരമില്ല. ഇനിയുള്ള കാര്യങ്ങൾ ആന്റി നോക്കിക്കോളാം. അതുവരെ നീ അബദ്ധങ്ങളിലൊന്നും ചാടാതെ അവരിൽനിന്ന് മാറി നില്ക്കണം. അടുത്തയാഴ്ച ഓണപ്പരീക്ഷയല്ലേ. നന്നായിട്ട് പഠിക്ക്."

"ബട്ട്......അവർ.....?"

"ഞാൻ നാളെത്തന്നെ ഉമ്മയേയുംകൂട്ടി നിന്റെ സ്കൂളിൽ വരുന്നുണ്ട്."

"അതുവേണ്ട. അവരെന്നെ കുറ്റക്കാരനാക്കും."

"ഇല്ല മോനെ. പ്രിൻസിപ്പിളിനെ എനിക്കറിയാം. നിന്റെ പേരുപോലും പറയാതെ അവിടെ നടക്കുന്ന കാര്യങ്ങൾ ഞാനവരെ പറഞ്ഞു മനസ്സിലാക്കാം. നിന്നെപ്പോലെ വേറെയും കുട്ടികളുണ്ടാവും. അവരെയും ഈ ചതിയിൽനിന്ന് നമുക്ക് രക്ഷിക്കണ്ടേ. അവരുടെ സ്കൂളിന്റെ നന്മയ്ക്ക് വേണ്ടിയാണ് ഇതെല്ലാം പറയുന്നതെന്നും പുറത്തുള്ള ഒരു സുഹൃത്ത് മുഖേനയാണ് ഇത് ഞാനറിഞ്ഞതെന്നും പറഞ്ഞോളാം. അതൊന്നുമോർത്ത് നീ അപ്സെറ്റാവണ്ട. ബീച്ചിൽ കണ്ട പിള്ളേർ ഇനി നിന്റെ വീട്ടിൽ വന്നാൽ എന്നെ ഫോൺവിളിക്കണം. ഓണാവധി കഴിയുമ്പോഴേക്കും നമുക്ക് സ്കൂള് മാറാം."

"ഓല് കേസില് കുടുക്ക്വോ എന്നെ? പൊലീസിനെ എനക്ക് പേടി യാ."

"അവരെ നമ്പറ് നിന്റടുത്ത് ഉണ്ടോ?"

"ഉം."

"ആന്റിക്ക് തരണം. ബാക്കി ഞാനേറ്റു. ഇനി അവർ നിന്നെത്തേടി വരില്ല. ഏത് സ്കൂളിലാ നിനക്കിനി ചേരേണ്ടത്?"

"നോ ഐഡിയാ."

നിന്റെ വീട്ടിനടുത്തുള്ള സർക്കാർ സ്കൂളിലായാലോ? ഈയിടെ യാണ് അത് പുതുക്കിപ്പണിത് മോടി കൂട്ടിയത്. നല്ല ലാബുണ്ട്. മികച്ച അദ്ധ്യാപകരും. പല പ്രൈവറ്റ് സ്കൂളിൽനിന്നും കുട്ടികൾ ഇപ്പോൾ അങ്ങോട്ടേക്ക് മാറുന്നുണ്ട്. നിനക്ക് മലയാളം എഴുതാനും വായിക്കാ നുമറിയാമല്ലോ?"

"യേസ്. സെക്കന്റ് ലാംഗ്വേജ് മലയാളം മതിയെന്ന് ഉമ്മും ആന്റിയുമല്ലേ നിർബ്ബന്ധിച്ചത്."

"അതു നന്നായില്ലേ? കൊറോണക്കാലത്ത് മാനേജ്മെന്റുകളുടെ ഭാരിച്ച ഫീസ് താങ്ങാനാവാതെ എനിക്കറിയാവുന്ന പലരുടെയും മക്കളെ അവിടെ ചേർത്തിട്ടുണ്ട്. പുതുക്കി പണിതത്. നീ കണ്ടിട്ടില്ലേ?"

"യാ, ഇറ്റ് ലുക്ക്സ് നൈസ്. ബട്ട് അവിടെ കേരള സിലബസല്ലേ. ഞാൻ സി ബി എസ് സിയല്ലേ?"

"അതുകൊണ്ടെന്താ. അവിടെച്ചെല്ലുമ്പോ നീയായിരിക്കും ടോപ്സ്കോറർ. അവിടെയാകുമ്പോ മിഡിൽ ഓഫ് ദി ഇയർ സീറ്റു കിട്ടാ നും വിഷമമുണ്ടാകില്ല. നിനക്ക് തീർത്തും വ്യത്യസ്തമായ അനുഭവമാ യിരിക്കുമെന്നതിന് ഞാൻ ഗ്യാരന്റി."

"ഉമ്മ സമ്മയിക്ക്വോ? വല്ലിമ്മയും സമ്മയിക്കലുണ്ടാവില്ല."

"അതൊക്കെ നമ്മക്ക് സമ്മതിപ്പിക്കാന്നെ. നീ ഇതുവരെ കണ്ടതിൽ നിന്ന് വ്യത്യസ്തമായ ചുറ്റുപാടായിരിക്കും അവിടെ. മിക്കവരും സാധാര ണക്കാരായ കുട്ടികൾ. അവരിലും വില്ലന്മാരുണ്ടാവും കേട്ടോ. അത്തര ക്കാരെ ആദ്യമേ ഒഴിവാക്കണം. അവിടത്തെ ചില അദ്ധ്യാപകരെ എനിക്ക റിയാം. അവരുടെ കണ്ണ് എപ്പോഴും നിന്റെ മേലുണ്ടാകും. നിന്റെ ഇപ്പോഴ ത്തെ സ്കൂളിലേതുപോലെ എസിയൊന്നും ഉണ്ടാകില്ല. ഇപ്പോ ഫാനു ണ്ടെന്നാ കേൾക്കുന്നത്. ആന്റി പഠിച്ച സ്കൂൾ ഓല മേഞ്ഞതായിരുന്നു. തട്ടികകൊണ്ട് പാർട്ടീഷൻ ചെയ്ത ക്ലാസു മുറികൾ. മഴ പെയ്താൽ ചിലപ്പോ ചോരും. അന്നേരം നേരത്തേ ക്ലാസ് വിടുന്നതുകൊണ്ട് കുട്ടികൾ മഴയ്ക്കായി പ്രാർത്ഥിക്കും. വെയിലത്തും മഴയത്തും നടന്നാണ് ഞങ്ങള് സ്കൂളിൽ പോകുന്നത്. പലർക്കും കുടപോലുമുണ്ടാവില്ല. പ്ലാസ്റ്റിക് കവറിൽ പുസ്തകം നനയാതെ സൂക്ഷിക്കുകയാണ് വലിയ പുകില്.

കൂട്ടുകാരോടൊപ്പം ഇടവഴിയിലൂടെ കുത്തിയൊലിച്ചുവരുന്ന വെള്ളം കാലുകൊണ്ട് തട്ടിത്തെറിപ്പിച്ച് വെള്ളത്തിലെ പരൽമീനുകളെ തോർത്തുവിരിച്ച് പിടിച്ച് അങ്ങനെ നടക്കുന്നത് നീയൊന്നു ഇമാജിൻ ചെയ്ത് നോക്ക്.'' അതോടെ അവന്റെ മുഖം തെളിഞ്ഞു.

''ടീച്ചറാന്റീ......'' ആകെ നനഞ്ഞുകുളിച്ച് സനയും മുത്തുവുമെത്തി.

''കമോൺ അർമാൻ നമുക്ക് കടലിൽ കളിക്കാം. ...'' ഞാനവനെയും വലിച്ച് തിരമാലകളിലേക്കിറങ്ങിയപ്പോൾ സനയും മുത്തുവും ഞങ്ങളോടൊപ്പം ചേർന്നു.

തിരമാലകൾക്ക് വിട്ടുകൊടുക്കാതെ അർമാനെ സുരക്ഷിതനായി വളരാൻ സഹായിക്കുക വിചാരിക്കുന്നതുപോലെ എളുപ്പമല്ലെന്നറിയാമെങ്കിലും ഞാനതിന് ശ്രമിക്കും. മുഷ്ത്തരിയേയും അതിനായി ഒരുക്കും. ഒരു കുടുംബമെങ്കിലും രക്ഷിക്കാനായാൽ..... പുസ്തകം മടക്കിവച്ച് കട്ടിലിൽ കിടന്നപ്പോൾ നിറമുള്ള സ്വപ്നങ്ങളുമായി ഉറക്കം കണ്ണിൽ അരിച്ചെത്തി.

ഇരുപത്തിയഞ്ച്

വിമാനത്തിലേക്ക് സ്വാഗതം ചെയ്ത എയർഹോസ്റ്റസിനെ ടിക്കറ്റ് കാണിച്ചു.

"ലെഫ്റ്റ് സൈഡ്, ഫസ്റ്റ് റോ, വിന്റോ സീറ്റ്."

റെക്കോർഡ് ചെയ്തുവെച്ചതുപോലെയായിരുന്നു പറച്ചിൽ.

ഒരു ചെറുചിരി സമ്മാനിക്കാൻപോലും മറന്നു. സീറ്റ് കണ്ടുപിടിച്ച് ഇരിക്കുമ്പോഴേക്കും തീർത്തും അവശയായിരുന്നു. എയർ ഇന്ത്യാ എക്സ്പ്രസായതുകൊണ്ട് ദാഹിച്ച വെള്ളം കിട്ടുമോ എന്നുപോലും സംശയമാണ്. എന്നാലും ചോദിച്ചു നോക്കാം.

"എക്സ്ക്യൂസ് മി, കേൻ ഐ ഗെറ്റ് എ ഗ്ലാസ് ഓഫ് വാട്ടർ?"

എനിക്ക് പുറംതിരിഞ്ഞുനിന്ന് മുകളിലെ ക്യാബിനിലെ പെട്ടികളടുക്കുന്ന ചുവന്ന പാന്റും ഷർട്ടുമിട്ട പെൺകുട്ടിയോട് ചോദിച്ചു.

"ഒൺ സെക്കന്റ് മാഡം." ക്യാബിൻ അടച്ച് അവൾ എന്റെ നേരെ തിരിഞ്ഞു. മുഖത്ത് കുറച്ചുനേരം സൂക്ഷിച്ചു നോക്കിയിട്ട് ചോദിച്ചു.

"സുനിത ടീച്ചറല്ലേ?"

"അതേ....കുട്ടി.."

"ഞാൻ നിമിഷ, ബി എയ്ക്ക് ടീച്ചറെന്നെ ഇംഗ്ലീഷ് പഠിപ്പിച്ചിട്ടുണ്ട്."

"ദൈവമേ...... നിമിഷാ..... ഈ വേഷത്തിൽ മനസ്സിലായില്ല. സുഖമാണോ കുട്ടി?"

"സുഖം ടീച്ചർ. ദുബായിലെന്തെങ്കിലും പരിപാടിയുണ്ടോ?"

"ഉവ്വ് ഷാർജാ അന്താരാഷ്ട്ര ബുക്ക്ഫെയറിൽ നാളെ വൈകിട്ട് എന്റെ പുതിയ പുസ്തകത്തിന്റെ പ്രകാശനമുണ്ട്. നീ ആദ്യം കുറച്ചു വെള്ളം

താ. തൊണ്ട വരളുന്നു. എയർപോർട്ടിൽ നെട്ടോട്ടമോടി ആകെ വലഞ്ഞു."

"ഒൺ സെക്കന്റ്." അവൾ പെട്ടെന്ന് ഒരു കൊച്ചു കുപ്പി വെള്ള വുമായി തിരിച്ചെത്തി. ഞാൻ കുപ്പിതുറന്ന് കുടുകുടെ വെള്ളം കുടിച്ചു.

"എന്തുപറ്റി ടീച്ചർ? വല്ലാതെ തളർന്നിട്ടുണ്ടല്ലോ."

"ഒന്നും പറയണ്ട കുട്ടി. ഫ്ളൈറ്റ് മിസ്സായി. ഒരുവിധമാണ് ഇതിൽ കയറി പറ്റിയത്."

"ഓ... അത് ടീച്ചറായിരുന്നോ? ഫ്ളൈറ്റ് മിസ്സായ ഒരു വി ഐ പി ഇതിലുണ്ടെന്ന് അറിയിപ്പുണ്ടായിരുന്നു."

അപ്പോഴേക്കും എന്തോ അനൗൺസ്മെന്റ് കേട്ട്, "ഞാൻ വരാം ടീച്ചറേ" എന്നു പറഞ്ഞ് അവൾ ക്യാബിനടുത്തേക്കു പോയി. മുമ്പിൽത്ത ന്നെയായിരുന്നു സീറ്റ്. ഏറെക്കാലമായി യാത്രചെയ്യുന്നു. ഇതുവരെ ഇങ്ങനെ ഒരനുഭവമുണ്ടായിട്ടില്ല. രാവിലെ പത്തു മണിക്കായിരുന്നു എന്റെ ഫ്ളൈറ്റ്. അഞ്ചരമണിക്കുതന്നെ എയർപോർട്ടിലേക്ക് പുറപ്പെടാനിരുന്ന തുമാണ്. അപ്പോഴാണ് ഫ്ളൈറ്റ് പതിനൊന്നരയ്ക്കേ പുറപ്പെടുകയു ള്ളൂന്ന് രാത്രി ഫോണിൽ മെസേജ് വന്നത്. അതു കണക്കാക്കാതെ നേര ത്തേ ഇറങ്ങണമെന്നു കരുതിയതാണ്. എയർപോർട്ടിലും റെയിൽവേ സ്റ്റേഷനിലുമൊക്കെ കൂടെവരുന്ന ഡ്രൈവർ രാവിലത്തെ യാത്ര കൺ ഫേം ചെയ്യാൻ വിളിച്ചപ്പോൾ ഫ്ളൈറ്റ് ഡിലേയാണെന്ന കാര്യം അവ നോടു പറഞ്ഞിരുന്നു. അത് കണക്കാക്കണ്ട, നീ പറഞ്ഞ സമയത്തുതന്നെ എത്തിക്കോ എന്നും ഏല്പിച്ചതാണ്. അവൻ പക്ഷേ, വരാൻ വൈകി.. ഹൈറുവിനെ ഏലിയാമ്മച്ചേടത്തിയുടെ വീട്ടിലാക്കി പോരുന്നതിന്റെ വിഷമവുമുണ്ടായിരുന്നു. ഫ്ളൈറ്റ് ഡിലേയാണല്ലോ എന്ന സമാധാന ത്തിൽ എല്ലാവരോടും യാത്രയൊക്കെ പറഞ്ഞ് സാവകാശത്തിലാണ് ഇറങ്ങിയത്. ബൈപാസിൽ ഒരു ആക്സിഡന്റ് നടന്നതുകൊണ്ട് ഏറെ സമയം കാത്തുനില്ക്കേണ്ടിവന്നു. സമയമുണ്ടല്ലോ എന്നോർത്ത് വേവലാതിപ്പെട്ടില്ല.

കാറിറങ്ങി എയർ ഇന്ത്യാ കൗണ്ടറിൽച്ചെന്ന് അന്വേഷിച്ചപ്പോൾ പറയുന്നു എന്റെ ഫ്ളൈറ്റ് പോയെന്ന്!

അപ്പോൾ ഫോണടിഞ്ഞു. സംഘാടകസമിതിയിലുള്ള രാജനായി രുന്നു. ഏറെക്കാലമായി അറിയാം. എന്തുപറയും രാജനോട് എന്ന അങ്കലാപ്പിലായിരുന്നു ഞാൻ.. "ഫ്ളൈറ്റ് ടെയിക്കോഫ് ചെയ്യുന്നതിനുമുമ്പ് ഒന്നു വിളിച്ചേക്കണേ ടീച്ചർ. ഞങ്ങൾ സമയത്തിന് എയർപോർട്ടിൽ എത്തിക്കോളാം. ഇന്നു വൈകുന്നേരത്തെ ഉദ്ഘാടന സെഷനിൽ ടീച്ചറുണ്ട്. വിശദമായി വാട്സ് ആപിൽ മെസേജിടാം." രാജൻ ഫോൺ വെച്ചപ്പോഴാണ് ഇന്നവിടെ എത്തേണ്ട ആവശ്യകതയുടെ സീരിയസ്നസ്സ് മനസ്സിലായത്. പിന്നെ ഒന്നും ആലോചിക്കാതെ തിരക്കിട്ട് അകത്തുകടന്ന്

എയർ ഇന്ത്യാ എക്സ്പ്രസ് ചെക്കിൻ കൗണ്ടറിലേക്ക് ചെന്നു. "ഫ്ളൈറ്റ് ഇപ്പപ്പോയതേയുള്ളൂ." എന്ന മറുപടി കേട്ട് എന്റെ വിഷമം രോഷമായി പുറത്തുചാടി. ഡിലേയാണെന്നറിയിച്ചത് രാത്രിയിലാണെന്നും പിന്നീടത് തിരുത്തി മെസേജയച്ചിരുന്നെന്നുമുള്ള വാദമൊന്നും ചെവിക്കൊള്ളാനുള്ള മാനസികാവസ്ഥയിലായിരുന്നില്ല. വാക്കുകൾ ഉച്ചത്തിലായി. അതു കേട്ട് അവരുടെ മാനേജർ അടുത്തെത്തി.

"സുനിത ടീച്ചറല്ലേ. എന്താ പ്രശ്നം?"

ആരാ എന്താ എന്നൊന്നും ചോദിക്കാതെ അയാളോടും ഞാൻ ചൂടായി.

സംഗതി കേട്ടപ്പോൾ, "അയ്യോ, ടീച്ചറവിടെയെത്തിയില്ലെങ്കിൽ സംഗതി കുഴയുമല്ലോ. ടീച്ചർ വിഷമിക്കേണ്ട. ഉടനെ ഒരു ദുബായ് ഫ്ളൈറ്റുണ്ട്. അതിൽ സീറ്റുണ്ടോന്ന് ഞാനൊന്നു നോക്കട്ടെ." അയാൾ തിടുക്കത്തിൽ സ്ഥലംവിട്ടു. പത്തു മിനുട്ടിനകം അയാൾ തിരിച്ചെത്തി.

"ടീച്ചർ ദുബായ് ഫ്ളൈറ്റിൽ കയറ്റിത്തരാം. ഷാർജാ ദുബായ് വലിയ. ദൂരമൊന്നുമില്ല. ഉച്ചയ്ക്കൊക്കെ അരമണിക്കൂർകൊണ്ട് എത്താം. വരൂ."

അയാൾ നടന്നപ്പോൾ അയാളെ പിന്തുടരുകയല്ലാതെ എനിക്ക് മറ്റ് മാർഗ്ഗമൊന്നുമുണ്ടായിരുന്നില്ല. ചെക്കിൻ കഴിഞ്ഞതും ഫ്ളൈറ്റിലേക്ക് കയറാനുള്ള അനൗൺസ്മെന്റ് തുടങ്ങിയിരുന്നു. പെട്ടെന്ന് ഫോർമാലിറ്റീസ് പൂർത്തിയാക്കാൻ സഹായിക്കുന്നതിനിടയിലാണ് ഞാനയാളുടെ പേര് ചോദിച്ചത്.

"എന്റെ പേര് സനൽ. ഞാൻ ടീച്ചറുടെ എല്ലാ പുസ്തകങ്ങളും വായിച്ചിട്ടുണ്ട്. പിന്നീടൊരിക്കൽ ടീച്ചറെ വീട്ടിൽവന്നു കണ്ടുകൊള്ളാം." സനൽ തിടുക്കത്തിൽ സെക്യൂരിറ്റി ചെക്കിങ്ങും കഴിച്ച് എന്നെ അകത്തേക്കു കയറ്റിവിട്ടു. ആകെയൊരു ബാഗുള്ളത് അയാൾ അപ്പോഴേക്കും ചെക്കിൻ ചെയ്യിച്ചിരുന്നു.

"സനൽ സാർ പറഞ്ഞു. ടീച്ചർ പെട്ടെന്നു വരൂ." വേറൊരാൾ അപ്പോഴേക്കും എനിക്കു പോകേണ്ട ഗെയിറ്റിലെത്തിച്ചു. അവിടന്നു നേരെ ഏറോബ്രിഡ്ജിലൂടെ ഓട്ടമായിരുന്നു.

"ഹാവൂ......" സീറ്റിൽ ചാരിക്കിടന്നപ്പോഴാണ് രാജനെ വിവരമറിയിച്ചില്ലെന്ന് ഓർത്തത്. വാട്സ് ആപ്പിൽ മെസേജിട്ടതും രാജന്റെ കോൾവന്നു. ഒന്നും പേടിക്കേണ്ട അവർ ദുബായി എയർപോർട്ടിലുണ്ടാകുമെന്ന് സമാധാനിപ്പിക്കുന്നതിനിടയിൽ ഒരു എയർഹോസ്റ്റസ് അടുത്തുവന്ന് "മാഡം പ്ലീസ് സ്വിച്ച് ഓഫ് യുവർ മൊബൈൽ" എന്ന് ശാസനാസ്വരത്തിൽ പറഞ്ഞപ്പോൾ ഞാൻ തിരക്കിട്ട് ഫോൺ ഓഫാക്കി. അതിനിടയിൽ ഫ്ളൈറ്റ് ടെയിക്ക് ഓഫ് ചെയ്ത് തുടങ്ങിയിരുന്നു. തിടുക്കത്തിൽ സീറ്റ് ബെൽറ്റിട്ടു. ഇനിയുമെന്തൊക്കെ കുലുമാലുകളാണാവോ? പെട്ടെന്നാണ്

പ്രസാധകൻ പുതിയ നോവൽ ഷാർജയിൽവെച്ച് പ്രകാശനം ചെയ്യുന്ന കാര്യം പറഞ്ഞത്. ആലോചിച്ച് തീരുമാനമെടുക്കാൻ സാധിക്കുന്നതിനു മുമ്പ് വിസയെത്തി. സമൂഹത്തിലെ വിവിധമേഖലകളിൽ പ്രവൃത്തിക്കുന്ന സ്ത്രീജീവിതങ്ങൾ എന്റെ വീക്ഷണത്തിൽ അവതരിപ്പിക്കാനുദ്ദേശിച്ചാണ് തുടങ്ങിയതെങ്കിലും അത് അതിന്റേതായ വഴിക്കങ്ങു നീങ്ങി എന്നാണ് എഴുതിക്കഴിഞ്ഞപ്പോൾ തോന്നിയത്. കുറേകാലം വെച്ചിരുന്ന് വെട്ടലും തിരുത്തലും നടത്തി പ്രസാദിന് വായിക്കാനയച്ചു കൊടുത്തതോടെ അക്കാര്യം മറന്നു.. പ്രസാദ് ഞാനറിയാതെ നോവൽ ഒരു പ്രമുഖവാരികയ്ക്ക് അയച്ചുകൊടുത്ത കാര്യം അവർ വിളിച്ചു പറഞ്ഞപ്പോഴാണ് അറിഞ്ഞത്.. അവരത് വലിയ പബ്ലിസിറ്റി നല്കിയാണ് പ്രസിദ്ധീകരിച്ചത്. അതിനുമുമ്പുള്ള മുഖാമുഖത്തിൽ എന്നെയും പ്രസാദിനെയും ചേർത്ത് ചില ഗോസിപ്പുകളിട്ട് പൈങ്കിളിയാക്കാൻ ശ്രമിച്ചത് ചൊടിപ്പിച്ചെങ്കിലും മൗനം പാലിക്കുന്നതാണ് നല്ലതെന്ന് പ്രസാദാണ് പറഞ്ഞത്.

"നമ്മൾ എന്നും നല്ല സുഹൃത്തുക്കൾ മാത്രമായിരിക്കുമെന്ന് നമുക്കറിയാവുന്നിടത്തോളം ടെയിക്ക് ഇറ്റ് ഈസി." എന്നു പറഞ്ഞാണ് എന്നെ ആശ്വസിപ്പിച്ചത്.

"പ്രസാദ്സാറുമായി മാഡം അടുപ്പത്തിലാണോ?"

എന്ന് പത്രക്കാർ ചോദിക്കുമ്പോൾ "അതേ" എന്ന് അവരുടെ മുഖത്തു നോക്കി ഞാൻ പറയുന്നതും അതുകൊണ്ടാണ്. എങ്ങനെയുള്ള അടുപ്പമെന്നുപോലും ഒരു വിദ്വാൻ ചോദിച്ചിട്ടും ഞാൻ പ്രകോപിതയായില്ല.

"അയാൾ എന്റെ നല്ലൊരു സുഹൃത്താണ്. നിങ്ങളുടെ മനോഗതത്തിനനുസരിച്ച് വ്യാഖ്യാനിച്ചോളൂ." എന്നു പറഞ്ഞതിന് സോഷ്യൽ മീഡിയയിൽ കുലസ്ത്രീകളുടെ തെറി ഒരുപാട് കേട്ടു; കുലപുരുഷന്മാരുടെയും. അതൊന്നും എന്നെ ഒട്ടും അലട്ടാറില്ല എന്നത് അതിശയമായി പലപ്പോഴും തോന്നിയിട്ടുണ്ട്.

"അല്ല സുനിതേ, ഒരു സ്ഥലത്ത് പോകാനിറങ്ങുമ്പം നേരത്തിനും കാലത്തിനും പൊറപ്പെടണ്ടേ. എന്തൊരു പണിയാ നീ കാണിച്ചത്. ആടെ അറിയുന്നോലുണ്ടായതുകൊണ്ട് കൈച്ചലിലായി. മൂക്കിൽ പല്ലുമുളച്ചിട്ടും ഓക്ക് സ്വന്തം കാര്യം നോക്കനറിയൂലാ."

"അമ്മേ..... ഇങ്ങളുണ്ടോ ഷാർജയ്ക്ക്. അതു നന്നായി. ഇതെപ്പം കയറിപ്പറ്റി. ഇങ്ങക്ക് പിന്നെ പാസ്പോർട്ടും വിസയുമൊന്നും വേണ്ടാലോ."

"നീയെന്നെ കളിയാക്കണ്ട. ഇഞ്ഞി ഒറ്റക്കാകുന്നിടത്തോളംകാലം നിന്റൊപ്പം ഏത് ദുനിയാവിലേക്കും ഞാനുണ്ടാവും."

"സന്തോഷം. ഒറ്റയ്ക്ക് എനക്കും മതിയായി."

അമ്മയെ കാണുമ്പം ഞാൻ അച്ചടി ഭഷ മറക്കും. എന്റെ നാട്ടുഭാ

ഷയിൽ ഞാൻ നോവലെഴുതാറുണ്ടെങ്കിലും സംസാരം അച്ചടി ഭാഷയിലാണ്. സാഹിത്യകാരിയുടെ ഇമേജ് കാത്തുസൂക്ഷിക്കണ്ടെ?

"ഇനിക്കെന്താണെ ഞാൻ കൂടെ വന്നത് പറ്റീക്കില്ലെ?" അമ്മയുടെ സ്വരത്തിൽ അരിശം.

"ഊയ്യ്യന്റമ്മേ, ഇങ്ങളിങ്ങനെ ചൊടിച്ചാലോ? എനക്കാകെയുള്ള കൂട്ട് ഇങ്ങളല്ലെ?"

"അക്കാര്യം നീയിനി മിണ്ടറ്. പറഞ്ഞു പറഞ്ഞ് മതിയായി. ഒരുത്തനുമായിറ്റിപ്പം വലിയ അടുപ്പത്തിലാണല്ലോ. ഓനെ ഇനിക്ക് മംഗലം കയിച്ചൂടെ?"

"അമ്മേ, അയാള് കല്യാണം വേണ്ടെന്നുവെച്ച ആളാണ്. എന്നെപ്പോലെ. അതോണ്ടാ ഞമ്മള് നല്ല ചങ്ങായിമാരായത്."

"വെറുതേ മനുഷ്യമ്മാരെക്കൊണ്ട് പറയിക്കണ്ട സുനിതേ. പേപ്പറ് കാര് ഓരോന്ന് ചോയിക്കുമ്പം നീ ഉരുണ്ടു കളിക്കുന്നത് ഞാൻ കാണുന്നുണ്ട്."

"അതൊക്കെ പണ്ട്. ഇപ്പം സുനി കല്യാണി മണിമണിപോലെയാ അവരുടെ മുനവെച്ചുള്ള ചോദ്യങ്ങൾക്ക് മറുപടി പറയുന്നത്. എനിക്ക് അനേകം പുരുഷസുഹൃത്തുക്കളുണ്ട്. അവരെയെല്ലാവരേയും എനിക്കു കല്യാണം കഴിക്കാൻ ആഗ്രഹവുമുണ്ട്. എന്നാൽ അവർക്കാർക്കും എന്നെ വിവാഹം കഴിക്കാൻ താല്പര്യമില്ല. പിന്നെന്തു ചെയ്യും."

എന്ന് ഒരു പത്രസമ്മേളനത്തിൽ പറഞ്ഞപ്പോൾ പലരും മുഖം കോട്ടി. അതേസമയം ചില ചെറുപ്പക്കാർ ഞങ്ങൾക്ക് സമ്മതമാണെന്ന് സദസ്സിൽ നിന്ന് വിളിച്ചു പറഞ്ഞത് മീഡിയകൾ ആഘോഷമാക്കി. പിന്നെ സോഷ്യൽ മീഡിയയിൽ ട്രോളോട് ട്രോളൽ.

"നല്ല പുസ്തകങ്ങൾ എയ്തീട്ടാ എഴുത്തുകാർ നാട്ടിൽ അറിയപ്പെടേണ്ടത്. അല്ലാതെ തലതിരിഞ്ഞ വർത്താനം പറഞ്ഞിട്ടല്ല."

"നല്ല പുസ്തകമെഴുതിയതുകൊണ്ടല്ലെ അമ്മേന്റെ മോക്ക് ഷാർജ പുസ്തകോത്സവത്തിൽ ക്ഷണം കിട്ടിയത്."

"ആടെയെല്ലാം പോയിറ്റ് ഊറ്റാ തലതിരിഞ്ഞ വർത്താനമൊന്നും നീ പറയരുത്."

"ഉള്ളിലുള്ളത് മുയുമൻ പറയാൻ ഇങ്ങള് സമ്മയിക്കൂലാലോ. പറയാൻ വിചാരിച്ചത് ഞാൻ പെട്ടെന്നങ്ങ് മറന്നുപോവും. ഇങ്ങള് പലപ്പളും എന്റെ പ്രസംഗം തടസ്സപ്പെടുത്തിട്ടുണ്ട്."

"പിന്നെ, എനക്ക് വേറെ പണിയൊന്നുമില്ലാലോ."

"ഇങ്ങക്ക് എടക്ക് അച്ഛനേം കൂടെ കൂട്ടിക്കൂടെ? ഞാൻ പറേന്നത് അച്ഛനു മനസ്സിലാകും. മൂപ്പര് തെകഞ്ഞ കമ്യൂണിസ്റ്റാ."

"അച്ഛനില്ലാതെ വളർന്നേന്റെ കൊറവ് ഇനിക്ക് നല്ലോണമുണ്ട്. ഇനി

നിന്നോട് തർക്കിക്കാൻ ഞാനില്ല.''

അമ്മ മറഞ്ഞപ്പോൾ ഞാൻ കണ്ണുതുറന്നു.

''ടീച്ചർ നന്നായൊന്നുറങ്ങി അല്ലേ?''

ഭക്ഷണവണ്ടിയുമായി നിമിഷയും മറ്റൊരു കുട്ടിയും മുന്നിൽ.

''ആണോ. സീറ്റിൽ ചാരിയിരുന്നത് ഓർമ്മയുണ്ട്. കുറച്ചുദിവസമായി യാത്രയ്ക്കുള്ള ഒരുക്കത്തിലായിരുന്നു. കൂടെയുള്ള ആള് മലയാളിയാണോ?''

''അല്ല, ബാംഗ്ലൂരിയാ. സരിത. ഇത് എന്നെ പഠിപ്പിച്ച ടീച്ചറാ. കേരളത്തിലെ അറിയപ്പെടുന്ന എഴുത്തുകാരിയാ. സരിത നന്നായി വായിക്കും ടീച്ചർ.''

''ഗ്ലാഡ് ടു മീറ്റ് യൂ മാഡം.'' എന്നു പറയുന്നതിനിടയിലും അവളുടെ ശ്രദ്ധ യാത്രക്കാർക്ക് ഭക്ഷണം കൊടുക്കുന്നതിലായിരുന്നു.

''ഇതിനകത്ത് കയറിയാ പിന്നെ ഞങ്ങളെ ചങ്ങലയ്ക്കിട്ടതിനു തുല്യമാ. ആരെങ്കിലും പരാതി പറഞ്ഞാ ആകെ കുലുമാലാ. എനിക്ക് ടീച്ചറടുത്തിരുന്ന് പഴയ കാര്യങ്ങൾ അയവിറക്കാൻ കൊതിയാവുന്നു.''

എനിക്കുള്ള ഭക്ഷണം കൈയിൽത്തന്നിട്ട് മുന്നോട്ടു നീങ്ങുമ്പോൾ നിമിഷ പതുക്കെ പറയുന്നുണ്ടായിരുന്നു.

''നമുക്ക് കാണാം. ഇപ്പോൾ നിന്റെ ജോലി നടക്കട്ടെ.''

അവളെ ആശ്വസിപ്പിച്ച് ഭക്ഷണപ്പൊതി തുറന്നു. സാന്റ്‌വിച്ചും ചോക്ലേറ്റ് കെയിക്കും. രാവിലെ ഒന്നും കഴിച്ചില്ല. എന്തെങ്കിലും കഴിച്ചിട്ടു പോയാൽ മതിയെന്ന് ഹൈറു നിർബ്ബന്ധിച്ചതാണ്. അതിരാവിലെ ഒന്നും വേണ്ട, എയർപോർട്ടിൽനിന്നു കഴിച്ചോളാമെന്നു പറഞ്ഞാണ് അവളെ സമാധാനിപ്പിച്ചത്. വിശക്കുമ്പോൾ കൈയിൽ കിട്ടുന്നതെന്തും അമൃതു തന്നെ. ഒരു കപ്പ് കാപ്പികൂടി കുടിച്ചതോടെ ആകെ ഒരുന്മേഷം തോന്നി. നിമിഷ സ്പെഷ്യലായിട്ടു തന്ന ആപ്പിൾ ജ്യൂസിന്റെ കുപ്പി മുന്നിലെ സീറ്റിന്റെ ബാക്ക് കവറിൽ തിരുകി സീറ്റ് ബെൽട്ടഴിച്ച് എഴുന്നേറ്റു. കഷ്ടിച്ച് നില്ക്കാൻപോലും സ്ഥലമില്ല. അടുത്ത സീറ്റിൽ ആളില്ലാത്തതുകൊണ്ട് രക്ഷപ്പെട്ടു. അല്ലെങ്കിൽ എഴുന്നേറ്റ് ടോയിലറ്റിൽ പോകൽ ശ്രമകരമായ ഏർപ്പാടാണ്. കണക്കില്ലാത്ത കാശു വാങ്ങുമ്പം ഇരിപ്പിടമൊക്കെ സൗകര്യപ്രദമാക്കിക്കൂടെ എന്ന് ഫ്ളൈറ്റിൽ യാത്ര ചെയ്യുമ്പോഴെല്ലാം തോന്നാറുണ്ട്. തീപ്പെട്ടിക്കൂടുപോലുള്ള ടോയിലറ്റിൽ പോകൽ മറ്റൊരു യജ്ഞംതന്നെയാണ്. എല്ലാത്തവണ യാത്ര ചെയ്യുമ്പോഴും ടോയിലറ്റിന്റെ വാതിൽ അടയ്ക്കലും തുറക്കലും പേടിയോടെയാണ്. അതിനകത്തു കുടുങ്ങിപ്പോകുമോ എന്നു സംശയിച്ചുകൊണ്ടാണ് എപ്പോഴും ടോയിലറ്റിൽ പ്രവേശിക്കുക. കണ്ണാടിയിൽ നോക്കിയപ്പോഴാണ് മുഖത്തെ ക്ഷീണം മനസ്സിലായത്. മുഖം കഴുകി, മുടി കോതി മിനുക്കി ഫൗണ്ടേഷൻ

തേച്ച് കോംപാക്ട് തുറന്ന് മുഖത്ത് ടച്ചു ചെയ്തപ്പോൾ കുറച്ച് ലിപ്ഗ്ലോസ് കൂടി ആകാമെന്നു തോന്നി. അങ്ങനെ ആകെ എന്നെയൊന്ന് മോടി പിടിപ്പിച്ചാണ് പുറത്തിറങ്ങിയത്. പണ്ടൊന്നും സൗന്ദര്യവസ്തുക്കളൊന്നുംതന്നെ ഉപയോഗിക്കാറില്ലായിരുന്നു. ഹൈറു നിർബ്ബന്ധിച്ച് ഇടയ്ക്കിടെ ബ്യൂട്ടി പാർലറിൽ അയക്കാൻ തുടങ്ങിയതോടെയാണ് അവരുടെ നിർദ്ദേശമനുസരിച്ച് എന്റെ സ്കിന്നിനു ചേരുന്ന ഫൗണ്ടേഷനും കോംപാക്ടുമൊക്കെ ഉപയോഗിച്ചു തുടങ്ങിയത്.

"അള്ള തന്ന മൊഞ്ചും സീനത്തും ഞമ്മളായിട്ട് കളഞ്ഞുകുളിക്കരുത്." എന്നാണ് ഹൈറു പറയുന്നത്. കോളേജിൽപോകുമ്പോൾ ഇതൊന്നും ഉപയോഗിക്കാറില്ലെങ്കിലും ഇത്തരം യാത്രകളിൽ ഇതെല്ലാം പതിവായിരിക്കുന്നു. ഹൈറു പറയുന്നതുപോലെ കാലം മാറുമ്പോൾ കോലവും മാറാതെ തരമില്ലല്ലോ. സീറ്റിലിരിക്കുമ്പോഴേക്കും ഫ്ളൈറ്റ് ലാന്റുചെയ്യാനുള്ള അറിയിപ്പ് തുടങ്ങിയിരുന്നു.

ഇരുപത്താറ്

ഫ്ളൈറ്റ് ലാന്റ് ചെയ്യുമ്പോഴുള്ള മേഘക്കാഴ്ച എത്ര കണ്ടാലും മതിയാവാറില്ല. മേഘങ്ങൾക്കിടയിലൂടെ ഊളിയിട്ട് വിമാനം പതുക്കെ താഴാൻ തുടങ്ങിയപ്പോൾ ആദ്യം മരുഭൂമിയും പിന്നീട് നീലക്കടലും പതുക്കെപ്പതുക്കെ നഗരക്കാഴ്ചകളും പ്രത്യക്ഷപ്പെട്ടു തുടങ്ങി. തീപ്പെട്ടിപ്പെട്ടി പോലെ തോന്നിച്ച കെട്ടിടങ്ങൾ പെട്ടെന്നങ്ങ് വളർന്ന് മാനം മുട്ടി. അപ്പോഴേക്കും വിമാനം നിലം തൊട്ടിരുന്നു. ചക്രങ്ങൾ പൊടുന്നനെ നിലംകുത്തിയപ്പോഴുണ്ടായ വിറയലും ഇരമ്പലും എന്നത്തേയും പോലെ നെഞ്ചിലൊരാന്തലുണ്ടാക്കി. അറിയിപ്പുണ്ടാകുന്നതുവരെ സീറ്റ് ബെൽട്ട് ഊരരുതെന്നും ക്യാബിൻ തുറക്കരുതെന്നുമുള്ള അനൗൺസ്മെന്റ് കേട്ടുകൊണ്ടിരിക്കെത്തന്നെ പല വിരുതന്മാരും ചാടിയെഴുന്നേറ്റ് ക്യാബിൻതുറന്ന് അവനവന്റെ സാധനങ്ങൾ എടുക്കാൻ തുടങ്ങി. വിമാനജോലിക്കാരുടെ നേരിട്ടുള്ള വിലക്കും പലരും കേട്ടതായിപ്പോലും ഭാവിച്ചില്ല. കേരളത്തിൽ മാത്രം കാണുന്ന ഒരു സ്ഥിരം കാഴ്ചയായതുകൊണ്ട് ചിരിയാണ് വന്നത്. വിമാനത്തിൽനിന്നിറങ്ങാനുള്ള അറിയിപ്പു കിട്ടി ഞാൻ എഴുന്നേല്ക്കാൻ ശ്രമിക്കുമ്പോഴേക്കും കോറിഡോറിൽ തിരക്കു തുടങ്ങിയിരുന്നു. സീറ്റിൽത്തന്നെ ഇരിക്കുകയേ നിവൃത്തിയുണ്ടായിരുന്നുള്ളു. പലർക്കും പല തിരക്കുകളുണ്ടായിരിക്കും. ചിലർക്ക് മക്കളെയും ബന്ധുക്കളെയും കാണാനുള്ള തിടുക്കം, ചിലർക്ക് ജോലിക്കു പോകാനുള്ള തിടുക്കം. എനിക്കങ്ങനെ ഒരു തിടുക്കവുമില്ലാത്തതുകൊണ്ട് തിരക്കൊഴിയാൻ കാത്തുനിന്നു. നിമിഷ വാതിൽക്കലുണ്ടായിരുന്നു.

“ടീച്ചറെ വീണ്ടും ഒന്നു കാണാൻ സാധിച്ചല്ലോ. സന്തോഷമായി.”

"നീ എന്നാ മടക്കം?"

"നാളെ ഉച്ചയ്ക്ക്. അല്ലെങ്കില് ഞാൻ ടീച്ചറുടെ പരിപാടി അറ്റന്റു ചെയ്തേനെ. ഞാൻ വിളിക്കാം ടീച്ചർ."

അവളെന്നെ യാത്രയാക്കി. സരിതയും പുഞ്ചിരിയോടെ യാത്ര പറഞ്ഞു. എയ്റോ ബ്രിഡ്ജ് വഴി തിടുക്കത്തിൽ മണ്ടുന്നവരുടെ പിന്നാലെ ഞാനും തിരക്കിട്ടു നടന്നു. കുറേനേരം നടക്കുകയും എസ്കലേറ്റർ ഇറങ്ങുകയുമൊക്കെ ചെയ്തപ്പോഴാണ് എമിഗ്രേഷൻ കൗണ്ടറുകൾ കണ്ടത്. അപ്പോഴേക്കും മിക്ക കൗണ്ടറുകളിലും സാമാന്യം നീണ്ട ക്യൂ കാണാമായിരുന്നു. ഇതറിയാവുന്നതുകൊണ്ടായിരിക്കാം യാത്രക്കാർ ഇറങ്ങാൻ വെപ്രാളപ്പെടുന്നത്. ഞാൻ കാഴ്ചകളാസ്വദിച്ച് പതുക്കെ നടക്കുന്നതിനിടയിൽ തിരക്കു നിയന്ത്രിക്കാനായി ഒരു കൗണ്ടർകൂടി തുറന്നു. അടുത്തുണ്ടായിരുന്ന ഉദ്യോഗസ്ഥന്റെ കൈയാംഗ്യപ്രകാരം ഉള്ളിലേക്കു നടന്നപ്പോൾ ഞാനായി അതിന്റെ മുൻനിരയിൽ.

"റൈറ്റർ...? മാശാ അള്ളാഹ്.....ഗുഡ് ഗുഡ്." എന്റെ വിസയും പാസ്പോർട്ടും നോക്കി കൗണ്ടറിലെ അറബി ലോഹ്യം ഭാവിച്ചപ്പോൾ എനിക്കും എന്നെപ്പറ്റി ഒരു മതിപ്പൊക്കെ തോന്നി. ഞാനും സൗഹൃദഭാവത്തിൽ ചിരിച്ചു. അയാൾക്കൊരു സലാമും പറഞ്ഞു. അറബികളോട് സലാം പറഞ്ഞാ ഓലിക്ക് വല്യ കാര്യാവുന്നാ കൗജുത്താത്ത പറഞ്ഞത് എന്ന ഹൈറുവിന്റെ വാക്കുകളോർക്കുകയും ചെയ്തു. എൻജോയ് യുവർ സെൽഫ് എന്നുപറഞ്ഞ് അയാൾ പാസ്പോർട്ടും വിസയും തിരിച്ചുതന്നപ്പോൾ ഞാൻ പുറത്തിറങ്ങി. ഇനിയെങ്ങോട്ട് എന്നാലോചിച്ച് അല്പം നിന്നിട്ട് മുന്നിൽ പോകുന്ന ആളെ അനുഗമിച്ചു. ലെഗേജ് കളക്ഷനെന്ന ബോർഡിലെ ഏരോ നോക്കി നടക്കുന്നതിനിടയിൽ ഫോണടിഞ്ഞു. രാജനായിരുന്നു.

"ടീച്ചർ ഞങ്ങൾ പുറത്തുണ്ട്. എമിഗ്രേഷൻ കഴിഞ്ഞോ?"

"ഉവ്വ്. ലഗേജ് കിട്ടണം."

"ഓ ക്കെ"

എന്റെ ഫ്ളൈറ്റ് നമ്പർ നോക്കി കൺവെയർ ബെൽറ്റിനടുത്തേക്ക് നടന്നപ്പോൾ അവിടെയും തിക്കും തിരക്കും. മിക്കവരും മലയാളികളായിരുന്നു. മാറി നിന്നപ്പോൾ ഒരാൾ "സുനിതാ മാഡമല്ലേ?" എന്നു ചോദിച്ചുകൊണ്ട് അടുത്തുവന്നു. മലയാളം സംസാരിക്കുന്നവരെ എവിടെ കണ്ടാലും എന്റെ ഉള്ളിലൊരു മിന്നലാട്ടമാണ്. അത് മുഖത്തും തെളിഞ്ഞു.

"എന്തെങ്കിലും പരിപാടിക്കു വന്നതാണോ? ഇങ്ങനെ മാറിനിന്നാൽ ലഗേജ് ഇപ്പോഴൊന്നും കിട്ടില്ല. ആ ടിക്കറ്റു തരൂ. അതിൽ ലഗേജ് സ്ലിപ്പുണ്ടാവും."

അയാൾ കൈയിൽനിന്ന് ടിക്കറ്റ് വാങ്ങി കൺവെയർ ബെൽറ്റിന

ടുത്തുള്ള ആൾക്കൂട്ടത്തിലേക്ക് ഊളിയിട്ടു. അയാളുടെ പേരുപോലും ചോദിച്ചില്ല. മുഖവും ഓർത്തെടുക്കാനാവുന്നില്ല. ഞാൻ കുറച്ചകലെയുണ്ടായിരുന്ന കസേരയിലിരുന്നു. അയാൾ ട്രോളിയിൽ എന്റെ ബാഗുമായി എത്തി.

പുറത്താരാ ഉള്ളതെന്നു ചോദിച്ചപ്പോഴാണ് എന്റെ വരവിന്റെ ഉദ്ദേശ്യം അയാളോട് പറയാൻ അവസരം കിട്ടിയത്. രാജന്റെ പേരുപറഞ്ഞപ്പോൾ അയാൾക്കറിയാമായിരുന്നു. പിന്നെ എന്റെ ബാഗുകൂടി അയാളുടെ ട്രോളിയിൽവച്ച് മാഡം വരൂ എന്നുപറഞ്ഞപ്പോൾ ഞാനയാളെ അനുഗമിച്ചു. ഗേറ്റിനു പുറത്തും സ്വീകരിക്കാൻ വന്നവരുടെ സാമാന്യം തിരക്കുണ്ടായിരുന്നു.

"മിക്കവരും മലയാളികളാ. നാട്ടിൽനിന്നുള്ള ഫ്ളൈറ്റുകൾ ഈ ടർമിനലിലാ വരുന്നത്. മറ്റു ടർമിനലുകളൊന്നിലും ഇത്രയും തിരക്കു കാണില്ല. നമ്മൾ മലയാളികൾ സുഹൃത്തുക്കളും ബന്ധുക്കളും നാട്ടിൽ നിന്നെത്തുമ്പോൾ ലീവെടുത്തായാലും സ്വീകരിക്കാൻ എയർപോർട്ടിലെത്തും. അവരെ ദുബായി കാണിക്കും. തിരിച്ചുപോകുമ്പോൾ കൈനിറയെ സമ്മാനങ്ങൾ കൊടുക്കുകയും ചെയ്യും. ഞാനിത്രയെല്ലാം പറഞ്ഞിട്ടും ടീച്ചറിതുവരെ ഒന്നും മിണ്ടിയില്ല."

"പേരു പറഞ്ഞില്ലല്ലോ........ എവിടെയാ സ്ഥലം?"

"അള്ളാ, ടീച്ചറെക്കണ്ട സന്തോഷത്തിൽ ഞാനതങ്ങു വിട്ടുപോയി. എന്റെ പേര് മെഹബൂബ്. കണ്ണൂരാ വീട്. ടീച്ചറുടെ ലെയിറ്റസ്റ്റ് നോവലും ഞാൻ വായിച്ചു. മറ്റുള്ളവയിൽനിന്ന് വളരെ ഡിഫ്രന്റായി തോന്നി."

"താങ്കസ്. മെഹബൂബ് എന്തുചെയ്യുന്നു? തിരക്കിനിടയിൽ വായിക്കാനൊക്കെ സമയം കിട്ടുമോ?"

"ഞാൻ ബാങ്കിലാ. സമയം നമ്മള് കണ്ടെത്തണം. ജോലി കഴിഞ്ഞാൽ സൂക്കുകളിലും മാളുകളിലും അലഞ്ഞുതിരിഞ്ഞും പാതിരാത്രി വരെ ടി വിയുടെ മുന്നിലിരുന്നും ഒന്നിനും സമയമില്ലെന്നു പറയുന്നവരോട് എന്തു പറയാനാ?"

സംസാരത്തിനിടയിലും അയാളുടെ കണ്ണുകൾ ആൾക്കൂട്ടത്തിലായിരുന്നു.

"രാജൻ സാറവിടെനിന്ന് ടീച്ചർക്ക് കൈകാണിക്കുന്നു." അയാൾ പറഞ്ഞുതീരുംമുമ്പേ രാജൻ അടുത്തെത്തി.

"ഇതാര് മെഹബൂബോ...... അല്ലാ അപ്പഴത്തിനും ടീച്ചറെ ഹൈജാക്ക് ചെയ്തോ?"

"ഇതാ ഏല്പിച്ചിരിക്കുന്നു. അവിചാരിതമായി കണ്ടുമുട്ടിയതാ. മുൻകൂർ പരിപാടിയൊന്നുമല്ല സുഹൃത്തേ. പുസ്തകം വായിച്ചപ്പോൾ കാണണമെന്നു ആഗ്രഹിച്ചതാ.. അവസരം കിട്ടിയില്ല. എന്റെ ഫ്ളൈറ്റിൽ

ടീച്ചറുള്ള കാര്യം എനക്കറിയില്ലായിരുന്നു.'' മെഹബൂബ് എന്റെ ട്രോളി ബാഗ് രാജനെ ഏല്പിച്ചിട്ട് പറഞ്ഞു.

''നാളെ എത്ര മണിക്കാ ടീച്ചറുടെ പരിപാടി?'' മെഹബൂബ് ചോദിച്ചു.

''എട്ടു മണിക്ക്. നാളെ ഓഫല്ലെ. വരൂ.'' രാജനാണ് മറുപടി പറഞ്ഞത്.

''തീർച്ചയായിട്ടും. എവിടെയാ ടീച്ചറുടെ താമസം? ഫോൺ നമ്പറും വേണം.''

''ഷാർജ ഷെറാട്ടൺ ഹോട്ടലിൽ.''

''നാളെ ശനിയാഴ്ചയല്ലേ? ഞാൻ പകലേ അവിടെയെത്താം. ഇതുപോലുള്ള അവസരങ്ങളൊന്നും ഞാൻ മിസ്സാക്കാറില്ലെന്ന് രാജനറിയാമല്ലോ.''

അയാൾ യാത്ര പറഞ്ഞപ്പോൾ കൂടെയുള്ള ആളെ രാജൻ പരിചയപ്പെടുത്തി.

''ഇത് അഹമ്മദ് ഭായി. വലിയ പുള്ളിയാ. പല ഏർപ്പാടുകളുമുണ്ട്. സാഹിത്യമെന്നു പറഞ്ഞാൽ ഒരുതരം ലഹരിയാ. കേരളത്തിലെ പ്രമുഖ എഴുത്തുകാർ ഇവിടെയെത്തുമ്പോൾ അവരെ കൊണ്ടുനടക്കുന്നത് അഹമ്മദ്ഭായിയാ. പക്ഷേ, നാട്ടിൽവെച്ചുകണ്ടാൽ പലരും പരിചയഭാവം കാണിക്കാറില്ലെന്നൊരു പരാതി അഹമ്മദ് ഭായിക്കുണ്ട്.''

''അങ്ങനെയൊന്നുമില്ല ടീച്ചറേ. വായന എന്റെ ജീവനാഡിയാ. ആദ്യകാലത്ത് മരുഭൂമിയിൽ വന്നപ്പോൾ ജീവിതം ഇതുപോലെ സുഗമമായിരുന്നില്ല. ഇന്നു കാണുന്ന ദുബായ് ആയിരുന്നില്ല അന്ന്. കഴിഞ്ഞ പത്തിരുപത് കൊല്ലത്തിനിടയിലാ ഇക്കണ്ട മാറ്റങ്ങളൊക്കെ ഉണ്ടായത്. മരുഭൂമിയിൽ ആടുമേച്ചും അറബികളുടെ വിടുപണി ചെയ്തും ഏറെ കഷ്ടപ്പെട്ടിട്ടുണ്ട്. ജീവിതം കെട്ടിപ്പടുക്കാനുള്ള ബദ്ധപ്പാടിനിടയിൽ ഏക ആശ്വാസം വായനയായിരുന്നു. അന്നൊക്കെ ഇവിടെ മലയാളപുസ്തകങ്ങൾ കിട്ടുമായിരുന്നില്ല. നാട്ടിൽനിന്ന് വാങ്ങിക്കൊണ്ടുവരികയാണ് പതിവ്.''

സംസാരത്തിനിടയിൽ ഞങ്ങൾ കാർപാർക്കിങ്ങിലെത്തിയിരുന്നു. അഹമ്മദ് ഫോൺ വിളിച്ചപ്പോൾ ഒരാൾ സാമാന്യം വലിയൊരു കാറുമായി എത്തി. ബാഗും അയാൾതന്നെ കാറിലെടുത്തുവച്ചു. അഹമ്മദ് അയാൾക്ക് ടിപ്പു കൊടുത്ത് എനിക്കായി പുറകിലെ ഡോർ തുറന്നുപിടിച്ചു.

''ഗൾഫിലെത്തിയാൽ മലയാളികൾ കൂടുതൽ വാചാലരാകും അല്ലേ?'' കാർ ഓടിത്തുടങ്ങിയപ്പോൾ ഞാൻ ചോദിച്ചു.

''അതെന്തേ.....?'' രണ്ടുപേരും ഒരുമിച്ചാണ് ചോദിച്ചത്....

''ഇവിടെ ഇറങ്ങിയതുമുതൽ എനിക്ക് നാവനക്കേണ്ടി വന്നിട്ടില്ല.''

''ഹാ..... ഹാ..... നേരാ ടീച്ചറേ. ഞങ്ങളാരാധിക്കുന്ന എഴുത്തുകാരേയും കലാകാരന്മാരേയുമൊക്കെ കാണുമ്പോൾ അങ്ങനെയായിപ്പോകുന്നതാണ്.''

രാജൻ.

"നാളെയും മറ്റന്നാളും ടീച്ചർക്ക് നിന്നു തിരിയാൻ ഇടം കിട്ടിയെന്നു വരില്ല. ടീച്ചറുടെ പ്രസാധകർക്ക് പ്രവാസ എഴുത്തുകാരുടെ ധാരാളം പുസ്തകങ്ങളുടെ റിലീസുണ്ട്. ടീച്ചറായിരിക്കും മിക്ക പുസ്തകങ്ങ ളുടെയും പ്രകാശനം നിർവ്വഹിക്കേണ്ടി വരിക."

"എന്നോടക്കാര്യമൊന്നും പറഞ്ഞിട്ടില്ല. എനിക്കതിലൊന്നും താല്പര്യവുമില്ല."

"അതുമിതും പറഞ്ഞ് വന്നയുടനെ ടീച്ചറുടെ മനസ്സ് ചടപ്പിക്കാതെ നല്ല കാര്യങ്ങളെക്കുറിച്ച് പറഞ്ഞുകൊടുക്ക് രാജേട്ടാ. എല്ലാം തമാശയായി കണ്ട് ആസ്വദിച്ചാൽ ഒരു പുതിയ നോവലിനുള്ള മെറ്റീരിയൽസുമായി ടീച്ചർക്കിവിടന്നും മടങ്ങാം. അറബിയിലും ഇംഗ്ലീഷിലുമൊക്കെ പല വേദികളിലായി പല വിഷയങ്ങളെക്കുറിച്ചും ഗഹനമായ ചർച്ചകൾ നടക്കാറുണ്ട്. നാളെക്കഴിഞ്ഞാൽ ഞങ്ങള് ടീച്ചറെ അത്തരം ഇടങ്ങൾ കണ്ടുപിടിച്ച് കൊണ്ടുപോകാം. അങ്ങനെയാവുമ്പം പല രാജ്യങ്ങളിൽ നിന്നുള്ള എഴുത്തുകാരെ പരിചയപ്പെടാനും ചർച്ചയിൽ പങ്കെടുക്കാനും അവസരം ലഭിക്കും. പുറമേ നിന്നുള്ള പ്രസാധകരുമുണ്ടാകും. നമ്മുടെ പ്രമുഖരായ എഴുത്തുകാരുടെ പുസ്തകങ്ങൾ മറ്റു ഭാഷകളിലേക്ക് പരിഭാഷപ്പെടുത്താൻ താല്പര്യമുള്ള വിദേശപ്രസാധകരെ നമുക്ക് പരിചയപ്പെടാം. എനിക്കൊരു അറബി പ്രസാധകനെ അറിയാം. ടീച്ചറുടെ പുതിയ പുസ്തകത്തെക്കുറിച്ച് അയാളോട് ഞാൻ സംസാരിച്ചിട്ടുണ്ട്. ടീച്ചറോട് ചോദിച്ചിട്ട് അദ്ദേഹവുമായി ഒരപ്പോയ്ന്റ് ഫിക്സ് ചെയ്യാമെന്ന് വിചാരിച്ചിരിക്കുകയാണ്. ടീച്ചർക്ക് ഇംഗ്ലീഷ് നന്നായി വഴങ്ങുന്നതു കൊണ്ട് അവിടെയെല്ലാം ഷൈൻ ചെയ്യാം. ഇംഗ്ലീഷിൽ ഫ്ളൂവെൻസിയില്ലാത്തതുകൊണ്ടുമാത്രം നമ്മുടെ പ്രധാനപ്പെട്ട എഴുത്തുകാർക്കു പോലും ധാരാളം അവസരങ്ങൾ നഷ്ടപ്പെടുന്നുണ്ട്." അഹമ്മദ് എന്നെ സമാധാനിപ്പിച്ചു..

"മൂന്നു ദിവസം ടീച്ചറുടെ താമസം ഷെറാട്ടണിലാണ്. അതു കഴി ഞ്ഞുള്ള നാലു ദിവസം ടീച്ചർ ഞങ്ങളുടെ സംഘടനയുടെ അതിഥിയാണ്. സാംസ്കാരിക വകുപ്പ് സെക്രട്ടറി നല്ല വായനക്കാരനും സഹൃദയനുമൊ ക്കെയായതുകൊണ്ടാണ് ഞങ്ങളുടെ അഭ്യർത്ഥനപ്രകാരം ടീച്ചറുടെ വിസയും ടിക്കറ്റും നാലു ദിവസംകൂടി നീട്ടിക്കിട്ടിയത്. ടീച്ചർക്ക് വേണ മെങ്കിൽ ഇവിടത്തന്നെ തുടരാനും ഞങ്ങളേർപ്പാടാക്കിയിട്ടുണ്ട്. പക്ഷേ, അഹമ്മദ് ഭായിക്ക് ഒരു ദിവസമെങ്കിലും ടീച്ചർ മൂപ്പരുടെ വീട്ടിൽ താമസിക്കണമെന്ന് മോഹമുണ്ട്." രാജൻ.

"എന്റെ പെണ്ണുങ്ങള് ടീച്ചറുടെ ആരാധികയാ. നേരിട്ടു കാണുമ്പോ ഒന്നു കെട്ടിപ്പിടിക്കണമെന്ന് വലിയ മോഹമാ. പഠിപ്പൊക്കെ കുറവാണെ

ങ്കിലും നന്നായിട്ട് വായിക്കും. എഴുത്തിന്റെ ചെറിയ അസ്കിതയുമുണ്ട്.''

''പിന്നെന്തിനാ ഒരു ദിവസമാക്കുന്നത്. ബാക്കിയുള്ള നാലുദിവസം അവിടയങ്ങ് കൂടാം. നിങ്ങളുടെ സുഹൃത്തുക്കളെയൊക്കെ പരിചയപ്പെടുകയും ചെയ്യാമല്ലോ.''

''റബ്ബേ.........നേരോ.....?'' അഹമ്മദ്.

''പിന്നെന്താ?''

''നുസ്രത്ത് നിലത്തൊന്നുമായിരിക്കില്ല. അവരുടെ ഒരു പെൺകൂട്ടായ്മയുണ്ട്. മാസത്തിലൊരിക്കൽക്കൂടി പുസ്തക ചർച്ചയൊക്കെ നടത്താറുണ്ട്. അതിലൊരുദിവസം ടീച്ചറെ പങ്കെടുപ്പിക്കാൻ പറ്റുമോന്നൊക്കെ ചോദിച്ചതാണ്.''

അപ്പോൾ ഫോണടിഞ്ഞു. പ്രസാധകനായിരുന്നു.

''ഹോട്ടലിലെത്തിയോ? രാജൻ നിർബ്ബന്ധം പിടിച്ചതുകൊണ്ടാ ഞാൻ വരാഞ്ഞത്. ബുദ്ധിമുട്ടൊന്നുമുണ്ടായില്ലല്ലോ?''

''ഹേയ് ഇല്ല.''

''വൈകുന്നേരം ഇങ്ങോട്ടു കൂട്ടിക്കൊണ്ടുവരാൻ ഞാൻ കാറയക്കാം.''

''വേണ്ട. രാജൻ വരാമെന്നു പറഞ്ഞിട്ടുണ്ട്. രാജനെന്റെ പഴയ സുഹൃത്താ.''

''കൃത്യസമയത്ത് എത്തണേ. പ്രധാനപ്പെട്ട പരിപാടിയാ. മലയാളത്തിൽനിന്ന് സുനിത മാത്രാ അതിൽ പങ്കെടുക്കുന്നത്. അതുകൊണ്ട് കൂടിയാ പുസ്തക റിലീസ് ഇവിടെവച്ചാക്കിയത്. രാജനെ ഞാൻ വിളിച്ചോളാം.''

''ശരി. ഞാൻ റൂമിലെത്തിയിട്ട് വിളിക്കാം.''

''വൈകുന്നേരങ്ങളിൽ ദുബായിൽനിന്ന് ഷാർജയിലെത്താൻ ചുരുങ്ങിയത് രണ്ടു മണിക്കൂറെങ്കിലുമെടുക്കും. രാവിലെ ഷാർജയിൽനിന്ന് ദുബായിലേക്കും അങ്ങനെതന്നെ. ഷാർജയിൽ കുറഞ്ഞ വാടകയ്ക്ക് സാമാന്യം നല്ല ഫ്ളാറ്റുകൾ കിട്ടും. താമസസ്ഥലത്തിലെ മോടിയിലാണല്ലോ മലയാളികളുടെ പെരുമ നടിക്കൽ. അതുകൊണ്ട് ഇടത്തരക്കാരിൽ മിക്കപേരും താമസം ഷാർജയിലും ജോലി ദുബായിലുമായിരിക്കും. പത്തുമിനുട്ടിനുള്ളിൽ നമ്മൾ ഹോട്ടലിലെത്തും. ലഞ്ചു കഴിഞ്ഞിട്ട് ഹോട്ടലിൽ പോയാലോ?'' രാജൻ ചോദിച്ചു.

''നിങ്ങളുടെ സൗകര്യം.''

''ടീച്ചർ വെജിറ്റേറിയനാണോ?''

''തിരിഞ്ഞു കടിക്കാത്തതെല്ലാം ഞാൻ കഴിക്കും.''

''അൽഹംദുലില്ലാഹ്. നുസ്രത്തിന് സമാധാനമാകും. പച്ചക്കറി വെക്കാൻ ഓക്ക് വല്യ പിടത്തമില്ല.''

''അഹമ്മദേ, ഞാനുണ്ടെന്നു കരുതി പ്രത്യേകമായി ഒന്നും ഉണ്ടാ

ക്കരുത്. നിങ്ങളെന്താണോ കഴിക്കുന്നത് അതു മതി എനിക്കും. അല്ലെങ്കിൽ ഞാൻ ഹോട്ടലിൽ തങ്ങിക്കോളാം."

"നുസ്രത്തിന് പാചകമൊരു ഹരമാ ടീച്ചറേ. കുക്കിങ് ക്ലാസൊക്കെ എടുക്കുന്നുണ്ട്. ലഞ്ചിന് അറബിക് ഫുഡായാലോ?" രാജൻ.

"അങ്ങനെയാണെങ്കിൽ നമ്മൾ പോകുന്ന വഴിക്കുള്ള ഇറാനിയൻ റസ്റ്ററന്റിൽ കയറാം."

"നോക്കൂ, എനിക്കുവേണ്ടി ഒരുപാടൊന്നും ഓർഡർ ചെയ്യരുതേ."

"അഹമ്മദ് ഭായി ദാ അവിടെയൊരു പാർക്കിങ്ങുണ്ട്. പെട്ടെന്നു കയറ്റിക്കോ." രാജൻ പറഞ്ഞതുകേട്ട് അഹമ്മദ് അവിടെ കാർ പാർക്കു ചെയ്തു.

ഇരുപത്തിയേഴ്

ചെക്കിൻ ചെയ്യിച്ച് ഇലക്ട്രോണിക് കാർഡിട്ട് ലിഫ്റ്റിൽ കയറുന്നതും മുറി തുറക്കുന്നതുമൊക്കെ കാണിച്ചുതന്നിട്ടാണ് രാജനും അഹമ്മദും യാത്ര പറഞ്ഞത്. താമസം ഒരു ദിവസത്തേക്കായാലും തുണികൾ വാർഡ്രോബിലെ ഹാംഗറിൽ തൂക്കിയിടുന്നതാണ് ശീലം. ഉപയോഗിക്കുന്നതിനുമുമ്പ് കുളിമുറി പരിശോധനയും പതിവാണ്. ഓരോ ഹോട്ടലിലും ടാപ്പുകൾ ഓരോ തരത്തിലായിരിക്കും. ഏതിലെങ്കിലുമൊക്കെ ചെന്നുപിടിച്ച് ഷവറിൽനിന്ന് വെള്ളം വീണ് പലപ്പോഴും തലയടക്കം നനയുന്നതും ചൂടുവെള്ളം വീണ് കൈപൊള്ളിയതുമൊക്കെയായ സംഭവങ്ങളുള്ളതുകൊണ്ട് ഇപ്പോൾ പരിശോധിച്ച് തിട്ടപ്പെടുത്തിയിട്ടേ ടാപ്പ് തുറക്കാറുള്ളൂ. സ്വർണ്ണനിറമുള്ള ടാപ്പുകളും ഷവർ ഏരിയുമൊക്കെയായി സാമാന്യം വലിപ്പമുള്ള ആഢംബര കുളിമുറി. വാഷ് ബേസിനരികിൽ ചെറുകുപ്പികളിൽ പലതരം ലോഷനുകളും ബോഡിവാഷും ഷാംപൂവുമൊക്കെ നിരത്തിയിട്ടുണ്ട്. സ്റ്റാർ ഹോട്ടലുകളിൽച്ചെന്നാൽ ആദ്യം അതൊക്കെ പെറുക്കി ബാഗിലിട്ടേക്കണേ ടീച്ചറേ. എന്നാലെ അവർ വീണ്ടും പുതിയത് വയ്ക്കുകയുള്ളൂ. ടീച്ചർക്കു വേണ്ടെങ്കില് ഞങ്ങക്ക് കൊണ്ടത്തന്നേക്കണമേയെന്ന് എന്റെ ചില വിദ്യാർത്ഥികൾ യാത്രയ്ക്കു മുമ്പ് ഓർമ്മിപ്പിക്കാറുണ്ട്.

പെട്ടി തുറന്ന് സാരികൾ ഹാംഗറിലിട്ടു. പുതുതായി അഞ്ചു സാരികളാണ് മുത്തു വാങ്ങിപ്പിച്ചത്. എല്ലാം സാമാന്യം വിലകൂടിയ പട്ടുസാരികൾ. അതിനു യോജിച്ച മാലകളും കമ്മലുകളും. എല്ലാംകൂടി കാശു കുറേ പൊട്ടി. ഹൈറുവിനെയുംകൂട്ടി. ഒരു ഞാറാഴ്ച മാളിൽ ഫുൾ

തെണ്ടലായിരുന്നു. അർമാനും സനയും മുത്തുവും കൂടെയുണ്ടായിരുന്നു. സ്കൂൾ മാറിയതോടെ അർമാന്റെ രീതികൾതന്നെ മാറിയെന്നാണ് മുത്തു പറയുന്നത്. എല്ലാ വിഷയത്തിലും ക്ലാസിൽ അവനാണ് ഒന്നാമൻ. ഫുഡ്ബാൾ ടീമിന്റെ ക്യാപ്റ്റൻ, ക്ലാസ് ഹെഡ് - അങ്ങനെ ഫുൾസ്വിങ്ങിലാണെന്നു സന്തോഷത്തോടെ മുത്തു പറഞ്ഞതുകേട്ട് വലിയ ആശ്വാസം തോന്നി. ശരിയായ തീരുമാനം ശരിയായ നേരത്ത് എടുക്കാൻ സാധിക്കുന്നത് ചെറിയ കാര്യമല്ലെന്ന് പലപ്പോഴും തോന്നിയിട്ടുണ്ട്. അല്പംകൂടി താമസിച്ചിരുന്നെങ്കിൽ അർമാൻ ചിലപ്പോൾ മയക്കുമരുന്നു ശൃംഖലയുടെ വലയിൽ പെടുമായിരുന്നു.

അൺപാക്കിങ് കഴിഞ്ഞ് സാരി മാറി നൈറ്റിയിട്ട് സമയം നോക്കിയപ്പോൾ മൂന്നര. ഫെസ്റ്റിവൽ സെന്റർ ഇവിടെ അടുത്താണെങ്കിലും വൈകുന്നേരമായതിനാൽ ട്രാഫിക് കൂടുതലായിരിക്കും. അഞ്ചരയ്ക്കു തന്നെ ലോബിയിലെത്താം എന്നു പറഞ്ഞിട്ടാണ് രാജൻ പോയത്. കട്ടിൽ കണ്ടതോടെ ഒന്നു കിടക്കാതെ നിവൃത്തിയില്ലെന്നായി. കിടന്നുകൊണ്ട് ഫോണിലെ നോട്ട്പാഡിൽ വൈകുന്നേരം സംസാരിക്കാനുള്ളത് കുറിച്ചിട്ട് ഒന്നു കണ്ണടച്ചു കിടന്നു. പത്തുമിനിട്ട് മയങ്ങിയില്ലെങ്കിൽ സന്ധ്യയാവു മ്പോൾ ഉറക്കം തൂങ്ങാൻ തുടങ്ങും. കഴിഞ്ഞവർഷം അബുദാബിയിൽ ഒരു മലയാളി സംഘടനയുടെ ക്ഷണമനുസരിച്ച് എത്തിയപ്പോൾ അനുഭവിച്ചതാണ്. രാത്രി എട്ടു മണിയൊക്കെയാവും പലപ്പോഴും പരിപാടി തുടങ്ങാൻ. നാട്ടിലെപ്പോലെ തോന്നുമ്പോൾ അവധിയെടുക്കാനുള്ള സാഹചര്യമല്ല ഗൾഫിൽ. ഡ്യൂട്ടി കഴിഞ്ഞാണ് പലരും പരിപാടിക്കെ ത്തുന്നത്. വീക്കെന്റായാലും പരിപാടികൾ പലപ്പോഴും വൈകിയാണ് തുടങ്ങുന്നത്. മലയാളികൾക്ക് സ്വന്തം ഭാഷയോടും സംസ്കാരത്തോടു മുള്ള ആഴം മനസ്സിലാക്കാൻ വിദേശങ്ങളിലെത്തണം. അമേരിക്കയിലും കാനഡയിലും മലയാളികളുടെ ക്ഷണം സ്വീകരിച്ച് പരിപാടികളിൽ പങ്കെടുത്തിട്ടുണ്ട്. അമ്മയുള്ളപ്പോഴായിരുന്നു അമേരിക്കൻ യാത്ര. ഒറ്റയ്ക്ക് അമേരിക്കയിൽ പോകുന്നെന്നറിഞ്ഞതുമുതൽ അമ്മയ്ക്ക് വേവ ലാതിയായിരുന്നു. പതിനെട്ടു മണിക്കൂർ ഫ്ളൈറ്റ് യാത്രയെക്കുറിച്ചും ആശങ്കയായിരുന്നു. അന്ന് നാട്ടിലായിരുന്നു താമസം. അമ്മയ്ക്ക് ആരോഗ്യത്തിനും കുഴപ്പമില്ല. എന്നിട്ടും അമ്മയെ ഒറ്റയ്ക്കാക്കി പോകു മ്പോൾ കരച്ചിലിന്റെ വക്കത്തായിരുന്നു. "പെണ്ണുങ്ങക്കുവേണ്ടി വാദിക്കുന്ന സുനി കല്യാണി ഇത്രെയുള്ളൂ. ബഡായി പറഞ്ഞാപ്പോര. പ്രവൃത്തിച്ച് കാണിക്കണം" എന്ന് കണ്ണീരടക്കി അമ്മ കെട്ടിപ്പിടിച്ചപ്പോൾ ആത്മവി ശ്വാസം കൂടി. ആദ്യവിദേശ യാത്രയായിരുന്നു. സ്ത്രീസ്വാതന്ത്ര്യത്തിനായി എഴുതുകയും പ്രവൃത്തിക്കുകയും ചെയ്യുന്ന സുനി കല്യാണിക്ക് ഒറ്റയ്ക്ക് ദീർഘദൂരയാത്രയ്ക്ക് പേടിയാണെന്ന് പുറത്തുപറയാൻ പറ്റില്ലല്ലോ. രണ്ടും

കല്പിച്ചങ്ങ് ഇറങ്ങി. വിസയെടുക്കാനുള്ള മദ്രാസ് യാത്രയും ഒറ്റയ്ക്കുള്ള ഹോട്ടൽ താമസവുമൊക്കെ ആത്മവിശ്വാസം വർദ്ധിപ്പിച്ചു. പതിനെട്ടു മണിക്കൂർ ഫ്ളൈറ്റ് യാത്രയായിരുന്നു അറുമുഷിപ്പൻ. ഫ്രാങ്ക്ഫർട്ടിൽ നട്ടപ്പാതിരായ്ക്ക് സ്റ്റോപ്പ് ഓവർ. പുലർച്ചെ വീണ്ടും യാത്ര. ഫ്ളൈറ്റിലെ ഒരേയിരിപ്പ്, നേരം തെറ്റിയുള്ള ഭക്ഷണം. ഉറക്കമൊഴിപ്പ്. ആകെ തളർന്ന് അവശയായിട്ടാണ് ന്യൂയോർക്കിൽ വിമാനമിറങ്ങിയത്. നേരിട്ട് കണ്ടിട്ടുപോലുമില്ലാത്ത ഒരാളുടെ വീട്ടിലായിരുന്നു താമസത്തിന് ഏർപ്പാട് ചെയ്തിരുന്നത്. അമേരിക്കയിൽ ഹോട്ടൽ ചെലവേറിയതായതിനാൽ സംഘാടകർ താമസം വീടുകളിലാണ് ഏർപ്പാടാക്കുന്നത്. അവിടെ പലരുടെയും വീടുകൾക്ക് ഫൈവ്സ്റ്റാർ സൗകര്യങ്ങളാണ്. ജീവിതകാലം മുഴുവൻ കടമടച്ചിട്ടായാലും മലയാളികൾ ഏറ്റവും മുന്തിയതരം വീടുകളേ വാങ്ങുകയുള്ളൂ. അയൽക്കാർ സായിപ്പന്മാരുതന്നെ ആകണമെന്നും നിർബ്ബന്ധം. എന്റെ പേരെഴുതിയ കടലാസുയർത്തിനിന്ന ആളോടൊപ്പം കാറിൽ കയറുമ്പോൾ എന്റെ നില ആകെ പരുങ്ങലിലായിരുന്നു. പക്ഷേ, ഒറ്റദിവസംകൊണ്ട് അവർ സ്വന്തം കുടുംബാംഗങ്ങളായി. എനിക്കുവേണ്ടി കേരളഭക്ഷണമൊരുക്കി പോളിന്റെ ഭാര്യ കാത്തിരിക്കുന്നുണ്ടായിരുന്നു. മൂന്നു മക്കളായിരുന്നു അവർക്ക്. കിണഞ്ഞു ശ്രമിച്ചിട്ടും മക്കളെ കേരള സംസ്കാരത്തിൽ വളർത്താനാവാത്തതിന്റെ ദുഃഖഭാരം പേറുന്നവരായിരുന്നു.

ഒന്നിച്ചുള്ള യാത്രകളിലെല്ലാം മക്കളുടെ കാര്യങ്ങളാണ് എലിസബത്തും പോളും പറഞ്ഞുകൊണ്ടിരുന്നത്. പോൾ അത്യാവശ്യം വായനയൊക്കെയുള്ള കൂട്ടത്തിലാണ്. എഴുത്തുകാരോട് വലിയ ആരാധനയാണ്. നാട്ടിൽനിന്ന് ആരുവന്നാലും അവരെ ഏറ്റെടുത്ത് കൂടെ നടന്ന് സന്തോഷിപ്പിക്കും. റിയൽ എസ്റ്റേറ്റ് രംഗത്തായതുകൊണ്ട് ലീവെടുക്കുന്നതിന്റെ പ്രശ്നമൊന്നുമില്ല. വലിയ വിദ്യാഭ്യാസ യോഗ്യതയൊന്നുമില്ലാത്ത പോളിന് കാര്യമായിട്ടുള്ള ജോലിയൊന്നും കിട്ടാത്തതുകൊണ്ടാണ് ആ രംഗത്തിറങ്ങിയത്. സാമാന്യം സമ്പന്നനാണെന്നാണ് മനസ്സിലായത്. പണമുണ്ടാക്കുന്നത് ചെലവാക്കാനാണെന്ന് വിശ്വസിക്കുന്ന പോളിനെ അക്കാര്യത്തിൽ മാത്രം എലിസബത്ത് അനുകൂലിക്കാറില്ല.

"നാട്ടീന്ന് എഴുത്തുകാരും കലാകാരന്മാരുമൊക്കെ വരുമ്പോൾ അസോസിയേഷൻകാര് ഇതിയാന്റെ തലയിൽ കെട്ടിവച്ചോളും. അതൊരു വലിയ കാര്യമായിക്കണ്ട് ഇങ്ങേര് അവരേംകൊണ്ട് ചുറ്റിക്കറങ്ങി അവരു മനസ്സിൽ കാണുന്നതെല്ലാം വാങ്ങിച്ചുകൂട്ടി പെട്ടിയിലാക്കി വിമാനം കയറ്റിവിടും. നാട്ടിലെത്തിയാ അവന്മാര് ഇങ്ങേരെ കണ്ടഭാവംപോലും കാണിക്കില്ല."

എലിസബത്ത് പരാതി പറയുന്നതുകേട്ട് ഞാനൊന്നു പരുങ്ങി.

എന്നെയും ആരോ പാവം പോളിന്റെ തലയിൽ കെട്ടിവച്ചതാണെന്നോർത്തപ്പോഴുള്ള ജാള്യം മറക്കാനായി ഞാൻ പറഞ്ഞു:

"ഞാനക്കൂട്ടത്തിലല്ല കേട്ടോ. നിങ്ങള് രണ്ടുപേരും അടുത്ത വെക്കേഷന് കാഞ്ഞിരപ്പള്ളിയിലെത്തുമ്പോൾ എന്റെ വീട്ടിൽ വരാൻ മറക്കരുത്."

"ടീച്ചറേ, ഇവള് പറയുന്നതൊന്നും കാര്യമാക്കല്ലേ. ഈ പറച്ചിലേയുള്ളൂ. ആളിപ്പൊഴുമൊരു നാട്ടുമ്പുറത്തുകാരിയാ. ഒന്നും തോന്നല്ലേ."

ഒരാഴ്ച അവരോടൊപ്പം താമസിച്ചപ്പോഴേക്കും അവർ എന്റെ അടുത്തബന്ധുക്കളായി. എലിസബത്തിന്റെ മകളെ പരിചയപ്പെട്ടിരുന്നു. അമ്മയും അച്ഛനും വീട്ടിൽ മലയാളം മാത്രം സംസാരിച്ചിട്ടും സിൽവി കഷ്ടപ്പെട്ടാണ് എന്നോട് മലയാളം പറഞ്ഞത്. അവളെക്കുറിച്ചോർത്തുള്ള എലിസബത്തിന്റെ ആധി ഞാൻ സൂചിപ്പിച്ചപ്പോൾ അവൾ ക്ഷോഭിച്ചു.

"ഞങ്ങൾ അമേരിക്കക്കാരായി വളരണമെന്ന് അവർക്കായിരുന്നല്ലോ നിർബ്ബന്ധം. വീട്ടിൽ മലയാളം പറഞ്ഞതിന് കൊച്ചുന്നാളിൽ മമ്മ എന്നെ വഴക്കു പറഞ്ഞിട്ടുണ്ട്. ടീനേജ് കഴിയുമ്പോൾ പെട്ടെന്ന് മലയാളിപ്പെണ്ണാകണമെന്ന് പറഞ്ഞാൽ അതെങ്ങനെ നടക്കും?"

"ഏതോ നാട്ടുകാരായ ബോയ്ഫ്രൻഡ്സിനെയൊക്കെ വിശ്വസിക്കാമോ?" എന്റെ ചോദ്യം അവളെ അസ്വസ്ഥയാക്കി.

"ആരാ അവരെ വിശ്വസിക്കുന്നത്. ഇവിടെ ടീനേജിൽ കൂട്ടില്ലാത്ത കുട്ടികളെ അബ്നോർമലായിട്ടാണ് ടീച്ചേഴ്സ്പോലും കാണുന്നത്. ഒന്നിച്ച് സിനിമയ്ക്ക് പോവുന്നതും ഭക്ഷണം കഴിക്കുന്നതും പിരിയാൻ നേരത്ത് കിസ്സ് ചെയ്യുന്നതും എന്തോ വലിയ തെറ്റാണെന്നാണ് മമ്മയും പപ്പയും വിചാരിക്കുന്നത്. ചെറുപ്പത്തിലെ കൂട്ടുകാരെ വിവാഹം കഴിക്കാൻ ഞങ്ങളത്ര മണ്ടരൊന്നുമല്ല.

"അവളെന്താ ടീച്ചറേ പറയുന്നേ....?" അവൾ പോയതും എലിസബത്ത് ചോദിച്ചു.

"അവളെക്കുറിച്ച് നിങ്ങള് വേവലാതിപ്പെടേണ്ട. എന്തായിത്തീരണമെന്ന് അവൾക്ക് വ്യക്തമായ ചിന്തകളുണ്ട്."

ഫോണിലെ പാട്ടു കേട്ടാണ് ഉണർന്നത്. മണി അഞ്ച്. ചാടിയെണീറ്റ് ഫോണെടുത്തു നോക്കി. പരിചയമില്ലാത്ത നമ്പറായതുകൊണ്ട് കട്ട് ചെയ്ത് തിരക്കിട്ട് കുളിമുറിയിലേക്കു നടന്നു. ഇളം മഞ്ഞയിൽ ചുവന്ന വരകളുള്ള സിൽക് സാരിയും ചുവന്ന ബ്ലൗസും അതിനു മാച്ചുചെയ്യുന്ന കോറലിന്റെ മാലയും ഒരു കുഞ്ഞിക്കമ്മലുമിട്ട് മുടി കെട്ടിവെച്ച് മുഖം മിനുക്കി കണ്ണാടിയിൽ പരിശോധിക്കുന്നതിനിടയിൽ വീണ്ടും ഫോണടിഞ്ഞു. രാജനായിരുന്നു. പത്തുമിനുട്ടിനകമെത്തുമെന്ന് പറയാൻ വിളിച്ചതാണ്. കെറ്റൽ ഓണാക്കി പെട്ടെന്നൊരു കാപ്പിയിട്ട് കുടിച്ച് വായ

കഴുകി മുഖം ഒന്നുകൂടി മിനുക്കി എന്റെ പുസ്തകത്തിന്റെ കൈയിലുണ്ടായിരുന്ന കോപ്പികൾ തപ്പിയെടുത്ത് ബാഗിലിട്ട് കണ്ണാടിയിൽ ഒന്നുകൂടി നോക്കി സ്വയം തൃപ്തി വരുത്തി. വേഷം ഒരാളുടെ വ്യക്തിത്വത്തിന്റെ പ്രതിഫലനമാണെന്ന് ഉറച്ചു വിശ്വസിക്കാനാണിഷ്ടം. മനസ്സിനിണങ്ങിയ വേഷം ധരിക്കുമ്പോൾ ആത്മവിശ്വാസം കൂടും എന്നും തോന്നിയിട്ടുണ്ട്. പെണ്ണുങ്ങൾ അണിഞ്ഞൊരുങ്ങുന്നത് ആണുങ്ങൾക്കു വേണ്ടിയാണെന്ന് വാദിക്കുന്ന പുരുഷന്മാരോടും സ്ത്രീകളോടും പലപ്പോഴും തർക്കിക്കേണ്ടി വന്നിട്ടുണ്ട്. എന്റെ ശരീരം എന്റേത്. എനിക്കിഷ്ടമുള്ള തുണിയും. എന്നു കരുതി മറ്റുള്ളവർക്ക് അരോചകമാകുന്ന രീതിയിലാകരുതെന്നൊക്കെ കുട്ടികളോട് പറയാറുണ്ട്. ഇനി അതുമിതുമാലോചിച്ചു നിന്നാൽ രാജൻ മുഷിയും. കൈയിൽ ഫോണുമായി വാതിൽ തുറന്നപ്പോഴാണ് റൂം കീ എടുത്തില്ലെന്നോർത്തത്. ഓട്ടോമാറ്റിക് ലോക്കാണ്. അടഞ്ഞുപോയാൽ വീണ്ടും തുറക്കണമെങ്കിൽ റിസപ്ഷനിൽനിന്ന് വീണ്ടും കാർഡെടുക്കേണ്ടി വരുമായിരുന്നു. കാർഡ് മൊബൈലിന്റെ കൂടെയിടാതെ വേറെ സൂക്ഷിക്കണേ ടീച്ചറേ എന്ന് അഹമ്മദ് പറഞ്ഞതോർത്ത് മുറി പൂട്ടി കാർഡ് ബാഗിന്റെ പ്രത്യേകം അറയിലിട്ട് ലോബിയിലെത്തി. ആദ്യം കണ്ട ലിഫ്റ്റിൽ കയറി. താഴേക്കുപോകാൻ കാർഡിന്റെ ആവശ്യമില്ല. എന്നാൽ, മുകളിലേക്കു കയറണമെങ്കിൽ കാർഡ് ലിഫ്റ്റിന്റെ കീ ബോർഡിൽ പ്രസ് ചെയ്യണം. രാജൻ പറഞ്ഞത് ഓരോന്ന് ഓർത്തെടുത്തു. ലോബിയിലെത്തിയപ്പോൾ പുറത്തുണ്ടെന്നു പറഞ്ഞ് രാജൻ വീണ്ടും വിളിച്ചു. തലപ്പാവ് കെട്ടിയ പാറാവുകാരുടെ സലാം ഏറ്റുവാങ്ങി പുറത്തിറങ്ങിയപ്പോൾ പോർച്ചിൽ രാജന്റെ കാർ കണ്ടു. സെക്യൂരിറ്റി ഡോർ തുറന്ന് തലകുനിച്ചു. ഒരാൾ മറ്റൊരാളുടെ മുമ്പിൽ തല കുനിക്കുന്നത് നല്ല ഏർപ്പാടായിട്ട് ഒരിക്കലും തോന്നിയിട്ടില്ല.

റോഡിൽ നല്ല തിരക്കായിട്ടും പത്തു മിനുട്ടുകൊണ്ട് എത്തി. പോകാനും വരാനും വെവ്വേറെ വഴികൾ. രാജന് പ്രത്യേകം പാസുള്ളതുകൊണ്ട് അധികം ദൂരെയല്ലാതെ പാർക്കിങ് കിട്ടി.

"ഇവിടെ പാർക്കിങ് കിട്ടുക വലിയ കടമ്പയാണ് ടീച്ചറേ." രാജൻ പറഞ്ഞു.

രാജനെക്കാത്ത് പ്രവേശന കവാടത്തിനടുത്ത് നില്ക്കുമ്പോൾ അഹമ്മദും മറ്റു ചിലരും അടുത്തെത്തി അകത്തേക്ക് ക്ഷണിച്ചു.

ഇരുപത്തിയെട്ട്

ട്രോളി നിറയെ പുസ്കങ്ങളുമായി പോകുന്ന അറബി സ്ത്രീകളെയും കുട്ടികളെയും കണ്ട് അന്തംവിട്ടു നിന്നുപോയി. നാട്ടിൽ ഹൈപർ മാർക്കറ്റുകളിലാണ് ഇത്തരം കാഴ്ചകൾ കാണാറുള്ളത്. അറബിനോവലുകളുടെ ഇംഗ്ലീഷ് വിവർത്തനങ്ങൾ തെരഞ്ഞു നടന്നെങ്കിലും അധികമൊന്നും കിട്ടിയില്ല. അറബിക് ബുക്സ്റ്റോളായതിനാൽ മലയാളികൾ ചുറ്റുവട്ടത്തൊന്നുമുണ്ടായിരുന്നില്ല. കേരളത്തിൽനിന്ന് പ്രമുഖരായ പ്രസാധകരെല്ലാമുണ്ട്. അവിടെ ഓട്ടപ്രദക്ഷിണം നടത്തിയിട്ട് പതുക്കെ ഒറ്റയ്ക്ക് ഇങ്ങോട്ടു മുങ്ങിയതാണ്. അവിടെ അധികസമയം ചെലവഴിച്ചാൽ വായിക്കാത്ത പുസ്തകങ്ങളെ പുകഴ്ത്തി പുസ്തകപ്രകാശനം നടത്തേണ്ടി വന്നേക്കും. അത്തരം രണ്ടുമൂന്നു ചടങ്ങുകളിൽ നിർബ്ബന്ധപൂർവ്വം പങ്കെടുക്കേണ്ടിവന്നപ്പോൾ പുസ്തകത്തെക്കുറിച്ചൊന്നും പറയാതെ പ്രവാസികളുടെ എഴുത്തിനെക്കുറിച്ചും വ്യക്തിബന്ധങ്ങളെക്കുറിച്ചും സംസാരിച്ച് തടിതപ്പുകയായിരുന്നു. എഴുത്തുകാരായി അറിയപ്പെടാനുള്ള അവരുടെ ആവേശം കാണുമ്പോൾ സന്തോഷവും പ്രസാധകർ അവരെ ചൂഷണം ചെയ്യുന്നത് കാണുമ്പോൾ സങ്കടവും തോന്നാറുണ്ട്. അറബിയിലെ ഒരു പ്രമുഖ എഴുത്തുകാരിയുടെ പുസ്തകമാണെന്ന് വില്പനക്കാരൻ പറഞ്ഞതുകേട്ട് അത് മറിച്ചു നോക്കുമ്പോൾ “ഹായ് സുനിതാ'' എന്ന പരിചിതശബ്ദം കേട്ട്. തിരിഞ്ഞുനോക്കി. പ്രസാദ്. കൂടെ പാന്റും ഷർട്ടുമണിഞ്ഞ് തലയിൽ സ്കാർഫ് കെട്ടിയ ഒരു സ്ത്രീയുമുണ്ടായിരുന്നു.

“ഹലോ......വാട്ട് എ സർപ്രൈസ്. ഇതെപ്പം ലാന്റു ചെയ്തു?'' എന്റെ സ്വരത്തിൽ ആഹ്ലാദം, അതിശയം.

"ഇന്നലെ രാത്രി. ഫ്ളൈറ്റ് ഡിലേ ആയി. അതുകൊണ്ട് തന്റെ പരിപാടി മിസ് ചെയ്തു. ബൈ ദ ബൈ, ഇത് ഫാത്തിമാ നെസ്ഹാ ഖാദിരി. പാലസ്തീൻകാരിയാണ്. അറബിയും ഇംഗ്ലീഷും ഒരുപോലെ വഴങ്ങും. ഞങ്ങൾ സോഷ്യൽ മീഡിയയിലൂടെയാണ് പരിചയപ്പെട്ടത്. എല്ലാ ഭാഷകളിലേയും നല്ല പുസ്തകങ്ങൾ തേടിപ്പിടിച്ച് അറബിയിലേക്ക് പരിഭാഷപ്പെടുത്തുകയാണ് ഹോബി. ഷാർജാ കൾച്ചറൽ ഡിപ്പാർട്ട് മെന്റിൽ വിവർത്തകയായി ജോലിചെയ്യുന്നു. ഫാത്തിമാ, ദിസ് ഈസ് സുനിത, വെൽനോൺ റൈറ്റർ ഫ്രം കേരളാ ആന്റ് ഒൺ ഓഫ് മൈ ബെസ്റ്റ ഫ്രൻഡ്."

"ഐ തിങ്ക് വി മെറ്റ് യെസ്റ്റർഡേ........".

ഞാൻ അവളെ സൂക്ഷിച്ചുനോക്കിയിട്ട് സംശയത്തോടെ പറഞ്ഞു.

"യു ആർ റൈറ്റ് മൈ ഡിയർ. പ്രസ് കോൺഫ്രൻസിൽ ഞാനുമുണ്ടായിരുന്നു. സംഘാടകയായതിനാൽ തിരക്കിലായതുകൊണ്ട് കൂടുതലൊന്നും ചോദിക്കാനോ പറയാനോ സാധിച്ചില്ല. ബട്ട്, യുവർ സ്പീച്ച് വാസ് മാർവലസ്. നൈസ് ടു മീറ്റ് യൂ സുനിതാ."

"പരിചയപ്പെടാൻ സാധിച്ചതിൽ വളരെ സന്തോഷം ഫാത്തിമാ. അന്ന് പത്രക്കാരുടെ ചോദ്യങ്ങൾക്ക് ഉത്തരം കൊടുക്കുന്നതിനിടയിൽ ആരേയും നേരിട്ട് പരിചയപ്പെടാൻ സാധിച്ചില്ല. സോറി."

"ഇറ്റ്സ് ഓക്കെ മൈ ഡിയർ. കേട്ടോ പ്രസാദ് സുനിതയുടെ പ്രസംഗം വളരെ ടച്ചിങ്ങായിരുന്നു. പത്തു മിനുട്ടുകൊണ്ട് സദസ്സിനെ കീഴക്കി. സിംപിൾ ഇംഗ്ലീഷിൽ പറയാനുള്ളത് നന്നായി പറഞ്ഞു. അമ്മയെക്കുറിച്ചു പറഞ്ഞപ്പോൾ സുനിത കുറച്ചൊന്ന് ഇമോഷനലായി. മരണപ്പെട്ടിട്ടും അമ്മ ഇപ്പോഴും ഉറക്കത്തിലും ഉണർവ്വിലും കൂടെ നടന്ന് സംരക്ഷിക്കുന്നു എന്നു പറഞ്ഞത് വളരെ ഇൻഡ്രസ്റ്റിങ്ങായി തോന്നി. എനിക്കു മാത്രമല്ല പലർക്കും. കേട്ടോ, പ്രസാദ് ഇങ്ങോട്ടു പോരുമ്പോൾ ഫ്ളൈറ്റിലും അമ്മ കൂടെയുണ്ടായിരുന്നു എന്നാണ് സുനിത പറഞ്ഞത്."

"എഴുത്തുകാരിൽ പലരും എക്സൻഡ്രിക്കാണെന്ന് വെറുതെയാണോ നിരൂപകർ പറയുന്നത്. സുനിതയുടെ പല രചനകളിലും ഇത്തരം ഫാന്റസികൾ നമുക്ക് വായിക്കാം."

"ഇവരുടെ കൃതികൾ എന്തുകൊണ്ടാണ് ഇംഗ്ലീഷിൽ വരാത്തത്? എന്നാലല്ലേ ഞങ്ങളെപ്പോലുള്ളർക്ക് വായിക്കാൻ സാധിക്കുകയുള്ളൂ."

"മലയാളത്തിൽനിന്ന് ഇംഗ്ലീഷ് വിവർത്തനം അധികമുണ്ടാകുന്നില്ല. മലയാളവും ഇംഗ്ലീഷും ഒരുപോലെ കൈകാര്യം ചെയ്യാനറിയുന്ന എഴുത്തുകാർ കുറവാണ്. പേജിന് കണക്കുപറഞ്ഞ് കാശു വാങ്ങുന്നവരുടെ പലരുടെയും വിവർത്തനം റീഡബിളേ അല്ല. അതുകൊണ്ടാണല്ലോ സ്വന്തം പുസ്തകം സുനിത തന്നെ ഇംഗ്ലീഷിലേക്ക് മൊഴിമാറ്റം നടത്തിയത്."

"അതിന്റെ ഒരു കോപ്പി ഞാനിന്നലെ വാങ്ങിച്ചു. പകുതി വായിച്ചു. വെരി റീഡബിൾ. ഭാഷയും വളരെ ലളിതം. നിങ്ങളുടെ നാട്ടിൽ സുനിതയെപ്പോലെ ഇംഗ്ലീഷദ്ധ്യാപകർ വേറയുമില്ലേ. അവരെന്താ വിവർത്തനരംഗത്തേക്ക് കടന്നു വരാത്തത്?"

"പരിഭാഷയ്ക്ക് ഭാഷ മാത്രം കൈവശമുണ്ടായാപ്പോരാ. ക്രിയേറ്റിവിറ്റിയും വേണം. സുനിത ക്രിയേറ്റീവായതുകൊണ്ടാണ് പരിഭാഷ നന്നായത്."

"അതിന്റെ ക്രെഡിറ്റ് പ്രസാദിനുകൂടി അവകാശപ്പെട്ടതാണ്. പ്രസാദ് എഡിറ്റു ചെയ്തതുകൊണ്ടാണ് ഭാഷ ഒന്നുകൂടി മനോഹരമായത്." എനിക്കു പറയാതിരിക്കാനായില്ല..

"റിയലീ..... എന്നിട്ടതിൽ എഡിറ്ററുടെ പേരു കണ്ടില്ലല്ലോ."

"അങ്ങനെയോരേർപ്പാട് ഞങ്ങടെ നാട്ടിലില്ല. വലിയ എഴുത്തുകാരൊന്നും അവരെഴുതിയ ഒരു വാക്കുപോലും ആരെങ്കിലും മാറ്റുന്നത് ഇഷ്ടപ്പെടുന്നില്ല."

"വൈ.....?" ഫാത്തിമയ്ക്ക് അതിശയം.

"ഇങ്ങനെ ഇവിടെ നിന്നുകൊണ്ട് സാഹിത്യം ചർച്ച ചെയ്യാതെ നമുക്ക് എവിടെയെങ്കിലും കുറച്ചുനേരമിരിക്കാം." പ്രസാദ് ക്ഷണിച്ചു.

"സോറി, പ്രസാദ്, എനിക്കിപ്പോൾ ഡ്യൂട്ടിയുണ്ട്. നാളെ രാവിലെ നമുക്കൊരു മീറ്റിങ് അറെയിഞ്ച് ചെയ്താലോ? രാവിലെ പതിനൊന്ന് മണിക്ക്. സ്ഥലം നിങ്ങള് തീരുമാനിച്ചോളൂ. അതിനുമുമ്പ് ഞാൻ പറഞ്ഞ കാര്യം സുനിതയോടു സൂചിപ്പിക്കണം. ബൈ ദ ബൈ, ഇപ്പോൾ ഒരു അറബിക് റൈറ്ററുമായി എന്റെ അഭിമുഖമുണ്ട്. താല്പര്യമുണ്ടെങ്കിൽ കേൾക്കാം. ഇംഗ്ലീഷ് വിവർത്തനമുണ്ടാകും."

"എനിക്കു കേൾക്കണം. ഞാൻ കൂടെ വരാം. പ്രസാദ് വരുന്നുണ്ടോ?"

"ഞാനിവിടെ തൊട്ടടുത്തുള്ള ബുക്ക്സ്റ്റോളിൽ കുറച്ച് പുസ്തകങ്ങൾ സെലക്ട് ചെയ്ത് വച്ചിട്ടുണ്ട്. അതിനിടയിലാണ് ഫാത്തിമയെ കണ്ടത്. അവരതിന്റെ ബില്ല് റെഡിയാക്കിയിട്ടുണ്ടാകും. അത് കളക്ട് ചെയ്തിട്ട് അവിടെയെത്തിക്കോളാം."

"ഓക്കെ. കം സുനിതാ, ലെറ്റസ് മെയിക്ക് എ മൂവ്." അവൾ കൈയിൽ പിടിച്ചപ്പോൾ ഏതോ ചിരകാല സുഹൃത്തിനെ വീണ്ടും കണ്ടുമുട്ടിയതുപോലെയാണ് തോന്നിയത്. സാമാന്യം വലിപ്പമുള്ള ഹാളിൽ നിറയെ ആളുകളുണ്ടായിരുന്നു. ഫാത്തിമ എന്നെ മുന്നിൽ വി ഐ പികളുടെ സീറ്റിൽ ഇരുത്തി, കേരളത്തിൽനിന്നുള്ള എഴുത്തുകാരിയാണെന്ന് പറഞ്ഞ് പലരെയും പരിചയപ്പെടുത്തിത്തന്നു. അക്കൂട്ടത്തിൽ അവൾ അഭിമുഖം നടത്തുന്ന അറബി എഴുത്തുകാരിയുമുണ്ടായിരുന്നു. അവരുമായി സംസാരിക്കാൻ തുടങ്ങുമ്പോഴേക്കും പരിപാടി തുടങ്ങാനുള്ള

അറിയിപ്പു വന്നു. ഇവിടെ എല്ലാത്തിനും ചിട്ടയാണ്. അവരവർക്ക് അനുവദിച്ച സമയത്തിനുള്ളിൽ പരിപാടി ഒതുക്കണം. കൾച്ചറൽ ഡിപാർട്ട്മെന്റ് നേരിട്ടാണ് സ്ലോട്ടും സമയപരിധിയുമൊക്കെ തീരുമാനിക്കുന്നത്. സമയത്തിന് പൂർത്തിയായില്ലെങ്കിൽ വളരെ മാന്യമായിട്ടുതന്നെ സ്റ്റേജിൽ നിന്ന് ഇറക്കിവിടും. അതുകൊണ്ട് എല്ലാവരും സമയക്രമം കൃത്യമായിട്ടു തന്നെ പാലിക്കും. ഫാത്തിമ നന്നായി ഹോംവർക്ക് ചെയ്തിട്ടുണ്ടെന്ന് സംസാരത്തിൽനിന്നു മനസ്സിലായി. എഴുത്തുകാരിയുടെ ഉള്ളിൽ ഇറങ്ങിച്ചെന്നായിരുന്നു ഓരോ ചോദ്യവും. കേരളത്തിൽ അഭിമുഖമെന്നു പറഞ്ഞെത്തുന്ന പത്രപ്രവർത്തകരിൽ പലരും എഴുത്തുകാരുടെ ഒരു പുസ്തകവും മുഴുവനും വായിച്ചിട്ടുണ്ടാവില്ല. മാഡം, ചെറുകഥയാണോ നോവലാണോ എഴുതുന്നതെന്നു ചോദിച്ച ഒരു കുട്ടിയെ അഭിമുഖം അവസാനിപ്പിച്ച് ഇറക്കിവിടേണ്ടി വന്നിട്ടുണ്ട്. വ്യക്തിപരമായ കാര്യങ്ങൾ ചോദിച്ച് സംഗതി പൈങ്കിളിയാക്കാനാണ് പലർക്കും താല്പര്യം. പരിപാടി കഴിഞ്ഞ് പുറത്തിറങ്ങിയപ്പോൾ പ്രസാദ് ഹാളിനു പുറത്ത് കാത്തു നില്ക്കുന്നുണ്ടായിരുന്നു.

"വളരെ ഇൻഫർമേറ്റീവായിരുന്നു. അറബി സാഹിത്യത്തെക്കുറിച്ച് ഏകദേശ ധാരണ കിട്ടി. ഫാത്തിമ ഒരുങ്ങിത്തന്നെയാണ് എത്തിയത്. അവളെ ഇവിടെയെങ്ങും കാണാനില്ലല്ലോ." ഞാൻ പറഞ്ഞു.

"അത്തരം ഫോർമാലിറ്റീസൊന്നും അവര് പ്രതീക്ഷിക്കുന്നില്ല. മാത്രമല്ല, അവൾ തിരക്കിലായിരിക്കും. എന്താ തന്റെ പരിപാടി?" പ്രസാദ് ചോദിച്ചു.

"പ്രത്യേകിച്ചൊന്നുമില്ല. രാജൻ എട്ടുമണിക്ക് എത്താമെന്നു പറഞ്ഞിരുന്നു. ഇവിടത്തെ സാംസ്കാരിക പ്രവർത്തകനാണ്. എനിക്ക് ഏറെക്കാലമായിട്ട് പരിചയമുണ്ട്." പറഞ്ഞു തീരുന്നതിനുമുമ്പ് ഫോണടിഞ്ഞു.

"ടീച്ചർ എവിടെയാണ്?"

ലാന്റ്മാർക്ക് പറഞ്ഞുകൊടുത്തപ്പോൾ, ഞാൻ അതിനടുത്ത് തന്നെയുണ്ട്, എന്നു പറഞ്ഞുകൊണ്ട് രാജനെത്തി.

"പ്രസാദ് സർ......കണ്ടതിൽ സന്തോഷം."

രാജൻ പ്രസാദിനോട് കുശലം പറഞ്ഞു.

"നിങ്ങൾ തമ്മിൽ പരിചയമുണ്ടോ?"

"പിന്നില്ലാതെ, സാർ എല്ലാ വർഷവും ഇവിടെ എത്താറുണ്ട്. പുസ്തകങ്ങൾ വാങ്ങാനും ലോകമെമ്പാടുമുള്ള എഴുത്തുകാരെ പരിചയപ്പെടാനും വേണ്ടി മാത്രം. എന്നാൽ, ഒരു പരിപാടിയിലും സാർ പങ്കെടുത്ത് കണ്ടിട്ടുമില്ല."

"സുനിത പറഞ്ഞപ്പോൾ എനിക്കു പെട്ടെന്ന് ആളെ പിടി കിട്ടിയില്ല. ഇക്കൊല്ലം കേരളത്തിൽനിന്ന് ആരെല്ലാം എത്തിയിട്ടുണ്ട്?" പ്രസാദ്

ചോദിച്ചു.

"മുൻനിര എഴുത്തുകാരിൽ പലരും എത്തിയിട്ടില്ല. വേണ്ട പരിഗണന കിട്ടിയില്ലെന്ന് മുൻകാലങ്ങളിലെത്തിയ പലർക്കും പരാതിയുണ്ടായിരുന്നു. നമ്മുടെ എഴുത്തുകാരുടെ ഈഗോ സാറിനും അറിയാവുന്നതല്ലേ. പ്രസാധകരുടെ സ്വന്തം എഴുത്തുകാരിൽ പലരും ഇക്കൊല്ലവുമുണ്ട്. പിന്നെ പ്രവാസി എഴുത്തുകാർ പുസ്തകപ്രകാശനത്തിനായി അവരെത്തിക്കുന്ന എഴുത്തുകാരുമുണ്ട്. ഇവിടെ എത്തി വി ഐ പികളാകുന്ന അവരാകട്ടെ എല്ലാ പരിപാടികളിലുമുണ്ടുതാനും."

"ഷാർജാ ഇന്റർനാഷനൽ ബുക്ക്ഫെയർ മലയാളികൾക്ക് പുസ്തകപ്രകാശനച്ചടങ്ങിനുള്ള ഇടമായി മാറി. നിങ്ങളെന്താ കാര്യമായിട്ടുള്ള ചർച്ചകളോ എഴുത്തുകാരുമായിട്ടുള്ള അഭിമുഖമോ ഒന്നും നടത്താത്തത്? ലോകത്തിന്റെ നാനാഭാഗത്തുനിന്നെത്തുന്ന എഴുത്തുകാരെ പരിചയപ്പെടാനുള്ള അവസരമെങ്കിലും നമ്മുടെ എഴുത്തുകാർക്ക് ഉണ്ടാക്കിക്കൊടുക്കണ്ടേ?"

"പലർക്കും അതിലൊന്നും താല്പര്യമില്ല സാറെ. ചില കോക്കസ്സുകൾ ആടിത്തിമർക്കുമ്പോൾ അതിനിടയിൽ കളിക്കാനൊന്നും സമയമില്ല പ്രസാദ് സാറെ. നാളെ വൈകിട്ട് ഒരു പ്രസ് മീറ്റിൽ പങ്കെടുക്കാൻ ടീച്ചറെ കൊണ്ടുവരാൻ സാധിച്ചതുതന്നെ വലിയ കാര്യം. ഇവിടത്തെ പത്രമാദ്ധ്യമങ്ങളെല്ലാമുണ്ട്. കൂടാതെ പുറത്തുനിന്നുള്ളവരുമുണ്ടാകും. ടീച്ചർക്ക് നല്ലൊരു എക്സ്പോഷറായിരിക്കും. സാറുകൂടി ഉണ്ടായിരുന്നെങ്കിൽ ടീച്ചർക്കൊരു സപ്പോർട്ടായിരിക്കും."

"സുനിതയ്ക്കങ്ങനെ ആരുടെയെങ്കിലും സപ്പോർട്ടിന്റെയൊന്നും ആവശ്യമില്ല. കടത്തനാടൻ മങ്ക ഉറുമി വീശി സ്വയം പൊരുതിക്കോളും. പ്രധാനപ്പെട്ട ഒരു കാര്യം പറഞ്ഞില്ല. സുനിതയുടെ പുതിയ പുസ്തകം ഫാത്തിമ അറബിയിലേക്ക് വിവർത്തനം ചെയ്യാനാഗ്രഹിക്കുന്നു. പ്രസാധകരെയൊക്കെ അവർ കണ്ടെത്തും. അക്കാര്യം ചർച്ച ചെയ്യാനാ നാളെ മീറ്റിങ് അറേഞ്ച് ചെയ്തത്."

"അതൊരു സന്തോഷ വാർത്തയാണല്ലോ. ഫാത്തിമാ ഖാദിരിയല്ലേ, അവർ വിചാരിച്ചാൽ ഷാർജാ കൾച്ചറൽ ഡിപ്പാർട്ടമെന്റുതന്നെ പ്രസിദ്ധീകരിക്കാനും സാദ്ധ്യതയുണ്ട്."

"രാജൻ ഫാത്തിമയെ അറിയുമോ?" ഞാൻ ചോദിച്ചു.

"കൾച്ചറൽ ഡിപ്പാർട്ട്മെന്റിൽ വച്ച് പരിചയപ്പെട്ടിട്ടുണ്ട്. മലയാളികളെ വലിയ കാര്യമാണ്. അവര് അറബിയിൽനിന്ന് പലപുസ്തകങ്ങളും ഇംഗ്ലീഷിലേക്ക് പരിഭാഷപ്പെടുത്തിയിട്ടുണ്ട്. തിരിച്ചുമുണ്ട്." രാജൻ.

"നമസ്കാരം മാഡം." അപ്പോഴേക്കും അഹമ്മദെത്തി. രാജൻ അഹമ്മദിനെ പ്രസാദിനു പരിചയപ്പെടുത്തി.

"സുനിതാ മാഡം എന്റെ വീട്ടിലാണ് താമസിക്കുന്നത്."

"വൈ.... സംഘാടകർ ഹോട്ടൽ അറേഞ്ച് ചെയ്തിരുന്നില്ലേ?" പ്രസാദിന്റെ സ്വരത്തിൽ അതൃപ്തി.

"മൂന്നു ദിവസം സ്റ്റെയിറ്റ് ഗസ്റ്റായിട്ടുതന്നെയാ താമസിച്ചത്. അതു കഴിഞ്ഞ് ഇവരും അവിടത്തന്നെ മുറി ബുക്ക് ചെയ്തിരുന്നു. ഞാനാണ് ക്യാൻസൽ ചെയ്യിച്ചത്. ഹോട്ടലിലാകുമ്പോൾ മലയാളികളെ പരിചയപ്പെടാനും അവരുമായി സംവദിക്കാനുമൊന്നും അവസരം കിട്ടില്ല. വിദേശത്തെത്തിയാൽ കഴിയുന്നതും നമ്മുടെ നാട്ടുകാരോടൊപ്പം സമയം ചെലവഴിക്കുന്നതാ എനിക്കിഷ്ടം." ഞാൻ ഇടപെട്ടു.

"അങ്ങനെ..... ഓരോ യാത്രയിലും തനിക്ക് നോവലിനുള്ള റോ മെറ്റീരിയൽസ് കളക്ട് ചെയ്യാനുള്ള അടവാണല്ലേ."

പ്രസാദിന്റെ ഉറക്കെയുള്ള ചിരി കേട്ട് ചിലർ നോക്കുന്നുണ്ടായിരുന്നു. പ്രസാദങ്ങനെയാണ്. ചുറ്റിലുമുള്ളവരെ ശ്രദ്ധിക്കുന്ന പതിവില്ല. പറയാനുള്ളത് ആരോടും വെട്ടിത്തുറന്നു പറയും. സൗഹൃദബന്ധങ്ങൾ അഭിപ്രായങ്ങൾക്ക് വെല്ലുവിളിയാവരുതെന്നാണ് പറയാറുള്ളത്. പലരിൽനിന്നും വ്യത്യസ്തൻ. അതുകൊണ്ടാണല്ലോ പ്രസാദ് എന്റെ സുഹൃത്തായത്.

"അങ്ങനെയൊന്നും ചിന്തിച്ചില്ല സാറേ. ഞങ്ങളൊക്കെ നാട്ടുമ്പുറത്തുകാർ. മനുഷ്യരോടൊപ്പം ഇടപഴകി, കൊണ്ടും കൊടുത്തും ജീവിക്കാനാഗ്രഹിക്കുന്നു." ഞാനും വിട്ടുകൊടുത്തില്ല.

"ഹാ ഹാ......നടക്കട്ടെ."

"സാറിന് ഒഴിവുണ്ടെങ്കിൽ ഇന്ന് ഞങ്ങളോടൊപ്പം ഡിന്നറിനു വന്നാൽ വളരെ സന്തോഷമായേനെ. അവിടെ ഇന്നൊരു പെൺകൂട്ടായ്മയുണ്ട്." അഹമ്മദ്.

"അയ്യോ....എന്നാ ഞാനില്ല. എനിക്കീ മലയാളി എഴുത്തുകാരികളുടെ കപടഫെമിനിസം സഹിക്കാനാവില്ല. വീട്ടിൽ ഭർത്താവിനെ വണങ്ങി നില്ക്കും. വേദിയിലെത്തുമ്പോൾ പരുഷൻ മൂരാച്ചി." പ്രസാദ്.

"അങ്ങനെ പെണ്ണുങ്ങളെ അടച്ചാക്ഷേപിച്ചാൽ ഞാൻ കേട്ടുനില്ക്കില്ല. ഒന്നു വന്നു നോക്കൂ, അപ്പോളറിയാമല്ലോ ഞങ്ങളുടെ ഉള്ളുകള്ളികൾ. ഇവിടത്തെ സാഹിത്യ തല്പരരായ കുറച്ചുപേരുമായി ഒരു സംവാദം. അവർക്കു പറയാനുള്ളത് കേട്ടിട്ട് അഭിപ്രായം പറയുന്നതല്ലെ നല്ലത്?" എന്റെ സ്വരവും ഉയർന്നു.

"ടെയിക്കിറ്റ് ഈസി മാൻ. ഞാനൊരു തമാശ പറഞ്ഞതല്ലേ. എനിക്ക് പെണ്ണുങ്ങളെ ബഹുമാനമാണ്. സുല്ല്. എട്ടരയ്ക്ക് ഒരു അർജന്റ് മീറ്റിങ്ങുണ്ട്. അഹമ്മദ് എവിടെയാ താമസിക്കുന്നത്?"

"ഇവിടെ അടുത്തുതന്നെയാ. ട്രാഫിക്കില്ലെങ്കിൽ ഇരുപത് മിനുട്ട് മതി. സാറേ."

“ഞാൻ ഹോട്ടൽ ഹിൽട്ടൺ. ഇതിനടുത്താ.. ഓക്കെ, സുനിതാ. നാളത്തെ മീറ്റിങ് ഹിൽട്ടണിൽത്തന്നെയായാലോ?”

“എനിക്കിവിടത്തെ ഭൂമിശാസ്ത്രമൊന്നുമറിയില്ല. അതുകൊണ്ട് എവിടെ വേണമെങ്കിലുമാവാം.”

“ടീച്ചറെ കൃത്യം പതിനൊന്നു മണിക്ക് ഞാനവിടെ എത്തിക്കാം സാർ.”

“ഓക്കെ. നിങ്ങളുടെ പരിപാടികളൊക്കെ മുറപോലെ നടക്കട്ടെ. ഗുഡ്നൈറ്റ് ഗൈസ്.”

പ്രസാദ് പോയപ്പോൾ ഞങ്ങളും കാർപാർക്കിങ്ങിലേക്കു നടന്നു.

ഇരുപത്തിയൊൻപത്

പതിനൊന്നു മണിക്കു മുമ്പുതന്നെ അഹമ്മദ് ഹോട്ടൽ ഹിൽട്ടനിൽ എത്തിച്ചു. കാറിൽനിന്ന് ഇറങ്ങുന്നതിനു മുമ്പ് പ്രാസാദിനെ ഫോണിൽ വിളിച്ചു.

"ലോബിയിൽ വെയിറ്റ് ചെയ്യൂ. ഞാനിപ്പോഴെത്താം." പ്രസാദ് ഫോൺ കട്ടു ചെയ്തു.

"അഹമ്മദ് പോയ്ക്കോളൂ. പ്രസാദ് ഇപ്പോ ലോബിയിലെത്തും."

"ഞാനകത്തേക്ക് വരണോ ടീച്ചർ?"

"അതിന്റെ ആവശ്യമില്ല."

"തിരിച്ചുവരാൻ നേരം എന്നെ വിളിച്ചാ മതി ടീച്ചറേ.. ഞാനീ ചുറ്റുവട്ടത്തു തന്നെയുണ്ടാകും. വൈകുന്നേരത്തെ പ്രസ്മീറ്റ് കഴിഞ്ഞിട്ട് ഷോപ്പിങ്ങിനു പോകാനുള്ള പ്ലാനിലാ നുസ്രത്ത്. ഹൈറുവിനൊന്നും വാങ്ങിയില്ലെന്നു ടീച്ചർ വേവലാതിപ്പെട്ടതായി അവള് പറഞ്ഞു. ഇന്നത്തെക്കാലത്ത് നാട്ടിൽ ഇതുപോലൊരു ബന്ധം എനിക്ക് സങ്കല്പിക്കാൻ പോലുമാവുന്നില്ല."

"ഇപ്പോഴും ഇതുപോലുള്ള ബന്ധങ്ങൾ കാത്തു സൂക്ഷിക്കുന്ന കുറേ പേരുണ്ട് അഹമ്മദേ. അതുകൊണ്ടാണ് ബാലൻസ് ചെയ്ത് പോകുന്നത്."

അവൾക്കൊന്നും വാങ്ങിയില്ലെങ്കിലും അടുത്ത വീട്ടിലെ അന്നമ്മച്ചേച്ചിക്കും മുത്തുത്തായ്ക്കും കുട്ടികൾക്കും എന്തെങ്കിലും വാങ്ങണേ എന്നാണ് ഇന്നലെയും പറഞ്ഞത്. ശരി, ഞാൻ വിളിക്കാം എന്നു പറഞ്ഞ് കാറിൽനിന്നിറങ്ങി ലോബിയിലേക്കു നടന്നു. പ്രസാദ് അവിടെ കാത്തു നില്ക്കുന്നുണ്ടായിരുന്നു.

"യു ആർ ലുക്കിങ് ഫന്റാസ്റ്റിക് സുനിതാ."

ആകെയൊന്നുഴിഞ്ഞുനോക്കി പ്രസാദ് പറഞ്ഞപ്പോൾ ഉള്ളിലെവിടെയോ ഉണ്ടായ കുളിര് പെട്ടെന്നു നിയന്ത്രിച്ചു മുഖത്ത് നിസ്സംഗത വരുത്താൻ കുറച്ചൊന്നു പാടുപെട്ടു..

"സ്വന്തം വികാരം പുറത്തു കാണിക്കുന്നത് അത്ര വലിയ പാതകമൊന്നുമല്ലടോ. അതുകൊണ്ടൊന്നും നിങ്ങളുടെ ഇമേജ് ഇടിഞ്ഞുപൊളിഞ്ഞു വീഴുകയൊന്നുമില്ല. എഴുത്തുകാരും വികാരവിചാരങ്ങളുള്ളവരാണെന്ന് നിങ്ങളൊക്കെ നാഴികയ്ക്ക് നാല്പതുവട്ടം പറയാറുണ്ടല്ലോ. താനിങ്ങനെ മസിലു പിടിക്കണ്ട." പ്രസാദ് പരിഹസിക്കുന്നതിനിടയിൽ ഫോണടിഞ്ഞു.

"യേസ് ഫാത്തിമാ, ഞങ്ങൾ ലോബിയിൽ നിന്നെ കാത്തിരിക്കുകയാണ്."

പ്രസാദ് ഫോൺ കട്ട്ചെയ്ത് ഒതുങ്ങിയ മൂലയിലുള്ള ഇരിപ്പിടം ലക്ഷ്യമാക്കി നടന്നപ്പോൾ ഞാൻ പിന്തുടർന്നു.

"ഹലോ ഗൈസ്, ഞാൻ ലേറ്റയോ?"

മുഖം നിറയെ ചിരിയുമായി എത്തിയ ഫാത്തിമ ചോദിച്ചു. എന്നിട്ട് എന്നെ നോക്കി പറഞ്ഞു:

"വാട്ട് എ ബ്യൂട്ടിഫുൾ സാരി സുനിതാ. നിനക്ക് നന്നായി ഇണങ്ങുന്നു. സുന്ദരിതന്നെ."

ഞാൻ നിറഞ്ഞു ചിരിച്ചു.

"ഞാനിതു പറഞ്ഞപ്പോൾ സുനിത ചിരി വിഴുങ്ങി. ഇപ്പ കണ്ടോ മുഖത്ത് നിലാവ്. താൻ സുന്ദരിയാണെന്നു പറയുമ്പോൾ ഏതു പെണ്ണിന്റെ മുഖവും തെളിയും അല്ലേ ഫാത്തിമാ?"

"എന്താ സംശയം."

രണ്ടുപേരും ഉറക്കെ ചിരിച്ചപ്പോൾ ഞാനൊന്നു ചമ്മി ചുറ്റും നോക്കി. ആരെങ്കിലും ശ്രദ്ധിക്കുന്നുണ്ടോ....?.

"സുനിതാ ഇത് കേരളമല്ല. മറ്റുള്ളവരുടെ സംസാരത്തിന് ചെവിയോർക്കാൻ ഇവിടാർക്കും താല്പര്യമില്ല. സമയവുമില്ല."

"പൊതുസ്ഥലത്ത് മറ്റുള്ളവരെ അലോസരപ്പെടുത്താനുള്ള സ്വാതന്ത്ര്യം നമുക്കാരും തന്നിട്ടില്ല എന്നാണ് ഞാൻ മനസ്സിലാക്കിയത്. മറ്റൊരു പ്രധാനകാര്യം, പെണ്ണുങ്ങൾ അണിഞ്ഞൊരുങ്ങുന്നത് ആരെക്കൊണ്ടെങ്കിലും വൗ മാർവലസ് എന്ന് പറയിക്കാനാണെന്ന തെറ്റിദ്ധാരണ ആണുങ്ങൾ തിരുത്തിക്കുറിക്കേണ്ട കാലം അതിക്രമിച്ചിരിക്കുന്നു." ഞാനും വിട്ടുകൊടുത്തില്ല.

"സൗന്ദര്യം ആസ്വദിക്കുക, പുകഴ്ത്തുക, ഇതൊക്കെ ഏതൊരാളുടെയും വ്യക്തി സ്വാതന്ത്ര്യമാണ്."

"നിങ്ങൾ മലയാളത്തിൽ സംസാരിച്ച് എന്നെ ഒറ്റപ്പെടുത്തല്ലേ."

ഞങ്ങളുടെ സംസാരത്തിലിടപെട്ട് ഫാത്തിമ പറഞ്ഞു.

"സോറി, സോറി.... കണ്ടാൽ കീരിയുംപാമ്പുംപോലെ ഭാവിക്കുമെങ്കിലും ഞങ്ങൾ നല്ല സുഹൃത്തുക്കളാ കേട്ടോ. ഇവിടെയിരിക്കാം." പ്രസാദ്.

ഒരു മണിക്കൂർ അവർ രണ്ടുപേരുമായി സംസാരിച്ചപ്പോൾ ലോകം കുറച്ചുകൂടി വലുതായതുപോലെ തോന്നി. രണ്ടുപേരും ലോകസാഹിത്യം കലക്കിക്കുടിച്ചവരായിരുന്നു. ഞാനിപ്പോഴും കിണറ്റിലെ തവളയാണല്ലോ എന്നൊരപകർഷതാബോധവും തോന്നാതിരുന്നില്ല. എന്റെ നോവൽ അടുത്ത വർഷത്തെ പുസ്തകോത്സവത്തിൽ പ്രകാശനം ചെയ്യാൻ തീരുമാനമായി. ഇന്നലെ രാത്രി ട്രാൻസ്ലേഷൻ ഡിപ്പാർട്ട്മെന്റ് ഹെഡുമായി കൂടിക്കാഴ്ചയുണ്ടായിരുന്നു. അതുകൊണ്ടാണ് അഭിമുഖം കഴിഞ്ഞിട്ട് ഞങ്ങളെ കാണാൻ നില്ക്കാതെ തിടുക്കപ്പെട്ടുപോയത്. അടുത്തവർഷം സർക്കാരിന്റെ നേരിട്ടുള്ള അതിഥിയായി ഡിപ്ലോമാറ്റ് വിസയിൽ ഇവിടെ എത്താം. പേപ്പറുകളൊക്കെ താമസിയാതെ വരും. വായിച്ചു നോക്കി ഒപ്പിട്ട് തിരിച്ചയക്കണം. റോയൽറ്റി ഇവിടത്തെ ടേംസ് ആന്റ് കണ്ടീഷൻസനുസരിച്ച് നേരത്തേ തീരുമാനിക്കും. പുസ്തകം പ്രസിലെത്തുമ്പോഴേക്കും റോയൽറ്റി ബാങ്കിലെത്തും. റോയൽറ്റി കുറവായാലും പുസ്തകം നന്നായി മാർക്കറ്റ് ചെയ്യും. ഇവിടെ എല്ലാം കാലേക്കൂട്ടിയാണ് പ്ലാനിങ്. അവൾതന്നെയാണ് വിവർത്തനം ചെയ്യുന്നത് എന്നൊക്കെ ഫാത്തിമ പറയുന്നത് കേട്ട് എനിക്കാകെ അമ്പരപ്പായിരുന്നു.

"സുനിതയെന്താ ഒന്നും മിണ്ടാത്തത്?"

ഓഫീഷ്യലായി എല്ലാം പറഞ്ഞു കഴിഞ്ഞിട്ട് ഫാത്തിമ ചോദിച്ചു.

"എനിക്കിപ്പോഴും ഒന്നും വശ്വസിക്കാൻ കഴിയുന്നില്ല. ആകെ അമ്പരപ്പാണ്. അവിചാരിതമായി കിട്ടുന്ന ഇത്തരം സുഹൃദ്ബന്ധങ്ങളാണ് എന്റെ ജീവിതത്തിലെ സൗഭാഗ്യം. പ്രസാദിനേയും ഇതുപോലൊരു പുസ്തകോത്സവത്തിൽ വച്ചാണ് പരിചയപ്പെട്ടത്. ആരോടാണ് നന്ദി പറയേണ്ടതെന്നറിയില്ല." എന്റെ വാക്കുകളിടറിയോ എന്നൊരു സംശയം.

"ഇങ്ങനെ ഇമോഷനലാവേണ്ട കാര്യമൊന്നുമില്ല. യു ഡിസേർവ് ഇറ്റ്. ഞാനിന്നലെ നോവൽ ഏറക്കുറെ വായിച്ചു. കേരളീയ ജീവിതത്തെക്കുറിച്ചും സ്ത്രീകളെക്കുറിച്ചുമൊക്കെ എനിക്ക് ഒരേകദേശധാരണ കിട്ടി. വലിയ കാര്യങ്ങൾ വളരെ ലളിതമായി വായനക്കാരുടെ ഉള്ളിൽതട്ടുംവിധം എഴുതിയിട്ടുണ്ട്. ലോകം പുരോഗമിച്ചെന്നു പറയുമ്പോഴും പല രാജ്യങ്ങളിലും സ്ത്രീകളുടെ അവസ്ഥ ശോചനീമാണെന്ന് വായനക്കാർക്ക് അരോചകമാകാത്തവിധത്തിൽ പറയാൻ സുനിത ശ്രമിച്ചിട്ടുണ്ട്. അതിലെ ഫെമിനിസ്റ്റ് വ്യൂ എനിക്കിഷ്ടപ്പെട്ടു. ഉടനെ മുഴുവനെ വായിച്ച് നല്ലൊരു കുറിപ്പു തയ്യാറാക്കി വിവർത്തനക്കമ്മിറ്റിക്ക് കൊടുക്കണം. അവരാണ്

ഫൈനൽ ഡിസിഷനെടുക്കേണ്ടത്. അവർക്കത് തള്ളിക്കളയാനാവില്ലെന്ന് എനിക്കുറപ്പാണ്.'' ഫാത്തിമ.

''ഞാനത്രപോരാ എന്ന മനോഭാവം സുനിത മാറ്റേണ്ട കാലം കഴിഞ്ഞിരിക്കുന്നു. അവനവനെക്കുറിച്ച് സ്വയമൊരു മതിപ്പുണ്ടായാലേ മറ്റുള്ളവരുടെ മുന്നിൽ തല ഉയർത്തിപ്പിടിച്ച് നില്ക്കാനാവൂ. ബി പോസിറ്റീവ് ഓൾവെയിസ്.'' ശാസിക്കുന്നതുപോലെയായിരുന്നു പ്രസാദിന്റെ വാക്കുകൾ.

''ദാറ്റ്സ് റൈറ്റ്. എന്റെയൊക്കെ കാര്യം നോക്കുമ്പോൾ നിങ്ങളൊക്കെ ഭാഗ്യവാന്മാരാ. ചേക്കേറാൻ സ്വന്തമായൊരു രാജ്യമുണ്ടല്ലോ. അവിടെ നിങ്ങളെ കാത്തിരിക്കുന്ന ബന്ധുക്കളും സുഹൃത്തുക്കളും മാത്രമല്ല നിങ്ങളെ അംഗീകരിക്കുകയും സ്നേഹിക്കുകയും ചെയ്യുന്ന വായനക്കാരുമുണ്ട്. എന്റെ കൃതികൾ എന്റെ നാട്ടുകാർക്ക് വായിക്കാൻ കഴിയുന്നില്ലല്ലോ എന്നതാണ് എന്റെ ഏറ്റവും വലിയ ദുഃഖം. നാട്ടിൽ എന്നെ കാത്തിരിക്കാനും ആരുമില്ല. ബന്ധുക്കളും സഹോദരങ്ങളുമെല്ലാം പല നാടുകളിൽ അഭയം തേടിയിരിക്കുകയാണ്. ഉമ്മയും ബാപ്പയും ഇസ്രായേലിന്റെ ഷെല്ലാക്രമണത്തിൽ കൊല്ലപ്പെട്ടു. അവർ മാർക്കറ്റിൽ പോയതായിരുന്നു. മൂത്ത രണ്ടുപേർ അപ്പോഴേക്കും യു എസിൽ കുടിയേറിയിരുന്നു. ബാക്കിയുള്ള ഞങ്ങൾ മൂന്നുപേരും അവരുടെ സഹായത്താൽ രാജ്യം വിട്ടു. ഇപ്പോൾ ഞങ്ങൾ സഹോദരങ്ങൾ പല നാടുകളിലായി അഭയം തേടിയിരിക്കുകയാണ്.. രണ്ടുപേർ യു എസിൽ ഒരാൾ യു കെ ഞാനും ഇളയസഹോദരനും ഇവിടെ. വർഷത്തിലൊരിക്കൽ എല്ലാവരും ഒന്നിച്ചു കൂടാൻ പരമാവധി ശ്രമിക്കാറുണ്ട്.'' അതു പറയുമ്പോഴും ഫാത്തിമയുടെ മുഖത്തെ ചിരി മാഞ്ഞില്ല.

''ഫാത്തിമയുടെ പുസ്തകങ്ങളിലൂടെയാണ് ഞങ്ങൾ പരിചയപ്പെട്ടത്. പാലസ്തീൻ അധിനിവേശത്തെക്കുറിച്ച് ഇംഗ്ലീഷിലെഴുതിയ പുസ്തകം ഉള്ളിലെവിടെയൊക്കെയോ പോറലുകളുണ്ടാക്കിയപ്പോഴാണ് ഞാനവളെ സഹോദരിയായി ദത്തെടുത്തത്. ആം ഐ റൈറ്റ് ഫാത്തിമ?''

''ഷുവർ ബ്രോ. സ്വന്തം വിഷമങ്ങൾ പങ്കുവയ്ക്കാനൊരാളെ കിട്ടുകയെന്നത് ചെറിയ കാര്യമല്ല.''

''ഒറ്റ മകളായി വളർന്നതിന്റെ ദോഷം എനിക്കു നല്ലോണമുണ്ടായിരുന്നു. നിങ്ങളെപ്പോലുള്ള സുഹൃത്തുക്കൾ തീർച്ചയായും ആ കോട്ടം തീർക്കുമെന്ന് എനിക്കുറപ്പാണ്. നിനക്ക് ഇനി ഒരു സഹോദരികൂടിയുണ്ടെന്ന് മറക്കരുത്. ഫാത്തിമാ നീ അടുത്തുതന്നെ കേരളത്തിലേക്കൊരു ട്രിപ് പ്ലാൻ ചെയ്യണം. കോളേജ് ഗസ്റ്റായി ക്ഷണിക്കാൻ സാധിക്കുമോ എന്നു നോക്കട്ടെ. ഗവൺമെന്റിന്റെ അനുമതി കിട്ടണമല്ലോ.'' ഞാൻ പറഞ്ഞു.

"അക്കൂട്ടത്തിൽ എന്നെക്കൂടി ക്ഷണിക്കണേ. പ്രമുഖ എഴുത്തുകാരി സുനി കല്യാണി വിചാരിച്ചാൽ കേരളത്തിൽ എന്താ നടക്കാത്തത്?" പ്രസാദ് വീണ്ടും എന്നെ ചൊറിഞ്ഞു.

"പരിഹസിക്കണ്ട. എരി കയറ്റിയാൽ സുനിത പുലിയാകുമേ....?"

"അതിനുവേണ്ടിയാണല്ലോ ഞാനീ വായിട്ടലയ്ക്കുന്നത്."

"നന്ദി സുഹൃത്തേ......" പറയാതിരിക്കാൻ കഴിഞ്ഞില്ല.

"യു ഗൈസ് ക്യാരി ഓൺ. എനിക്കുടനെ ഓഫീസിലെത്തേണ്ട തുണ്ട്."

ഫാത്തിമ മാറോട് ചേർത്ത് പരമ്പരാഗത അറബിക് രീതിയിൽ യാത്ര പറഞ്ഞപ്പോൾ കണ്ണു നിറഞ്ഞു.

"ഇൻശാ അല്ലാഹ്, നമ്മള് വീണ്ടും കാണും. ഇത്രയും സ്നേഹമയി യായ ഒരു സഹോദരിയെ സമ്മാനിച്ചതിന് പ്രസാദിനോട് എങ്ങനെയാ നന്ദി പറയേണ്ടതെന്നറിയില്ല. അള്ളാഹു എന്നെയും നിങ്ങളെയും അനു ഗ്രഹിക്കട്ടെ. പ്രാർത്ഥനയിൽ എപ്പോഴും കൂടെയുണ്ടാവും. ടെയ്ക് കെയർ."

അവൾ യാത്ര പറഞ്ഞു.

"ലഞ്ച് എവിടെയെങ്കിലുമേറ്റിട്ടുണ്ടോ?" അവൾ പോയപ്പോൾ പ്രസാദ് ചോദിച്ചു.

"അങ്ങനെയൊന്നുമില്ല. എന്നാലും അഹമ്മദിന്റെ ഭാര്യ നുസ്രത്ത് കാത്തിരിക്കും. വേണമെങ്കിൽ വരുന്നില്ലെന്നു വിളിച്ചു പറയാം. പ്രസാദിന്റെ മടക്കം ഡൽഹിയിലേക്കു തന്നെയാണോ?"

"തല്ക്കാലം അതേ. യു കെയിൽ ജോലിക്കുള്ള ഓഫർ കിട്ടിയിട്ടുണ്ട്. പോകുന്നതിനുമുമ്പ് തന്നോട് ചില കാര്യങ്ങൾ പറയണമെന്നുണ്ടാ യിരുന്നു. ഇവിടത്തെ കോഫിഷോപ്പിൽ കുറച്ചുനേരമിരുന്നാലോ?"

"ഷുവർ."

കാപ്പിക്ക് ഓർഡർ കൊടുത്തിട്ടും പ്രസാദ് ഒന്നും മിണ്ടുന്നില്ല.

"എന്തുപറ്റി പ്രസാദ്. ഈ മൗനം പതിവുള്ളതല്ലല്ലോ."

"എന്നെപ്പറ്റി തനിക്കെന്തറിയാം?"

പ്രസാദ് നിസ്സംഗനായി ചോദിച്ചു.

"നിങ്ങൾ ഡൽഹി യൂണിവേഴ്സിറ്റിയിൽ പ്രൊഫസറായിരുന്നു. വോളന്ററി റിട്ടയർമെന്റെടുത്ത് സ്വതന്ത്രപത്രപ്രവർത്തനം നടത്തുന്നു. മാത്രമല്ല നല്ലൊരു വായനക്കാരനും മനുഷ്യസ്നേഹിയുംകൂടിയാണ്. സുഹൃദ്ബന്ധങ്ങൾക്ക് വില കല്പിക്കുന്ന ആളാണ്. ഇത്രയൊക്കെ അറിഞ്ഞാൽ പോരേ?"

"എന്റെ വ്യക്തിപരമായ കാര്യങ്ങളറിയാൻ തനിക്കൊരു താല്പര്യ വുമില്ലേ?"

"ഇതുവരെ ഇല്ലായിരുന്നു. പ്രസാദ് പറയുകയാണെങ്കിൽ കേൾക്കാം.

എന്തേ ഇപ്പോ ഇങ്ങനെ ചോദിക്കാൻ?''

''നിന്റെ മാനസപുത്രി ഹൈറു എന്നെ വിളിച്ചിരുന്നു.''

''അതെപ്പോ?''

''കഴിഞ്ഞയാഴ്ച. നിന്റെ ഡയറിയിൽനിന്ന് എന്റെ ഫോൺ നമ്പർ തപ്പിയെടുത്ത് വിളിക്കുയാണെന്നാണ് പറഞ്ഞത്. സാറിന് സുനിയേച്ചിയെ വിവാഹം കഴിച്ചൂടേന്ന്, താല്പര്യമുണ്ടോന്ന് നേരിട്ടായിരുന്നു ചോദ്യം.''

''ദൈവമേ.... ഇപ്പെണ്ണിനെക്കൊണ്ട് ഞാൻ തോറ്റു. എന്റെ ജീവിതത്തിൽ കയറി കളിക്കാൻ ഞാൻ അവളെ അനുവദിക്കില്ല. ഇന്നുതന്നെ നല്ല താക്കീത് കൊടുക്കുന്നുണ്ട്.'' എന്റെ സ്വരം കടുത്തു.

''ചൂടാവാതെ. നിന്നോടുള്ള അമിതമായ സ്നേഹംകൊണ്ടും സാധുവായതുകൊണ്ടും നേരിട്ടങ്ങ് ചോദിച്ചെന്നെയുള്ളൂ. അതിന്റെപേരിൽ അവളുമായി പിണങ്ങരുത്. നീ എപ്പോഴെങ്കിലും അങ്ങനെ ചിന്തിച്ചിട്ടുണ്ടോ?''

പ്രസാദിന്റെ ചോദ്യം എന്നെ വല്ലാതെ ഉലച്ചു. ഭർത്താവിന്റെ സ്ഥാനത്ത് പ്രസാദിനെയെന്നല്ല ആരേയും ഞാൻ ഇന്നുവരെ സങ്കല്പിച്ചിട്ടില്ല. എന്നാൽ ഒരു നല്ല സുഹൃത്തായി പ്രസാദ് എപ്പോഴും കൂടെയുണ്ടാവണമെന്ന് ആഗ്രഹിച്ചിട്ടുണ്ട്. മനസ്സ് വല്ലാതെ നീറുമ്പോൾ പ്രസാദ് അടുത്തുണ്ടായിരുന്നെങ്കിൽ എന്നു തോന്നിയിട്ടുണ്ട്.

''എന്റെ ചോദ്യം നിന്നെ ഡിസ്റ്റേർബ് ചെയ്തോ.....?''

''അങ്ങനെ ചോദിച്ചാൽ..... ഒരത്യാവശ്യസമയത്ത് കൂട്ടായി, തുണയായി പ്രസാദ് കൂടെയുണ്ടാവണമെന്ന് പലപ്പോഴും തോന്നിയിട്ടുണ്ട്. അതിലപ്പുറം.. ഇല്ല.... ഇതുവരെയില്ല.''

''അതറിഞ്ഞാ മതി. ഇനി നിന്നോടൊരു സത്യം പറയാല്ലോ. പ്രേമിച്ചു കല്യാണം കഴിച്ച ഭാര്യ താമസിയാതെ ഞാൻ കിടപ്പറയിൽ അത്ര പോരെന്നുപറഞ്ഞ് അധിക്ഷേപിച്ചപ്പോൾ എന്റെ സങ്കല്പങ്ങളെല്ലാം തെറ്റി. അവൾ ഡൽഹിക്കാരിയായിരുന്നു. ഫ്രീലാൻസ് ജേർണലിസ്റ്റ്. അല്പം മദ്യപിക്കുമെന്ന് അറിയാമായിരുന്നു. ഞങ്ങൾ ഒന്നിച്ചിരുന്ന് മദ്യപിച്ചിട്ടുമുണ്ട്. വിവാഹത്തിനുമുമ്പ് ഞാനതത്ര കാര്യമാക്കിയിരുന്നില്ല. പക്ഷേ, വിവാഹശേഷം എന്റെയുള്ളിലെ കേരളീയൻ ഉണർന്നു. പൊതുസദസ്സിൽ ഭാര്യ മദ്യപിച്ച് ലക്കുകെട്ട് പരപുരഷന്മാരുടെ തോളിൽവീണ് വൃത്തികെട്ട തമാശ പറയുന്നത് എനിക്ക് സഹിക്കാനായില്ല. എന്നിട്ടും വിവാഹബന്ധം മുന്നോട്ടുകൊണ്ടുപോകാൻ ഞാൻ പരമാവധി ശ്രമിച്ചു. അതിനിടിയിലാണ് ഒരു സദസ്സിൽവച്ച് എന്റെ പോരായ്മകളെക്കുറിച്ചുള്ള അവളുടെ പരസ്യപ്രഖ്യാപനം. അവളിനി എന്റെ ജീവിതത്തിൽ വേണ്ടെന്ന് അന്നുതന്നെ തീരുമാനിച്ചു. അതോടെ എന്റെ ജീവിതത്തിന്റെ താളം തെറ്റി. അവളെ പ്രകോപിപ്പിക്കാൻ തുടങ്ങിയ അമിതമദ്യപാനവും കോൾഗേൾസിനൊപ്പം

സമയം ചെലവഴിക്കലുമൊക്കെ അതിരുവിടുന്നതായി തോന്നിയപ്പോഴാണ് ജോലി രാജിവച്ച് മറ്റെവിടെയെങ്കിലും പോകാൻ തീരുമാനിച്ചത്. ഇടയ്ക്ക് എനിക്ക് എന്നോടുതന്നെ വെറുപ്പായിരുന്നു. കുത്തഴിഞ്ഞ ജീവിതം ബാക്കിവച്ചത് ആരോഗ്യത്തകർച്ചയായിരുന്നു. ഇപ്പോൾ കൊളസ്റ്ററോൾ, ബി പി തുടങ്ങിയ രോഗങ്ങളെല്ലാമുണ്ട്. മദ്യപാനം പാടെ ഉപേക്ഷിക്കാൻ ഇന്നുമെനിക്ക് സാധിച്ചിട്ടില്ല. ഇതൊക്കെ പറഞ്ഞതുകൊണ്ട് നീയെന്നെ തെറ്റിദ്ധരിക്കരുത്. നീ പറഞ്ഞതുപോലെ ഞാനിപ്പോഴും നല്ലൊരു മനുഷ്യനാണ്. അതുകൊണ്ടാണല്ലോ നീയും ഫാത്തിമയുമൊക്കെ എന്റെ നല്ല സുഹൃത്തുക്കളായത്.'' പ്രസാദ് പറഞ്ഞു നിർത്തി. എന്നെത്തന്നെ ഉറ്റുനോക്കിക്കൊണ്ട് ചോദിച്ചു.

''നിനക്ക് ഷോക്കായോ?''

''സിനിമാക്കഥപോലെ തോന്നുന്നു. വളരെ അടുപ്പമുള്ള ഒരാൾ ഇങ്ങനെ സ്വയം കുറ്റസമ്മതം നടത്തുമ്പോൾ നാട്ടുമ്പുറത്തുകാരിയായ ഞാൻ അമ്പരക്കാതിരിക്കുമോ......?'' ഒരുവിധം പറഞ്ഞൊപ്പിച്ചു.

''ഇക്കാരണംകൊണ്ട് നീ എന്നെ നിന്റെ സുഹൃത്തുക്കളുടെ പട്ടികയിൽനിന്ന് വെട്ടിനീക്കുമോ?''

''എന്നെനിക്കു തോന്നുന്നില്ല. കാരണം പ്രസാദ് ആരാണെന്നറിഞ്ഞിട്ടല്ലല്ലോ നമ്മൾ സുഹൃത്തുക്കളായത്. പ്രസാദ് എന്നും എന്റെ നല്ല സുഹൃത്തായിരിക്കും. പക്ഷേ, എനിക്കൊരപേക്ഷയുണ്ട് സ്വന്തം ആരോഗ്യത്തെ കരുതിയെങ്കിലും ഇനി ഇത്തരം പ്രവൃത്തികളിലേർപ്പെടരുത്. മറ്റുള്ളവരോട് പ്രതികാരം ചെയ്യാൻ പ്രസാദിനെപ്പോലെയുള്ള ഒരാൾ തെരഞ്ഞെടുത്ത വഴി ഒട്ടും ശരിയായില്ല.''

''അറിയാം.. അതുകൊണ്ടാണ് യു കെയിലേക്ക് പോകാൻ തീരുമാനിച്ചത്. അവിടെ ഒരു പത്രത്തിൽ പാർട്ട് ടൈം ജോലി ശരിയായിട്ടുണ്ട്. ഒപ്പം ഒരു കോളേജിൽ വിസിറ്റിങ് പ്രൊഫസറായി ജോലി നോക്കാനുള്ള ക്ഷണവുമുണ്ട്. പഴയതെല്ലാം ഉപേക്ഷിച്ച് പുതിയൊരു ജീവിതം. കുറച്ചു കാലമായി ആരോടോ പക പോക്കാൻ വേണ്ടിയുള്ളതായിരുന്നു എന്റെ ജീവിതം. ഇനി ഞാൻ എനിക്കുവേണ്ടി ജീവിക്കും. രണ്ടുനാളത്തെ ജീവിതത്തിന് ഒരർത്ഥവുമില്ലെന്ന് പലപ്പോഴും തോന്നിയിട്ടുണ്ട്. ശരീരത്തിൽ എന്തെല്ലാം വൃത്തികേടുകളും പേറിക്കൊണ്ടാണ് നമ്മൾ, ഞാൻ ഞാനെന്ന് അഹങ്കരിച്ച് മണ്ടിപ്പാഞ്ഞു നടക്കുന്നത്! മനസ്സാണെങ്കിൽ അതിനേക്കാൾ വൃത്തികെട്ടത്. ഞാനിപ്പോൾ യോഗ പ്രാക്ടീസ് ചെയ്യുന്നുണ്ട്. ഒരു മാസം ഡൽഹിയിൽ താമസിച്ച് പ്രശസ്തനായ ഗുരുവിന്റെ കീഴിൽ അഭ്യസിച്ചതാണ്. അതിനിടയിലാണ് ജയ്പൂരിലെത്തിയതും നീയുമായി പരിചയപ്പെട്ടതും. ഗുരുവാണ് എന്റെ ജീവിതത്തിന്റെ ഗതി മാറ്റിയത്. യു കെയിൽ അദ്ദേഹത്തിന് ഒരു യോഗാസെന്റർ തുടങ്ങണമെന്നുണ്ട്.

ഞാനതിന്റെ ചാർജെടുക്കണമെന്ന് പറഞ്ഞിട്ടുണ്ടെങ്കിലും ഞാനതേറ്റിട്ടില്ല. എന്നാലാവുന്നത് ചെയ്യാമെന്ന് സമ്മതിച്ചിട്ടുണ്ട്. ഇനി നമ്മൾ കാണുമ്പോൾ എല്ലാംകൊണ്ടും ഞാനൊരു പുതിയ മനുഷ്യനായിരി ക്കുമെന്ന് നിനക്ക് വാക്കുതരുന്നു.''

''അതു മതി. ഇതൊക്കെ തുറന്നു പറഞ്ഞതോടെ എനിക്ക് പ്രസാദിനോടുള്ള ബഹുമാനവും സ്നേഹവും കൂടുകയാണുണ്ടായത്. നമ്മളെന്നും നല്ല സുഹൃത്തുക്കളായിരിക്കും. എനിക്കൊരു വിഷമം വരുമ്പോൾ ഞാനാദ്യം വിളിക്കുന്നത് പ്രസാദിനെയായിരിക്കും. അപ്പോൾ എനിക്ക് താങ്ങും തണലാമായി കൂടെയുണ്ടാവണം.'' വാക്കുകളിടറിയപ്പോൾ ഞാൻ നിർത്തി.

''തീർച്ചയായും. ഇപ്പോഴാണ് മനസ്സൊന്നു തണുത്തത്. ഇനി നിന്നെ ഞാൻ താമസിപ്പിക്കുന്നില്ല. എങ്ങനെയാണ് തിരിച്ചുപോകുന്നത്. യൂബർ ഏർപ്പാടാക്കണോ?''

''വേണ്ട അഹമ്മദിനെ വിളിച്ചാൽ അഞ്ചുമിനുട്ടിനകം എത്തുമെന്നു പറഞ്ഞിട്ടുണ്ട്.''

''ഓക്കെ. ഞാൻ റൂമിലേക്കു പോകട്ടെ. കുറച്ചുനേരം തനിച്ചിരിക്കണം.''

''ആയിക്കോട്ടെ. പ്രസാദ് എന്നോട് പറയാറുള്ളത് ഞാനങ്ങോട്ട് പറയുന്നു. ബി പോസിറ്റീവ്. എല്ലാം ശരിയാകും.''

ഞാൻ പ്രസാദിന്റെ കൈപിടിച്ച് കുലുക്കി യാത്ര ചോദിച്ചു. പ്രസാദ് അലിവോടെ, അരുമയോടെ എന്നെ നോക്കിയിട്ട് ലിഫ്റ്റിനരികിലേക്കു നടന്നപ്പോൾ ഞാൻ ഫോണിൽ അഹമ്മദിനെ വിളിച്ചു.

മുപ്പത്

മുത്തുവും കുട്ടികളും പോയപ്പോൾ, കട്ടിലിൽ വീഴുകയായിരുന്നു. ഏലിയാമ്മച്ചേടത്തിയും കൗജുത്താത്തയും ഊണു കഴിഞ്ഞയുടനെ പോയി. രാത്രിയാത്രയുടെ ക്ഷീണം നന്നായുണ്ടായിരുന്നു. തലേന്ന് പന്ത്രണ്ടിനായിരുന്നു ഫ്ളൈറ്റ്. അഹമ്മദും നുസ്രത്തും രാജനും എയർ പോർട്ടിലുണ്ടായിരുന്നു. യാത്ര പറഞ്ഞപ്പോൾ നുസ്രത്ത് കരയുന്നുണ്ടായിരുന്നു.

"ടീച്ചറെപ്പോലൊരാളെ കുറച്ചുദിവസം വീട്ടിൽ കിട്ടിയതിന് അള്ളാഹുവിനു സ്തുതി. എന്തെങ്കിലും പോരായ്ക ഉണ്ടായിട്ടുണ്ടെങ്കിൽ എന്നോട് ക്ഷമിക്കണം." അവൾ വിതുമ്പി.

"സ്നേഹം തന്ന് എന്നെ ശ്വാസം മുട്ടിച്ചിട്ട് ഇങ്ങനെയൊക്കെ പറയുന്നതെന്തിനാ?" യാത്ര ചോദിച്ചപ്പോൾ എന്റെ സ്വരവും ഇടറി.

ഫ്ളൈറ്റിൽ ഉറങ്ങാനേ സാധിച്ചില്ല. പലതരം ചിന്തകളാൽ മനസ്സ് കലങ്ങി മറിഞ്ഞിരുന്നു. പ്രസാദിന്റെ തുറന്നുപറച്ചിൽ ആദ്യം ചെറുതായൊന്നുലച്ചു. പ്രസാദിന് ഇതൊന്നും എന്നെ ബോദ്ധ്യപ്പെടുത്തേണ്ട യാതൊരു കാര്യവുമില്ല. എന്നിട്ടും ഹൈറുവിന്റെ ഫോൺവിളിക്ക് മറുപടിയെന്നോണം അയാളുടെ ജീവിതപുസ്തകം എന്റെ മുന്നിൽ തുറന്നിട്ടത് അയാളുടെ നന്മ എന്ന് ചിന്തിച്ചതോടെ മനസ്സ് ശാന്തമായി. അദ്ദേഹവുമായുള്ള അടുപ്പത്തെ വ്യാഖ്യാനിക്കാൻ ഒരിക്കലും തുനിഞ്ഞിട്ടില്ല. നല്ല സുഹൃത്ത്. അങ്ങനെ മനസ്സിലുറപ്പിക്കാനായിരുന്നു ഇഷ്ടം. പുരുഷനെ നല്ല സുഹൃത്തായി കാണുന്ന സ്ത്രീകളെ തെറിച്ചികളായി കാണുന്നവർ ഇന്നുമുണ്ട്. കൂട്ടുകാരികളായി പലരുമു

ണ്ടെങ്കിലും കൂട്ടുകാരനായി പ്രസാദ് മാത്രമേ ഉണ്ടായിരുന്നുള്ളൂ.

"സുനിയേച്ച്യേ ഇങ്ങളൊറങ്ങിയോ...."

ഹൈറു വിളിച്ചപ്പോൾ ഉറക്കം നടിച്ചു. ഇപ്പോൾ അവളോട് സംസാരിച്ചാൽ ഉറങ്ങാൻ സാധിച്ചെന്നുവരില്ല. ഷാർജക്കഥകൾ മുഴുവൻ ഒറ്റയടിക്ക് കേൾക്കാനായിരിക്കും അവൾ എത്തിയിട്ടുണ്ടാവുക. ക്ഷീണം മാറിയിട്ട് പൊടിപ്പും തൊങ്ങലുംവച്ച് കേൾപ്പിക്കാം.

ഹൈറു കുറച്ചുനേരം അവിടെ ചുറ്റിപ്പറ്റിനിന്നിട്ട് നുസ്രത്തും അഹമ്മദും വാങ്ങിത്തന്ന സാമാന്യം വലിയ പുതിയപെട്ടി തിരിച്ചും മറിച്ചും പരിശോധിച്ചു. "ഇതിലെന്തേക്കും....? ഇന്റെ ലിസ്റ്റിലുള്ളത് ആ താത്ത വാങ്ങിയിട്ടുണ്ടാകുമോ...? സ്പ്രേയൊക്കെ പൂശി ഓഫീസിലൊന്നു വെലസണം...." എന്നു പറഞ്ഞുകൊണ്ട് അവൾ മുറിവിട്ടു. ആദ്യം നന്നായൊന്ന് ഉറങ്ങിത്തെളിയട്ടെ. എന്നിട്ടു മതി പെട്ടി തുറക്കലൊക്കെ. അതിലെന്തൊക്കെയാണാവോ വാങ്ങിനിറച്ചത്? ഊണ് കഴിഞ്ഞ് ഒന്നു മയങ്ങിയെണീറ്റ് പത്രസമ്മേളനത്തിന് പറയാനുള്ളതൊക്കെ കുറിച്ചിട്ടപ്പോഴേക്കും നേരം വൈകുന്നേരമായി. അതുകൊണ്ട് ഷോപ്പിങ്ങിന് പോകാൻ സാധിച്ചില്ല. ഹൈറുവിന്റെ കുറിപ്പും പണവും നുസ്രത്തിനെ ഏല്പിക്കുകയായിരുന്നു. പണം അവതാ പറഞ്ഞ് നുസ്രത്ത് പിന്നീട് തിരിച്ചേല്പിച്ചു. ഞാൻ കൊടുത്ത ലിസ്റ്റിലുള്ളതിന്റെ ഇരട്ടി സാധനങ്ങളടങ്ങിയ പെട്ടി എന്നെ കാണിക്കുകപോലും ചെയ്യാതെയാണ് നുസ്രത്ത് പാക്ക്ചെയ്തത്. ഇടയ്ക്ക് ഹൈറുവിനെ വിളിച്ചെന്നും പറഞ്ഞിരുന്നു. ഞാൻ പറഞ്ഞിട്ടാണ് വിളിക്കുന്നതെന്നു പറഞ്ഞപ്പോൾ ലിസ്റ്റിന്റെ നീളം കൂട്ടിയിട്ടുണ്ടാകുമെന്നതിന് സംശയമില്ല. പരസ്പരം സ്നേഹിക്കാൻ ജാതിയും മതവും തടസ്സമേയല്ലെന്നുള്ള തോന്നലുതന്നെ എന്തൊരാശ്വാസമാണ്!

ഇത്തവണത്തെ ഷാർജായാത്ര ജീവിതവീക്ഷണത്തിൽത്തന്നെ ഒരുപാട് മാറ്റങ്ങൾ വരുത്തി. ഇവിടത്തെ സ്ത്രീസ്വാതന്ത്ര്യവാദികളെന്നു പറഞ്ഞുനടക്കുന്ന സുനി കല്യാണിയെപ്പോലുള്ളവർ സ്ത്രീകൾക്കു വേണ്ടി എന്തുചെയ്തു എന്ന് ഉറക്കെ ചോദിച്ചപ്പോൾ സ്വയം ചെറുതാകുന്നതുപോലെ തോന്നി. മനുഷ്യർക്കിടയിലിറങ്ങിച്ചെന്ന് പ്രവർത്തിക്കുമ്പോഴേ യഥാർത്ഥജീവിതത്തെക്കുറിച്ച് ഒരേകദേശ ധാരണയെങ്കിലുമുണ്ടാകൂ. പുതിയ നോവലെഴുതാനുള്ള അലച്ചിലിനിടയിലുണ്ടായ തോന്നൽ മറുനാടുകളിലെ എഴുത്തുകാരുമായി പരിചയപ്പെടാനും സംവദിക്കാനും അവസരം ലഭിച്ചപ്പോൾ കുറേക്കൂടി ശക്തമായി.. അവരിൽ പലരും സ്വന്തം നാടിന്റെ മുക്കിലും മൂലയിലും നിരന്തരം സഞ്ചരിച്ചാണ് എഴുത്തിനുള്ള റോമെറ്റീരിയൽസ് ശേഖരിക്കുന്നത്. ജീവിതത്തിന്റെ കെട്ടുപാടുകളിൽനിന്ന് കഴിയുന്നതും അകന്നു നില്ക്കുന്നതുകൊണ്ട് യാത്രകൾ

അവർക്ക് നമ്മളെപ്പോലെ ബാലികേറാമലയല്ല. ഒരുചെറു സഞ്ചിയുമായി ഇറങ്ങിത്തിരിച്ചാൽ ചിലപ്പോൾ മാസങ്ങൾ കഴിഞ്ഞാണ് സ്വന്തം വീട്ടിലെത്താറുള്ളത് എന്നൊക്കെ അവരിൽച്ചിലർ പറഞ്ഞതുകേട്ട് അന്തം വിട്ടത് പുറത്തു കാണിക്കാതിരിക്കാൻ പാടുപെട്ടു.. എഴുത്ത് അവരിൽ പലർക്കും എന്നെപ്പോലെതന്നെ ഉള്ളിലുള്ളത് തുറന്നു പറയാനുള്ള വേദിയും സ്വയം വിലയിരുത്തലുമാണെന്ന് അവരുമായി കൂടുതൽ ഇടപെട്ടപ്പോഴാണ് മനസ്സിലായത്.. അഫ്ഗാനിസ്ഥാനിലെ എഴുത്തുകാരി മരിയാനാ കുതുബിന് പറയാനുണ്ടായിരുന്നത് താലിബാന്റെ നിഷ്ഠുരതയെക്കുറിച്ചായിരുന്നു; സ്ത്രീകൾക്ക് നേരെ നടത്തുന്ന അതിക്രമങ്ങളെക്കുറിച്ചായിരുന്നു. വീടിന്റെ അകത്തളങ്ങളിൽ പോലും ഭയത്തോടെ ജീവിക്കുന്നവർ. പതിമൂന്നുവയസ്സ് തികയുംമുമ്പ് വിവാഹിതരാകാനും അമ്മയാകാനും വിധിക്കപ്പെട്ടവർ. പെൺമക്കളെ പ്രസവിക്കരുതേ എന്നു പ്രാർത്ഥിക്കുന്നവർ. സ്ത്രീകൾ പുരുഷന്മാരുടെ ശാരീരികാവശ്യം നിറവേറ്റാനും അവരുടെ മക്കളെ വളർത്താനും കുടുംബം നോക്കാനുമുള്ള ഉപകരണങ്ങൾ മാത്രമാണെന്ന് വിശ്വസിക്കുകയും അവരെ വീടിന്റെ നാലുചുമരുകൾക്കുള്ളിൽ തളച്ചിടുകയും ചെയ്യുന്നവർ. ഭർത്താവിന്റെ ക്രൂരതകാരണം പൊറുതിമുട്ടി സ്വന്തം വീട്ടിൽ തിരിച്ചെത്തിയ മരിയാനാ കുത്ബ് വിദ്യാസമ്പന്നയും മനുഷ്യാവകാശപ്രവർത്തകയും ഉദ്യോഗസ്ഥയുമായിരുന്നു. താലിബാൻ ഭരണമേറ്റതോടെ അവരെ ജോലിയിൽനിന്ന് പിരിച്ചുവിടുകയും അവരുടെ പിതാവിനെ ഭീഷണിപ്പെടുത്തി അവരെ ഒരു താലിബാൻ അനുയായിക്ക് വിവാഹം കഴിച്ചുകൊടുക്കുകയുമാണുണ്ടായത്. അതോടെ ജീവിതം നരകമായി. ഒരു വിധത്തിലും പൊരുത്തപ്പെടാനാകാതെ സ്വന്തം വീട്ടിൽ തിരിച്ചെത്തിയ മരിയാനയെ കൈയും കാലുംകെട്ടി താലിബാൻ പട്ടാളക്കാർ ഭർത്താവിന്റെ വീട്ടിലെത്തിച്ചു. എതിർത്തെന്തെങ്കിലും മിണ്ടിയാൽ പുറംലോകം കാണില്ലെന്ന ഭീഷണി മറികടന്ന് ഏറെ സാഹസപ്പെട്ടാണ് പേരുപോലും വയ്ക്കാതെ കഥകളെഴുതിയതും പുറംരാജ്യങ്ങളിലുള്ള സുഹൃത്തുക്കളുടെ സഹായത്തോടെ പ്രസിദ്ധീകരണത്തിനയച്ചതും. ജീവൻ പണയംവെച്ച് മുറിക്കുള്ളിൽ സൂക്ഷിച്ചുവെച്ച ഫോണായിരുന്നു പുറംലോകവുമായി ബന്ധിപ്പിച്ചത്. സംശയം തോന്നിയ ഭർത്താവ് മുറിയിലും ശരീരത്തിലും പരിശോധന നടത്തുമ്പോൾ ദൈവനാമം ഉരുവിട്ടുകൊണ്ട് നിസ്സഹായയായി നിന്നതിനെക്കുറിച്ചു പറഞ്ഞപ്പോൾ മരിയാനയുടെ കണ്ണുകൾ നിറഞ്ഞുതുളുമ്പി. അമേരിക്ക താലിബാനെ തുരത്തി അഫ്ഗാൻ നിയന്ത്രണം ഏറ്റെടുത്തപ്പോഴാണ് അവർ ആ തടവിൽനിന്ന് മോചിതയായി വിദേശത്തെത്തിയത്. ഇവിടെയിരുന്നുകൊണ്ട് ഇപ്പോഴും അവർ സ്വന്തം നാടിനുവേണ്ടി പൊരുതുന്നു. അഫ്ഗാനിലെ സഹോദരിമാർക്ക് നീതി ലഭ്യമാക്കാൻ എന്നെങ്കിലും

സാധിക്കുമെന്ന പ്രതീക്ഷയാണ് ജീവിക്കാനുള്ള പ്രേരണ. ഇത്രയും കേട്ടപ്പോൾ നിറഞ്ഞ കണ്ണോടെ ഞാൻ മരിയാനയെ നെഞ്ചോടു ചേർത്തു.

പുരുഷന്മാർ ഉറുത്തി നോക്കിയാൽ ചാരിത്ര്യം നഷ്ടപ്പെടുമെന്ന് പെൺമക്കളെ ഭയപ്പെടുത്തി, അവരുടെ ജീവിതത്തിന് കടിഞ്ഞാണിടുന്ന അമ്മമാരുടെ എണ്ണം എന്റെ നാട്ടിൽ ഏറിവരികയാണെന്ന ചിന്ത അപ്പോൾ എന്നെ വല്ലാതെ അലട്ടി. വീട്ടുകാർ നിശ്ചയിക്കുന്ന വിവാഹത്തിനു കഴുത്തുനീട്ടി ഭർതൃവീട്ടിലെ അനീതികൾ നിശ്ശബ്ദം സഹിച്ച് വീട്ടിനകത്ത് അടങ്ങിയൊതുങ്ങി കഴിയുന്നവർ കുലസ്ത്രീകളും പ്രേമിച്ചുവിവാഹം കഴിക്കുകയും സ്ത്രീകൾക്കുവേണ്ടി സംസാരിക്കുകയും പ്രവർത്തിക്കുകയും ചെയ്യുന്നവർ ചന്തപ്പെണ്ണുങ്ങളുമാണെന്ന് ഉറക്കെ പറയുന്ന സ്ത്രീകളുടെ എണ്ണവും സമൂഹത്തിൽ ഏറി വരുന്നതോർത്ത് മനമുരുകി. പാലസ്തീൻ എഴുത്തുകാരികൾക്കും പറയാനുണ്ടായിരുന്നത് അധിനിവേശത്തിന്റെ നൊമ്പരങ്ങളാണ്. ഇസ്രായേലിന്റെ അതിക്രമങ്ങൾ കാരണം അഭയാർത്ഥികളായി അലയേണ്ടിവന്നവരും ഉറ്റവരെ നഷ്ടപ്പെട്ടതിന്റെ വേദന മാത്രമല്ല സ്വന്തമായൊരു നാടില്ലാത്തതിന്റെ നീറ്റലും കൂടിയാണ് പങ്കുവച്ചത്. അതേസമയം പാശ്ചാത്യ എഴുത്തുകാരികൾക്ക് പറയാനുണ്ടായിരുന്നത് അതിരില്ലാത്ത സ്വാതന്ത്ര്യത്തെക്കുറിച്ചായിരുന്നു. നിങ്ങളെന്തിനാ പുരുഷന്മാരെ ആശ്രയിച്ച് ജീവിക്കുന്നത് എന്നായിരുന്നു അവരുടെ ചോദ്യം. ഇന്ത്യയിലെ ജീവിതരീതികളും കുടുംബവ്യവസ്ഥിതികളും എത്ര പറഞ്ഞിട്ടും അവർക്ക് മനസ്സിലായതേയില്ല. കുടുംബം നിലനിർത്താൻ സ്ത്രീകൾമാത്രം എന്തിനിങ്ങനെ ക്ലേശിക്കുന്നു? പ്രായം തികഞ്ഞ മക്കളെ നിങ്ങളെന്തിനു സംരക്ഷിക്കുന്നു? എന്നൊക്കെയുള്ള ചോദ്യങ്ങൾക്ക് ഞങ്ങൾ, ഇന്ത്യക്കാർക്ക് വ്യക്തമായ മറുപടി കൊടുക്കാൻ സാധിച്ചില്ല. കാലാകാലമായി അങ്ങനെയാണ്. കുടുംബത്തിന്റെ കെട്ടുറപ്പിനുവേണ്ടി എന്തു ത്യാഗവും സഹിക്കാൻ സ്ത്രീകളെ തയ്യാറാക്കുന്ന രീതിയിലാണ് അവരെ വളർത്തുന്നത്. അതുകൊണ്ടായിരിക്കാം ഞങ്ങളുടെ നാട്ടിലെ വിദ്യാസമ്പന്നരായ സ്ത്രീകൾക്കുപോലും പലപ്പോഴും ഇത്തരം കെട്ടുപാടുകളിൽ കുടുങ്ങി ജീവിതം അവസാനിപ്പിക്കേണ്ടിവരുന്നത്. എന്നാൽ, ഇപ്പോൾ മാറ്റങ്ങളുണ്ടായിത്തുടങ്ങിയിരിക്കുന്നു. നഗരങ്ങളിലെ സ്ത്രീകൾ പാരമ്പര്യത്തെ വെല്ലുവിളിച്ചുകൊണ്ട് അവർക്കിഷ്ടപ്പെട്ട ജീവിതം തെരഞ്ഞെടുക്കാൻ ധൈര്യം കാണിക്കുന്നുണ്ട് - എന്നൊക്കെ പറഞ്ഞ് ഞങ്ങൾ മുഖം രക്ഷിക്കുകയായിരുന്നു. അവരിൽ പലരും വിവാഹം എന്ന ഏർപ്പാടിൽ വിശ്വസിക്കുന്നേയില്ല. ഇഷ്ടമുള്ള ഇണയോടൊപ്പം ജീവിക്കാൻ സ്വാതന്ത്ര്യമുള്ളപ്പോൾ ഇന്ത്യയിലെ ഭൂരിഭാഗം സ്ത്രീകൾ ഇപ്പോഴും കുടുംബത്തിനകത്ത് തളച്ചിടപ്പെടുന്നതിന്റെ പൊരുൾ പിടികിട്ടുന്നില്ലെന്ന് അവരിൽ പലരും

അതിശയം ഭാവിച്ചപ്പോൾ ഞങ്ങൾക്ക് ഉത്തരം മുട്ടി. ജീവിതം ഒന്നേയുള്ളൂ. അത് ആഘോഷമാക്കുന്നതിന് എന്തിനു ഭയക്കുന്നു? ഞങ്ങളുടെ രാജ്യവും മാറ്റത്തിന്റെ പാതയിലാണ് എന്നു പറയുമ്പോഴും സ്ത്രീധനം കുറഞ്ഞതിന്റെ പേരിൽ ഭർത്താക്കന്മാരുടെയും വീട്ടുകാരുടെയും കൊടുംക്രൂരതയ്ക്ക് വിധേയരായി കൊല്ലപ്പെട്ട സ്ത്രീകളുടെ നീണ്ട നിര എന്നെ കുറച്ചൊന്നുമല്ല അലട്ടിയത്. ഇന്ത്യയിലെ കർഷകർ ഒരു വർഷ ത്തോളം പെരുമഴയത്തും കൊടും വേനലിലും തണുത്തുറഞ്ഞ മഞ്ഞുകാലത്തും പെരുവഴിയിൽ തമ്പടിച്ച് സമരം ചെയ്ത് സർക്കാരിനെ മുട്ടുമടക്കിച്ച കഥ അവരെ കേൾപ്പിച്ച് ഞാനെന്റെ മനസ്സു തണുപ്പിച്ചു.

നുസ്രത്തിന്റെ വീട്ടിൽവച്ചു നടന്ന സ്ത്രീകളുടെ കൂട്ടായ്മയിൽ സ്ത്രീകൾ വീട്ടിനകത്തും പുറത്തും നേരിടേണ്ടിവരുന്ന വെല്ലുവിളികളെ ക്കുറിച്ചാണ് ഞാൻ സംസാരിച്ചത്. അവിടെക്കൂടിയ പെണ്ണുങ്ങളിൽ പലരും ഇപ്പോഴും പഴയ ചിന്താഗതിക്കാരായിരുന്നു. ചില സ്ത്രീകളുടെ ഉള്ളിൽ കുടിയേറിയ മതവർഗ്ഗീയവാദം പുറത്തു ചാടിയത് എന്നെ വല്ലാതെ അലോസരപ്പെടുത്തി.

“പ്രണയം നടിച്ച് ഞങ്ങളുടെ പെൺമക്കളെ നിർബ്ബന്ധിച്ച് മതം മാറ്റി സിറിയയിലേക്കും മറ്റും കടത്തിക്കൊണ്ടുപോകുന്ന വാർത്തകളൊന്നും നിങ്ങളെപ്പോലുള്ളവർ കാണുകയും കേൾക്കുകയുമില്ല. ഭൂരിപക്ഷവർഗ്ഗീയ തയെ മാത്രമല്ലേ നിങ്ങൾ, എഴുത്തുകാർ എതിർക്കുകയുള്ളൂ. നിങ്ങളുടെ നിലനില്പിന് അതാണല്ലോ ആവശ്യം.”

കവിയാണെന്നു സ്വയം പരിചയപ്പെടുത്തിയ സ്ത്രീ പറഞ്ഞതു കേട്ട് ഞാൻ മാത്രമല്ല പലരും അസ്വസ്ഥരായി. അതിനു മറുപടിയായി ന്യൂനപ ക്ഷമനുഭവിക്കുന്ന വിവേചനങ്ങളെക്കുറിച്ചും അവർ നേരിടേണ്ടിവരുന്ന വെല്ലുവിളികളെക്കുറിച്ചും അബായ ധരിച്ച സ്ത്രീ സംസാരിക്കാൻ തുടങ്ങുകയും ഇരുവരേയും അനുകൂലിക്കാൻ ചിലർ ശ്രമിക്കുകയും ചെയ്തപ്പോൾ എനിക്ക് ഇടപെടേണ്ടി വന്നു.

“നമുക്കിവിടെ നിർത്താം. ഇവിടെ നിങ്ങൾ സ്വന്തം എഴുത്തിനെ ക്കുറിച്ച് പറയുമെന്നാണ് ഞാൻ കരുതിയത്. അനീതിക്കെതിരെ ശബ്ദമുയർത്തേണ്ടവരാണ് എഴുത്തുകാർ. ഭൂരിപക്ഷവർഗ്ഗീയതയേയും ന്യൂനപക്ഷവർഗ്ഗീയതയേയും ഒരുപോലെ ചെറുക്കേണ്ടവർ. ജാതിയുടെ യും മതത്തിന്റേയും പേരിൽ വേർതിരിഞ്ഞുനിന്ന് പൊരുതുന്നത് ഭാവിതല മുറയെ അപകടത്തിലേക്കായിരിക്കും നയിക്കുക. നമ്മളെഴുതുന്നത് വായിച്ച് ആരും നന്നായില്ലെങ്കിലും ആരും ചീത്തയാകരുതെന്നെങ്കിലും നാം ആഗ്രഹിക്കേണ്ടിയിരിക്കുന്നു. നല്ല മനസ്സുള്ളവരുടെ രചനകളേ വായനക്കാർ നെഞ്ചിലേറ്റൂ. മറുനാടുകളിൽ താമസിക്കുന്ന നിങ്ങളുടെ ഉള്ളിൽ വിഷം കുത്തിവയ്ക്കുന്നവരെ അകറ്റി നിർത്തിയില്ലെങ്കിൽ നമ്മുടെ

മാത്രമല്ല നമ്മളുടെ മക്കളുടെയും ഭാവി നിറംകെട്ടതാകും. സാഹിത്യതല്പരരായ നിങ്ങൾക്ക് നിങ്ങളുടെ വിചാരവികാരങ്ങൾ പങ്കിടാനുള്ള വേദിയായി ഈ കൂട്ടായ്മ മാറുമെന്നു തന്നെയാണ് ഞാൻ വിചാരിക്കുന്നത്....'' എന്ന് പറയുമ്പോൾ അകം നീറുന്നുണ്ടായിരുന്നു.

''സുനിയേച്ചീ......എണീക്ക് ചായ റെഡി.'' ഹൈറു തട്ടിവിളിച്ചപ്പോൾ പകച്ച് ചുറ്റും നോക്കി. എന്റെ മുറി, എന്റെ കട്ടിൽ. സൈഡ് ടേബിളിൽ നിന്ന് ഫോൺ തപ്പിയെടുത്ത് നോക്കി. മണി അഞ്ചര. ''നേരമിരുട്ടിയല്ലോ. നീയെന്താ വിളിക്കാഞ്ഞത്?''

കുളിമുറിയിലേക്കു നടക്കുമ്പോൾ പറഞ്ഞു.

മുപ്പത്തിയൊന്ന്

ഏലിയാമ്മച്ചേടത്തിയുടെ വീട് പൂട്ടി പുറത്തിറങ്ങുമ്പോൾ ഹൈറു മാത്രമല്ല കൗജുത്താത്തയും വിതുമ്പുന്നുണ്ടായിരുന്നു.

"എന്നാലും എന്റെ സുനിയേ വല്ലാത്തൊരു ഷോക്കായിപ്പോയി. ഇന്നലെ വൈകുന്നേരം മഗരിബ് ബാങ്ക് കൊടുത്തപ്പളാ ഞാനാടന്ന് എറങ്ങിയത്. ചെറിയ തലവേദനയുണ്ടെന്നു പറഞ്ഞപ്പോൾ രാത്രി ഹൈറുവിനെ വിളിച്ച് കൂടെ കെടത്തണേന്ന് ഞാൻ പറഞ്ഞതാ." കൗജുത്താത്ത സാരിത്തലപ്പുകൊണ്ട് കണ്ണീരൊപ്പി തേങ്ങലടക്കി.

"ഇങ്ങളിങ്ങനെ നെലോളിച്ച് ബി പി കൂട്ടല്ല താത്തേയ്. ദൈവത്തിന്റെ വിളി വന്നാ പിന്നെ ഉമ്പക്ക് പോകാണ്ട് കയ്യോ?"

കൗജുത്താത്തയുടെ സഹായി ജാനു സമാധാനിപ്പിച്ചു. അപ്പോഴേക്കും ഞങ്ങൾ ഗെയിറ്റിന് പുറത്തെത്തിയിരുന്നു.

"ഓലെ പൂതിപോലെ ഇവിടക്കെടന്നുതന്നെ മരിച്ചു. അൽഹംദുലില്ലാഹ്. അടുത്ത മാസം അമേരിക്കേല് പോകാനിരുന്നതാ. ആടെയാണെങ്കില് ഞമ്മക്ക് ഒരു നോക്ക് കാണാൻകൂടി കയ്യൂലേനും." ഗെയിറ്റ് പൂട്ടുന്നതിനിടയിൽ ഹൈറു പതം പറഞ്ഞു.

"സണ്ണി മരിച്ചിട്ട് ഒന്നു കാണാൻപോലും കയ്യാത്തത് മൂപ്പത്തീന കൊറച്ചൊന്നുമല്ല അലട്ടിയിരുന്നത്. ബാക്കിയുള്ള മക്കക്കും മയ്യത്തുമുഖം കാണാൻ കയിഞ്ഞില്ലാലോ റബ്ബേ. മക്കളേം പേരക്കുട്ട്യേളേം കാണണോന്ന് നല്ല പൂതിണ്ടെന്ന് ഇന്നലെയും എന്നോട് പറഞ്ഞു. അമ്മേനെ കൂട്ടിക്കൊണ്ടോകാൻ മോള് വരാനിരുന്നതാ. അമ്മക്കളെ ഹാലൊന്ന് ആലോയിച്ച് നോക്ക്. മരിച്ചാ ആരേം കാത്തുനിക്കാണ്ട് അടക്കണമെന്ന്

ഓള് ഒസ്യെത്തെയ്തി പള്ളീലച്ചനെ ഏല്പിച്ച കാര്യം ഇന്നലെയാത്രെ ഓലറഞ്ഞത്.'' കൗജുത്താത്ത പറയുന്നതിനിടയിൽ വീടെത്തി.

''എന്നാ ഞാനിങ്ങോട്ട് കേറട്ടെ കൗജുത്താത്താ. ജാനൂ, ഗുളികയൊക്കെ സമയത്തിനു കൊടുക്കണേ.''

വീട്ടിലേക്ക് കയറുമ്പോൾ ഞാൻ പറഞ്ഞു. അപ്പോൾ ജാനുവിന്റെ കൈയിലിരുന്ന കൗജുത്താത്തയുടെ ഫോണടിഞ്ഞു. ജാനു അത് നോക്കിയിട്ട് മോളാണെന്നു പറഞ്ഞ് ഫോൺ കൊടുത്തപ്പോൾ കൗജുത്താത്ത ഫോൺ കട്ടാക്കിയിട്ട് പറഞ്ഞു:

''ഇപ്പമെടുത്താൽ ശരിയാകൂലാ. എന്റെ ഒച്ച കേട്ടാ ഓള് ബേജാറാകും. നാളെത്തന്നെ എന്നെക്കൂട്ടാൻ ഇവിടെ എത്തൂം ചെയ്യും. ഞാനൊന്നു മേക്കഴുകി മഗരിബ് നിസ്കരിക്കട്ടെ. ഇനി ഓലാരെങ്കിലും വിളിച്ചാല് ഞാൻ കുളിമുറീലാണെന്ന് പറഞ്ഞേക്ക്.''

ഞാനും കൂടുതലൊന്നും പറയാതെ കുളിമുറിയിലേക്കു നടന്നു. കുളിയും ഭക്ഷണവും കഴിഞ്ഞ് എന്റെ റോക്കിങ് ചെയറിലിരുന്നപ്പോൾ നെഞ്ചാകെ പുകഞ്ഞു. ഇതാണ് ലോകം. ഇന്നു കാണുന്നവരെ നാളെ കണ്ടേന്നുവരില്ല. ലോകം പുരോഗമിച്ചു എന്ന് മനുഷ്യർ അഹങ്കരിക്കുമ്പോഴും മരണത്തെ പിടിച്ചുനിർത്താനുള്ള മരുന്ന് ഒരു ശാസ്ത്രജ്ഞനും ഇതുവരെ കണ്ടുപിടിക്കാനായില്ലല്ലോ എന്ന് നിരന്തരം സങ്കടപ്പെട്ടത് കൊറോണക്കാലത്താണ്. മെച്ചപ്പെട്ട ചികിത്സാസൗകര്യങ്ങളുള്ള അമേരിക്കയിലും ഇറ്റലിയിലും മനുഷ്യർ പുഴുക്കളെപ്പോലെ മരിച്ചുവീഴുന്നതുകണ്ട് നിസ്സഹായരായി നില്ക്കുന്ന ആരോഗ്യപ്രവർത്തകർ ഏറെക്കാലം ഉറക്കം കെടുത്തിയിരുന്നു. ലോകം വെട്ടിപ്പിടിച്ച് സമ്പത്ത് കുന്നുകൂട്ടിയ അമേരിക്കയ്ക്ക് കോവിഡിനു മുന്നിൽ വെറുങ്ങലിച്ചു നില്ക്കേണ്ടിവന്നു. നിത്യച്ചെലവിന് കടമെടുക്കുന്ന കേരള സർക്കാരാകട്ടെ, പതറാതെ നിന്ന് ഒരു പരിധിവരെ കോവിഡ് വ്യാപനവും മരണനിരക്കും കുറച്ചു. സുഹൃത്തുക്കളും ബന്ധുക്കളും സഹപ്രവർത്തകരും മരിച്ചപ്പോൾ ശവമടക്കിനുപോലും പോകാൻ സാധിക്കാതെ വെന്തുരുകി. ഉറ്റവരുടെ ശവശരീരംപോലും ഒരുനോക്കു കാണാനാവാതെ നീറിപ്പുകഞ്ഞവരെക്കുറിച്ചോർത്ത് പലപ്പോഴും സമനിലതെറ്റുന്നതുപോലെ തോന്നി. എഴുത്തിന്റെ കരുത്തുകൊണ്ടാണ് അക്കാലം തരണം ചെയ്യാനായത്. ഇത്രയുമേറെ കുട്ടികൾ ആത്മഹത്യ ചെയ്ത മറ്റൊരു കാലഘട്ടം ഉണ്ടായിരിക്കാനിടയില്ല. ആടിത്തിമർക്കേണ്ട കാലത്ത് വീട്ടിലടച്ചിരിക്കാൻ വിധിക്കപ്പെട്ട കുരുന്നുകളെ എങ്ങനെ കൈകാര്യം ചെയ്യുമെന്നറിയാതെ രക്ഷിതാക്കളും വിഷമവൃത്തത്തിലായ നാളുകളായിരുന്നു അത്. മക്കളെ നഷ്ടപ്പെട്ട അമ്മമാരുടെയും ഭർത്താക്കന്മാരെ നഷ്ടപ്പെട്ട ഭാര്യമാരുടെയും ഉറ്റവരെ നഷ്ടപ്പെട്ട ബന്ധുക്കളുടെയും കണ്ണീര് വീണ് ഭൂമിയിൽ പ്രളയമുണ്ടാ

കുന്നതും വെള്ളത്തിന്റെ കുത്തൊഴുക്കിൽപ്പെട്ട് ഞാൻ അലറിവിളിച്ചതും പാഴ്ക്കിനാവായിരുന്നുവെന്ന് എന്നെത്തന്നെ വിശ്വസിപ്പിക്കാൻ ഏറെ പാടുപെട്ടിരുന്നു. ജീവിതത്തിൽ ഇനി ഇങ്ങനെയൊരുകാലം ഉണ്ടാകരുതേ യെന്ന് മനമുരുകി പ്രാർത്ഥിച്ചിട്ടുണ്ട് പലപ്പോഴും.

മരണം വിളിക്കാത്ത അതിഥിയായി എത്തുമ്പോൾ പകച്ചുനില്ക്കുന്ന മനുഷ്യരുടെ നിസ്സഹായതയോർത്താൽ ജീവിതത്തിനൊരർത്ഥവുമില്ല. പെട്ടെന്നൊരുദിവസം ഹൈദർ പോയപ്പോഴുള്ള മുഷ്ത്തരിയുടെ വേദന കണ്ട് പകച്ചുപോയെങ്കിലും അവളെ അതിൽനിന്ന് കരകയറ്റാനായത് ആരുടെയൊക്കെയോ അനുഗ്രഹം ഒന്നുകൊണ്ട് മാത്രമാണ്. ഇപ്പോൾ അവളും മക്കളും മാത്രമല്ല, ഹൈദറിന്റെ ഉമ്മയും എനിക്കു സ്വന്തമാണ്. ഏലിയാമ്മച്ചേടത്തിയും എനിക്കേറ്റവും വേണ്ടപ്പെട്ട ആളായിരുന്നല്ലോ. അവരവരുടെ കർമ്മം ലോകത്ത് അവസാനിക്കുമ്പോൾ ഓരോരുത്തരായി അങ്ങു പോകും. 'ഇന്നു ഞാൻ നാളെ നീ....' ഏലിയാമ്മച്ചേടത്തിയെ പ്പോലെ മറ്റുള്ളവർക്ക് ഭാരമാകാതെയും കഷ്ടപ്പെടാതെയും പോകുന്നവർ അനുഗ്രഹിക്കപ്പെട്ടവർ. എഴുപത്തഞ്ച് കഴിഞ്ഞെങ്കിലും ഏലിയാമ്മച്ചേട ത്തിക്ക് ശാരീരികമായി വലിയ അവശതയൊന്നുമുണ്ടായിരുന്നില്ല. സ്വന്തം മകൻ മരിച്ചിട്ട് ശവശരീരംപോലും കാണാതെ ഒരാഴ്ചയോളം തളർന്നു കിടന്ന ചേടത്തി ഫിനിക്സ് പക്ഷിയെപ്പോലെ ഉയിർത്തെഴുന്നേറ്റ് സ്വന്തം ചുമതലകളിൽ മുഴുകുന്നതുകണ്ട് ആരാധനയോടെ നോക്കിനിന്നിട്ടുണ്ട്. കഴിഞ്ഞയാഴ്ചയും എസ്റ്റേറ്റിൽ പോയതാണ്. എസ്റ്റേറ്റ് വില്ക്കാനുള്ള ഏർപ്പാടൊക്കെ ആയെന്നു പറഞ്ഞിരുന്നു.

"മക്കള് തന്നോളം വളർന്നാൽ അവരേം താനെന്നു വിളിക്കണമെന്നും വയസ്സാംകാലത്ത് അവര് പറയുന്നതുകേട്ട് നടക്കുന്നതാ ബുദ്ധിയെന്നും അവരുടെ അപ്പച്ചൻ പറയാറുണ്ടായിരുന്നു. പുള്ളി മക്കളേം എന്നെ ഏല്പി ച്ച് ഒരു സൂചനപോലും തരാതെ പെട്ടെന്നങ്ങു പോകുമ്പോൾ മൂത്തവൻ മാത്രമേ കരപറ്റിയിരുന്നുള്ളൂ. മറ്റു രണ്ടുപേരേയും വളർത്താനും കരയ്ക്കടുപ്പിക്കാനുമായിരിക്കും കർത്താവ് എന്റെ ആയുസ്സ് നീട്ടിത്തന്നത് എന്നു പറഞ്ഞാ ഞാൻ എന്നെ സമാധാനിപ്പിക്കുന്നത്. അവൻ നിശ്ചയി ക്കുന്നതേ നടക്കൂന്ന് അറിയാമെങ്കിലും നമ്മളിൽ പലരും ലോകംവെട്ടിപ്പി ടിച്ച് ജീവിതം ഭദ്രമാക്കുന്നതിനിടയിൽ അക്കാര്യം മറക്കും. മക്കളെ ഞാൻ നന്നായിത്തന്നെ വളർത്തി. പക്ഷേങ്കില് അവരെ അണച്ചു കൂടെ നിർ ത്താൻ എനിക്കായില്ല. അത്യാവശ്യം കഴിഞ്ഞുകൂടാനുള്ള പണമുണ്ടാക്കി അവരിങ്ങ് തിരിച്ചെത്തുമെന്ന് അവർ ഓരോരുത്തരും മറുനാടുകളിലേക്ക് ചേക്കേറുമ്പോൾ ഞാൻ വെറുതേ മനക്കോട്ടകെട്ടി.. അവിടത്തെ മോടി കണ്ടപ്പോ അവർക്ക് നാടിനോട് മമതയില്ലാതായി. ഈ വയസ്സാംകാലത്ത് ഞാനെന്തിനാ പെടാപ്പാടുപെട്ട് ഇതെല്ലാം കെട്ടിപ്പിടിച്ചിരിക്കുന്നത്? എല്ലാം

വിറ്റ് അവരുടെ പങ്കങ്ങ് കൊടുത്തേരെയെന്ന് കുറേനാളുകൊണ്ട് അതിയാനും ഇടയ്ക്കിടെ വന്നുപറയാൻ തുടങ്ങിയതോടെ ഞാനതങ്ങ് തീരുമാനിച്ചു. മോശമല്ലാത്ത വിലയാ. അതങ്ങ് കൊടുത്തേക്കാം അല്ല്യോ കൊച്ചേ?''

രണ്ടുദിവസംമുമ്പ് കണ്ടപ്പോൾ അല്പം വിഷമത്തോടെ ഏലിയാമ്മച്ചേടത്തി പറഞ്ഞിരുന്നു. അങ്ങനെ പായ്യാരവും പരാതിയും പറയുന്ന ആളല്ല.

"എസ്റ്റേറ്റിന് അഡ്വാൻസ് വാങ്ങിയതോടെ അമ്മച്ചീന്റെ ഉശിരൊക്കെ പോയീട്ടോ. മൂപ്പത്തി ആകെ ബെശമത്തിലാ. അവനവൻ അദ്ധ്വാനിച്ചുണ്ടാക്കുന്നത് കൈയീന്ന് പോകുമ്പം ആരിക്കായാലും ബെശമം കാണും. അല്ലേച്ചീ?''

തലേന്ന് രാത്രി ഹൈറു പറഞ്ഞപ്പോൾ വെറുതേ മൂളിയതേയുള്ളൂ. ഫോണടിഞ്ഞു. ഏലിയാമ്മച്ചേടത്തിയുടെ മകൾ ട്രീസയായിരുന്നു. അവളെന്തേ ഇതുവരെ വിളിച്ചില്ല എന്ന് അല്പസമയംമുമ്പ് ഓർത്തിരുന്നു.

"എന്നാലും സുനിതേ, അമ്മ ഞങ്ങളോടിത് ചെയ്തല്ലോ. ഒന്നു കാണാനുള്ള അവസരംപോലും തന്നില്ല. മൂന്നുദിവസം മോർച്ചറിയിൽ കിടത്തിയിരുന്നെങ്കിൽ ഞങ്ങളെല്ലാം അവിടെയത്തി അമ്മച്ചിയെ അന്തസ്സായിത്തന്നെ യാത്ര അയച്ചേനെ....'' ട്രീസയുടെ ദുഃഖം അണപൊട്ടി.

"അമ്മച്ചിയുടെ അന്ത്യയാത്രയ്ക്ക് ഒരു കുറവും ആരും വരുത്തിയില്ല. പള്ളീലച്ചന്മാരും ബന്ധുക്കളും മെത്രാന്മാരും എല്ലാരുമുണ്ടായിരുന്നു. അമ്മച്ചി ആഗ്രഹിച്ചപോലെ അന്തസ്സായിട്ടുതന്നെയാ പോയത്. അതിനുള്ള ഏർപ്പാടെല്ലാം ചേടത്തി നേരത്തേ ചെയ്തുവച്ചിരുന്നു. എന്റെ മക്കള് മാനത്ത് കാണുന്നത് ഞാൻ മനസ്സില് കാണുമെന്ന് അവര് പറഞ്ഞതിന്റെ പൊരുളൊക്കെ ഇപ്പഴാ ട്രീസേ പിടികിട്ടുന്നത്.'' ഞാനവളെ സമാധാനിപ്പിച്ചു.

"നിങ്ങക്കൊക്കെ അറിയാമായിരുന്നെങ്കില് ഒരു സൂചന ഞങ്ങക്ക് തന്നൂടായിരുന്നോ? ഞങ്ങളവിടെയെത്തി അമ്മച്ചിയെ ഒന്നു കാണുകയെങ്കിലും ചെയ്തേനെ?''

"എല്ലാം പറയുന്ന എന്നോടുപോലും ചേടത്തി ഇക്കാര്യം സൂചിപ്പിച്ചില്ല. പള്ളീലച്ചൻ വിൽപ്പത്രം വായിച്ചപ്പളാ ഞങ്ങള് വിവരമറിഞ്ഞത്.''

"സങ്കടംകൊണ്ട് പറഞ്ഞുപോയതാ സുനിതേ. ഒന്നും തോന്നല്ലേ. കൊറോണ വന്ന് സണ്ണി പോയതോടെ അമ്മച്ചി വല്ലാത്ത ഡിപ്രഷനിലായിരുന്നു. മക്കളെ കാണാനാകുമോ എന്ന പേടി ഞങ്ങളോട് പങ്കുവയ്ക്കാറുണ്ടായിരുന്നു. കൊറോണ കാരണം ഞങ്ങക്കങ്ങോട്ട് വരാനും ഒത്തില്ല, അമ്മച്ചിയുടെ ഇങ്ങോട്ടേക്കുള്ള വരവും നീണ്ടു.''

"ഇവിടെക്കിടന്ന് മരിക്കണമെന്ന് നാഴികയ്ക്ക് നാല്പതുവട്ടം

ചേടത്തി പറയുമായിരുന്നു. ചേടത്തിയുടെ മനസ്സ് കർത്താവ് കണ്ടിരിക്കും. അങ്ങനെ സമാധാനിക്ക് ട്രീസാ. ചേടത്തിയുടെ ആത്മശാന്തിക്കായി പ്രാർത്ഥിക്ക്."

"ഞാറാഴ്ച പള്ളീല് പ്രാർത്ഥനയുണ്ട്. ഇറ്റലീന്ന് സണ്ണീടെ ഭാര്യയും മക്കളും പള്ളീല് പ്രാർത്ഥനയ്ക്ക് ഏർപ്പാട് ചെയ്തിട്ടുണ്ട്. മരണാനന്തരച്ചടങ്ങും കബറടക്കവും നല്ലരീതിയിൽ നടത്താനും വീഡിയോ എടുത്ത് അയച്ചു തരാനും ഏർപ്പാടാക്കിയിരുന്നു. ഇപ്പഴാ വീഡിയോ കിട്ടിയത്. അണിയിച്ചൊരുക്കിയപ്പം അമ്മച്ചി മണവാട്ടിയെപ്പോലുണ്ട്. റിട്ടയറാകുമ്പോൾ ഞങ്ങളിലാരെങ്കിലും ഒരാൾ അവിടെ വന്ന് അമ്മച്ചിയോടൊപ്പം താമസിക്കണമെന്ന് അമ്മച്ചി ആശിച്ചിരുന്നു. അപ്പച്ചനുണ്ടാക്കിയ തോട്ടവും നോക്കി സമാധാനത്തോടെ കഴിഞ്ഞൂടെ കൊച്ചേന്ന് പലവട്ടം ഞങ്ങളോരുത്തരോടും ചോദിക്കുമായിരുന്നു. സണ്ണിക്കായിരുന്നു നാട്ടിൽ വന്നുനിക്കാൻ മോഹം. അവനെ കർത്താവ് നേരത്തേ വിളിച്ചു. ഇവിടെ ജനിച്ചുവളർന്ന മക്കളൊന്നും ഇനി നാട്ടിൽ താമസിക്കാനിഷ്ടപ്പെടുകേലാ. അവരെ ഇവിടെയിട്ട് അങ്ങോട്ടു വന്നാൽ വയസ്സുകാലത്ത് ഞങ്ങളും അമ്മച്ചിയെപ്പോലെ ഒറ്റപ്പെട്ടുപോകും." ട്രീസ പറഞ്ഞുകൊണ്ടേയിരുന്നു.

"വയസ്സുകാലത്ത് നിങ്ങളുടെ മക്കൾ നിങ്ങളോടൊപ്പമുണ്ടാകുമെന്ന് വല്ല ഉറപ്പുമുണ്ടോ ട്രീസാ?"

"അങ്ങനെ ചോദിച്ചാ ഇല്ല. ഇവിടെ ഞങ്ങക്ക് വയസ്സായാൽ നഴ്സിങ് ഹോമുകളുണ്ട്. ആവുന്നകാലത്ത് കുറച്ച് പണം കരുതിവെച്ചാ നല്ല സൗകര്യമുള്ള വൃദ്ധസദനങ്ങൾ തെരഞ്ഞെടുക്കാം. എപ്പഴുമെപ്പഴുമന്വേഷിച്ചില്ലെങ്കിലും മരിച്ചാൽ അവര് വന്ന് മരണാനന്തരച്ചടങ്ങിലെങ്കിലും പങ്കെടുക്കും. അവിടെ വയസ്സുകാലത്ത് വന്നുനിന്നാ പണം കൊടുത്താലും നോക്കാനാളെപ്പോലും കിട്ടുകേലന്നാ പലരും പറയുന്നേ. ഏതായാലും അമ്മേടെ നാല്പതാം അടിയന്തിരത്തിന് ഞങ്ങൾ അങ്ങോട്ടു വരാൻ തീരുമാനിച്ചിട്ടുണ്ട്. അപ്പോഴേക്കും എസ്റ്റേറ്റിന്റെ റെജിസ്ട്രേഷനും നടത്താൻ ഏർപ്പാടാക്കാൻ അച്ചനെ പറഞ്ഞേല്പിക്കണം. അവിടെ നേരം ഒരുപാടായിക്കാണും. സുനിത കെടന്നോ." ട്രീസ ഫോൺവച്ചു.

ജീവിച്ചിരിക്കുമ്പോൾ കൊല്ലത്തിലൊരിക്കലെങ്കിലും അമ്മയെ വന്നു കാണാൻ നേരമില്ലാത്ത മക്കൾ മരണാനന്തരച്ചടങ്ങുകൾ ഗംഭീരമാക്കാനെത്തുന്നു.

"മരിച്ചാൽ മക്കളെത്തുമോന്ന് എനിക്കൊരുറപ്പുമില്ല. അമ്മച്ചീടെ മരണാന്തരച്ചടങ്ങുകൾ വീഡിയോയിൽ കണ്ട് അവര് കണ്ണീരൊഴുക്കുമെന്ന് അച്ചെട്ടാ."

മരണാന്തരച്ചടങ്ങുകൾ തലങ്ങും വിലങ്ങും നടന്ന് വീഡിയോയിൽ പകർത്തുന്നത് കണ്ടപ്പോൾ, ചേടത്തിയുടെ വാക്കുകളോർത്ത് കണ്ണു

നിറഞ്ഞു. ഒന്നും വിട്ടുപോകാതെ എല്ലായിടത്തും ക്യാമറ എത്തണമെന്നും അമ്മച്ചീടെ മുഖം ഹൈലൈറ്റ് ചെയ്ത് കാണിക്കണമെന്നുമൊക്ക മൂത്തമകന്റെ ഭാര്യ ഇടയ്ക്കിടെ ഫോൺ വിളിച്ചു പറയുന്നതും അസ്വസ്ഥ തയുണ്ടാക്കി. ചേടത്തി ജീവിച്ചിരിപ്പില്ലാത്ത സ്ഥിതിക്ക് അഭിപ്രായം പറഞ്ഞ് വെറുതെ ബന്ധുക്കളെ മുഷിപ്പിക്കേണ്ടെന്നു കരുതി മിണ്ടാതി രുന്നു. നാളെ അവരുടെ ബന്ധുവിനെ താക്കോലേല്പിക്കുന്നതോടെ ആ വീടുമായുള്ള ബന്ധം അവസാനിക്കുമെങ്കിലും ഏലിയാമ്മച്ചേടത്തി ഉള്ളിലെപ്പോഴുമുണ്ടാകും. അമ്മയെക്കുറിച്ചോർത്ത് മനസ്സ് കലങ്ങുമ്പോൾ ചേടത്തിയുടെ അടുത്ത് ചെന്നിരുന്നാൽ സ്നേഹം വാരിക്കോരിത്തരും; ഒപ്പം മലബാർ കുടിയേറ്റക്കഥകളും. ഏലിയാമ്മച്ചേടത്തിയും അവരുടെ ഭർത്താവും അങ്ങ് കോട്ടയത്തുനിന്ന് ബന്ധുമിത്രാദികളോട് കണ്ണീരോടെ യാത്രപറഞ്ഞ് കെട്ടും മാറാപ്പുമായി മലബാറിലെത്തിയത് പലപ്പോഴും സങ്കല്പിക്കാറുണ്ട്. കാടു വെട്ടിത്തെളിച്ച് പ്രകൃതിയോടും വന്യമൃഗ ങ്ങളോടും മല്ലിട്ട് മക്കളുടെ നല്ല നാളേക്കായി കഠിനമായി അദ്ധ്വാനിക്കുന്ന അനേകം പേരെ അപ്പോഴെനിക്ക് കാണാം. ആദ്യകാലത്ത് കുടിയേറി യവരുടെ പ്രയാസങ്ങളും വിഷമങ്ങളും പറയുമ്പോൾ ചേടത്തിയുടെ കണ്ണുനിറയും.

"ഞങ്ങളനുഭവിച്ച പ്രയാസങ്ങൾ ഞങ്ങളുടെ മക്കളനുഭവിക്കരുതേ എന്ന ചിന്ത ജോലി ചെയ്യുന്നതിന് പ്രത്യേകം ഊർജ്ജം തന്നിരുന്നു. മക്കള് മുതിർന്നപ്പോൾ വയനാട്ടിലുള്ളതെല്ലാം വിറ്റ് അതിയാൻ അടിവാരത്ത് റബ്ബർ എസ്റ്റേറ്റ് വാങ്ങി. ഞങ്ങളിത്തിരി സ്വസ്ഥമായിട്ട് ജീവിക്കാൻ തുടങ്ങുമ്പോഴായിരുന്നു എന്നേം തനിച്ചാക്കി പുള്ളിക്കാരൻ പോയത്. അന്തംവിട്ട് ദുഃഖിച്ചിരിക്കാനൊന്നും ഇടയുണ്ടായിരുന്നില്ല. ഒറ്റയ്ക്കങ്ങു തുഴഞ്ഞു. ഓരോ തീരുമാനങ്ങളെടുക്കുമ്പോഴും അച്ചായന്റെ പടത്തിനു മുന്നിൽ മെഴുകുതിരി കത്തിച്ചുവച്ച് പ്രാർത്ഥിക്കുമായിരുന്നു. മക്കള് ഞങ്ങളെപ്പോലെ കഷ്ടപ്പെടരുതെന്ന് കരുതിത്തന്നെയാണ് മൂത്തവന്, അമേരിക്കയിൽ നഴ്സായ ലിസായെ വധുവായി കണ്ടെത്തിയത്. കോട്ടയ ത്തുള്ള എന്റെ സഹോദരൻ ആലോചനയുമായി വന്നപ്പോ അതിയാന് വലിയ താല്പര്യമുണ്ടായിരുന്നില്ല. അങ്ങോട്ടു പോയാൽ പിന്നെ നിനക്കവനെ കണികാണാൻ കിട്ടില്ലെന്ന് പറഞ്ഞ് ഒഴിവാക്കിയതുമാണ്. അതിനിടയിലായിരുന്നു നിനച്ചിരിക്കാതെയുള്ള അദ്ദേഹത്തിന്റെ മരണം. തനിക്കീ ബന്ധംതന്നെ മതിയെന്ന് മൂത്തവൻ നിർബ്ബന്ധം പിടിച്ചപ്പോൾ എനിക്കത് നടത്തിക്കൊടുക്കേണ്ടി വന്നു. അവൻ അവിടെയെത്തി ട്രീസായെ അങ്ങോട്ടു കൊണ്ടുപോയപ്പോഴും അരുതെന്ന് പറയാൻ കഴിഞ്ഞില്ല. അവളെ അവിടെത്തന്നെയുള്ള അവന്റെ സുഹൃത്തിനെ ക്കൊണ്ട് വിവാഹം കഴിപ്പിച്ചപ്പോഴും നോക്കുകുത്തിയായി നിന്നു. നാട്ടിൽ

വച്ച് വിവാഹം നടത്താനായത് മഹാഭാഗ്യമെന്നു സമാധാനിച്ചു. എന്റെ സണ്ണിക്കുട്ടിക്ക് പുറത്തുപോകാൻ വലിയ താല്പര്യമുണ്ടായിരുന്നില്ല.. ട്രീസയുടെ ഭർത്താവിന്റെ ബന്ധുവായ വത്സയെ അവനു കണ്ടുപിടിച്ചത് ട്രീസയായിരുന്നു. അവക്ക് ഇറ്റലീലായിരുന്നു ജോലി. സണ്ണി ആദ്യം മടിച്ചെങ്കിലും ട്രീസ ഗുണദോഷിച്ച് അവനെ സമ്മതിപ്പിക്കുകയായിരുന്നു. അമ്മച്ചിയെ വത്തിക്കാനിൽ കൊണ്ടുപോയി മാർപ്പാപ്പയെ കാണിക്കാമെന്നൊക്കെ പറഞ്ഞാണ് അവൻ എന്നെ സമാധാനിപ്പിച്ചത്. അവന്റെ ഇളയ കൊച്ചിനെ ഞാനിതുവരെ കണ്ടിട്ടില്ല.

റബ്ബർ തോട്ടത്തിൽനിന്ന് കിട്ടുന്ന വരുമാനംകൊണ്ട് ഇവിടെ കഷ്ടിച്ച് കഴിഞ്ഞുകൂടാനല്ലേ ഒക്കൂ എന്ന് അവര് പറഞ്ഞപ്പോൾ എനിക്ക് മറുപടിയില്ലായിരുന്നു. അവിടെ ഒറ്റയ്ക്ക് കഴിയാൻ വിഷമമാണെന്നു തോന്നിയതുകൊണ്ടാ കുറച്ച് തോട്ടംവിറ്റ് ഞാനീ വീട് വാങ്ങാൻ തീരുമാനിച്ചത്. അതുകൊണ്ട് നിന്നെപ്പോള്ളവരോടൊപ്പം താമസിക്കാനുള്ള ഭാഗ്യമുണ്ടായി. എല്ലാം ദൈവഹിതമെന്നു പറഞ്ഞ് സ്വയം ആശ്വസിക്കുന്നു.''

"അതേ, എല്ലാം ദൈവഹിതം. അങ്ങനെ ഉറച്ചു വിശ്വസിച്ചാൽ ജീവിതം എളുപ്പത്തിൽ മുന്നോട്ടുകൊണ്ടുപോകാം.''

"എന്റെ മോളും ദൈവവിശ്വാസിയായി. ദേവീ, നിന്റെ കാരുണ്യം. ഇനി ഓളൊരു മംഗലംകൂടി കയിച്ചാ എനക്ക് ഭൂമീലിങ്ങനെ അലഞ്ഞുതിരിയാണ്ട് പരലോകത്ത് സ്വസ്ഥമായി കയ്യേനും.''

അമ്മ വന്ന് പായാരം പറഞ്ഞതുകേട്ട് ഞാൻ പുതപ്പ് തലവഴി മൂടിയിട്ട് പറഞ്ഞു:

"സോറി, അമ്മാ, എനക്കിപ്പോ ഇങ്ങളോട് തർക്കിക്കാനുള്ള മൂഡില്ല.''

"എനക്കത്രേമില്ല.''

സങ്കടത്തോടെ പുതപ്പ് പതുക്കെ മാറ്റിയപ്പോൾ, ഒരു നീലവെളിച്ചം ജനലിലൂടെ മിന്നിമറയുന്നതായി തോന്നി. "അമ്മേ.....'' കണ്ണടച്ചു.

മുപ്പത്തിരണ്ട്

വൈകുന്നേരത്തെ പതിവു നടത്തത്തിന് മുറ്റത്തിറങ്ങിയപ്പോഴാണ് "ഹൈറു എത്തീലേ സുനീ?" എന്നു ചോദിച്ചുകൊണ്ട് ഗെയിറ്റ് തുറന്ന് കൗജുത്താത്ത എത്തിയത്. കൈയിലൊരു സ്റ്റീൽപാത്രവുമുണ്ടായിരുന്നു.

"എന്താ കൗജുത്താത്താ കോള്?"

"ജാനു കൊറച്ച് എലയടയുണ്ടാക്കി. നീ ചായ കുടിച്ചോ?"

"ചായ നാലു മണിക്കേ കുടിച്ചു. അതു സാരല്ല, ഹൈറു വന്നാൽ ഒരു ചായകുടി കൂടിയുണ്ട്."

"ഇതുമായി എറങ്ങിയപ്പം ഏലിയാമ്മയെ ഓർത്തുപോയി. ഓളേ തായാലും കഷ്പ്പെടാണ്ടെ പോയി!"

"കുട്ടികളുടെ വിവരമെന്താ. നാട്ടിലൊന്നും വരുന്നില്ലേ?"

"അള്ളാ, അതു പറയാനാ ഞാൻ വന്നത്. മോളെ പുതിയാപ്ലക്ക് അവിടെ മടുത്തു. നാട്ടില് വരാൻ പരിപാടിയുണ്ട്. കുട്ട്യേള് വലുതായീലെ? അവരെ പഠിപ്പിനൊക്കെ ഇവിടെയാ നല്ലതെന്നാ പറഞ്ഞത്. ഉമ്മാന്റെ പൊരന്റടുത്ത് വീട് വാങ്ങിച്ചാ തരക്കേടില്ലാന്ന് ഓള് പറഞ്ഞപ്പം ഏലിയാമ്മന്റെ പൊര കിട്ടിയെങ്കില് തരക്കേടില്ലാന്ന് എനക്കൊരു തോന്നൽ."

"അത് കുറച്ച് പഴയതല്ലേ, അവർക്ക് ഇഷ്ടപ്പെട്വോ?"

"നല്ല ലൊക്കേഷനല്ലേ. മെയിൻ റോഡ്, മൂപ്പര് പണിയെടുക്കാൻ ഉദ്ദേശിക്കുന്ന ആസ്പത്രീം അടുത്താ. പതിനഞ്ച് സെന്റ് സ്ഥലം ടൗണില് തന്നെ കിട്ടുന്നത് ഇപ്പളത്തെ കാലത്ത് വലിയ കാര്യല്ലേ? പഴയപൊര പുതുക്കിപ്പണിത് മോടി കൂട്ടുന്നത് ഇപ്പളത്തെ ഫാഷനാ. അല്ലെങ്കില് പൊളിച്ച് പുതിയത് പണിതോട്ടെ. ഇത്ര നല്ല സ്ഥലം ടൗണിൽ കിട്ടാൻ

കുറച്ച് പ്രയാസാ. ഇതിപ്പം ആരെ പേരിലാ?"

"അറിയില്ല. വീട് കൊടുക്കാൻ താല്പര്യമുണ്ടെന്നാ ട്രീസയുടെ സംസാരത്തിൽനിന്ന് ഞാൻ മനസ്സിലാക്കിയത്. അവരാരും ഇനി ഇവിടെ വന്ന് താമസിക്കലൊന്നുമുണ്ടാവില്ല."

"എന്നാ നീയൊന്നു ചോദിച്ച് നോക്ക്."

അപ്പോൾ മൊബൈലടിഞ്ഞു. മുത്തുവായിരുന്നു.

"ടീച്ചറേ."

"എന്താ മുത്തു?"

"ഹൈറു എത്തിയോ?"

"ഇല്ല, എന്തേ.....?"

"പെട്ടെന്നൊരു വയറുവേദന. ഞാൻ ആസ്പത്രീല് കൊണ്ടു പോവാന്ന് പറഞ്ഞിട്ട് കേട്ടില്ല. കാറിലവിടെ എത്തിക്കാമെന്ന് പറഞ്ഞതും അനുസരിച്ചില്ല. ഇതിനുമുമ്പും ഇങ്ങനെയുണ്ടായിരുന്നു എന്നാണ് ഓഫീസിലെ ക്ലർക്ക് റീന പറഞ്ഞത്. ടീച്ചർ നാളെത്തന്നെ അവളെയൊന്നു ഡോക്ടറെ കാണിക്കണേ."

"ആയിക്കോട്ടെ. എന്റെ സുഹൃത്ത് ഡോക്ടർ ജലജയെ വിളിച്ച് ഇന്നുതന്നെ അപ്പോയിന്റ്മെന്റെടുക്കാം. നീ വെച്ചോ."

"എന്താ സുനീ, ആരാ..?" കൗജുത്താത്ത ആകാംക്ഷയോടെ ചോദിച്ചു.

"മുത്തുവാ. ഹൈറുവിന് അവിടെവച്ച് വയറു വേദനയുണ്ടായെന്ന്. ഡോക്ടറെ കാണിക്കാൻ പറഞ്ഞിട്ട് കൂട്ടാക്കിയില്ലാത്രെ."

"ഓക്കിതിനു മുമ്പും വയറുവേദന വരാറുണ്ട്. ഇഞ്ചിനീരും തേനുമൊക്കെ കുടിച്ച് നടക്കുന്നതു കാണാം."

അപ്പോൾ വീണ്ടും ഫോണടിഞ്ഞു.

"ഡോക്ടർ ജലജയായിരുന്നു."

"എടോ, ഹൈറു അവിടെയെത്തിയോ?"

"ഇല്ല. എന്തേ....?"

"വയറു വേദനയാണെന്നും പറഞ്ഞ് ഇവിടെ വന്നിരുന്നു. സ്കാൻ ചെയ്യാൻ പറഞ്ഞിട്ട് കൂട്ടാക്കിയില്ല. എനിക്കെന്തോ പന്തികേട് തോന്നുന്നു. നീ നാളെത്തന്നെ ഇവിടെവന്ന് കംപ്ലീറ്റ് ചെക്കപ്പ് നടത്തണം. അമാന്തിക്കേണ്ട."

"ഞാൻ രാവിലെ അവിടെയെത്താം. സീരിയസാണോ....?"

"അതൊക്കെ പരിശോധിച്ചാലല്ലേ പറയാൻ പറ്റൂ. വയറു തൊട്ടു നോക്കി രോഗം നിർണ്ണയിക്കാൻ ഞാൻ ജോതിഷിയൊന്നുമല്ലല്ലോ."

ജലജ അങ്ങനെയാണ്. ആശുപത്രിയിലായിരിക്കുമ്പോൾ സുഹൃത്താണെന്നൊന്നും നോക്കില്ല. മരുന്നിന്റെ കുറിപ്പടി മറന്നുപോയാൽ നല്ല

വഴക്ക് കിട്ടാറുണ്ട്. "പച്ചഗുളിക, ചുവന്നഗുളിക എന്നൊക്കെ വിദ്യാഭ്യാസവും വിവരവുമില്ലാത്തവർ പറയുന്നത് മനസ്സിലാക്കാം. തന്നെപ്പോലെ..?"

"ഹലോ..... സുനിതാ...."

"സോറി....... ഞാനെന്തോ ഓർത്ത്......"

"താനധികം ഓർത്ത് തല പുണ്ണാക്കാതെ നാളെ ഒരൊമ്പത് മണിയാവുമ്പം ഇവിടെ എത്ത്.."

ഫോൺ കട്ട് ചെയ്തപ്പോഴക്കും ഹൈറു എത്തി. മുഖം കരുവാളിച്ചിരുന്നു. അവൾക്ക് ഈയിടെയായി തൂക്കം കുറഞ്ഞിരുന്നു. തടി കുറയ്ക്കാൻ ശ്രമിക്കുന്നു എന്നാണ് ചോദിച്ചപ്പോൾ പറഞ്ഞത്.

"ഇനിക്കെന്തോ സുഖമില്ലാന്ന് മുത്തു വിളിച്ചു പറഞ്ഞല്ലോ." കൗജുത്താത്ത ചോദിച്ചു.

"അപ്പക്കും ന്യൂസെത്തിയോ? ചെറിയൊരു വയറുവേദന വന്നേന് ഡോക്ടറെ കാണണമെന്നൊക്കെ പറഞ്ഞാൽ എന്താ ചെയ്യാ.....?"

"ചെറിയ വേദനയാണെങ്കില് നീയെന്തിനാ ഡോക്ടർ ജലജയെ ചെന്നു കണ്ടത്. ? ഇഞ്ചിനീര് കുടിച്ചാ പോരായിരുന്നോ?" എന്റെ സങ്കടം അരിശമായി.

"മതിയേനും..... ഇന്റള്ളോ.... ഇങ്ങളെ മൊഖം കണ്ടാ വിചാരിക്കും എനക്ക് അത്യന്താന്ന്."

"വേണ്ടാത്ത വർത്താനം പറേല്ലെ ഹൈറു." കൗജുത്താത്ത.

"വന്നു കേറണേനുമുമ്പ് ഇങ്ങള് രണ്ടാളും ഇങ്ങനെ വിസ്താരം തുടങ്ങിയാലോ. ഞാനൊന്ന് അകത്തു കേറി ലേശം വെള്ളം കുടിക്കട്ടെ." ഹൈറു സ്കൂട്ടി സ്റ്റാന്റിലിട്ട് അകത്തേക്കു നടന്നു.

"ഓളെ മുഖമൊക്കെ വല്ലാതെ വെളറീന്. സ്വന്തം കാര്യം തീരെ ശ്രദ്ധിക്കില്ല. നാളെത്തന്നെ ഡോക്ടറെ കാണിച്ചാളാ. മഗരിബായി ഞാൻ പോണ്."

"ആയിക്കോട്ടെ. ഞാൻ ഇന്നുതന്നെ ട്രീസയെ വിളിക്കാം."

കൗജുത്താത്ത ഗേറ്റു കടന്നപ്പോൾ ഞാനും അകത്തേക്കു കയറി. ഉമ്മറവും തളവും ഇരുട്ടിലായിരുന്നു. ഹൈറു അടുക്കളയിലുമുണ്ടായിരുന്നില്ല. സാധാരണ ഓഫീസിൽ നിന്നെത്തിയാൽ കൈയും കാലും കഴുകി വേഷം മാറി അടുക്കളയിലെത്തുകയാണ് പതിവ്. കുളിയൊക്കെ തോട്ടം നനയും അടുക്കളജോലികളും കഴിഞ്ഞാണ്. അടുപ്പിൽ ചായയ്ക്ക് വെള്ളംവെച്ച് അവളുടെ മുറിയിൽച്ചെന്നു. കുളിമുറിയിൽ വെള്ളം വീഴുന്ന ശബ്ദം കേൾക്കാം. തിരിച്ച് അടുക്കളയിൽച്ചെന്ന് ചായ തിളപ്പിച്ച് കപ്പുകളിലൊഴിച്ച് ഊണ് മേശയിലേക്കു വെച്ചപ്പോഴേക്കും കുളിച്ചു വേഷം മാറി ഹൈറുവുമെത്തി.

"ഞാൻ വരുന്ന വഴിക്ക് ഡോക്ടറമ്മയെ കാണാൻ കയറിയ വിവരം

ഇവിടെ എത്തിയിട്ടുണ്ടാകുമെന്നെനക്കുറപ്പാ."

"ആണല്ലോ. എന്നെ മറച്ചുപിടിച്ച് കാര്യം നടത്താമെന്ന വ്യാമോഹ മൊന്നും വേണ്ട. ഡോക്ടറടുത്ത് കൊണ്ടുപോകാന്ന് മുത്തു പറഞ്ഞതല്ലേ? എന്നിട്ടെന്തിനാ നീയൊറ്റയ്ക്ക് പോയത്? നിന്റെ കാര്യങ്ങൾ നോക്കാൻ നീ തന്നെ മതിയെന്ന് തോന്നിത്തുടങ്ങിയോ?"

"വെറുതേ ഓരോന്ന് നെനച്ചുണ്ടാക്കല്ലേ സുനിയേച്ചീ. ഓലെ തെരക്കിന്റിടയില് വെറുതെ ഇടങ്ങേറാക്കണ്ടെന്ന് വിചാരിച്ചു. അയിനു മാത്രമുള്ള പ്രശ്നമൊന്നുമില്ലേനും. വയറ്വേദന എനക്ക് എടക്ക് വരുന്നതാ. ഗ്യാസിന്റെതാ. ജീരകവെള്ളവും ഇഞ്ചിനീരുമൊക്കെ കുടിച്ചാൽ അതങ്ങ് മാറൂം ചെയ്യും. ഇന്ന് കൊറച്ചധികായി. അതാ ഡോക്ടറമ്മനെ കാണാൻ പോയത്."

"അള്ളാ... എലയട....." അതിനിടയിൽ മേശപ്പുറത്തുള്ള സ്റ്റീൽപാത്രം തുറന്ന് നോക്കി പറയുന്നുണ്ടായിരുന്നു.

"ഇങ്ങള് തിന്നോ?"

"നീ കഴിക്ക്. നാളെ നീ ഓഫീസിൽ പോകുന്നില്ല. ജലജയെ കാണാൻ പോണം."

"എന്തിന്.....?"

"വെറുതെ. ഇടയ്ക്കിടെ വയറുവേദന വരുന്നതെന്താണെന്നറിയാൻ സ്കാൻ ചെയ്യണമെന്നാ ജലജ പറഞ്ഞത്."

"അവരങ്ങനെയല്ലേ പറയൂ. ബല്യപൈശേംകൊടുത്ത് വാങ്ങിവെച്ച മെഷീനുകൾക്ക് പണി മേണ്ടേ. രാത്രീലിക്ക് എന്താ വേണ്ടത്?"

"ഒന്നും വേണ്ട. ആദ്യം നീ നാളെ എന്റെ കൂടെ ആശുപത്രീലേക്ക് വരുമോ ഇല്ലയോ എന്നു പറ."

"അത് മേണോ സുനിയേച്ചീ.....? ഓല് വെറുതേ ഓരോന്ന് കുത്തിപ്പന്തിച്ച് കൊണ്ടേരും."

"ജലജ അങ്ങനെയൊന്നും ചെയ്യില്ല. എത്രയോ നാളത്തെ പരിചയമുണ്ട് ഞങ്ങള് തമ്മിൽ. നീ ഈയിടെയായിട്ട് വല്ലാതെ ക്ഷീണിച്ചിട്ടുണ്ട്. തടി കുറയ്ക്കാൻവേണ്ടി ഭക്ഷണം കുറച്ചതുകൊണ്ടാണ് മെലിഞ്ഞതെന്നാണ് നീ പറഞ്ഞത്. നിനക്ക് ഇടയ്ക്കിടെ വയറുവേദന വരുന്ന കാര്യം നാട്ടിലെല്ലാവർക്കുമറിയാം. എനിക്കുമാത്രം അറിയില്ല. അപ്പോ ഞാൻ ഇപ്പഴും നിനക്ക് സ്വന്തമല്ല അല്ലേ?"

"വെറുതെ സെന്റിയടിക്കല്ലേ സുനിയേച്ചീ. ഇങ്ങളറിയാത്ത ഒരു കാര്യോം എനക്കില്ല."

"എന്നിട്ടാണോ വയറുവേദന എന്നോടു മറച്ചുവെച്ചതും ഞാനറിയാതെ ഡോക്ടറെച്ചെന്നു കണ്ടതും."

"ഇങ്ങളെ വിളിച്ച് മുത്തൂത്ത കാര്യം പറയും. ഇവിടെ വന്നാ ഇങ്ങളു

ടനെ എന്നേംകൂട്ടി ഡോക്ടറമ്മയെ കാണിക്കാൻ കൊണ്ടോവും. അതൊന്നും മേണ്ടാന്ന് വച്ചിട്ടേ വരുന്നവഴിക്ക് ആസ്പത്രീ കേറിയത്. അതിപ്പം പൊല്ലാപ്പായല്ലോ.''

"നീ ഒരു കാര്യം മനസ്സിലാക്കണം. എന്റെ അനാസ്ഥകൊണ്ട് നിനക്കെന്തെങ്കിലും സംഭവിച്ചാൽ പ്രതികരിക്കാനും കുറ്റപ്പെടുത്താനും ആളുകളെമ്പാടുമുണ്ടാകും.''

"പിന്നേ......തലേക്കെട്ട്കാരെ ഇങ്ങക്കിപ്പളും പേടിയാ?''

"എനിക്കാരേം പേടിയില്ല. പക്ഷേ, എന്റെ അശ്രദ്ധകൊണ്ട് നിനക്കെന്തെങ്കിലും സംഭവിച്ചാൽ എനിക്കത് താങ്ങാനാവില്ല.''

"ഇങ്ങള് പറയുന്നത് കേട്ടാൽ തോന്നും ഞാൻ മരിക്കാനായെന്ന്!''

"വായിൽത്തോന്നുന്നതൊക്കെ വിളിച്ചു പറയലാണല്ലോ നിനക്ക് ശീലം.''

"എന്റള്ളോ ഒന്നും മിണ്ടിക്കൂടാണ്ടായല്ലോ. ഞാൻ പോയി ചെടി നനക്കട്ടെ.''

അവൾ എന്റെ ചോദ്യങ്ങളിൽനിന്ന് ഒഴിഞ്ഞു മാറാനെന്നോണം തിരക്കിട്ട് മുറ്റത്തേക്കു നടന്നു. ഞാൻ അടുക്കളയിലേക്കും. കുക്കറെടുത്ത് ഗോതമ്പുറവ കഴുകി വെള്ളമൊഴിച്ച് ഗ്യാസിൽവെച്ചു. കഞ്ഞിയും ചമ്മന്തിയും മതി രാത്രിയെന്ന് പെട്ടന്നങ്ങ് തീരുമാനിക്കുകയായിരുന്നു. ഫ്രിഡ്ജ് തുറന്ന് ചിരകിയ തേങ്ങയെടുത്ത് മിക്സിയിലിട്ട് ചതച്ച് കഞ്ഞിക്ക് പാല് പിഴിഞ്ഞു. ചമ്മന്തിയരച്ച് പാത്രത്തിലാക്കുമ്പോഴേക്കും കഞ്ഞി വെന്തു. കഞ്ഞിയും പാത്രത്തിലാക്കി മേശപ്പുറത്തു വച്ചപ്പോഴേക്കും ഹൈറുവെത്തി.

"ഇതെന്താ കഥ....?''

"കഞ്ഞിയും ചമ്മന്തിയുമുണ്ടാക്കുന്നതും കഥയാ?'' ഞാൻ ഒഴിഞ്ഞ കുക്കർ കഴുകാൻ സിങ്കിനരികിലേക്ക് നടക്കുന്നതിനിടയിൽ പറഞ്ഞു:

"ഇങ്ങള് അടുക്കളയിൽ കഥയെഴുതാണ്ട് പോയ്ക്കാണി.''

അവൾ എന്റെ കൈയിൽനിന്ന് കുക്കർ പിടിച്ചു വാങ്ങിയപ്പോൾ എതിർത്തൊന്നും പറയാതെ അകത്തേക്കു നടന്നു. കിടപ്പുമുറിയിലേക്കു പോകാതെ ഊണുമുറിയിൽനിന്ന് വരാന്തയിലേക്കുള്ള വാതിൽ തുറന്ന് ഊഞ്ഞാലിലിരുന്നു. സാധാരണ, സന്ധ്യ കഴിഞ്ഞാൽ അവിടെ ഇരിക്കാറില്ല. ഭയങ്കര കൊതുകായിരിക്കും. ഫാനിട്ടാലും കൊതുകുശല്യത്തിനു കുറവുണ്ടാകില്ല. മനസ്സാകെ അസ്വസ്ഥമായിരുന്നു. ഹൈറുവിന് എന്തോ പ്രശ്നമുണ്ടെന്നാണ് ജലജയുടെ വാക്കുകളിൽനിന്ന് മനസ്സിലായത്. ഈയിടെയായി കേൾക്കുന്ന വാർത്തകളൊന്നും സുഖകരമല്ല. കൂടെ പഠിപ്പിക്കുന്ന ടീച്ചറുടെ, മെഡിസിനു പഠിക്കുന്ന മകൾക്ക് ഇതുപോലൊരു വയറുവേദന വന്നതാണ്. പരിശോധിച്ചപ്പോൾ വൻകുടലിൽ ക്യാൻസർ.

ആറു മാസംകൊണ്ട് ആ മിടുക്കി പോയി. അമ്മേ......

"എന്താണേ....?" എന്നുചോദിച്ചുകൊണ്ട് അമ്മയെത്തി. "ഹൈറൂന് ഒരു വയറുവേദന വരുമ്പളത്തിനും നീ തളർന്നോ? ഓക്കൊന്നുമുണ്ടാകൂലാ. നല്ല മനസ്സുള്ളോരെ ദൈവം പരീക്ഷിക്കും. അത് ഞമ്മള് നേരിടണം."

"സുനിയേച്യേ......." എന്നു വിളിച്ചുകൊണ്ട് അപ്പോഴേക്കും ഹൈറു വെത്തി.

"ഇതെന്താ ഈ നേരത്തിവിടെ.....? ലൈറ്റുംകൂടി ഇടാണ്ട്. മെനഞ്ഞാന്ന് ഈ മുറ്റത്തൂടെ ഒരു ഉടുമ്പ് മണ്ടണത് ഞാൻ കണ്ടതാ. ഇരുട്ടത്തിരുന്നാ ഉടുമ്പ് പിടിക്കും. ഉടുമ്പിന്റെ പിടി അറിയാലോ......പിടിച്ചാ പിടിവിടില്ല."

"നീയെന്റെ മോളെ പേടിപ്പിക്കല്ലേ......?"

"അമ്മന്റെ മണം. അല്ലേ സുനിയേച്ചീ....?"

അവൾ മൂക്കു വിടർത്തി പറഞ്ഞു.

"നീ എന്നെ സങ്കടപ്പെടുത്തിയാ അമ്മയെത്തും. അറിയാലോ.... അതുകൊണ്ട് നാളെ രാവിലെ എട്ടുമണിയാവുമ്പഴേക്കും ആസ്പത്രീല് പോകാൻ റെഡിയായിക്കോ."

"എന്റള്ളോ.... ബ്ലാക്ക് മെയിലിങ്..... അമ്മേ ഇങ്ങള് കാണുന്നുണ്ടോ ഇതെല്ലാം?"

അമ്മ കാറ്റായി ഞങ്ങളെ തഴുകി എങ്ങോ മറഞ്ഞപ്പോൾ ഞാനെഴുന്നേറ്റു.

മുപ്പത്തിമൂന്ന്

ഡോക്ടർ ജലജയുടെ ശീതീകരിച്ച മുറിയിലിരിക്കുമ്പോഴും ഉള്ള് ചുട്ടു പൊള്ളുകയായിരുന്നു. മേശപ്പുറത്തെ പളുങ്കുപാത്രത്തിലിട്ടുവെച്ച പൊടിച്ച കർപ്പൂരത്തിൽനിന്ന് ഹൃദ്യമായ മണം. ജലജ നിർത്താതെ സംസാരിക്കുന്നുണ്ടായിരുന്നു. സാഹിത്യം തലയ്ക്ക് പിടിച്ചാൽ മൂപ്പത്തിയുടെ നാവിന് വിശ്രമമുണ്ടാവില്ല. ഹൈറുവിനെ അവിടത്തെ അറ്റന്ററുടെകൂടെ സ്കാനിങ്ങിനയച്ചിട്ട് എന്നെ അവിടെയിരുത്തി, വായിച്ച പുസ്തകങ്ങളെക്കുറിച്ചും സമൂഹത്തിൽ സ്ത്രീകൾക്കു നേരെയുണ്ടകുന്ന അതിക്രമങ്ങളെക്കുറിച്ചും സമൂഹമാദ്ധ്യമങ്ങളിൽ പ്രതികരിക്കുന്നവരുടെ ആത്മാർത്ഥതയില്ലായ്മയെക്കുറിച്ചും നിർത്താതെ സംസാരിക്കുന്ന തിനിടയിൽ സംശയവുമായി എത്തുന്ന ആശുപത്രി ജീവനക്കാർക്ക് നിർദ്ദേ ശങ്ങളും കൊടുക്കുന്നുണ്ട്. സമയത്തിന് കണ്ടുപിടിച്ചാൽ ക്യാൻസറിനെ അതിജീവിക്കാമെന്നതിനുള്ള ഉദാഹരണമാണ് താനെന്നു മുഖവുരയായി പറഞ്ഞപ്പോഴേ ഉള്ള് കലങ്ങിയിരുന്നു. ജീവകാരുണ്യപ്രവർത്തനങ്ങളിൽ നഗരത്തിലെ സജീവസാന്നിദ്ധ്യമാണ് ഡോ. ജലജ.

"താൻ എന്റെകൂടെ ഒരാഴ്ച വന്നാൽ ഒരു പത്തു നോവലിനുള്ള വക തനിക്കു കിട്ടും.'' ജലജ പറയാറുണ്ട്.

"മാഡം ഇന്നലെ വന്ന പെൺകുട്ടി വന്നിട്ടുണ്ട്.'' നഴ്സ് മുറിയിലെത്തി അറിയിച്ചു.

"വരാൻ പറ.''

പത്തുപതിനേഴ് വയസ്സുള്ള ഒരു പെൺകുട്ടി അറച്ചറച്ച് അകത്തെ ത്തി. എന്നെ കണ്ടതോടെ അവളുടെ മുഖത്തെ ജാള്യം ഏറി.

“ഞാൻ പുറത്തിരിക്കാം.” ഞാൻ എഴുന്നേറ്റു.

“താനവിടെ ഇരിയെടോ. സീമാ, ഇത് സുനി കല്യാണി. വല്ലതും വായിച്ചിട്ടുണ്ടോ?”

അവൾ തലയാട്ടി.

“നിനക്കെന്താ നാവില്ലേ? ഏതു പുസ്തകമാ വായിച്ചതെന്നു പറ. വായനക്കാരുടെ പ്രതികരണം കേൾക്കുമ്പോൾ കോൾമയിർകൊള്ളുന്നവരാണ് എഴുത്തുകാരെന്ന് തനിക്കറിയാമോ?”

അതോടെ പെൺകുട്ടി നോർമലായി. അവൾ വായിച്ച എന്റെ പുസ്തകങ്ങളെക്കുറിച്ച് വാചാലയായി.

“മിടുക്കിയാ ഇവൾ. ഡിഗ്രിക്ക് പഠിക്കുന്നു. ചെറിയൊരബദ്ധത്തിൽ ചെന്നു ചാടിയിരിക്കുകയാ. ആ പ്രശ്നം ഞാൻ നാളെ തീർത്തുതരാം കേട്ടോ. നാളെ വൈകുന്നേരം ഏഴുമണിക്ക് അമ്മയേയും കൂട്ടി ഇവിടെ എത്തണം. അമ്മ കൂടെ വന്നിട്ടുണ്ടോ?”

“ഉവ്വ്. പുറത്തുണ്ട്.. വിളിക്കണോ?”

“വേണ്ട. ചില ഫോർമാലിറ്റീസൊക്കെ പൂർത്തിയാക്കാനുണ്ട്. സിസ്റ്ററുടെകൂടെ ചെന്നോളൂ.”

പെൺകുട്ടി ജലജയുടെ നേരെ കൈകൂപ്പിയപ്പോൾ കണ്ണു നിറഞ്ഞിരുന്നു.

“എന്താ സംഭവം?” എനിക്കു ചോദിക്കാതിരിക്കാൻ സാധിച്ചില്ല.

“കോളേജിൽ കൂടെ പഠിക്കുന്ന ഒരു പയ്യനുമായി പ്രണയത്തിലായിരുന്നു. ഇവൾക്ക് ദിവ്യപ്രണയം. അവനാണെങ്കിൽ കൊച്ചിന്റെ ശരീരത്തിലായിരുന്നു നോട്ടം. ഒരു ദുർബ്ബലനിമിഷത്തിൽ അവളവനു വഴങ്ങി. ഇപ്പോ രണ്ടുമാസം പ്രഗ്നന്റാ. അതോടെ അവൻ മുങ്ങി. ഇവളുടെ അമ്മ കുടുംബശ്രീയിൽ ക്ലീനിങ് തൊഴിലാളിയാ. ഇവിടത്തെ വേസ്റ്റെടുക്കാൻ സ്ഥിരമായി വരാറുണ്ട്. അച്ഛനില്ലാത്ത മകളെ കഷ്ടപ്പെട്ടാണ് വളർത്തുന്നത്. പഠിച്ച് ജോലി കിട്ടി ഇവളൊരു കരയ്ക്കെത്തിയിട്ട് വേണം ജീവിതം കരയ്ക്കടുപ്പിക്കാൻ എന്ന് കിനാക്കാണുന്നവൾ. അതിനിടയിലാണ് ഈ ചതി. ഈ കുട്ടിയെന്തിനാ ആ ചതിയന്റെ ബീജവുംപേറി സമൂഹത്തിൽ മാനംകെട്ടു നടക്കുന്നത്? കഷ്ടിച്ച് രണ്ടുമാസംപോലുമായിട്ടില്ല. ഒരു ഡിഎൻസി കൊണ്ട് തീരാവുന്ന പ്രശ്നം. നാളെ ഞാനവളെ ഈ ദുരിതത്തിൽനിന്ന് കരകയറ്റും.”

ഞാൻ അന്തംവിട്ട് ജലജയുടെ മുഖത്തേക്ക് ഉറ്റു നോക്കി.

“താനെന്താടോ ഇങ്ങനെ പകച്ചു നോക്കുന്നത്?”

“ഇത്ര ലാഘവത്തോടെ കൈകാര്യം ചെയ്യേണ്ട സംഗതിയാണോ ഇത്?”

“പിന്നല്ലാതെ. പഴയകാലമല്ല. ഇതൊക്കെ നിയമവിധേയമാണല്ലോ.

പിന്നെന്തു പേടിക്കാനാ.''

''എന്നാലും.....''

''എന്ത് എന്നാലും? നിങ്ങൾ എഴുത്തുകാരെപ്പോലെ കാര്യങ്ങൾ വികാരപരമായി കാണാൻ ഞങ്ങൾ ഡോക്ടേഴ്സിനു സാധിക്കില്ല. കുറച്ചു കൂടി കഴിഞ്ഞാൽ ചിലപ്പോൾ എനിക്കൊന്നും ചെയ്യാൻ സാധിച്ചെന്നു വരില്ല. പുറംലോകം പതിതയായി മുദ്രകുത്തുന്നതിനുമുമ്പ് ഞാനവളെ രക്ഷിക്കും.''

''ആ കുട്ടിയുടെ അമ്മ അനുകൂലമാണോ?''

''അവരാണ് ആദ്യം ഈ വിവരം അറിയിച്ചത്. മകളെയുംകൂട്ടി വരാൻ പറഞ്ഞു ഞാൻ. കുട്ടി കടുത്ത മാനസികസമ്മർദ്ദത്തിലായിരുന്നു. ഇങ്ങനെ പോയാൽ അവളുടെ മാനസികനില തെറ്റുമോ എന്നുപോലും ഞാൻ ഭയന്നു. സൈക്കോളജിസ്റ്റിന്റെ അരികിലേക്കയച്ചു. അവര് കാര്യങ്ങൾ പറഞ്ഞു മനസ്സിലാക്കിയപ്പോൾ അവൾ സമനില വീണ്ടെടുത്തു.''

''അവൾകൂടി അനുകൂലിച്ചതുകൊണ്ടല്ലേ അബദ്ധം പറ്റിയത്. എന്താ നമ്മുടെ പെൺകുട്ടികളിങ്ങനെ? പുരുഷൻ നാല് നല്ല പഞ്ചാരവാക്കു പറയുമ്പോഴേക്കും സ്വയം അവന് കീഴടങ്ങുന്ന പെണ്ണുങ്ങളുടെ മാനസികാവസ്ഥ എനിക്ക് പിടികിട്ടുന്നില്ല. ഹൈറുവിന്റെ കാര്യം ഞാൻ പറഞ്ഞതാണല്ലോ. ഇന്നും അതിന്റെ പേരിൽ ഞാനവളെ കുറ്റപ്പെടുത്താറുണ്ട്.''

''എല്ലാരും സുനി കല്യാണിയെപ്പോലെ ധീര വനിതകളല്ലല്ലോ. കൂട്ടിനൊരാളു വേണമെന്നും അവന്റെ തണലിൽ കഴിയണമെന്നും പെണ്ണിനു തോന്നുന്നത് പ്രകൃതിപരമായ ആവശ്യമാണ്. അവരെ ചതിക്കുഴിയിൽ വീഴ്ത്തുന്ന വേട്ടക്കാരെയാണ് നമ്മളെതിർക്കേണ്ടത്.''

ഫോണടിഞ്ഞു.

''താനിവിടെ ഇരിക്ക്. ഞാനിപ്പോൾ വരാം. അത്യാവശ്യമായി ഒരു കേസ് അറ്റന്റ് ചെയ്യാനുണ്ട്.'' ജലജ പുറത്തേക്കിറങ്ങി.

കുറച്ചുമുമ്പ് തൊഴുകൈയുമായി കണ്ണീരോടെ ഇറങ്ങിപ്പോയ പെൺകുട്ടിയായിരുന്നു അപ്പോൾ മനസ്സുനിറയെ. ഇതുപോലെ പലരെയും ജലജ രക്ഷിക്കാറുണ്ടെന്ന് അവർതന്നെ പറഞ്ഞിരുന്നു. അവിവാഹിതരായ പെൺകുട്ടികളെ ചൂഷണം ചെയ്ത് പണമുണ്ടാക്കുന്നു എന്നൊരാരോപണം മഞ്ഞപ്പത്രത്തിൽ വന്നപ്പോൾ അത് വേണ്ടവിധത്തിൽ കൈകാര്യം ചെയ്ത കാര്യവും അറിയാമായിരുന്നു. നാട്ടിലെ സ്വത്തൊക്കെ വിറ്റ് ഇവിടെ ആശുപത്രി പണിത കാര്യം ജലജ പറഞ്ഞുതന്നെയാണ് അറിഞ്ഞത്. ജലജ ഗൈനക്കോളജിസ്റ്റാണ്. ഭർത്താവ് പീഡിയാട്രീഷനും. അങ്ങനെയാണ് സ്ത്രീകൾക്കും കുട്ടികൾക്കും മാത്രമായി ആശുപത്രി തുടങ്ങാൻ തീരുമാനിച്ചത്.

''ഗർഭധാരണവും പ്രസവവും ഒരു രോഗമല്ല എന്ന ദൗത്യവുമായി

ട്ടായിരിക്കും ഈശ്വരൻ എന്നെ ഭൂമിയിലേക്കയച്ചത്. അതുകൊണ്ടു തന്നെയാണ് ഇങ്ങനെയൊരാശുപത്രി തുടങ്ങാൻ എനിക്കു തോന്നിയത്. തുടക്കം മുതൽ ശ്രദ്ധിച്ചാൽ സുഖപ്രസവത്തിന് ഒരു തടസ്സവുമില്ല. ഒന്നാംമാസം മുതൽ സ്കാനിങ് നടത്തിയും വൈറ്റമിൻ ഗുളികകൾ കഴിപ്പിച്ചും ഇവിടെ വരുന്നവരെ ഞാൻ ബുദ്ധിമുട്ടിക്കാറില്ല. യൂറിൻ ടെസ്റ്റ് ചെയ്ത് ഗർഭം സ്ഥിരീകരിച്ചാൽ സ്കാനിങ്ങിന്റെയൊന്നും ആവശ്യമില്ല. കുട്ടിയുടെ കിടപ്പറിയാൻ പരിചയസമ്പന്നയായ ഡോക്ടർക്ക് സ്പർശനം തന്നെ ധാരാളം. എന്നാൽ, എന്തെങ്കിലും സംശയം തോന്നിയാൽ സ്കാൻ ചെയ്യാതെ നിവൃത്തിയില്ല. അതുപോലെ പ്രസവം അടുക്കുമ്പോഴും സ്കാനിങ് നല്ലതാണ്. അവസാന നിമിഷങ്ങളിലെ കോംപ്ലിക്കേഷൻസ് ഒഴിവാക്കാം. ഒരാവശ്യവുമില്ലാതെ സിസേറിയൻ റഫർ ചെയ്യുന്നവരെ എനിക്കറിയാം. ഇപ്പഴത്തെ കുട്ടികൾക്കാണെങ്കിൽ പ്രസവവേദന എന്നു കേൾക്കുമ്പോഴേ ബോധക്കേട് വരും. സിസേറിയൻ കഴിഞ്ഞാലുള്ള നൂലാമാലകളൊന്നും അവർക്ക് പ്രശ്നമല്ല. നൊന്തുപെറ്റ മക്കൾക്കേ തള്ളയോട് സ്നേഹം കാണൂ എന്നൊക്കെ അവരെ പറഞ്ഞു മനസ്സിലാക്കാൻ ഞാൻ ശ്രമിക്കാറുണ്ട്. പ്രസവം ദിവ്യമായ ഒരനുഭവമാണെന്ന് മനസ്സിൽ കരുതിയാൽ ആ സമയത്തനുഭവിക്കുന്ന വേദന നിസ്സാരമായി ത്തോന്നുമെന്നൊന്നും പറഞ്ഞാൽ ഇപ്പഴത്തെ കുട്ടികൾക്ക് മനസ്സിലാവില്ല. നമ്മള്തന്നെയാണ് അവരെ വളർത്തി ഒന്നിനും കൊള്ളാത്തവരാക്കുന്നത്.”

സ്വകാര്യസംഭാഷണങ്ങളിൽ ഇത്തരം കാര്യങ്ങളെക്കുറിച്ചാണ് ഞങ്ങൾ സംസാരിക്കാറുള്ളത്. പണക്കാരെപ്പോലെ പാവപ്പെട്ടവർക്കും സുഖപ്രസവത്തിനു വേണ്ട സൗകര്യങ്ങൾ കുറഞ്ഞ ചെലവിൽ നടത്തിക്കൊടുക്കാൻ സന്മനസ്സു കാണിക്കുന്ന ജലജയെക്കുറിച്ച് പുറംലോകത്ത് പരക്കുന്ന അപവാദങ്ങൾ പലപ്പോഴും അലോസരപ്പെടുത്തിയിട്ടുണ്ട്.

“എഴുത്തുകാരി ചിന്തയിലാണല്ലോ.”

വാതിൽ തുറന്ന് ജലജ എത്തി. പിറകെ ഹൈറുവും.

“സ്കാനിങ് കഴിഞ്ഞോ. എന്താ പറഞ്ഞത്?”

ഞാൻ ആകാംക്ഷയോടെ ചോദിച്ചു.

“സമാധാനപ്പെട് സുഹൃത്തേ. ഹൈറു ഇരിക്ക്.”

“ഞാനിവിടെ നിന്നോളാം.”

ഹൈറുവിന്റെ തളർന്ന സ്വരം.

“അത്തരം ഫോർമാലിറ്റീസൊന്നും വേണ്ട. അവിടെയിരിക്ക്.”

ജലജയുടെ സ്വരം കടുത്തപ്പോൾ ഹൈറു എന്റെ തൊട്ടടുത്ത കസേരയിലിരുന്നു.

“രോഗിയോട് രോഗവിവരം മറച്ചുവയ്ക്കുന്നതിനോട് എനിക്ക്

യോജിപ്പില്ല. ഹൈറു തന്നെപ്പോലെ തൊട്ടാവാടിയുമല്ല. ശരിയല്ലേ ഹൈറു?"

"അങ്ങനെ പറഞ്ഞുകൊടുക്ക് ഡോക്ടറമ്മേ. സുനിയേച്ചി പറേന്നത് കേട്ടാ തോന്നും പള്ളവേദന എന്തോ വലിയ സൂക്കേടാണെന്ന്."

"വയറുവേദനയും ചിലപ്പോൾ വലിയ സൂക്കേടായേക്കാം. സമയത്തിന് ചികിത്സിച്ചില്ലെങ്കിൽ."

"ഇങ്ങള് മരുന്ന് തന്നോളീ. ഞാൻ കൃത്യാട്ട് കഴിച്ചോളാം."

"ഇതുപക്ഷേ മരുന്നുകൊണ്ട് മാറില്ല. സർജറി വേണ്ടിവരും."

"എന്റുമ്മോ.. ഊം.....ഊം...... അതൊന്നും മാണ്ടേ....."

"അത് താനല്ല തീരുമാനിക്കേണ്ടത്. ഡോക്ടറാണ്."

"ഇന്റെ തടി കീറിമുറിക്കണോ വേണ്ടേന്ന് ഞാനല്ലേ തീരുമാനിക്കേണ്ടത്?"

"ഹൈറൂ, നീയൊന്നു മിണ്ടാതിരിക്കുന്നുണ്ടോ? ജലജ കാര്യം പറയട്ടെ." ഞാനിടപെട്ടു.

"കുട്ടിയുടെ ഗർഭപാത്രത്തിന് ചതവുണ്ടെന്നു മാത്രമല്ല പഴുപ്പുമുണ്ട്. അതെടുത്ത് കളഞ്ഞേ മതിയാകൂ. നീ വിവാഹം കഴിയാത്ത കുട്ടിയായതുകൊണ്ട് അതെടുത്ത് മാറ്റാൻ എനിക്കും വിഷമമുണ്ട്. പക്ഷേ, ഒരു കുഞ്ഞിനെ പേറാനുള്ള ശക്തി അതിനില്ലെന്നാണ് സ്കാൻ ചെയ്ത ഡോക്ടർ പറഞ്ഞത്. അതുമാത്രം വച്ച് ഓപ്പറേഷൻ വേണ്ട. നാളെ ഒരു പെറ്റ് സ്കാൻകൂടി ചെയ്തുനോക്കിയിട്ട് നമുക്ക് ബാക്കി കാര്യങ്ങൾ തീരുമാനിക്കാം."

"അയിനൊക്കെ കൊറെ പൈശയാവൂലേ ഡോക്ടറമ്മേ.....?"

"അതൊന്നും നീയറിയേണ്ട. ജലജ അതുകൂടി നടത്തിക്കോളൂ. ഇന്നുതന്നെയാവാം."

"ഇവിടെ അതിനുള്ള സൗകര്യമില്ല. എന്റെ സുഹൃത്തിന്റെ ആശുപത്രിയിൽ വിളിച്ച് ഞാൻ ഏർപ്പാടാക്കിത്തരാം. വച്ചു താമസിപ്പിക്കുന്നത് ശരിയല്ല. ഗർഭപാത്രം എടുത്തു കളയുന്നതിൽ നിനക്ക് മാനസികപ്രയാസമുണ്ടോ ഹൈറൂ?"

"ഞാനേതായാലും ഇജ്ജന്മത്ത് കല്യാണം കയിക്കില്ല. ഇനിക്കതൊന്നുമല്ല ബേജാറ്."

"പിന്നെന്താ നിന്റെ പ്രശ്നം?"

"ഓപ്പറേഷൻ കയിഞ്ഞ് ഞാൻ കെടപ്പിലായാൽ സുനിയേച്ചീന്റെ കാര്യമെല്ലാം അവതാളത്തിലാകും."

കേട്ടപ്പോൾ എന്റെ കണ്ണു നിറഞ്ഞു. അവളറിയാതിരിക്കാൻ ഞാൻ സ്വയം നിയന്ത്രിച്ചു.

"കൂടപ്പിറപ്പുകൾപോലും പരസ്പരം സഹായിക്കാതെ മാറി

നില്ക്കുന്ന ഇന്നത്തെക്കാലത്ത് ഇതൊരപൂർവ്വബന്ധംതന്നെ. ഐ അപ്രീഷിയേറ്റ്..... രണ്ടുമൂന്നു മാസത്തെ കാര്യമേയുള്ളൂ ഹൈറൂ. അതു കഴിയുമ്പോൾ നിനക്ക് പഴയതുപോലെ സുനിയേച്ചിയെ ശുശ്രൂഷിക്കാം. പക്ഷേ, തക്കസമയത്ത് വേണ്ടത് ചെയ്തില്ലെങ്കിൽ നീ ചിലപ്പോൾ സുനിക്ക് ഭാരമായിത്തീർന്നേക്കാം.''

ജലജ പറഞ്ഞപ്പോൾ ഞാനും ഹൈറുവും ഒരുപോലെ സ്തബ്ധരായി.

''ഇങ്ങള് വേണ്ടത് ചെയ്തോളീ, ഡോക്ടറമ്മേ. സുനിയേച്ചിക്ക് ഇന്നെക്കൊണ്ട് ഇടങ്ങേറാവരുത്. സ്കാനിങ്ങിനുമുമ്പ് മൂന്നു കുപ്പി വെള്ളാ ഇന്നെക്കൊണ്ട് കുടിപ്പിച്ചത്. വേഗം പൊരേല്ക്ക് പോകാം സുനിയേച്ചീ.... മൂത്രമൊഴിക്കാൻ മുട്ടുന്നു.''

''ഇതിന്റെ തൊട്ടടുത്ത് ടോയിലറ്റുണ്ട്. താൻ പോയിട്ട് വാ.''

ജലജ പറഞ്ഞപ്പോൾ അവൾ തിരക്കിട്ട് പുറത്തേക്കിറങ്ങി.

''മാലിഗ്നന്റാണോന്ന് സംശയമുണ്ട്. പുതുതായി തുടങ്ങിയ ക്യാൻസർ ആശുപത്രിയിലെ ഡോക്ടർ എന്റെ സുഹൃത്താ. ഹൈറുവിന്റെ കാര്യങ്ങൾ ഞാൻ വിളിച്ചു പറയാം. അവിടെ കഴിവില്ലാത്തവർക്ക് ഒരുപാട് സൗജന്യങ്ങളൊക്കെ ചെയ്യുന്നുണ്ട്.''

''ചെലവൊന്നും ഒരു പ്രശ്നമല്ല ജലജേ. അവൾക്ക് പ്രയാസങ്ങളുണ്ടാവരുത്. വേദന സഹിക്കാൻ ഇടവരരുത്.'' അതുവരെ അടക്കി നിർത്തിയ കരച്ചിൽ അണപൊട്ടി.

''താനിങ്ങനെ തളരാതെ. നാളത്തെ പെറ്റ് സ്കാൻ കഴിഞ്ഞിട്ട് ബാക്കി കാര്യങ്ങൾ തീരുമാനിക്കാം. താനാണ് ആ കുട്ടിക്ക് ധൈര്യം കൊടുക്കേണ്ടത്. അവളുടെ മുന്നിൽ ഇമോഷനലാകരുത്.''

ബാഗിൽനിന്ന് വൈറ്റ് ടിഷ്യു എടുത്ത് കണ്ണും മുഖവും തുടച്ച് സമനില കൈവരിച്ചു. അപ്പോഴേക്ക് ഹൈറുവെത്തി.

''എന്നാ നിങ്ങള് വിട്ടോ. ഞാനിപ്പോൾത്തന്നെ രാഘവനെ വിളിച്ച് ടൈം ഫിക്സ് ചെയ്തിട്ട് തിരക്കു കഴിയുമ്പം തന്നെ വിളിക്കാം.''

ജലജയുടെ മുറിക്കു പുറത്ത് രോഗികൾ അക്ഷമയോടെ കാത്തിരിക്കുന്നതു കണ്ടപ്പോൾ കുറ്റബോധം തോന്നി. ഒന്നൊന്നരമണിക്കൂറായി അതിനുള്ളിൽ കയറിയിരുന്നു ജലജയുടെ സമയം മിനക്കെടുത്തിയത് തെറ്റായിപ്പോയി.

''കാറെവിടെയാ സുനിയേച്ചീ നിർത്തിയിരിക്കുന്നത്?'' ഹൈറു ചോദിച്ചു. ''നീ ഇവിടെ നിന്നോ. ഞാൻ കാറെടുത്തിട്ട് വരാം.''

''അതുവേണ്ട. ഞാൻകൂടി വരാം.''

മുപ്പത്തിനാല്

"കുഴിമന്തി കഴിക്കണോന്ന് നീ കുറേക്കാലമായല്ലോ പറയുന്നു. ഇന്നുച്ചയ്ക്ക് അതായാലോ?"

പോകുന്ന വഴിക്ക് ചോദിച്ചു.

"അതൊന്നും മാണ്ട സുനിയേച്ചി. പൊരേപ്പോയിട്ട് അരമണിക്കൂറ് കൊണ്ട് ചോറ് റെഡിയാക്കാം. കൂട്ടാനൊക്കെ ഞാൻ രാവിലെ ഉണ്ടാക്കി വെച്ചിട്ടുണ്ട്."

"അതെപ്പം....? നമ്മളവിടന്ന് എട്ടരക്കിറങ്ങിയില്ലേ?"

"ഇങ്ങളെണ്ണുണരുന്നതിനു മുമ്പ് ഞാൻ അടുക്കളയിൽ കേറി എല്ലാം ശരിയാക്കി."

"അത് നമുക്ക് നാളെ കഴിക്കാം. ഇന്ന് കുഴിമന്തി കഴിക്കണോന്ന് ഞാൻ രാവിലേ തീരുമാനിച്ചതാ. കൗജുത്താത്തയ്ക്ക് പാർസലും വാങ്ങാം. ഇവിടെയടുത്ത് ഒരു മന്തി സ്പെഷ്യൽ ഹോട്ടലുണ്ടെന്ന് അർമാൻ പറഞ്ഞിരുന്നു."

ഞാൻ കാർ ഹോട്ടലിലേക്ക് വിട്ടു. ഹൈറു കൂടുതൽ എതിർത്തതുമില്ല. അവൾക്ക് നല്ല ക്ഷീണമുണ്ടെന്ന് കണ്ടാലറിയാം.

"ഇങ്ങളെ ഫോണടിയുന്നു." ഹൈറു പറഞ്ഞു.

"ആരാന്നു നോക്ക്."

"മുത്തുത്താത്തയാ."

ബാഗിൽനിന്ന് ഫോണെടുത്ത് നോക്കിയിട്ട് അവൾ പറഞ്ഞു.

"എടുത്ത് നോക്ക്. ഞാൻ ഡ്രൈവ് ചെയ്യുകയാണെന്നും വീട്ടിലെത്തിയിട്ട് വിളിക്കാമന്നും പറ."

അപ്പോഴേക്കും ഹോട്ടലെത്തിയിരുന്നു.

ചാവി സെക്യൂരിറ്റിയെ ഏല്പിച്ച് ഞങ്ങൾ അകത്തേക്കു കയറി.

ഊണ് കഴിഞ്ഞ് വീട്ടിലെത്തിയപ്പോഴേക്കും മണി രണ്ടായി.

"കൗജുത്താത്താന്റെ മന്തി, ഇങ്ങള് ജാനേച്ചിനെ വിളിച്ച് കൊടുത്തേക്ക്. ഇപ്പമവിടെപ്പോയാൽ ഓല് മാതും മാമാതും ചോദിക്കും. ഞാൻ ചെന്ന് കുളിച്ച് നിസ്കരിക്കട്ടെ."

ഗെയിറ്റടച്ച് അകത്തേക്കു നടക്കുമ്പോൾ ഹൈറു പറഞ്ഞു.

പ്രസരിപ്പ് ഭാവിക്കുന്നുണ്ടെങ്കിലും അവൾക്ക് നല്ല ക്ഷീണമുണ്ടെന്ന് മുഖം കണ്ടാലറിയാം. കാറിന്റെ ശബ്ദം കേട്ടാകണം ജാനു ജനലിലൂടെ എത്തി നോക്കി.

അവളെ വിളിച്ച് പാർസൽ ഏല്പിച്ച് കൂടുതൽ ചോദ്യങ്ങൾക്ക് നില്ക്കാതെ ഞാനും അകത്തേക്കു നടന്നു. കൗജുത്താത്ത ഊണ് കഴിഞ്ഞ് മയക്കത്തിലായിരിക്കും.

സാരി മാറ്റി കുളിമുറിയിൽച്ചെന്നപ്പോൾ കണ്ണീരടക്കാനായില്ല. ഇനി എന്തൊക്കെയാണോ കേൾക്കേണ്ടി വരിക എന്ന ചിന്ത വല്ലാത്ത അസ്വസ്ഥതയുണ്ടാക്കി. നാളത്തെ പരിശോധന കഴിയുമ്പോഴേ ഹൈറുവിന്റെ ചികിത്സയെക്കുറിച്ച് എന്തെങ്കിലും പറയാനാവൂ എന്നാണ് ജലജ പറഞ്ഞത്. യൂട്രസിൽ മാത്രമാണോ പഴുപ്പ്? അതു സ്പ്രെഡ് ചെയ്തിട്ടുണ്ടോ എന്ന് വ്യക്തമായാലും അന്തിമതീരുമാനം സർജറിക്കുശേഷമേ എടുക്കാൻ സാധിക്കൂ. യൂട്രസിൽ മാത്രമാണെങ്കിൽ അതെടുത്തുമാറ്റുന്നതോടെ ഹൈറുവിന് വേദനയ്ക്ക് ആശ്വാസം കിട്ടും. റേഡിയേഷനോ കീമയോ വേണ്ടിവന്നില്ലെന്നും വരാം. ജലജ എല്ലാം പറഞ്ഞ് ആശ്വസിപ്പിച്ചിട്ടാണ് പറഞ്ഞയച്ചത്. എന്നിട്ടും വല്ലാത്തൊരങ്കലാപ്പാണ്. കുറച്ചുനേരം കരഞ്ഞ് ഉള്ളിലെ ഭാരം ഒഴുക്കിക്കളഞ്ഞാണ് മേൽകഴുകി ഡ്രസ്മാറ്റി കട്ടിലിൽ ചെന്നു കിടന്നത്. ചെറിയ തലവേദനയുണ്ട്. മുത്തുവിനെ പിന്നീട് വിളിക്കാം. ആദ്യം മുസ്തഫയെ വിളിച്ച് കാര്യം പറയാം. അയാളാണല്ലോ ഹൈറുവിന്റെ ഏകബന്ധു. രണ്ടു സമുദായക്കാരും ഞങ്ങളെ വേട്ടയാടാൻ കാത്തിരിക്കുന്നവരാണ്. എന്റെ അനാസ്ഥ കാരണമാണ് ഹൈറുവിന് അസുഖം ബാധിച്ചത് എന്ന് അവളെ ഇടയ്ക്കിടെ വിളിച്ച് ശല്യം ചെയ്യുന്ന ചില വനിതാസംഘടനാ ഭാരവാഹികൾ പറഞ്ഞുകൂടെന്നില്ല. അവരങ്ങനെ പറഞ്ഞാൽ എന്നെ രക്ഷിക്കാനെത്തുന്നവരും ഉണ്ടായേക്കാം. മനുഷ്യരെ തമ്മിലകറ്റാൻ എന്തെല്ലാം അടവുകളാണ്

ഓാരോരുത്തർ കാട്ടിക്കൂട്ടുന്നത്? ലൗജിഹാദും നാർകോട്ടിക് ജിഹാദുമൊക്കെ കേരളീയർ ഇതുവരെ കേൾക്കാത്ത പേരുകളാണ്. ജിഹാദ് എന്ന വാക്കിന്റെ അർത്ഥംതന്നെ മാറ്റിമറിക്കാൻ ഒരു കൂട്ടർക്കായി എന്നത് ഭീകരമായ സത്യമാണ്. വ്യത്യസ്തസമുദായത്തിലുള്ളവർ പ്രേമിച്ച് വിവാഹം കഴിക്കുന്നതിനെ പണ്ടുമുതലേ കേരളീയസമൂഹം അംഗീകരിക്കാറില്ല. എന്നാൽ, ഇന്നത്തെപ്പോലെ അതിന്റെ പേരിൽ പരസ്യമായി കൊല്ലും കൊലയുമൊന്നും പതിവുണ്ടായിരുന്നില്ല. വിവാഹം നടത്തിക്കൊടുക്കാറുമില്ല. അംഗീകരിക്കണമെങ്കിൽ മക്കൾ അവരവരുടെ മതത്തിലേക്കു മാറണമെന്നു നിർബ്ബന്ധം പിടിക്കുന്നവരാണ് അന്നും ഇന്നും ഭൂരിഭാഗവും. അതനുസരിക്കാത്തവരെ കുടുംബത്തിൽ കയറ്റാറുമില്ല. ജാതിയും മതവും മാത്രമല്ല, സാമ്പത്തികസ്ഥിതിയും പലപ്പോഴും പ്രേമവിവാഹങ്ങളുടെ എതിർപ്പിന് കാരണമാകാറുണ്ട്. വിവാഹം കഴിക്കുന്നവരുടെ കുടുംബങ്ങൾ തമ്മിലുള്ള കുടിപ്പക മൂത്ത് കൊല്ലും കൊലയുമടക്കം നടത്തി നശിച്ചുപോയവരെക്കുറിച്ച് അമ്മ പറഞ്ഞുകേട്ടിട്ടുണ്ട്. ഇന്നത്തെപ്പോലെ വർഗ്ഗീയശക്തികളുടെ സഹായത്താൽ അവരുടെ ജീവിതം ഇല്ലാതാക്കാൻ ശ്രമിക്കാറില്ല. മുസ്ലിം ഹിന്ദുവിനെയോ ക്രിസ്ത്യാനിയെയോ വിവാഹം കഴിക്കുന്നത് മതംമാറ്റി തീവ്രവാദപ്രവർത്തനത്തിനു കൊണ്ടുപോകാനാണെന്ന് സ്ഥാപിച്ചെടുക്കേണ്ടത് ഭൂരിപക്ഷവർഗ്ഗീയശക്തികളുടെ ആവശ്യമാണ്. വർഗ്ഗീയശക്തികളെ കൂട്ടുപിടിച്ച് ഭരണത്തിലെത്തുന്നവർക്ക് അവരെ പ്രീതിപ്പെടുത്താതെ നിവൃത്തിയില്ലല്ലോ. മയക്കുമരുന്നിനടിമപ്പെടുന്നരുടെ എണ്ണം കേരളത്തിൽ ഏറിവരുന്നു എന്നത് വലിയൊരു വിപത്തുതന്നെയാണ്. പുതുതലമുറയെ ഇത്തരം പ്രവർത്തികളിൽനിന്ന് അകറ്റി നിർത്താൻ ക്രിയാത്മകമായ നടപടികളാണ് വേണ്ടത്. അല്ലാതെ അതിന്റെ പേരിൽ പരസ്പരം പഴിചാരലുകളും വിദ്വേഷപ്രചാരണങ്ങളും പുത്തൻതലമുറയ്ക്കും രാജ്യത്തിനും ഒരു ഗുണവും ചെയ്യാൻ പോകുന്നില്ല. ഇതൊക്കെ ഉറക്കെ വിളിച്ചു പറയാൻ യുവതലമുറയെ കെല്പുള്ളവാരാക്കാൻ സാധിച്ചില്ലെങ്കിൽ അദ്ധ്യാപികയാണെന്നു പറഞ്ഞു ഞെളിയുന്നതിൽ ഒരർത്ഥവുമില്ല.

ഇരു സമുദായങ്ങളിൽ ജനിച്ച ഞാനും ഹൈറുവും ഒന്നിച്ചു ജീവിക്കുന്നത് എന്തോ ഭീകരമായ കുറ്റകൃത്യമാണെന്ന ഭാവത്തിലുള്ള ചിലരുടെ സംസാരം പലപ്പോഴും ഭീതിപ്പെടുത്താറുണ്ട്. ഓപ്പറേഷനു ശേഷം ഹൈറുവിനെന്തെങ്കിലും സംഭവിച്ചാൽ ചിലരതിനു പുതിയ വ്യാഖ്യാനങ്ങളും മാനങ്ങളും കണ്ടെത്തുമോ എന്നുപോലും ഭയമുണ്ട്.

"ഇതൊക്കെ മുറിക്കുള്ളിൽ ഒറ്റയ്ക്കിരുന്നാലോചിച്ച് തല പുണ്ണാക്കാതെ അറിയിക്കേണ്ടവരെ അറിയിച്ചൂടെ നിനക്ക്?" അമ്മയുടെ അശരീരി.

"എത്തിയോ. എന്താ കാണാത്തതെന്ന് വിചാരിച്ചതേയുള്ളൂ."

"നീ ഉള്ളു നീറി ഒറ്റയ്ക്കിരിക്കുമ്പം എനക്ക് വരാണ്ടിരിക്കാൻ പറ്റ്വോ? അപ്രത്ത് മറ്റോളും അന്തംവിട്ടിരിക്കുന്നുണ്ട്."

"ആര്......ഹൈറുവോ?"

"പിന്നല്ലാതെ. ഓളെ സമാധാനിപ്പിക്കേണ്ട നീയിങ്ങനെ ആധിപിടിച്ച് തലപുകച്ചിരുന്നതുകൊണ്ടെന്താ സുനീ കാര്യം? പേടിക്കുന്നതുപോലൊന്നുമുണ്ടാവില്ല. മറ്റെ പഹയന്മാരുടെ ചവിട്ടിക്കുത്തുകാരണം അപ്പെണ്ണിന്റെ ഗർഭപാത്രത്തിന് ക്ഷതംവന്നിട്ടുണ്ടെന്ന് ആ മുസ്തഫ അന്നേ പറഞ്ഞതല്ലേ? അതെടുത്തു മാറ്റുമ്പം ഓളെ സൂക്കേട് മാറും. നീ മുസ്തഫാനെ വിളിച്ച് കാര്യം പറ. പണത്തിനുള്ള ഏർപ്പാടും നോക്ക്."

"എല്ലാ അമ്മമാരുടെ ആത്മാക്കളും ഇങ്ങളെപ്പോലെ മക്കളെ സംരക്ഷിക്കാൻ ഇതുപോലെ അലഞ്ഞു നടക്കുന്നുണ്ടാകുമോ അമ്മേ.....?" ചോദിച്ചപ്പോൾ എന്റെ തൊണ്ടയിടറി.

"അമ്മോ ആരിക്കറിയാപ്പാ......? നിന്നെ ഒരു കരയ്ക്കെത്തിക്കാനാകാതെ അവിടന്നിങ്ങ് പോന്നതോണ്ടായിരിക്കും സ്വസ്ഥതയില്ലാതെ ഞാൻ ഇയ്യാംപാറ്റയെപ്പോലെ നിനക്കുചുറ്റും നട്ടംതിരിയുന്നത്. ഇനി മതി എന്നു വിചാരിക്കുമ്പളത്തിന് എന്തെങ്കിലും പുതിയ കുലുമാല് ഈടെയുണ്ടാവും. അമ്മയായിപ്പോയില്ലേ.. മരിച്ചാലും മക്കളെയോർത്ത് ചങ്കെടന്ന് പിടയ്ക്കും..... ദേവീ...... നീ കാത്തോളണേ...."

അമ്മയുടെ ഇടറിയ സ്വരം അകന്നകന്നു പോയപ്പോൾ വല്ലാത്ത കുറ്റബോധം തോന്നി. അമ്മയിങ്ങനെ എത്രകാലം എനിക്കു ചുറ്റും അലഞ്ഞു തിരിയും. മരിച്ചിട്ടും എന്റമ്മയ്ക്ക് സമാധാനം കൊടുക്കാനാവുന്നില്ലല്ലോ..... കണ്ണു നിറഞ്ഞുതുളുമ്പി.

ഫോണടിയുന്നു.

ജലജയായിരുന്നു. "താനിപ്പോഴും നോർമ്മലായില്ല അല്ലേ?"

എന്റെ ഇടറിയ ശബ്ദം കേട്ടാകണം ജലജ ചോദിച്ചു.

"അങ്ങനെയൊന്നുമില്ല."

"ടെക്നോളജി വികസിച്ചതൊക്കെ മറന്നോ? ക്യാൻസറാണെങ്കിൽ തന്നെ അതിനെ പ്രതിരോധിക്കാൻ മരുന്നുകളുണ്ട്. അതിനുദാഹരണമല്ലേ ഞാൻ. ആ കുട്ടിയുടെ ഹിസ്റ്ററിവച്ചു നോക്കുകയാണെങ്കിൽ ഇതിപ്പോൾ ക്യാൻസറാകണമെന്നില്ല. ഹൈറുവിന് ഒരു കുലുക്കവുമില്ല. അള്ളാന്റെ വിധി തടുക്കാനാവൂലാന്നാ ആ കുട്ടി പറഞ്ഞത്. താനൊന്ന് സമാധാനിക്ക്. നാളെ എട്ടുമണിക്കുതന്നെ അവിടെയെത്താൻ പറഞ്ഞു രാഘവൻ. അയാളുടെ അസിസ്റ്റന്റിന്റെ നമ്പർ തന്നിട്ടുണ്ട്. മെസേജു ചെയ്യാം.

ആശുപത്രിയിലെത്തി ആ നമ്പറിൽ വിളിച്ചാൽ അയാൾ വന്ന് വേണ്ട ഏർപ്പാടുകൾ ചെയ്തുതരും. രാവിലെ ലൈറ്റായിട്ടെന്തെങ്കിലും കഴിച്ചാൽ മതി.''

''ഓക്കെ. താങ്ക്സ് എ ലോട്ട്.''

''ആയിക്കോട്ടെ.'' ഡോ. ജലജ ഫോൺ കട്ട് ചെയ്തതും മുത്തുവിന്റെ വിളിയെത്തി.

''ജലജ ഡോക്ടർ എന്തുപറഞ്ഞു ടീച്ചറേ....?'' മുത്തു ചോദിച്ചു.

''വ്യക്തത വരണമെങ്കിൽ നാളത്തെ പെറ്റ് സ്കാൻകൂടി കഴിയണം.''

''ടീച്ചറിങ്ങനെ അപ്സെറ്റാകാതെ. ഒന്നുമുണ്ടാവില്ല.''

''അവളുടെ ഉമ്മയുണ്ടായിരുന്നെങ്കിൽ എനിക്കിത്ര ടെൻഷനില്ലായിരുന്നു. അവൾക്കെന്തെങ്കിലും സംഭവിച്ചാൽ എന്നെ പ്രതിക്കൂട്ടിലാക്കാൻ ശ്രമിക്കുന്നവരുണ്ടെന്ന് നിനക്കും അറിയാവുന്നതല്ലേ?''

''ആ ചെകുത്താന്മാർ നശിപ്പിച്ച അവളുടെ ജീവിതം വീണ്ടെടുത്തുകൊടുത്തതാണോ ടീച്ചർ ചെയ്ത കുറ്റം? അതിനെപ്പറ്റിയൊന്നുമാലോചിച്ച് ടീച്ചർ തല പുണ്ണാക്കണ്ട. എന്തിനും ഞാനുണ്ട് കൂടെ.''

''അതെനിക്കറിയാം. ഞാനേതായാലും മുസ്തഫയെ വിളിച്ച് കാര്യം പറയാൻ തീരുമാനിച്ചു. അയാളാണല്ലോ ഹൈറുവിനെ എന്റെ കൈയിലേല്പിച്ചത്.''

''അത് വേണ്ടതാ അവൾക്ക് ബന്ധുക്കളായി മറ്റാരെങ്കിലുമുണ്ടോ എന്ന് അറിയുന്നത് നല്ലതാ.''

''അവൾക്ക് ബന്ധുക്കളായി മറ്റാരുമില്ല. ബാപ്പ ഏതോകാലത്ത് അവരെ ഉപേക്ഷിച്ചുപോയി. അവളുടെ ഉമ്മയും ഈ നാട്ടുകാരിയല്ല. വിവാഹം കഴിഞ്ഞ് ഇവിടെ എത്തിയതാണ്. തൊട്ടടുത്ത് താമസിച്ചതുകൊണ്ടുള്ള പരിചയമേ മുസ്തഫയ്ക്കുള്ളൂ. അവര് ഒരു പാവം സ്ത്രീയായതുകൊണ്ട് മുസ്തഫ കഴിയുന്ന സഹായങ്ങളൊക്കെ ചെയ്തുകൊടുക്കുമായിരുന്നു.''

''എന്നാ പിന്നെ അയാളെ അറിയിച്ചാ മതി ടീച്ചറേ. മറ്റുള്ളവരെന്തു പറയുമെന്നോർത്ത് ടീച്ചർ വേവലാതിപ്പെടണ്ട. നമ്മുടെ കടമ നമുക്ക് ചെയ്യാം. ബാക്കി സർവ്വശക്തന് വിടാം. ടീച്ചർ പറഞ്ഞുതന്നത് ഞാനങ്ങോട്ട് വിളമ്പുമ്പം ബോറാകുന്നുണ്ടോ?''

''ഒരു ശിഷ്യയെങ്കിലും ഞാൻ പറഞ്ഞത് ഓർക്കുന്നുണ്ടല്ലോ......മതി.'' തമാശമട്ടിൽ പറഞ്ഞു.

''ടീച്ചറേ, ഞാനൊരു കാര്യം ചോദിച്ചാൽ പിണങ്ങുമോ?''

"എന്നെ ചൊടിപ്പിക്കുന്ന കാര്യം നീയിതുവരെ പറഞ്ഞിട്ടില്ലല്ലോ. പറ."

"ഹൈറുവിന്റെ ചികിത്സയ്ക്ക് പണം വേണ്ടിവരില്ലേ? ഞാൻ കുറച്ചു പണം അവളുടെ അക്കൗണ്ടിലിടട്ടെ."

"തല്ക്കാലം അതൊന്നും വേണ്ട മുത്തു. ഞാൻ സമ്മതിച്ചാലും ഹൈറു സമ്മതിക്കില്ലെന്ന് നിനക്കുതന്നെ അറിയാമല്ലോ. ആവശ്യമുള്ളപ്പോൾ ഞാൻ ചോദിക്കാം."

"ചോദിക്കാൻ മടിക്കരുത്. നാളെ ഞാൻകൂടെ വരണോ?"

"വേണ്ട. ആവശ്യമുണ്ടെങ്കിൽ ഞാൻ വിളിക്കാം. സർജറി കഴിയുന്നതുംവേഗം നടത്തുന്നതായിരിക്കും നല്ലതെന്നാണ് ജലജ പറഞ്ഞത്. അപ്പോൾ അവൾക്ക് കുറച്ചുദിവസത്തെ ലീവ് വേണ്ടിവരും. നിനക്ക് ബുദ്ധിമുട്ടാകുമോ?"

"അതൊക്കെ അഡ്ജസ്റ്റ് ചെയ്യാം. നാളത്തെ സ്കാനിങ് കഴിഞ്ഞിട്ട് മുസ്തഫാക്കയെ വിളിച്ചാപ്പോരെ ടീച്ചറേ?"

"മതിയോ......? നേരത്തേ വിവരമറിയിക്കുന്നതല്ലേ നല്ലത്? പിന്നീടൊരു പരാതിക്കിടയാക്കരുതല്ലോ."

"അതും ശരിയാ. ടീച്ചറ് വെറുതേ വേവലാതിപ്പെടണ്ട. ഞങ്ങളെല്ലാവരും കൂടെയുണ്ട്."

"അർമാന്റെ പഠിത്തമൊക്കെ എങ്ങനെയുണ്ട്?"

"നന്നായി പോകുന്നുണ്ട് ടീച്ചറേ. എന്റെ കൈവിട്ടുപോയെന്നു കരുതിയതാ. തക്കസമയത്ത് ടീച്ചറിടപെട്ടതുകൊണ്ട് എന്റെ കുട്ടി രക്ഷപ്പെട്ടു. കാനഡയിൽ പോയി ബാച്ചിലേഴ്സ് ചെയ്യണമെന്നാ പറയുന്നത്. ഉമ്മ സമ്മതിക്ക്വോന്നറിയൂലാ. ഓനെ ഒരു ദിവസം കണ്ടില്ലെങ്കില് മൂപ്പത്തി ബേജാറാകും."

"ഉമ്മ എന്തു പറയുന്നു?"

"ഉമ്മയ്ക്ക് ഈയിടെയായിട്ട് കാൽമുട്ടിന് നല്ല വേദനയാ. സർജറി വേണമെന്നാ പറയുന്നത്. ഉമ്മ സമ്മതിക്കുന്നില്ല. ആൻജിയോ പ്ലാസ്റ്റി ചെയ്തതിനുശേഷം ബാപ്പ വല്ലപ്പോഴുമേ ഓഫീസിൽ വരാറുള്ളൂ. ഞാൻതന്നെയാണ് വരേണ്ടെന്നു പറഞ്ഞത്. എനിക്കു നിന്നുതിരിയാൻ നേരമില്ലെന്നു പറഞ്ഞാ മതിയല്ലോ. ഞാൻ പിന്നെ വിളിക്കാം." അവൾ ഫോൺ വച്ചു.

"സുനിയേച്ച്യ...... ഇന്ന് ചായയൊന്നും വേണ്ടേ?" എന്ന് ചോദിച്ച് ഹൈറുവെത്തി.

“നിന്റെ ബോസാ. നിനക്ക് കുറച്ച് ദിവസം ലീവ് വേണമെന്ന് ഞാൻ പറഞ്ഞിട്ടുണ്ട്. ഒഫീഷ്യലായിട്ട് നീ തന്നെ ചോദിക്കണം.”

“ഞമ്മക്കൊന്നുംകൂടി ആലോചിച്ചിട്ട് പോരെ സുനിയേച്ച്യേ.....?”

“എന്താലോചിക്കാൻ? നാളെ രാവിലെ എട്ടുമണിയാകുമ്പോഴത്തേക്ക് അവിടെയെത്തണം. രാവിലെ അടുക്കളയിൽ കയറാനൊന്നും നിക്കണ്ട. നാസ്ത അവിടത്തെ കാന്റീനിൽനിന്ന് കഴിക്കാം.”

“ഇതിപ്പമെന്താ കഥ? ഇനിക്ക് ആസ്പത്രീന്ന് പറഞ്ഞാ വെറയല് വരും. ഞാൻ കൊറേ അനുഭവിച്ചതാ..... ഇനിയും......?”

ആദ്യമായി അവളുടെ തൊണ്ടയിടറി.

“ഇനിയും നീ കഷ്ടപ്പെടരുതെന്ന് കരുതീട്ടല്ലേ ഹൈറൂ ഉടനെ വേണ്ടത് ചെയ്യണമെന്ന് പറയുന്നത്. ഡോ. ജലജയെ നിനക്ക് വിശ്വാസമില്ലേ?”

“വിശ്വാസക്കുറവൊന്നുമില്ല. എന്നാലും നല്ലോണം നടക്കുമ്പോൾ പെട്ടെന്നിങ്ങനെ.....? ഓപ്പറേഷൻ കയിഞ്ഞാല് കൊറേ ദിവസം ഒന്നും ചെയ്യാൻ പറ്റൂലാലോ. ഇങ്ങള് എടങ്ങാറാകൂലേ. അതാ ഇന്റെ പേടി.”

“അതൊന്നുമാലോചിച്ച് നീ തല്ക്കാലം തല പുണ്ണാക്കണ്ട. വാ, ചായ കുടിക്കാം.”

അവൾക്ക് മറുപടി പറയാൻ അവസരംകൊടുക്കാതെ ഞാൻ ഊൺതളത്തിലേക്കു നടന്നു.

മുപ്പത്തിയഞ്ച്

ജനലരികിലുള്ള കസേരയിൽ കൈയിലൊരു പുസ്തകവുമായി ഏറെ നേരമായി ഇരിക്കുന്നു. ഒരു പേജുപോലും വായിക്കാൻ സാധിച്ചില്ല. കുന്നിൻപുറത്താണ് ആശുപത്രി. ജനലിലൂടെ കാണുന്ന പച്ചപുതച്ച കുന്നിൻചരിവ് കണ്ണിനും മനസ്സിനും കുളിർമ്മ പകരേണ്ടതാണ്. പക്ഷേ, ഉള്ളിലിപ്പോഴും തീയാണ്. സർജറി വിചാരിച്ചതുപോലെ വലിയ പ്രയാസമൊന്നുമില്ലാതെ കഴിഞ്ഞു. യൂട്രസ് മാത്രമല്ല ഓവറിയും എടുത്തു മാറ്റേണ്ടിവന്നു. ചുറ്റും പടർന്നിട്ടില്ലെങ്കിലും മുൻകരുതലെന്ന നിലയിലും പ്രായം കണക്കാക്കിയും കീമോ കൊടുക്കേണ്ടിവരുമെന്നാണ് ഡോക്ടർ മാർ പറയുന്നത്. മരിച്ചാലും കീമോ എടുക്കില്ലെന്ന് ഹൈറു സർജറിക്ക് മുമ്പേ ശപഥം ചെയ്തിരുന്നു.

"എപ്പളേങ്കിലും ഇണ്ടാവണ വയറ് വേദന ഇതുകൊണ്ടാ ഞാൻ ഇങ്ങളോട് പറയാതിരുന്നത്. ഡോക്ടറമ്മാരെ കൈമ്മക്കിട്ടിയാ ഓലത് പെരുപ്പിച്ച് പുക്കാറാക്കുമെന്നുറപ്പായിരുന്നു. കഷ്ടകാലത്തിനാ ആപ്പീസീല് വെച്ച് വയറ് വേദനിച്ചത്. മുത്തുത്താത്ത അപ്പളത്തിനും ഇങ്ങളെ ചെവിയിലെത്തിച്ചു. ഇങ്ങളെക്കരുതി മാത്രാ ഞാൻ ഓപ്പറേഷന് സമ്മതിക്കുന്നത്. അത് കയിഞ്ഞിട്ട് പള്ള മുയുമൻ പടർന്ന് കീമോ വേണോന്ന് ഏത് കൊടികെട്ടിയ ഡോക്ടർ പറഞ്ഞാലും അള്ളാണെ, നബിയാണെ ഞാൻ സമ്മയിക്കൂലാ. കാലാകാലം ഭൂമീല് ജീവിക്കാൻ ഒരിൻസിനും സാധിക്കൂലാ. ആയുസ്സറുതിയെത്തിയാൽ ഏത് കൊടികെട്ടിയ കൊമ്പനും അസ്രായീലിന്റെ വരവ് തടുക്കാനാകൂലാ. ആയുസ്സുള്ള കാലത്തോളം ആരേം ഇടങ്ങേറാക്കാതെ സന്തോശത്തോടെ കൈയോണാന്നാ എന്റെ

പൂതി. കീമോ എടുത്താലുള്ള കഷ്ടപ്പാട് ഇനിക്ക് നല്ലോണമറിയാം. അതോണ്ട് അയിന് നിങ്ങള് നിർബ്ബന്ധിക്കൂലെങ്കില് മാത്തറേ ഞാൻ ഓപ്പറേഷന് സമ്മയിക്കൂ.''

ഡോ. ജലജയുടെ മുന്നിൽവെച്ചായിരുന്നു പ്രഖ്യാപനം.

''സോഷ്യൽമീഡിയയിൽനിന്ന് ശേഖരിച്ച വിവരങ്ങൾ വച്ചല്ലേ കുട്ടീ നീ സംസാരിക്കുന്നത്. അതൊന്നും കണ്ണടച്ച് വിശ്വസിക്കരുത്. കീമോ ചെയ്യുമ്പോൾ കുറച്ചു പ്രയാസങ്ങളൊക്കെയുണ്ടാവും. അത് ക്രമേണ മാറും. ഏതിനും സർജറി കഴിയട്ടെ. ഇപ്പഴേ നീ കടുത്ത നിലപാടുകളൊന്നുമെടുക്കേണ്ട.''

''ഡോക്ടറമ്മ ഇന്നെ സമാധാനിപ്പിക്കാൻ വേണ്ടി ഓരോന്ന് പറയണ്ട. ഞാൻ സമ്മയിക്കൂലാ. കീമോ ചെയ്യുമ്പോളുള്ള കഷ്ടപ്പാട് ഞാൻ കണ്ടതാ.''

''ആരെയാ നീ കണ്ടത്?'' ഞാൻ ചോദിച്ചു.

''സീനത്ത് താത്താന്റെ ഉമ്മാനെ ഇങ്ങളും കണ്ടതല്ലേ? കീമോ ചെയ്തതുകൊണ്ട് ആറുമാസത്തിനകം പോയിക്കിട്ടി. അല്ലെങ്കില് ബാക്കിയുള്ള കാലം വലിയ ബുദ്ധിമുട്ടില്ലാതെ കയിഞ്ഞുകൂടിപ്പോയേനെ.''

നാവിലൊരു വലിയ കുമിള കണ്ടാണ് സീനത്ത് ഉമ്മയെ ആസ്പത്രിയിലെത്തിച്ചത്. വേദനയൊന്നുമില്ല ഡോക്ടറെ കാണെണ്ടെന്ന് ഉമ്മ നിർബ്ബന്ധംപിടിച്ചെങ്കിലും സീനത്ത് വകവച്ചില്ല. ബയോപ്സിക്കയച്ചപ്പോഴാണ് മാലിഗ്നന്റാണെന്നറിഞ്ഞത്. ചികിത്സയൊന്നും വേണ്ടെന്ന് ഉമ്മ വാശിപിടിച്ചിട്ടും കടംവാങ്ങിയാണ് സീനത്ത് ഉമ്മയെ ചികിത്സിച്ചത്. പ്രായം കൂടിയതുകൊണ്ട് സർജറി വേണ്ട, റേഡിയേഷൻ മതിയെന്ന ഡോക്ടറുടെ നിർദ്ദേശാനുസരണം റേഡിയേഷൻ കൊടുത്തെങ്കിലും വേദനയിൽ നീറിയാണ് അവർ ശിഷ്ടകാലം ജീവിച്ചത്. വായിൽക്കൂടി ഭക്ഷണം കഴിക്കാൻ മൂന്നു മാസം കഴിഞ്ഞിട്ടും സാധിച്ചില്ല. പച്ചവെള്ളമിറക്കാൻപോലും സാധിക്കാതെ ആ ഉമ്മ കുറച്ചൊന്നുമല്ലാ കഷ്ടപ്പെട്ടത്. ഹൈറു ഇടയ്ക്കൊക്കെ അവരെ കാണാൻ പോകാറുണ്ടായിരുന്നു. സീനത്തും ലിസയും മീനയുമായിട്ട് ഹൈറുവിനിപ്പോൾ നല്ല ബന്ധമാണ്. `ഇന്റുമ്മോ പെണ്ണാണുങ്ങൾ' എന്നുപറഞ്ഞ് അവരെ പരിഹസിക്കുകയും അകറ്റിനിർത്തുകയുമായിരുന്നു പതിവ്. അവരുമായി അടുത്തിടപഴകാൻ തുടങ്ങിയതോടെ അവരും അവളുടെ സുഹൃത്തുക്കളായി. ഓരോന്നാലോചിച്ചാൽ ഒരെത്തുംപിടിയും കിട്ടില്ല. അങ്ങ് ബോംബെയിൽ ആണായി പിറന്ന് പെണ്ണായി മാറി ചുവന്നതെരുവിൽ ജീവിതം ഹോമിക്കാൻ തീരുമാനിച്ച ലിസ മാനസാന്തരപ്പെട്ട് കേരളത്തിലെത്തിയതിന്റെ പൊരുളെന്തെന്ന് ആലോചിച്ച് ഉത്തരം മുട്ടുമ്പോൾ, താഹ എന്ന സീനത്ത് അതിനൊരു നിമിത്തമായി എന്ന് സ്വയം പറഞ്ഞ് വിശ്വസിപ്പിക്കും. ഉമ്മയും ബാപ്പയും

ആശിച്ചുണ്ടായ മകൻ പെണ്ണാവാൻ ബോംബേയിലേക്ക് വണ്ടികയറിയതിനും ലിസയെ കണ്ടുമുട്ടിയതിനുമൊന്നും ശരിയുത്തരം ഇതുവരെ കണ്ടെത്താൻ കഴിഞ്ഞിട്ടില്ല. പെണ്ണായി മാറിയ ലിസയെക്കുറിച്ചോർത്ത് ദുഃഖിക്കാൻ അവൾക്ക് സ്വന്തമെന്നു പറയാൻ ആരുമുണ്ടായിരുന്നില്ല. എന്നാൽ, അതായിരുന്നില്ല സീനത്തിന്റെ അവസ്ഥ. നഗരത്തിൽ ഒരുപാട് വേരുകളുള്ള സമൂഹത്തിൽ അറിയപ്പെടുന്ന കുടുംബം. ആണായിപ്പിറന്ന മകൻ പെണ്ണായതിന് പടച്ചവനോട് എന്തുത്തരം പറയുമെന്നും പരലോകത്ത് അവന്റെ അവസ്ഥ എന്തായിരിക്കുമെന്നുള്ള ആധിയാണ് വ്യാധിയായി മാറിയതെന്ന് ഉമ്മ ഒരിക്കൽ എന്നോടും പറഞ്ഞിട്ടുണ്ട്. വിചാരണനാളിൽ വിസ്തരിക്കുമ്പോൾ എന്റെ കുട്ടി ഉത്തരം കിട്ടാതെ നരകത്തീയിൽ വെന്തുരുകുന്നത് കണ്ട് ഉറക്കം കിട്ടാറില്ല ടീച്ചറേ എന്നുപറഞ്ഞ് ഏങ്ങലടിച്ച ആ ഉമ്മയെ എന്തുപറഞ്ഞു സമാധാനിപ്പിക്കുമെന്നറിയാതെ വിറങ്ങലിച്ചിട്ടുണ്ട്. ആണിനോടൊപ്പം കുടുംബജീവിതമാഗ്രഹിച്ച് പെണ്ണായിട്ടും അവരുടെ മോഹം നടപ്പായില്ലല്ലോ എന്നോർത്ത് വ്യാകുലപ്പെടാറുണ്ട്. പേരിന് വിവാഹം കഴിച്ച് മീനയെ കൊല്ലാക്കൊല ചെയ്യുന്ന ബാബുവിനെ, ലിസ വീട്ടിൽനിന്നിറക്കി വിട്ടതുകൊണ്ട് മീന രക്ഷപ്പെട്ടു. ഇനി ജീവിതം ഒറ്റയ്ക്കെന്ന് ഉറപ്പിച്ച് മൂവരും ജീവിക്കാൻവേണ്ടി പൊരുതുന്നതു കാണുമ്പോൾ അഭിമാനം തോന്നാറുണ്ട്. ഭിന്നലിംഗക്കാരെ അകറ്റി നിർത്തുന്നവർക്കെതിരെ പോരാടുന്ന അവരെപ്പോലുള്ളവരെ ഇനി സമൂഹത്തിന് അവഗണിക്കാൻ സാധിക്കില്ല.

വാതിലിൽ മുട്ടുന്നതുകേട്ട് എഴുന്നേറ്റു.

ലിസയായിരുന്നു.

“ഹൈറുവിനെങ്ങനെയുണ്ട് ടീച്ചറേ?” അകത്തു കയറി ലിസ ചോദിച്ചു.

“വലിയ കോംപ്ലിക്കേഷനൊന്നുമില്ലാതെ സർജറി കഴിഞ്ഞു. കീമോ വേണ്ടിവരുമെന്നാണ് ഡോക്ടേഴ്സ് പറയുന്നത്. അതിനു സമ്മതിക്കില്ലെന്ന് കടലാസിൽ എഴുതി ഒപ്പിട്ടു വച്ചിട്ടാണ് അവൾ ഓപ്പറേഷൻ തീയറ്ററിലേക്കു പോയത്.”

“ഹൈറു പറയുന്നതിലും കാര്യമുണ്ട് ടീച്ചറേ. കീമോ ചെയ്ത പലരുടെയും കഷ്ടപ്പാടുകൾ എനിക്കറിയാം.. എന്റെകൂടെ ബോംബെയിലുണ്ടായിരുന്ന സീമ ഇരുപത്തിനാലാമത്തെ വയസ്സിലാ മരിച്ചത്. വയറ്റിലായിരുന്നു ക്യാൻസർ. ഞങ്ങളെല്ലാവരും കഷ്ടപ്പെട്ട് പണമുണ്ടാക്കിയാണ് അവളെ ചികിത്സിച്ചത്. ഡോക്ടർ പറഞ്ഞതുപോലെ നാല്പത് ഡോസ് കീമോയാണ് കൊടുത്തത്. ഓരോ തവണ കീമോ കൊടുത്തപ്പോഴും അവളുടെ അവശത ഏറിയതല്ലാതെ കുറഞ്ഞില്ല. ഒരുകൊല്ലം തികയും മുമ്പ് മരിച്ചു. അതേസമയം സർജറിക്ക് ശേഷം ആയുർവേദ ചികിത്സ

തേടിയ ഞങ്ങളുടെ മറ്റൊരു കൂട്ടുകാരി ഇപ്പോഴും സുഖമായി കഴിയുന്നുണ്ട്. നമുക്ക് ഹൈറുവിന് ആയുർവേദ ചികിത്സ കൊടുത്താലോ ടീച്ചറേ?''

''നമുക്കാലോചിക്കാം ലിസ. ഇപ്പോഴത്തെ അവശതകളൊന്നു മാറട്ടെ. കീമോ ചെയ്യുന്നവരാരും രക്ഷപ്പെടുന്നില്ലെന്നൊന്നും പറയാൻ സാധിക്കില്ല. ക്യാൻസറിനെ അതിജീവിച്ച പലരുടെയും കഥകൾ നാം മാധ്യമങ്ങളിലൂടെ അറിയുന്നതല്ലേ? ഓരോരുത്തരുടെ തലവരയനുസരിച്ച് ബുദ്ധിമുട്ടുകൾ ഏറിയും കുറഞ്ഞുമിരിക്കുമെന്നുമാത്രം. ഹൈറുവിന് ചെറുപ്രായമല്ലേ. അവളെ ചികിത്സിക്കാതെ വിധിക്കുവിടാൻ എനിക്കാവുമോ ലിസാ?''

''ദൈവംതമ്പുരാൻ ശരിയായ വഴി കാണിച്ചുതരട്ടെ എന്നു നമുക്ക് പ്രാർത്ഥിക്കാം. എന്റെ കർത്താവും മീനയുടെ ദൈവങ്ങളും ഹൈറുവിന്റെ തമ്പുരാനും സാധുക്കളോട് കരുണയുള്ളവനാണെന്നു വിശ്വസിക്കാനാണ് എനിക്കിഷ്ടം. മെഴുകുതിരി കത്തിച്ച് പ്രാർത്ഥിച്ചാലും വിളക്കുവച്ച് തൊഴുതാലും അഞ്ചുനേരം നിസ്കരിച്ച് ദുആ ചെയ്താലും അവൻ ഒരുപോലെ വിളികേൾക്കും; ഉത്തരം തരികയും ചെയ്യും. നല്ലതേ വരൂ എന്ന് നമുക്ക് ആഗ്രഹിക്കാം. ഹൈറു വീട്ടിലെത്തിയാൽ കുറച്ചുദിവസം ഞാനവിടെ വന്നുനില്ക്കാം ടീച്ചറേ. ഹൈറുവിനെ നോക്കലും വീട്ടുജോലിയും ഒക്കെക്കൂടി ടീച്ചർക്കൊറ്റയ്ക്ക് ആയെന്നുവരില്ല.''

''സഹായത്തിന് ഒരാളെ അന്വേഷിക്കാൻ ഞാൻ സതിയെയും മുസ്തഫയേയും ഏല്പിച്ചിട്ടുണ്ട്.''

''അതിന്റെ ആവശ്യമൊന്നുമില്ല. ഉമ്മ മരിച്ചതോടെ സീനത്തിനും ഒഴിവുണ്ട്. ടീച്ചറില്ലാത്ത സമയത്ത് ഞങ്ങള് രണ്ടാളും മാറിമാറി നിന്നോളാം. ടീച്ചറ് ഞങ്ങളെ അന്യരായി കാണരുത്. നിങ്ങളുടെയൊക്കെ സ്നേഹത്തണലുള്ളതുകൊണ്ടാണ് ഞങ്ങൾ തല ഉയർത്തിപ്പിടിച്ച് സമൂഹത്തിൽ ജീവിക്കുന്നത്.''

ലിസയുടെ കൈപിടിച്ചമർത്തിയപ്പോൾ കണ്ണുനിറഞ്ഞു.

ഫോണടിഞ്ഞു.

''അള്ളാക്ക് നിരക്കണ പണിയല്ലട്ടോ ടീച്ചറേ ഇങ്ങള് ചെയ്തത്. കല്യാണം കഴിയാത്ത ഒരു പെണ്ണിന്റെ ഗർഭപാത്രമെടുത്തു മാറ്റുമ്പോ ഇങ്ങള് ഓളെ കൂട്ടക്കാരോട് ഒന്നു ചോയിക്കണ്ടേ? ഇങ്ങളെ സ്വന്തക്കാരായിരുന്നെങ്കില് നിങ്ങളിത് ചെയ്യോ?''

പരിചയമില്ലാത്ത സ്ത്രീ ഫോണിലൂടെ ഭീഷണിപ്പെടുത്തുന്നതു കേട്ട് അരിശം നുരച്ചുപൊന്തിയെങ്കിലും ഒരക്ഷരം മിണ്ടിയില്ല.

''പൊട്ടൻ കളിച്ച് കൈച്ചലാകാമെന്ന് ഇങ്ങള് കരുതണ്ട. ഞങ്ങള് വെറുതേയിരിക്കില്ല.''

''ഹൈറു നിങ്ങളുടെ ഏതു വകയിലുള്ള ബന്ധുവാണെന്ന് ഒന്നു

പറഞ്ഞാൽ നന്നായിരുന്നു.''

''രക്തബന്ധമില്ലെങ്കിലും ഞങ്ങള് ഒരേ കൗമുകാരാണ്. ലാഹിലാഹാ ഇല്ലള്ളാഹ് മുഹമ്മദ് റസൂലള്ളാഹ് എന്നു വിശ്വസിക്കുന്നവർ.''

''ആണോ... എന്നിട്ട് ഹാജിയാരുടെ ഭീഷണികാരണം ഹൈറുവിനും ഉമ്മയ്ക്കും അഗതിമന്ദിരത്തിൽ പോകേണ്ടിവന്നപ്പോൾ കൗമുകാരൊന്നും രക്ഷയ്ക്കെത്തിയില്ലെന്നാണല്ലോ ഹൈറു പറഞ്ഞത്.''

''അത് പിന്നെ.... അതുമിതും പറഞ്ഞ് നിങ്ങള് വിഷയം മാറ്റണ്ട. ഞങ്ങളിത് കുത്തിപ്പൊന്തിച്ച് സമൂഹത്തിൽ ചർച്ചയാക്കും.''

''ആയിക്കോട്ടെ, ചൊറി മാന്തി പുണ്ണാക്കുന്നവരോട് സംസാരിക്കാൻ ഞാനാഗ്രഹിക്കുന്നില്ല.'' എന്നുപറഞ്ഞ് ഫോൺ കട്ടുചെയ്തെങ്കിലും ഉള്ളിലെ വിഷമം മുഖത്ത് പ്രകടമായിരുന്നു.

''എന്താ കാര്യം ടീച്ചറേ?'' ലിസ ചോദിച്ചു.

''വിവാഹം കഴിയാത്ത ഹൈറുവിന്റെ ഗർഭപാത്രം ഞാൻ ആവശ്യമില്ലാതെ എടുത്തുമാറ്റിച്ചെന്നാണ് പരാതി. ഇത്തരം ഫോൺകോളുകൾ ഇപ്പോൾ പതിവാണ്. പ്രസവം നിർത്തുന്നതുപോലും മുസ്ലിം സ്ത്രീകൾക്ക് ഹറാമാണെന്നറിഞ്ഞുകൊണ്ട് അവളോട് ക്രൂരത കാണിച്ചെന്ന മട്ടിലാണ് സംസാരം. സോഷ്യൽ മീഡിയയിൽ വരുന്ന ട്രോളുകളൊന്നും വകവയ്ക്കാറില്ല. എന്നാലും നാടിന്റെ അവസ്ഥയാലോചിച്ച് വേവലാതിപ്പെട്ടുപോകാറുണ്ട്. ജീവകാരുണ്യപ്രവർത്തനംപോലും ജാതിയും മതവും പറഞ്ഞു കുഴപ്പത്തിലാക്കുന്നതു കാണുമ്പോൾ നെഞ്ചുകീറുന്ന വേദന.''

''ഇതിനിനി എന്തു ജിഹാദെന്നായിരിക്കും പേരിടുക?''

''അവളെ ഇടയ്ക്കിടെ വിളിച്ചു ശല്യപ്പെടുത്താറുള്ളത് ഒരു മുസ്ലിം സ്ത്രീസംഘടനയുടെ നേതാവാണ്. പുരുഷന്മാരുടെ സമ്മർദ്ദംകൊണ്ടായിരിക്കാം ആ പാവം സ്ത്രീ ഇങ്ങനെയൊക്കെ പറയുന്നത്.''

''മിക്ക സ്ത്രീസംഘടനകളും പുരുഷസംഘടനകളുടെ വാലായിട്ടാണ് പ്രവൃത്തിക്കുന്നതെന്ന് ആർക്കാ അറിയാത്തത്? രാഷ്ട്രീയസംഘടനകളിലും മറിച്ചല്ല സ്ഥിതി. അവിടെ പെണ്ണുങ്ങൾ ശബ്ദമുയർത്തിയാൽ നാവിന് ചങ്ങലവീഴുമെന്നൊക്കെ സതിയേച്ചി പറയാറുണ്ട്.''

''അതിന്റെ തെളിവാണല്ലോ ഈയിടെ ഒരു രാഷ്ട്രീയപാർട്ടി അവരുടെ വിദ്യാർത്ഥി സംഘടനയുടെ വനിതാവിഭാഗം പിരിച്ചുവിട്ടത്. നിങ്ങൾ ഞങ്ങൾ പറയുന്നതുപോലെ ചിന്തിക്കുക, പ്രവൃത്തിക്കുക എന്ന തിട്ടൂരം ലംഘിച്ചതാണ് ആ പാവം പെൺകുട്ടികൾ ചെയ്ത തെറ്റ്.''

''അതൊക്കെ വിട് ടീച്ചറേ. മറ്റൊരിരയെ കിട്ടുന്നതുവരെ അവരിങ്ങനെ ശല്യപ്പെടുത്തിക്കൊണ്ടിരിക്കും. ഹൈറുവിനെ എപ്പോഴാണ് മുറിയിലേക്കു മാറ്റുന്നത്?''

''ഇന്നു രാത്രിയിലോ നാളെ രാവിലെയോ മാറ്റുമെന്നാണ് പറഞ്ഞത്.''

"മുറിയിലേക്കു മാറ്റിയാൽ ഞാൻ കൂട്ടിരുന്നോളാം. ടീച്ചർക്ക് കോളേജിൽ പോവാമല്ലോ."

"അതിന്റെയൊന്നുമാവശ്യമില്ല. ഞാനേതായാലും ലീവെടുത്തിരിക്കുകയാണല്ലോ."

"ഹൈറുവിന് വേദന കൂടുതലാണോ? ഭക്ഷണം കൊടുത്തു തുടങ്ങിയോ? ടീച്ചറ് കണ്ടിരുന്നോ?" ലിസ ചോദിച്ചുകൊണ്ടേയിരുന്നു.

"ഞാൻ രാവിലെ ചെന്നു കണ്ടതാ. സെഡേറ്റീവിന്റെ മയക്കത്തിലായിരുന്നു. 'തമ്പുരാൻ കപ്പലിന് ദൈവം തുണാന്ന് ഇന്റുമ്മ പറയാറുണ്ടേനും' എന്നു പറഞ്ഞാണ് ഹൈറു എന്നെ സമാധാനിപ്പിക്കാറുള്ളത്. പെറ്റ്സ്കാൻ ചെയ്ത് ക്യാൻസറാണെന്ന് ഉറപ്പായതോടെ ഹൈറുവിന്റെ എതിർപ്പ് വകവയ്ക്കാതെ പിറ്റേന്നുതന്നെ ആശുപത്രിയിൽ അഡ്മിറ്റ് ചെയ്യുമ്പോഴും സംഗതികൾ വിശദമായി അവളോട് പറഞ്ഞിരുന്നില്ല. 'ഇനിക്ക് ക്യാൻസറാ, അല്ലേച്ചീ....? ഇനിയിപ്പോ എത്രകാലാ...ഇങ്ങളെ ഒറ്റക്കാക്കി പോയാ അമ്മ പെണങ്ങൂലേ.....?' ആസ്പത്രിയുടെ ബോർഡ് കണ്ട് ഹൈറു ആദ്യദിവസംതന്നെ ചോദിച്ചപ്പോ പാടുപെട്ടാ ഞാൻ സ്വയം നിയന്ത്രിച്ചത്. ഡോക്റോടും അവൾ ഇതേ വാക്കുകൾ ആവർത്തിച്ചപ്പോൾ അദ്ദേഹം അവളെ തിരുത്തി.

എന്നാരാ പറഞ്ഞത്? ഇതിലും അവശതയിൽ ഇവിടെയെത്തിയ പലരും രോഗം മാറി ആരോഗ്യത്തോടെ ജീവിക്കുന്നു. ക്യാൻസർ തക്കസമയത്ത് ചികിത്സിച്ചാൽ മാറുന്ന രോഗമാണെന്ന് നിങ്ങൾ മനസ്സിലാക്കണം. നിങ്ങൾക്കാണെങ്കിൽ തുടക്കം മാത്രമാണ്. ശരിയായ ചികിത്സ കിട്ടിയാൽ ഇനിയും ഏറെക്കാലം സന്തോഷമായിട്ടുതന്നെ കഴിയാം. പോസിറ്റീവായി ചിന്തിക്കണം.

അതൊന്നും അവൾ മുഖവിലക്കെടുത്തിട്ടില്ല."

"ഇതൊക്കെത്തന്നെയാണ് ഹൈറു ഞങ്ങളോടു പറഞ്ഞത്. രണ്ടാമത് ആലോചിക്കാൻ അവസരം കൊടുക്കാതെ ടീച്ചർ അവളെ അഡ്മിറ്റ് ചെയ്തത് നന്നായി."

"കൂടപ്പിറപ്പുകളില്ലാത്ത എനിക്ക് ഹൈറു വന്നതിനുശേഷമാണ് സഹോദര സ്നേഹത്തിന്റെ വില മനസ്സിലായത്. കഷ്ടിച്ച് ആറുമാസമാണ് അവൾ അമ്മയെ ശുശ്രൂഷിച്ചത്. പക്ഷേ, അവർ തമ്മിൽ വല്ലാത്തൊരാത്മബന്ധമായിരുന്നു. ഹൈറുവിനെ കൈവിടരുതെന്ന് എന്നെയും എനിക്കു തുണയാകണമെന്ന് ഹൈറുവിനെയും ഏല്പിച്ചിട്ടാണ് അമ്മ പോയത്."

സ്വരമിടറിയപ്പോൾ ഞാൻ നിർത്തി.

"ടീച്ചറിങ്ങനെ ഇവിടെ ഒറ്റയ്ക്കിരുന്ന് ഓരോന്നാലോചിച്ച് മനസ്സ് വിഷമിപ്പിക്കണ്ട. ഹൈറുവിനെ ഇന്ന് റൂമിലേക്കു മാറ്റുന്നില്ലെങ്കിൽ ഞാനിവിടെ കിടക്കാം. ടീച്ചർ വീട്ടിൽച്ചെന്ന് വിശ്രമിച്ചിട്ട് നാളെ രാവിലെ

എത്തിയാൽ മതി. രണ്ടുദിവസമായി ഇവിടെ അലച്ചിലായിരുന്നില്ലേ? നേരാംവണ്ണം ഉറങ്ങിയിട്ടുമുണ്ടാവില്ല?"

"അവളില്ലാതെ വീട്ടിലേക്ക് പോയാൽ ഇതിനേക്കാൾ പ്രയാസമായിരിക്കും. ഇവിടെ മറ്റ് ആശുപത്രികളിലെ സിസ്റ്റമല്ല. കൂടെ നില്ക്കുന്നവർക്ക് മരുന്നിനും മറ്റുമായി ഓടേണ്ടതുമില്ല. പണമടച്ചാൽ അവര് എല്ലാം നോക്കിക്കോളും. വീട്ടിലെത്തുമ്പോൾ ഞാൻ ലിസയെ അറിയിക്കാം. എന്താ മീനയുടെ സ്ഥിതി? ബാബു ശല്യം ചെയ്യാറുണ്ടോ?"

"വീടിന്റെ നാലയലത്തും അവനെ ഞാനിപ്പോൾ അടുപ്പിക്കാറില്ല. എന്റെ കണ്ണു തെറ്റിയാ അവൻ വീട്ടിലെത്തി അവളെ തെറിവിളിക്കും. അവളെ കഴിയുന്നതും ഞങ്ങൾ വീട്ടിൽ ഒറ്റയ്ക്ക് നിർത്താറില്ല. ഇതുപോലൊരുത്തന്റെ ശല്യം കാരണം ഞങ്ങളുടെ സംഘടനയിലുണ്ടായിരുന്ന ഒരു കുട്ടി ആത്മഹത്യ ചെയ്തിരുന്നു. വലിയ മോഹങ്ങളുമായാണ് ഞങ്ങളെപ്പോലുള്ളവർ ആൺരൂപം വിട്ട് പെൺരൂപത്തിലേക്ക് കൂടുമാറുന്നത്. ഞങ്ങളുടെ സ്വപ്നങ്ങളും മോഹങ്ങളും ചവിട്ടിയരച്ചുകൊണ്ടുള്ള ചിലരുടെ ജൈത്രയാത്ര ചെറുക്കണമെങ്കിൽ കരളുറപ്പ് വേണം. പലർക്കും അതൊന്നും സഹിക്കാനാവില്ല ടീച്ചറേ. ആദ്യമൊക്കെ മീനയ്ക്ക് നല്ല പ്രയാസമുണ്ടായിരുന്നു. ഞാനും സീനത്തും നിരന്തരം ഇടപെട്ടിട്ടാണ് അവൾ അതുമായി പൊരുത്തപ്പെട്ടത്."

"നിങ്ങളുടെ ബിസിനസ്സൊക്കെ നല്ലരീതിയിൽ മുന്നോട്ടു പോകുന്നില്ലേ?"

"ദൈവസഹായത്താൽ എല്ലാം ഭംഗിയായി നടക്കുന്നുണ്ട്. എന്നാ ഞാനിറങ്ങട്ടെ. കടയിൽ മീന ഒറ്റയ്ക്കാണ്. സീനത്തിന് ഒരു മീറ്റിങ്ങുണ്ട്. അവളുടെ രണ്ടാമത്തെ പുസ്തകം ഉടനിറങ്ങും."

ലിസ യാത്ര പറഞ്ഞപ്പോൾ ഞാൻ വീണ്ടും കസേരയിലഭയം തേടി.

മുപ്പത്തിയാറ്

"മണ്ടിപ്പാഞ്ഞു നടന്ന ഹൈറുവിനെ ഒരൊറ്റ ദിവസംകൊണ്ട് അള്ളാഹു മൂലയ്ക്കിരുത്തി."

അടുക്കളയിൽ കൂട്ടാന് കടുക് വറക്കുകയായിരുന്ന ലിസയോട് ഹൈറു പറഞ്ഞു. തന്റെ സാമ്രാജ്യമായ അടുക്കളയിൽ ലിസ പെരുമാറുന്നത് സങ്കടത്തോടെ നോക്കി കസേരയിലിരിക്കുകയായിരുന്നു ഹൈറു.

"നീയെന്തിനാ അങ്ങനെ വിചാരിക്കുന്നത്? അതിനുമാത്രം അവശതയൊന്നും നിനക്കില്ലല്ലോ. ഏറിവന്നാ ഒരുമാസം. അതു കഴിയുമ്പം നിനക്കിനിയും മണ്ടിപ്പാഞ്ഞു നടക്കാം." ലിസ സമാധാനിപ്പിച്ചു.

"ഇനിക്കായിട്ട് വലിയ മോഹങ്ങളൊന്നുമില്ല. ചെളിക്കുണ്ടിൽവീണ് പുയ്ത്ത് ചാകേണ്ട എന്നെ മേടയിലെത്തിച്ച സുനിയേച്ചിക്ക് ഭാരമാകാതെ കൈച്ചലായി കിട്ടിയാ മതിയേനും." ഹൈറുവിന്റെ തൊണ്ടയിടറി.

"വെറുതേ ഓരോന്നാലോചിച്ച് സൂക്കേടേറ്റണ്ട കുട്ടീ. നീ ഭാഗ്യമുള്ളവളായതുകൊണ്ടാ ആ ചെകുത്താന്മാർ വലിച്ചു കീറിയിട്ടും ചാവാതെ രക്ഷപ്പെട്ടതും സുനിതട്ടീച്ചറുടെ സംരക്ഷണയിലെത്തിയതും."

"ആലോയിച്ചാ ഒരെത്തുംപിടിയും കിട്ടില്ല. നമ്മളൊന്ന് നിനയ്ക്കുന്നു, പടച്ചോൻ വേറൊന്നു നിശ്ചയിക്കുന്നു."

"അതാ ഞാൻ പറഞ്ഞത് വെറുതേ ഓരോന്നാലോചിച്ച് തല പുണ്ണാക്കണ്ടാന്ന്. അങ്ങ് ദൂരെ ബോംബെയിൽ ആണുംപെണ്ണുമല്ലാതെ തെരുവിൽത്തെണ്ടിയ ഞാൻ സ്നേഹിക്കാൻമാത്രമറിയുന്ന നിങ്ങളിൽച്ചെലരുടെ ഇടയിൽ വന്നുപെട്ടത് ദൈവഹിതമാണെന്നു വിശ്വസിക്കാനാ എനിക്കിഷ്ടം. പഴയതോരോന്നും ചിക്കിപ്പരത്തുമ്പോൾ സിനിമാക്കഥ

പോലെ തോന്നും. ഇതൊക്കെ വച്ച് സുനിതട്ടീച്ചർക്ക് നല്ലൊരു നോവലെഴുതാം.''

''എന്റെ കാലശേഷമെങ്കിലും ചേച്ചി എന്റെ കഥ എഴുതാതിരിക്കില്ലെന്ന് എനക്കുറപ്പാ.''

''ആരു മുമ്പേ, ആരു പിമ്പേ പോകുമെന്നതൊന്നും നമ്മുടെ കൈയിലല്ലല്ലോ. നമുക്ക് ഇന്നിനെക്കുറിച്ചാലോചിക്കാം. നാളെയെക്കുറിച്ച് പ്രതീക്ഷയോടെ സംസാരിക്കാം. മോഹിക്കാം. അദ്ധ്വാനിക്കാം. എന്നാലേ എന്തെങ്കിലും നേടാനും അങ്ങനെ സന്തോഷത്തോടെ ജീവിക്കാനും സാധിക്കൂ.''

''ഇന്റെ റബ്ബേ.... സീനത്ത് താത്താന്റൊപ്പരംകൂടി ഇങ്ങളും സാഹിത്യകാരിയായോ?''

''ഹ.... ഹ.... അങ്ങനെ ആയിക്കൂടെന്നില്ല കേട്ടോ. ചാന്ത് ചാരിയാ ചാന്ത് മണക്കും, ചന്ദനം ചാരിയാ ചന്ദനം മണക്കുമെന്നല്ലേ പഴംചൊല്ല്. സാമ്പാറും തോരനും രാത്രിയിലേക്കുള്ള കോഴിക്കറിയും റെഡി. ചേച്ചിക്ക് ഉച്ചക്കലേക്ക് മീൻകറി വേണോ വറുക്കണോ?''

''മീനുണ്ടോ ഫ്രിഡ്ജില്?''

''ഇന്നലെ മുത്തൂത്താന്റെ ഡ്രൈവറ് ചെമ്മീൻ കൊണ്ടന്നിരുന്നു.''

''എന്നാ ചെമ്മീൻഫ്രൈ ഉണ്ടാക്കാം. ഞാൻ ഉള്ളി അരിയട്ടെ.''

''നീ ചെന്ന് കുളിച്ചിട്ടു വാ. അപ്പോഴേക്കും ഞാൻ ചെമ്മീൻ റോസ്റ്റുണ്ടാക്കി ഇവിടെയെല്ലാം ഒന്നു വൃത്തിയാക്കാം. സീനത്തിന് ഇന്നൊരു മീറ്റിങ്ങുണ്ട്. അപ്പോഴേക്കും എനിക്ക് കടയിലെത്തണം.''

''ചെമ്മീൻഫ്രൈ ഞാനുണ്ടാക്കാം. ഇങ്ങള് ബാക്കിപ്പണി ചെയ്തോളീ.''

''നീ ഒന്നും ചെയ്യണ്ട. അതെല്ലാം ഞാനായിക്കോളാം.''

''എനക്കാവുന്ന പണി ഞാൻ ചെയ്തോളാം ലിസിയേച്ചി. ഇങ്ങളെല്ലാരുംകൂടി ഇങ്ങനെ സ്നേഹിച്ച് ഇന്നെ കൊല്ലല്ലേ. എന്തെങ്കിലുമൊക്കെ ചെയ്തില്ലെങ്കില് മനസ്സ് പിടിവിട്ടുപോകും. പടച്ചോൻ സഹായിച്ച് ഇനിക്കിപ്പം വേദനയോ ക്ഷീണമോ ഒന്നുമില്ല. എന്നെ ഇങ്ങനെ മൂലയ്ക്കിരുത്തല്ലേന്ന് ഇങ്ങള് സുനിയേച്ചിയോടൊന്നു പറയണേ. ചേച്ചി ഇങ്ങനെ നെട്ടോട്ടമോടുമ്പം കണ്ടില്ലാ കേട്ടില്ലാന്ന് വെച്ച് ഒരു ഭാഗത്തിരുന്നാ എന്റെ സൂക്കേട് ഏറുകയേ ഉള്ളൂ.'' ഹൈറുവിന്റെ തൊണ്ടയിടറി.

''അടുത്തയാഴ്ചത്തെ ചെക്കപ്പുകഴിഞ്ഞാ നിനക്ക് അത്യാവശ്യം ജോലികളൊക്കെ ചെയ്യാമെന്നാണ് ടീച്ചറ് പറഞ്ഞത്. അതുവരെ നീയൊന്നു ക്ഷമിക്ക്.''

''ഇങ്ങക്ക് പറയാനെളുപ്പാ. ആസ്പത്രീല് പൈശ കൊറേ ആയിട്ടുണ്ടാവും. എന്റെ ശമ്പളം ബാങ്കിലിട്ടത് സുനിയേച്ചി തൊട്ടിട്ടില്ല. ഇക്കട

മെല്ലാം ഞാനെങ്ങനെ വീട്ടുമെന്നാലോയിച്ചാ അന്തവും കുന്തവുമില്ല.''

''നീ ഇങ്ങനെയൊന്നും ടീച്ചറോട് പറയല്ലേ. നിന്നെ സ്വന്തം കൂടപ്പിറപ്പിനെപ്പോലയാ ടീച്ചറ് കാണുന്നത്. സ്വന്തം സഹോദരങ്ങള് പരസ്പരം കണക്ക് പറയുന്നതും സൂക്ഷിക്കുന്നതും ശരിയായ ഏർപ്പാടാണോ ഹൈറു?''

''ഇങ്ങനെയൊക്കെ ആലോചിച്ചാണ് ഞാനെന്റെ മനസ്സിനെ തണുപ്പിക്കുന്നത്. ഇങ്ങള് പറഞ്ഞതുപോലെ ഞാൻ ഭാഗ്യവതിയാ. സുനിയേച്ചിയെപ്പോലൊരു ഉടപ്പിറപ്പിനെ ഇനിക്ക് തന്നതിന് പടച്ചോനെ എത്ര സ്തുതിച്ചാലും മതിയാവൂലാ. ഞാൻ ആസ്പത്രീക്കെടക്കുമ്പം ചെലര് ചേച്ചീനെ ഫോൺവിളിച്ച് മേണ്ടാത്തതൊക്കെ പറഞ്ഞെന്നും സമൂഹമാധ്യമങ്ങളേറ്റു പിടിച്ചെന്നും സീനത്ത് താത്ത പറഞ്ഞു.. അക്കൂട്ടർക്ക് ഞാൻ ചുട്ടമറുപടികൊടുത്തിട്ടുണ്ട്. യൂട്രസില്ലാത്തോണ്ട് ഇനി കല്യാണാലോചനയുംകൊണ്ട് ശൈത്താന്മാര് ഇബിടെവന്ന് എടങ്ങാറാക്കൂലാലോ.''

''അജ്ജാതി സാധനങ്ങള് പറയുന്നതിനൊന്നും നീ ചെവിടോർക്കണ്ട. അതൊക്കെ വിഷവിത്തുകളാ. ഞാൻ നിർബ്ബന്ധിച്ച് ബാബുവിനെ വീട്ടിൽനിന്ന് ഇറക്കിവിട്ടത് അവളെ കൃസ്ത്യാനിയാക്കാനാണെന്നും പറഞ്ഞ് ഒരു കൂട്ടര് ഇറങ്ങിയിരുന്നു. മിണ്ടാതിരിക്കാൻ ടീച്ചറും സതിയേച്ചിയും പറഞ്ഞതുകൊണ്ടാ ഞാനടങ്ങിയത്. ബോംബെയിലെ തെരുവിൽ പൊരുതിവളർന്ന എനിക്ക് ഇവരോടൊക്കെ മല്ലടിക്കാൻ അറിയാഞ്ഞിട്ടല്ല.''

''എന്താപ്പം നമ്മളെ നാട്ടിലെ ഒരവസ്ഥ! എല്ലാവർക്കും അങ്ങോട്ടുമിങ്ങോട്ടും സംശയമാ. മുസ്ലിങ്ങളേം കൃസ്ത്യാനികളേം തെറ്റിക്കാൻ നോക്കുന്നു. ഹിന്ദുക്കളേം മുസ്ലിങ്ങളേം തമ്മിലടിപ്പിക്കുന്നു. ഈറ്റിങ്ങള് നാട് അൽക്കുൽത്താക്കിയേ അടങ്ങൂ. പൗരത്വസമരംപോലെ കർഷക സമരോം പൊളിച്ചടുക്കുമെന്ന് ഞാൻ അന്നേ സുനിയേച്ചിയോട് പറഞ്ഞതാ. ഇവിടെ കോടതിയുണ്ട്, നിയമവ്യവസ്ഥിതിയുണ്ട്, അതൊന്നും അധികകാലമെടുത്ത് അമ്മാനമാടാൻ ആർക്കും സാധിക്കൂലാന്നൊക്കെ ഇന്നോട് ചേച്ചി കത്തിക്കയറി. ഇപ്പളെന്തായി? നേരും നെറിയും വിടാതെ സമരം ചെയ്യുന്ന കർഷകരുടെ ഇടയിലേക്ക് കാറ് ഇടിച്ചു കയറ്റി അഞ്ചെട്ടെണ്ണത്തിനെ കൊന്നില്ലേ? ഈ കേസും തേഞ്ഞുമാഞ്ഞുപോകും. വാദിയെ പ്രതിയാക്കുകയും ചെയ്യും. പൗരത്വസമരത്തിലും അതല്ലേ ഉണ്ടായത്? പാവപ്പെട്ടവർക്ക് നീതി കിട്ടാത്തതിനു തെളിവല്ലേ എന്റെ ജീവിതം?''

''നീയും നിന്റെ ഉമ്മയും കേസിനുപോകാഞ്ഞിട്ടാ നീതി കിട്ടാതെ പോയതെന്നാ ടീച്ചറ് പറഞ്ഞത്. കർഷകരെ പിണക്കിയാൽ ഭരണം പോകുമെന്നു ഭയക്കുന്നതുകൊണ്ടല്ലേ പാർലിമെന്റിൽ പാസാക്കിയ

നിയമങ്ങൾ പിൻവലിക്കാൻ സർക്കാർ തയ്യാറായത്. കർഷകര് സമരം ജയിച്ചേ സ്വന്തം നാട്ടിലേക്കു മടങ്ങൂ."

" കണ്ടറിയണം. ചേച്ചിയെപ്പോലുള്ളവർക്ക് അങ്ങനെയേ പറയാൻ സാധിക്കൂ. കാരണം അവര് സ്വന്തം നാടിനെ അത്രകണ്ട് സ്നേഹിക്കുന്നു. ഇവിടെ നിയമം നടപ്പിലാകണമെന്ന് ആശിക്കുകയും പ്രതീക്ഷിക്കുകയും ചെയ്യുന്നു. ഞങ്ങള് കേസിനു പോയിരുന്നെങ്കില് സമൂഹത്തിൽ അപമാനിതരായി ജീവിക്കേണ്ടി വരുമായിരുന്നെന്ന് എനക്കുറപ്പാ. നാട് വിറപ്പിച്ച ഐസ്ക്രീം പാർളർ കേസും സരിതക്കേസും വാളയാർക്കേസും സുനിതക്കേസുമൊക്കെ എങ്ങുമെത്താത്തതെന്താ? പൈശക്കാരാ അതിന്റെ പിന്നില് കളിക്കുന്നത്. ഓരോ പുതിയ കേസും തുടക്കസമയത്ത് പത്രക്കാരും ടിവിക്കാരും ചർച്ച നടത്തി പെരുപ്പിച്ച് പൊലിപ്പിക്കും. ഒടുക്കം ഇരയെ അപമാനിക്കും. വേട്ടക്കാരൊപ്പം നിക്കുകയും ചെയ്യും. ഞാനും ഉമ്മയും കേസിനു പോയിരുന്നെങ്കിലും ഇതൊക്കെ തന്നെയായിരിക്കും അവസ്ഥ. പണമെറിയുന്നവർക്ക് നീതികിട്ടും. പാവപ്പെട്ടവർ അപമാനം സഹിച്ച് ശേഷകാലം കയിഞ്ഞുകൂടേണ്ടിയും വരും." ചെമ്മീൻകറി ഉണ്ടാക്കുന്നതിനിടയിൽ ഹൈറു പറഞ്ഞുകൊണ്ടേയിരുന്നു.

"ടീച്ചറോടൊപ്പം കൂടി നീയും പ്രസംഗിക്കാൻ പഠിച്ചല്ലോ. നീയും സീനത്തും ടീച്ചറുമൊക്കെ പറയുന്ന വലിയ കാര്യങ്ങൾ കേട്ട് ഞാനുമിപ്പോ വലിയ വലിയ കാര്യങ്ങളെക്കുറിച്ച് പറഞ്ഞുപോകുമെന്നാ തോന്നുന്നത്. ചെന്നു കുളിച്ചിട്ടു വാ കൊച്ചേ, അതു കഴിഞ്ഞുവേണം എനിക്കിറങ്ങാൻ." വീടു വൃത്തിയാക്കുന്നതിനിടയിൽ ലിസ പറയുന്നുണ്ടായിരുന്നു.

"ഇങ്ങള് പോയ്ക്കോളീ ലിസേച്ചീ, ബാക്കി ഞാനായിക്കോളാം."

"അതൊന്നും ശരിയാവില്ല. എന്നെ വിശ്വസിച്ചാ ടീച്ചറ് പുറത്തിറങ്ങുന്നത്." ഹൈറു കുളി കഴിഞ്ഞെത്തിയപ്പോഴേക്കും ലിസ മാക്സി മാറി സാരി ചുറ്റി പോകാൻ റെഡിയായി നില്ക്കുന്നുണ്ടായിരുന്നു.

"ഇപ്പോ ലങ്കി മറയുന്ന സാരിയൊന്നും ഉടുക്കാറില്ലേ? ഇങ്ങളെയൊക്കെ ആദ്യം കണ്ടപ്പം ഇനിക്ക് വല്ലാത്തൊരലമ്പേനും. ചുവപ്പിച്ച ചുണ്ടും കൺമഷിയും തിളങ്ങുന്ന സാരിയും കൈയില് കിലുങ്ങുന്ന കുപ്പിവളയും കഴുത്തില് മിന്നിത്തിളങ്ങുന്ന മാലേം..... എന്തോ ഒരു മാതിരി. ഇപ്പളാ ഇങ്ങള് ഞമ്മളെപ്പോലെ സാധാരണ പെണ്ണുങ്ങളായത്."

ഹൈറു പറഞ്ഞു.

"അതിന്റെ പൊരുളൊന്നും നിങ്ങളെപ്പോലുള്ളവർക്ക് പറഞ്ഞാ മനസ്സിലാകൂലാ. പെൺമനസ്സും ആൺവേഷവുമായി നടന്നവർക്കേ അതിന്റെ വേദന അറിയൂ. ഏറെ കഷ്ടനഷ്ടങ്ങൾ സഹിച്ച് പെണ്ണായിട്ടും ഞങ്ങളെ പെണ്ണുങ്ങളായി അംഗീകരിക്കാത്ത സമൂഹത്തോടുള്ള വെല്ലുവിളിയായിരിക്കണം അത്തരം വർണ്ണപ്പകിട്ടുള്ള വേഷങ്ങളണിയാൻ ഞങ്ങളെ

പ്രേരിപ്പിക്കുന്നതെന്നാണ് എനിക്കു തോന്നിയിട്ടുള്ളത്. നിങ്ങളെപ്പോലുള്ളവരുടെ സഹവാസം അണിഞ്ഞൊരുങ്ങിയാലേ പെണ്ണാകൂ എന്ന ഞങ്ങളുടെ ധാരണ തിരുത്തിക്കുറിച്ചു. എന്നാ ഞങ്ങളിൽ പലരും ഇപ്പോഴും വിചാരിക്കുന്നത് സമൂഹം പെണ്ണായി അംഗീകരിക്കണമെങ്കിൽ ഇത്തരം പകിട്ടും പത്രാസുമൊക്കെ കാണിക്കണമെന്നാണ്...നിനക്കുള്ള ഓട്ട്സ് കാച്ചിവച്ചിട്ടുണ്ട്. അതെടുത്ത് കുടിച്ച് കുറച്ചുനേരം കെടന്നോ. സമയത്തിന് ഊണു കഴിച്ചോളണമെന്നും ടീച്ചറെ കാത്തിരിക്കരുതെന്നും പറഞ്ഞത് ഓർമ്മയുണ്ടല്ലോ. കതകടച്ചേക്ക് കേട്ടോ. ആ ഏലിയാമ്മച്ചേടത്തി ഉണ്ടായിരുന്നപ്പോ നിന്നെക്കുറിച്ച് വേവലാതി ഇല്ലായിരുന്നെന്ന് ടീച്ചറ് പറയാറുണ്ട്."

"ഇങ്ങളറിഞ്ഞോ കൗജുത്താത്താന്റെ മോള് ആ വീട് വാങ്ങി. അറ്റകുറ്റപ്പണി കയിഞ്ഞാ ഓലിങ്ങോട്ട് മാറും."

"ആന്നോ......അവരെങ്ങനാ, നല്ല കൂട്ടരാണോ?"

"പട്ടുപോലത്തെ മനുഷ്യരാ. മൂപ്പര് ഡോക്ടറാ. കൗജുത്താത്താക്കും സമാധാനമായി. മൂപ്പത്തിക്കും വയ്യാണ്ടായി. എന്നാലും അപ്പൊരവിട്ട് എങ്ങട്ടും പോണത് ഇഷ്ടല്ല."

"ഒരു വീടപ്പുറത്ത് സ്വന്തം മോളുള്ളപ്പോ അവരെന്തിനാ ഒറ്റയ്ക്കവിടെ കഴിയുന്നേ.....? അയ്യോ വർത്തമാനം പറഞ്ഞിരുന്ന് നേരംപോയി. രാവിലെ കാണാം. കതകടച്ചേരെ."

ലിസ പുറത്തിറങ്ങി സ്കൂട്ടി സ്റ്റാർട്ടാക്കി.

ഹൈറു വാതിലടച്ച് മുറിയിലെ കട്ടിലിൽ ചെന്നു കിടന്നു. കുറച്ചെന്തെങ്കിലും പണി ചെയ്യുമ്പോൾ നല്ല ക്ഷീണമുണ്ട്. രണ്ടുമാസം നന്നായി ശ്രദ്ധിക്കണമെന്ന് ഡോക്ടർ പറഞ്ഞിരുന്നു. കുനിഞ്ഞൊന്നും എടുക്കരുത്, ഭാരപ്പെട്ട ജോലി ചെയ്യരുത് എന്നൊക്ക വിലക്കുകളുണ്ട്. എന്നാലും സുനിയേച്ചി അറിയാതെ അല്ലറചില്ലറ ജോലികളൊക്കെ ചെയ്യാറുണ്ട്. ലിസ അടിച്ചുവാരിത്തുടച്ച് ഭക്ഷണമുണ്ടാക്കി വച്ചു പോകുമെന്നല്ലാതെ പൊടിതട്ടലോ കിടക്കവിരിക്കലോ ഒന്നും ചെയ്യാറില്ല. അത്രയും ചെയ്തുതരുന്നതുതന്നെ വലിയകാര്യം. ഈ ലോകം എത്ര നല്ലതാണെന്ന് ഇവരുടെയൊക്കെ സ്നേഹം കാണുമ്പോൾ തോന്നിപ്പോകാറുണ്ട്. അതേസമയം പ്രണയം നിരസിച്ചതിന് പെൺകുട്ടികളെ പെട്രോളൊഴിച്ച് കത്തിക്കുന്ന കാമുകന്മാരും സ്ത്രീധനം പോരെന്നു പറഞ്ഞ് ഭാര്യമാരെ കൊല്ലുകയും കൊല്ലിക്കുകയും ചെയ്യുന്ന ഭർത്താക്കന്മാരും, ഭർത്താക്കന്മാരെ പാഠംപഠിപ്പിക്കാൻ ക്വട്ടേഷൻ സംഘത്തെ ഏർപ്പാടാക്കുന്ന ഭാര്യമാരും ഇവിടെ ഏറി വരികയാണല്ലോ എന്നോർക്കുമ്പോൾ നെഞ്ചിലൊരാളലാണ്. ഈ കെട്ടകാലം മാറി നല്ലകാലം വരുമെന്നും ലോകം ഉണ്ടായതുമുതൽ ഇതൊക്കെത്തന്നെയാണ് ഭൂമിയുടെ അവസ്ഥ

യെന്നും സുനിയേച്ചി സമാധാനിപ്പിക്കുമ്പോൾ യോജിക്കാനാവാറില്ല. സുനിയേച്ചിയോട് വാദിച്ചു ജയിക്കാനാവാതെ തോൽവി സമ്മതിക്കുന്നത് ചേച്ചിയോടുള്ള സ്നേഹംകൊണ്ടുമാത്രം.

രണ്ടാമതൊന്നാലോചിക്കാൻ അവസരം തരാതെ സുനിയേച്ചി ആസ്പത്രിയിൽ അഡ്മിറ്റ് ചെയ്തപ്പോൾ അറുക്കാൻ കൊണ്ടുപോകുന്ന കോഴിയെയാണ് ഓർമ്മ വന്നത്. ഹാജ്യാരുടെ വീട്ടിൽ പണിക്കു നില്ക്കുമ്പോൾ വിരുന്നുകാരെത്തുന്ന നേരത്ത് കൂട്ടിൽ വളർത്തുന്ന കോഴികളിൽ ആരോഗ്യമുള്ളതിനെ തപ്പിപ്പിടിച്ച് കാര്യസ്ഥൻ കുഞ്ഞായിൻക്കാനെ ഏല്പിക്കേണ്ടത് ഹൈറുവിന്റെ ജോലിയായിരുന്നു. കോഴി കൈയിൽ കിടന്ന് പിടയ്ക്കുമ്പോൾ മനസ്സും പിടയ്ക്കും. അതിനിടയിലായിരിക്കും മൂത്തുനരച്ച കിഴവൻ, കോഴിയെ കൊടുക്കുമ്പോൾ അറിയാത്തമട്ടിൽ കൈയിൽ കയറി പിടിക്കുന്നതും ദേഹത്തുമുട്ടുന്നതും. ഒരിക്കൽ കൈയിലിരുന്ന കത്തികൊണ്ട് അറിയാത്തമട്ടിൽ നന്നായൊന്നു കോറിക്കൊടുത്തു. അതോടെ കെളവന്റെ പൂതി മാറി. ഗതികെട്ടവളായതുകൊണ്ടായിരിക്കാം, എല്ലാവരുടെയും നോട്ടം ഹൈറുവിന്റെ ഉടലിലായിരുന്നു. കൊത്തുകോഴിയെപ്പോലെ എല്ലാവരെയും കൊത്തിയകറ്റിയിട്ടും ഒരുത്തന്റെ വലയിൽ വീണുപോയി. അസുഖമായതോടെ മറന്ന കാര്യങ്ങളെല്ലാം വീണ്ടും ഉള്ളിൽ തിളച്ചുമറിയുകയാണ്. അതിനുമുമ്പ് ആലോചിക്കാനും അന്തംവിടാനും നേരമുണ്ടായിരുന്നില്ല. ജോലിക്കു പോയിത്തുടങ്ങിയതോടെ ദിവസത്തിന് ഇരുപത്തിനാല് മണിക്കൂർ പോരെന്നായിരുന്നു തോന്നൽ.

ഡോക്ടറമ്മ ചെറിയ സൂചനകൾ തന്നിരുന്നെങ്കിലും ആസ്പത്രിയുടെ ബോർഡ് വായിച്ചപ്പോഴാണ് വയറ്റിൽ ക്യാൻസറാണെന്ന് ഉറപ്പായത്. ചെകുത്താന്മാർ ചവിട്ടിമെതിച്ചപ്പോൾ ചതഞ്ഞുപോയ ഗർഭപാത്രം എടുത്തുമാറ്റുന്നു എന്നുകരുതി സമാധാനിച്ചിരിക്കുകയായിരുന്നു. അഡ്മിറ്റ് ചെയ്തതിന്റെ പിറ്റേന്നുതന്നെ ഓപ്പറേഷൻ ചെയ്യാൻ തീരുമാനിച്ചപ്പോൾ മൊയില്യാരുടെ കൈയിൽക്കിടന്നു പിടയുന്ന കോഴിയെപ്പോലെ എതിർക്കാനാകാതെ പിടയുകയല്ലാതെ വേറൊരു വഴിയുമില്ലായിരുന്നു. രാവിലെ തീയറ്ററിലേക്കു കൊണ്ടുപോകുമ്പോൾ കടലാസുപോലെ വിളറിയ മുഖവുമായി കൂടെവരുന്ന സുനിയേച്ചിയെ കണ്ട് തേങ്ങലടക്കി മുഖത്ത് ചിരിവരുത്തി. അപ്പോഴേക്കും മുത്തുത്താത്തയും എത്തിയിരുന്നു. എന്തെങ്കിലും പറഞ്ഞ് ചേച്ചിയെ സമാധാനിപ്പിക്കണമെന്നു കരുതിയപ്പോഴേക്കും സ്ട്രക്ച്ചറുരുണ്ടു. ആകമാനം പച്ചപുതച്ചു. തീയറ്ററിൽ ഉടലും തലയും മൂക്കും വായും മൂടിക്കെട്ടിയ മനുഷ്യക്കോലങ്ങളുടെ ചോദ്യങ്ങൾക്ക് ഉത്തരംകൊടുക്കുന്നതിനിടയിൽ കണ്ണുകളടഞ്ഞു. ഓർമ്മ വന്നപ്പോൾ ഐ സി യുവിലായിരുന്നു.

"ഹൈറുന്നിസാ....... കണ്ണു തുറക്കൂ....... ഇപ്പോൾ എന്തുതോന്നു ന്നു.....?"

ആരോ തട്ടിവിളിച്ചപ്പോൾ കണ്ണ് തുറക്കാൻ ശ്രമിച്ചെങ്കിലും കൺപോളകളനങ്ങുന്നില്ല.

"തനിക്ക് കുഴപ്പമൊന്നുമില്ല കേട്ടോ."

"ഓല് പറഞ്ഞത് കേട്ടില്ലേ.... ഇനിക്കൊന്നൂല്ല...... ഉമ്മാന്റെ കുട്ടി ബേജാറാവണ്ട...."

"ഉമ്മാ......"

ഉറക്കെ വിളിച്ചെങ്കിലും ഒച്ച പുറത്തേക്കു വന്നില്ല.. കൈയും കാലും അനങ്ങുന്നില്ല. ദേഹംമുഴുവൻ കീറിമുറിക്കുന്ന വേദന. എന്നിട്ടവർ പറയുന്നു: "കുഴപ്പമൊന്നുമില്ല."

"അള്ളാ...... ഉമ്മാ.......... വേദന........"

ഒരുവിധം പറഞ്ഞൊപ്പിച്ചു.

"ഒരിഞ്ചക്ഷൻ കൂടി കൊടുത്തേക്ക്."

കൈയിൽ സൂചി കയറിയതും വീണ്ടും മയക്കം. "ഹൈറൂ പോവണ്ടേ....?"

"ആരാ....?"

കണ്ണു തുറക്കാനാവുന്നില്ല. എന്നാൽ മുറിയിൽ വെളിച്ചത്തിനുമേൽ വെളിച്ചം. ഊദിന്റെ സുഗന്ധം...... മണിയൊച്ച......

"ഇന്റെ റബ്ബേ.....ആരായിത്.......?"

"ഞാൻ തന്നെ അസ്രായീൽ....... നമുക്ക് പോയാലോ.....?"

"ഞാൻ പോന്നാൽ ചേച്ചി ഒറ്റയ്ക്കാവില്ലേ......?"

"ഈ മനുഷ്യരുടെ ഒരു കാര്യം...... ആർത്തി തീരില്ല."

വെളിച്ചം മാഞ്ഞ് ഇരുട്ടാകുന്നു. ഊദിന്റെ മണവും ഒപ്പം മണിയൊച്ചയും അകന്നകന്നു പോകുന്നു.

വീണ്ടും ബെല്ലടി.

പതുക്കെ എണീറ്റിരുന്നു. കോളിങ് ബെൽ മുഴങ്ങുന്നു. ചേച്ചി എത്തിയിരിക്കും. ഒന്നു മയങ്ങിയാൽ സ്വപനങ്ങളുടെ വേലിയേറ്റമാണ്.

"ദാ വരുന്നു."

ഹാളിലേക്കു നടക്കുമ്പോൾ ഹൈറു ഉറക്കെ വിളിച്ചു പറഞ്ഞു.

മുപ്പത്തിയേഴ്

മീനയെ ഉപദ്രവിക്കാൻ ചെന്നപ്പോൾ തടയാൻ ശ്രമിച്ച ലിസ ബാബുവിന്റെ കുത്തേറ്റ് ആശുപത്രിയിലായ കാര്യം സതിയാണ് വിളിച്ചു പറഞ്ഞത്. സീനത്ത് സ്കൂട്ടറിടിച്ച് താഴെ വീഴ്ത്തിയെ ബാബുവിനെ അയൽക്കാർ പൊലീസിലേല്പിച്ചെന്നും കേട്ട് വേവലാതിയോടെയാണ് ആശുപത്രിയിലെത്തിയത്. ലിസ ഐ സി യുവിലായിരുന്നു. തലതല്ലിക്കര യുന്ന മീനയേയും അന്തംവിട്ടിരിക്കുന്ന സീനത്തിനേയും അവരുടെ ട്രാൻസ്ജന്റർ സുഹൃത്തുക്കളേയും പത്രക്കാർ വളഞ്ഞിട്ട് ഓരോന്നു ചോദിക്കുന്നുണ്ടായിരുന്നു. വാർത്തകൾ സെൻസേഷനലാക്കുക എന്നതാ യിരിക്കുന്നു മാധ്യമധർമ്മം. എന്നെക്കണ്ടതും മീനയും സീനത്തും വലിയവായാലെ നിലവിളിച്ചുകൊണ്ട് അടുത്തെത്തി.

"ടീച്ചറേ..... അവനെന്റെ ലിസേച്ചിയെ....... എന്നെ രക്ഷിക്കാൻ ശ്രമിച്ച പ്പളാണല്ലോ.." മീന ഓടിവന്ന് എന്റെ മാറിൽവീണ് അണപൊട്ടിക്കരഞ്ഞു....

"യഥാർത്ഥത്തിൽ അവിടെയെന്താ ടീച്ചറേ സംഭവിച്ചത്?" പരിചയ മുള്ള ഒരു പത്രപ്രവർത്തകന്റെ ചോദ്യം എന്നോടായി.

"നിങ്ങളെപ്പോലെ ഞാനും ഇപ്പഴാ ഇവിടെയെത്തിയത്. ചാനൽ ചർച്ചാ വിഷയമാക്കണമെങ്കിൽ ഇൻവെസ്റ്റിഗേഷൻ നടത്തി കണ്ടുപിടിക്ക്. ഞാനാ പിള്ളേരെയൊന്നു സമാധാനിപ്പിക്കട്ടെ."

ആരോടൊക്കെയോ ഉള്ള അരിശം അയാളോട് തീർത്തുകൊണ്ട് ഞാൻ മീനയെ അണച്ചുപിടിച്ചു. പരിചയമുള്ളതുകൊണ്ടും എന്റെ വിഷമം മനസ്സിലായതുകൊണ്ടുമായിരിക്കാം അയാൾ പിന്നീടൊന്നും ചോദിച്ചില്ല.

മീനയുടെ കൈയും പിടിച്ച് ഞാൻ ഇടനാഴിയുടെ ഒഴിഞ്ഞ കോണി

ലേക്ക് നടന്നപ്പോൾ സീനത്തും പിന്തുടർന്നു. മറ്റുള്ളവർ അപ്പോഴും അവിടെ കൂട്ടംകൂടിനിന്ന് ബഹളം വയ്ക്കുന്നുണ്ടായിരുന്നു.

"എന്താ സീനത്തേ സംഭവിച്ചത്?" ചുറ്റും ആരുമില്ലെന്നുറപ്പായപ്പോൾ ഞാൻ ചോദിച്ചു.

"ആ കള്ള ഹിമാറ് പതിവുപോലെ ഇവളെ ഭീഷണിപ്പെടുത്തി കാശു വാങ്ങാനെത്തിയതായിരുന്നു. ലിസ വീട്ടിലുള്ള കാര്യം അവനറിഞ്ഞില്ലാന്നാണ് തോന്നുന്നത്. ലിസയുള്ളപ്പോൾ ശൈത്താൻ അവിടെ വരാറില്ല. അവനെ അടുപ്പിക്കരുതെന്നു പറഞ്ഞാൽ ഈ കുരുത്തംകെട്ടോള് കേൾക്കുകയുമില്ല." സീനത്ത് അരിശത്തോടെ പറഞ്ഞപ്പോൾ മീനയുടെ കരച്ചിൽ ഒപ്പാരിയായി..

"ദൈവത്താണെ ടീച്ചറേ ഞാനിപ്പോൾ അയാളെ വക വയ്ക്കാറേയില്ല. ഇതിനുമുമ്പും രണ്ടുതവണ അവൻ വീട്ടിൽക്കയറി എന്നെ ഉപദ്രവിച്ചിരുന്നു. ലിസേച്ചി അറിഞ്ഞാൽ വഴക്കുണ്ടാക്കുമല്ലോ എന്നു കരുതിയാ അറിയിക്കാതിരുന്നത്. ലിസേച്ചി കുളിമുറിയിലായിരുന്നു. ഞാൻ ഉമ്മറത്തിരുന്ന് മുടി വേർപെടുത്തുമ്പോഴാണ് ചെകുത്താൻ കയറി വന്നത്. ഇറങ്ങിപ്പോകാൻ ഞാൻ പറഞ്ഞപ്പോൾ അവനെന്റെ കഴുത്തിനു കയറിപ്പിടിച്ചു. എന്റെ നിലവിളി കേട്ടാണ് ലിസേച്ചി ഓടിയെത്തിയത്. അവന്റെ കൈയിൽക്കിടന്ന് ഞാൻ പിടയുന്നത് കണ്ടതും ലിസേച്ചി പുറകീന്ന് അവനിട്ടൊരു ചവിട്ടുകൊടുത്തതുമാത്രമെ എനിക്കോർമ്മയുള്ളൂ. അവന്റെ പിടിവിട്ടപ്പോൾ ഞാൻ പൊത്തോന്നു താഴെ വീണു. ലിസേച്ചിയുടെ നിലവിളി കേട്ട് നോക്കുമ്പം ചോര.....ദേവീ......"

"അപ്പഴാണ് ഞാനവിടെയെത്തിയത്. അവൻ മുറ്റത്തുനിന്ന് വെല്ലുവിളിക്കുന്നത് കണ്ടപ്പോ സഹിച്ചില്ല. സ്കൂട്ടർ നേരെ അവന്റെ ദേഹത്ത് കയറ്റാൻ നോക്കിയെങ്കിലും പിശാച് ഒഴിഞ്ഞുമാറി താഴെ വീണു. കാലിന് കാര്യമായ പരിക്കുണ്ട്. നിലവിളി കേട്ട് ഓടിയെത്തിയ അയൽപക്കക്കാരാണ് അവനെ പിടിച്ചുകെട്ടിയതും പൊലീസിലറിയിച്ചതും." സീനത്താണ് മുഴുമിപ്പിച്ചത്.

"ലിസയ്ക്കെങ്ങനെയുണ്ട്?"

"എടേയ്....... ഡോക്ടറ് വിളിക്കുന്നു." അവരുടെ സുഹൃത്തുക്കളിലൊരാൾ വന്നു പറഞ്ഞപ്പോൾ ഞങ്ങൾ തിരക്കിട്ട് ഐ സി യുവിന്റെ മുന്നിലെത്തി.

"ലിസയുടെ കൂടെയുള്ളവരാണോ?" പച്ചക്കുപ്പായമിട്ട ഡോക്ടർ ചോദിച്ചു.

"അതേ.." ഞാനാണ് മറുപടി പറഞ്ഞത്.

"സുനിതാ മാഡം ഇവിടെ......?"

"ഇവരെന്റെ സുഹൃത്തുക്കളാ ഡോക്ടർ. ലിസയ്ക്കെങ്ങനെയുണ്ട്?"

"അടിയന്തരമായി ശസ്ത്രക്രിയ വേണ്ടിവരും. മുറിവ് ആഴത്തിലാണ്. ഭാഗ്യവശാൽ വാരിയെല്ലിലാണ് കുത്തേറ്റത്. ഉത്തരവാദിത്വപ്പെട്ടവർ പേപ്പേഴ്സ് ഒപ്പിട്ടു തരണം. പൊലീസിലറിയിച്ചിട്ടുണ്ട്."

"എന്തു വേണമെങ്കിലും ചെയ്യാം ഡോക്ടറേ..... ലിസയെ രക്ഷിക്കണം." സീനത്ത് കൈകൂപ്പി.

"ഞങ്ങളെക്കൊണ്ടാവുന്നതുപോലെ ചെയ്യാം. പേപ്പർ ഒപ്പിട്ട് കൊടുത്തിട്ട് പണമടച്ചോളൂ. കാണാം മാഡം" ഡോക്ടർ അകത്തേക്കു പോയി.

അപ്പോഴേക്കും പൊലീസെത്തി. പിറകേ സതിയും. പൊലീസുകാർ മീനയേയും സീനത്തിനേയും മാറ്റിനിർത്തി ചോദ്യം ചെയ്യുന്നതിനിടയിൽ അവരുടെ സുഹൃത്തുക്കൾ കൂട്ടത്തോടെ അടുത്തെത്തി.

"ഞങ്ങടെ ജീവന് ഒരു വിലയുമില്ലേ സർ........ ഇവനെതിരെ പലതവണ ലിസ പൊലീസ് സ്റ്റേഷനിൽ പരാതി കൊടുത്തതാ. ഒരു നടപടിയുമുണ്ടായില്ല."

"നിങ്ങളെല്ലാവരുംകൂടി ഒന്നിച്ചിവിടെക്കൂടി ബഹളംവെച്ചതുകൊണ്ട് കാര്യമില്ല."

"അതേ..... ഞങ്ങൾ നികൃഷ്ടജീവികളാണല്ലോ..... ആർക്കും കയറി മേയാനുള്ള വെറും ഉപകരണങ്ങൾ....."

അവരുടെ സങ്കടം രോഷമാകുന്നതുകണ്ട് സതി അടുത്ത് ചെന്നു.

"കുട്ടികളേ, വെറുതേ ബഹളം കൂട്ടല്ലേ. പൊലീസെത്തിയതല്ലേയുള്ളൂ. പ്രതി അവരുടെ കസ്റ്റഡിയിലുണ്ടുതാനും. ഒന്ന് സമാധാനപ്പെട്." സതി പറഞ്ഞതോടെ അവർ അടങ്ങി.

"നിങ്ങള് രണ്ടുപേരും ഇവിടത്തന്നെ ഉണ്ടാകണം. ഞാൻ ഡോക്ടരെ കണ്ടിട്ടുവരാം." എസ് ഐ അകത്തേക്കു നടക്കുമ്പോൾ പറഞ്ഞു.

"വാദി പ്രതിയാകുമോ സതിയേച്ചി?" ഒരു കുട്ടി ചോദിച്ചു.

"ദൃക്സാക്ഷികളായി ഇവർ രണ്ടുപേരും ഇവിട നില്ക്കുകയല്ലേ. കൂടാതെ നാട്ടുകാരും കൂടെയുണ്ടല്ലോ. നിങ്ങളിവിടെ കൂട്ടംകൂടിനിന്ന് ബഹളമുണ്ടാക്കാതെ ലിസയുടെ ഓപ്പറേഷനാവശ്യമുള്ള പേപ്പറുകളൊക്കെ പൂരിപ്പിച്ച് കൊടുക്കൂ. സീനത്തും മീനയും തല്ക്കാലം ഇവിടെ നില്ക്കട്ടെ."

"കാശു വേണോ സീനത്തേ?"

"വെപ്രാളത്തിനിടയിൽ ഹാന്റ്ബാഗ്പോലുമെടുത്തില്ല ടീച്ചറേ...." സീനത്ത് തേങ്ങി.

"സാരമില്ല, ഞാൻ ഏർപ്പാടാക്കാം."

ഞാൻ ക്യാഷ് കൗണ്ടറിലേക്ക് നടന്നപ്പോൾ ബാക്കിയുള്ളവരും എന്റെ പിന്നാലെ വന്നു.

"എത്ര രൂപയാകും മാഡം.....? കുറച്ച് ഞങ്ങളുടെ കൈയിലുണ്ട്....."

“വേണ്ട കുട്ടികളേ....... ഞാനടച്ചോളാം. നിങ്ങള് സമാധാനമായിട്ട് വീട്ടിൽച്ചെല്ല്.”

“ലീനാ...... ഇങ്ങു വന്നേ...... നീ എ നെഗറ്റീവല്ലേ........ ബ്ലഡ് വേണോന്ന്.”

കൂട്ടുകാരി വിളിച്ചപ്പോൾ അവർ കൂട്ടത്തോടെ അങ്ങോട്ടേക്കു ചെന്നു. പാവങ്ങൾ ആകെ പരിഭ്രമിച്ചിരിക്കുന്നു. അവരിലാർക്കു വേണെങ്കിലും ഇനിയും ഇതുപോലെയുള്ള അവസ്ഥകൾ ഉണ്ടായേക്കാമെന്ന ഭീതിയാണ് അവർ പരസ്പരം പങ്കുവച്ചുകൊണ്ടിരുന്നത്. ഹാന്റ്ബാഗ് കൈയിലെടുത്തതു നന്നായി. കാർഡിട്ട് പണമടച്ച് തിരിച്ചെത്തിയപ്പോഴേക്ക് പൊലീസുകാർ പോയിരുന്നു. സതി സീനത്തിനേയും മീനയേയും സമാധാനിപ്പിച്ചുകൊണ്ട് അവരോടൊപ്പമിരിക്കുന്നുണ്ടായിരുന്നു.

“എന്താ അവസ്ഥ?” ഞാൻ സതിയോട് ചോദിച്ചു.

“ചോര കുറേ പോയിട്ടുണ്ട്. ഇവരുടെ ചങ്ങാതിമാരുള്ളതുകൊണ്ട് ബ്ലഡിന് ഓടേണ്ടിവന്നില്ല.”

“പൊലീസ് എന്തുപറയുന്നു?”

“എസ് ഐ എന്റെ സുഹൃത്താണ്. പ്രതിക്ക് പരമാവധി ശിക്ഷ വൈകാതെ ഉറപ്പാക്കുമെന്ന് എനിക്ക് വാക്കുതന്നിട്ടുണ്ട്.”

“വീടടയ്ക്കാതെയാ ഞങ്ങള് പോന്നത്. മീനാ, നീ ചെന്ന് വീട് പൂട്ടി എന്റെ ബാഗുമെടുത്ത് വാ. അതിലാ കാശും ഡെബിറ്റ് കാർഡുമൊക്കെയുള്ളത്.”

“ഊയന്റമ്മോ എനക്ക് പേടിയാ. അവിടെ ചോര.....”. മീന നിർത്താതെ കരഞ്ഞു.

“ഇവിടെ നീ തനിച്ചുനിന്നാൽ അതിനേക്കാളും പുകിലാ.”

സീനത്തിന്റെ രോഷം.

“സീനത്ത് ചെന്ന് ആവശ്യമുള്ളതൊക്കെ എടുത്തിട്ട് വാ. ഇവളുടെ കൂടെ ഞാനിരുന്നോളാം.” സതി സമാധാനിപ്പിച്ചു.

“നിങ്ങളെങ്ങനെയാ വന്നത്?” ഞാൻ ചോദിച്ചു.

“ആംബുലൻസിൽ. ആ വെപ്രാളത്തിനിടയിൽ ആംബുലൻസ് വിളിക്കാൻ പറഞ്ഞത് ലിസ തന്നെയായിരുന്നു. വേദനകൊണ്ട് പുളയുന്ന ലിസയെക്കണ്ട് എന്റെ സമനില തെറ്റിപ്പോയി ടീച്ചറേ..... പാവം..... ഞങ്ങക്ക് വേണ്ടിയാ അവര് കഷ്ടപ്പെട്ടതും ജീവിച്ചതും.....”

“നീ പെട്ടെന്നു പോയിട്ടു വാ. സതി ഒറ്റയ്ക്കാവും അല്ലെങ്കിൽ ഞാൻ നിന്നെ കാറിൽ വിട്ടു തന്നേനെ.”

“സുനി വേണമെങ്കില് പോയ്ക്കോളൂ. അവിടെ ഹൈറു ഒറ്റയ്ക്കല്ലേ.”

“അവൾക്കിപ്പോൾ കാര്യമായ പ്രശ്നമൊന്നുമില്ല. മാത്രമല്ല കൗജുത്താത്ത ഇടയ്ക്കിടെ വിളിച്ച് കാര്യങ്ങളന്വേഷിച്ചോളും. ലിസയുടെ

സർജറി കഴിഞ്ഞിട്ട് ഞാൻ പോയ്ക്കോളാം. ഹൈറുവിന് വയ്യാതിരുന്നപ്പോൾ അവളായിരുന്നു തുണ.''

''എന്നാ ഞാൻ പോയിട്ടുവരാം.'' സീനത്ത് തിരക്കിട്ട് നടക്കുമ്പോൾ പറഞ്ഞു.

മീന അപ്പോഴും കസേരയിൽ മുഖം കൈകൊണ്ട് മറച്ചിരുന്ന് കരയുകയായിരുന്നു.

''നീയിങ്ങനെ അലമുറയിട്ട് സുഖക്കേട് വരുത്തിവയ്ക്കണ്ട. അവളങ്ങനെ തോറ്റു കൊടുക്കുകയൊന്നുമില്ല. നിങ്ങളുടെ രക്ഷയ്ക്കായി ലിസ ഉയർത്തെഴുന്നേറ്റ് വരും. ടോയിലറ്റിൽച്ചെന്ന് മുഖം കഴുകിയിട്ട് വാ.''

സതി മീനയെ നിർബ്ബന്ധിച്ച് പറഞ്ഞയച്ചിട്ട് എന്റടുത്ത് വന്നിരുന്നിട്ട് തുടർന്നു:

''ലിസ ഇവിടെയെത്തിയതിനുശേഷമാണ് ഇവിടത്തെ ട്രാൻസ്ജന്റേഴ്സിന് ഒരു സംഘടനയുണ്ടായത്. അവരിലാർക്കെങ്കിലും എന്തെങ്കിലും പ്രശ്നമുണ്ടായാൽ ആദ്യം ഓടിയെത്തുന്നതും അവളായിരിക്കും. പലരും സാധുക്കളാണെങ്കിലും ചില തലതിരിഞ്ഞവരും അക്കൂട്ടത്തിലുണ്ട്. അവരെയൊക്കെ നിലയ്ക്ക് നിർത്താറുണ്ടെങ്കിലും അവർക്കൊരാപത്ത് വന്നാൽ ലിസ സഹായിക്കും. ദേഹംവിറ്റ് ജീവിക്കാനിറങ്ങുന്നവരെ ലിസ വച്ചുപൊറുപ്പിക്കില്ല. ചിലർ നിവൃത്തികേടുകൊണ്ട് മാത്രമാണ് ലൈംഗികത്തൊഴിലാളികളായി മാറുന്നത്. വിവാഹം കഴിക്കാനും കുടുംബജീവിതം നയിക്കാനുമുള്ള അതിമോഹമാണ് പലരുടെയും ജീവിതത്തിന്റെ താളം തെറ്റിക്കുന്നത്. വിവാഹവാഗ്ദാനം നല്കി അവരെ പരമാവധി ഉപയോഗിച്ചിട്ട് കടന്നുകളഞ്ഞ വമ്പന്മാരെ എനിക്കറിയാം. അവരിൽ ചിലരെ ലിസ ഒറ്റയ്ക്ക് കൈകാര്യം ചെയ്യാറുമുണ്ട്.''

''അവൾ ബോംബേയിൽ പയറ്റിത്തെളിഞ്ഞിട്ടാണല്ലോ ഇവിടെയെത്തിയത്. എന്റെ ഗതി മറ്റാർക്കും ഉണ്ടാവരുതെന്ന് കരുതിയാണ് ഞാനിവർക്കുവേണ്ടി ചാവാൻ നടക്കുന്നത് ടീച്ചറേ എന്ന് ലിസ എപ്പോഴും പറയാറുണ്ട്. ഹൈറു വയ്യാതിരുന്നപ്പം ഇവരൊക്കെയായിരുന്നു എനിക്ക് തുണ. അടുത്ത സുഹൃത്തുക്കളാണെന്നു പറഞ്ഞുനടന്ന പലരേയും തിരികത്തിച്ചു നോക്കിയിട്ടും കാണാൻ കഴിഞ്ഞില്ല.''

''സുഹൃത്തുക്കളെക്കുറിച്ച് പറഞ്ഞപ്പോഴാണോർത്തത് പ്രസാദ് സാർ വിളിക്കാറൊക്കെയുണ്ടോ?''

''ഞങ്ങൾ ഇപ്പോഴും നല്ല സുഹൃത്തുക്കളാണ് സതീ. വിളിയും എഴുത്തുകുത്തുകളുമൊക്കെ നടക്കുന്നുണ്ട്. പ്രസാദിന് യു കെ മടുത്തു. നാട്ടിലേക്കു വരാനിരിക്കയാ. വയനാട്ടിലെവിടെയോ കുറച്ചുസ്ഥലം കണ്ടുവച്ചിട്ടുണ്ട്. അവിടെ യോഗാ ട്രീറ്റ്മെന്റ് സെന്റർ തുടങ്ങാനുള്ള പരിപാടിയൊക്കെ ആയിട്ടുണ്ട്. ഒപ്പം ആദിവാസിക്കുട്ടികളുടെ വിദ്യാഭ്യാ

സത്തിനായി എന്തെങ്കിലും ചെയ്യണമെന്നുമുണ്ട്. അവരെ സിവിൽ സർവ്വീസ് പരീക്ഷയ്ക്ക് തയ്യാറെടുപ്പിക്കുകയും അങ്ങനെ അവരെ മുൻനിര യിലെത്താൻ സഹായിക്കുകയുമൊക്കെയാണ് പ്ലാൻ.''

''അതൊരു നല്ല കാര്യമാണല്ലോ. അപ്പോൾ തനിക്കും അതിൽ ഇൻവോൾവ്ഡ് ആകാൻ സാധിക്കും.''

''അതിനെക്കുറിച്ചൊന്നും ഞാനിപ്പോൾ ആലോചിച്ചിട്ടില്ല. എന്നാ ഇവിടിരുന്ന് എനിക്കാവുന്ന സഹായങ്ങളെല്ലാം ചെയ്യാമെന്നേറ്റിട്ടുണ്ട്. സതിക്കും ഞങ്ങളോടൊപ്പം കൂടാം.''

''തീർച്ചയായും. അല്ലാ, ഇപ്പോ പുതിയ എഴുത്തൊന്നും കാണുന്നില്ലാ ലോ?''

''ഹൈറുവിന് വയ്യാതായതോടെ ജീവിതത്തിന്റെ താളം തെറ്റിയതു പോലായി. മനസ്സ് മഞ്ഞുപോലെ തെളിയുമ്പഴേ എനിക്ക് എഴുത്തു വരൂ.''

''ദൈവികമായ കഴിവാണ് എഴുത്ത്. അത് മറക്കരുത്.''

അപ്പോൾ ഡോക്ടർ പുറത്തെത്തി. ഞങ്ങൾ രണ്ടുപേരും അടുത്തു ചെന്നു.

''സർജറിക്ക് കൊണ്ടുപോയിട്ടുണ്ട്. കുത്ത് കൊണ്ടിടത്ത് ഡീപ് വൂണ്ടാണ്. രക്തം നന്നായി ഒഴുകിപ്പോവുകയും ചെയ്തു. അതുമാത്രമല്ല, വീഴ്ചയിൽ കാലിന്റ എല്ല് പൊട്ടിയിട്ടുണ്ട്. ചെറിയ ക്രാക്കായതുകൊണ്ട് പ്ലാസ്റ്ററിട്ടാ മതി... നല്ല ധൈര്യമുണ്ട് അവർക്ക്. ചോര വാർന്നൊഴുകു മ്പോഴും പ്രതിയെ അറസ്റ്റ് ചെയ്തോ എന്നായിരുന്നു അവരുടെ ചോദ്യം. ഇവരെപ്പോലുള്ളവർക്ക് നമ്മുടെ സമൂഹത്തിൽ ജീവിക്കാൻ ഇപ്പോഴും വലിയ ബുദ്ധിമുട്ടാ അല്ലേ?''

''അതേ, ഡോക്ടറേ. ലിസയാണ് ഇവരെയൊക്കെ അണച്ചുനിർത്തി കാര്യങ്ങൾ ഒരുവിധം മുന്നോട്ടു കൊണ്ടുപോകുന്നത്.'' സതി പറഞ്ഞു.

''മാഡം നാളെ ഇവിടെയുണ്ടാകുമോ? മാഡത്തിന്റെ പുസ്തകങ്ങ ളൊക്കെ ഞാൻ വായിക്കാറുണ്ട്. ബോൾഡ് റൈറ്റിങ്ങായിട്ടാണ് തോ ന്നിയത്. ഒഴിവുള്ളപ്പോൾ ഞാൻ വിളിച്ചിട്ട് വീട്ടിലേക്കു വരാം. എന്റെ ഡ്യൂട്ടി കഴിഞ്ഞു. പോട്ടെ.'' ഡോക്ടർ യാത്ര പറഞ്ഞു.

''ഇതാണ് എഴുത്തുകാരിയായാലുള്ള മെച്ചം. എല്ലാവരും ബഹു മാനിക്കും.'' സതി എന്റെ പുറത്തുതട്ടി അഭിനന്ദിച്ചു.

''ഡോക്ടറെന്താ ചേച്ചീ പറഞ്ഞത്?'' തിരക്കിട്ട് അവിടെയെത്തിയ മീന ചോദിച്ചു.

''പേടിക്കാനൊന്നുമില്ല കുട്ടീ. സമാധാനമായിട്ടിരിക്ക്.''

അപ്പോഴേക്കും സീനത്ത് തിരിച്ചെത്തി. സീനത്തിനോട് കാര്യങ്ങളൊ ക്കെ പറഞ്ഞേല്പിച്ച് ഞങ്ങൾ യാത്ര പറഞ്ഞു.

മുപ്പത്തിയെട്ട്

കുന്നിൻ മുകളിലെത്തിയപ്പോഴേക്ക് കിതച്ചു. പ്രായം കൂടുകയാണല്ലോ എന്ന ചിന്ത കിതപ്പുകൂട്ടി. പ്രസാദിന്റെ വയനാട്ടിലെ ചികിത്സാകേന്ദ്രത്തിലെത്തിയിട്ട് ഒരാഴ്ചയായി. രണ്ട് ദിവസത്തേക്കെന്നു പറഞ്ഞാണ് വന്നത്. നഗരത്തിലെ തിരക്കിനിടയിൽ മനസ്സും ശരീരവും ശാന്തമാക്കാൻ ഇടയ്ക്ക് ഇവിടെയെത്തുക ഇപ്പോൾ പതിവാണ്. ഹൈറുവിനെയും കൂടെ കൊണ്ടുവരും. യോഗയും മെഡിറ്റേഷനും പുഴക്കരയിലൂടെയുള്ള നടത്തവും ശുദ്ധമായ കാറ്റും വെളിച്ചവും ആസ്വദിച്ച് നിറഞ്ഞ മനസ്സോടെയാണ് തിരിച്ചുപോവുക. മുത്തുവും കുട്ടികളും ഇടയ്ക്ക് വരാറുണ്ട്. അവർ രാവിലെ വന്ന് വൈകിട്ട് തിരിച്ചുപോവുകയാണ് പതിവ്. ഇവിടെ ആയുർവേദചികിത്സയും തുടങ്ങിയിട്ടുണ്ട്. ഹൈദറിന്റെ ഉമ്മയുടെ മുട്ടുവേദന ഒരാഴ്ചത്തെ ചികിത്സകൊണ്ട് അത്യാവശ്യം ഭേദമായി. പ്രസാദിന്റെ സുഹൃത്തായ ആയുർവേദഡോക്ടറാണ് ആയുർവേദചികിത്സാകേന്ദ്രം നടത്തുന്നത്. പ്രസാദ് എല്ലാറ്റിലുമുണ്ട് എന്നാ ഒന്നിലുമില്ല എന്ന മട്ടിലാണ്. സ്വന്തമായാണ് സ്ഥലം വാങ്ങിയതെങ്കിലും പിന്നീടത് പ്രസാദിന്റെ ഗുരുവിന് കൈമാറുകയായിരുന്നു. പ്രസാദ് ഇവിടത്തന്നെയാണ് താമസമെങ്കിലും ഇടയ്ക്കൊന്നു മുങ്ങി ചുറ്റിയടിച്ചിട്ട് വരും. ചുരുങ്ങിയ കാലംകൊണ്ട് അറിയപ്പെടുന്ന ചികിത്സാകേന്ദ്രമായി മാറിയിരിക്കുകയാണ് 'കൃപാ ആരോഗ്യനികേതനം.' രോഗം വന്നിട്ട് ചികിത്സിക്കുന്നതിനു പകരം രോഗം വരാതെ സൂക്ഷിക്കുക എന്നതാണ് കൃപയുടെ മോട്ടോ. വിദേശത്തുനിന്നൊക്കെ ആളുകളെത്തുന്നുണ്ട്. പ്രകൃതിമനോഹരമായ സ്ഥലത്ത് ഭൂമിയുടെ കിടപ്പനുസരിച്ച് കുഞ്ഞു കുഞ്ഞ് കോട്ടേജുക

ളിലാണ് താമസസൗകര്യം ഒരുക്കിയിട്ടുള്ളത്. ചിലത് ഒറ്റ മുറിയും കുളിമുറിയും. ചിലതിന് മുകളിൽ ഒരു കിടപ്പുമുറി കൂടിയുണ്ട്. രണ്ടിനും മുറിക്കു പുറത്ത് വരാന്തകളുണ്ട്. അവിടെയിരുന്നാൽ കാടും പുഴയും കുന്നും മലയും കാണാം, കേൾക്കാം, അനുഭവിക്കാം.. തണുത്തകാറ്റിൽ ശരീരം മാത്രമല്ല മനസ്സും തണുക്കും. രാത്രി ഏറെ വൈകുന്നതുവരെ കാടിന്റെ സംഗീതവും പലതരം ജീവികളുടെ ശബ്ദകോലാഹലങ്ങളുമാസ്വദിച്ച് അന്തംവിട്ടിരിക്കുമ്പോൾ ശരീരത്തിന് ഭാരംകുറഞ്ഞ് ആകാശത്തേക്ക് പറന്നുയരുന്നതുപോലെയൊരു തോന്നലാണ്. പ്രസാദ് വിദേശരാജ്യങ്ങളിൽ യാത്ര ചെയ്യുമ്പോൾ കണ്ട കോട്ടേജുകൾ അതേപടി ഇവിടെയും ഉണ്ടാക്കിയിരിക്കുകയാണ്. കുന്നിടിച്ചു കളയാതെ പ്രകൃതിക്കിണങ്ങുന്ന തരത്തിലാണ് കോട്ടേജുകൾ പണിതിരിക്കുന്നത്.

കുന്നിൻ ചരിവിൽ ഔഷധക്കൃഷിയും താഴ്വരയിൽ പച്ചക്കറികൃഷിയും തുടങ്ങിയിട്ടുണ്ട്. അവിടേക്കാവശ്യമുള്ള പാലിനുവേണ്ട പശുക്കളെയും വളർത്തുന്നുണ്ട്. താഴ്വരയ്ക്ക് അതിരിട്ടൊഴുകുന്ന പുഴയാണ് ഇവിടത്തെ ഏറ്റവും മനോഹരമായ ആകർഷണം. കോട്ടേജിന്റെ ബാൽക്കണിയിലിരുന്നാൽ എല്ലാം കാണാം. പ്രകൃതിയെ അലോസരപ്പെടുത്താത്ത വിധത്തിലാണ് ചികിത്സാകേന്ദ്രവും മെഡിറ്റേഷൻ സെന്ററും ഡോക്ടർമാരുടെ താമസസൗകര്യങ്ങളുമൊക്കെ പണിതിട്ടുള്ളത്. കോൺക്രീറ്റ് കോട്ടകൾക്കു പകരം ഇരുമ്പും അലൂമിനിയവും ജിപ്സംബോർഡുമൊക്കെ ഉപയോഗിച്ചുള്ള നിർമ്മാണ രീതി. അത്യാവശ്യത്തിനുമാത്രമാണ് മരമുപയോഗിച്ചിട്ടുള്ളത്. ഇവിടെയെത്തിയാൽ കേരളമാണെന്നു തോന്നുകയേ ഇല്ലെന്നാണ് മുത്തുവിന്റെ മക്കൾ പറയുന്നത്. ഇവിടെയെത്തുമ്പോൾ ഹൈറു ശാരീരികവിഷമതകൾ മറന്ന് ഉത്സാഹത്തോടെ ഓടിനടക്കുന്നത് കണ്ടാണ് ഇടയ്ക്കിടെ ഇങ്ങോട്ട് വരാൻ തുടങ്ങിയത്. അടുക്കളയിൽച്ചെന്ന് വെപ്പുകാരെ പാചകം പഠിപ്പിക്കലും പുഴക്കരെയുള്ള പച്ചക്കറിത്തോട്ടത്തിൽച്ചെന്ന് വിളവെടുപ്പുമൊക്കെയായി വിലസലാണ് പതിവ്. ഓപ്പറേഷൻ കഴിഞ്ഞ് കുറച്ചുകാലം വിഷമതകളൊന്നുമില്ലാതെ പഴയതുപോലെതന്നെയാണ് കഴിഞ്ഞത്. ഓഫീസിലും പോയിത്തുടങ്ങിയതാണ്. കീമോ എടുക്കാഞ്ഞിട്ടും രോഗം മാറി പഴയതുപോലെയായി എന്ന ആവേശത്തിലായിരുന്നു ഹൈറു. ഈയിടെയായി അവളുടെ ഉത്സാഹക്കുറവും ക്ഷീണവും കണ്ട് നിർബ്ബന്ധിച്ചാണ് ചെക്കപ്പിനു കൊണ്ടുപോയത്. ക്യാൻസറിന്റെ രണ്ടാംതരംഗം പിടിമുറുക്കാൻ തുടങ്ങിയിരിക്കുന്നു എന്നറിഞ്ഞിട്ടും അവൾക്ക് കൂസലില്ല. ഇനി അലോപ്പതി ചികിത്സയ്ക്കില്ല എന്ന ഉറച്ച നിലപാടിലാണെന്നറിഞ്ഞ് പ്രസാദാണ് ഇവിടെ കുറച്ചുദിവസം കൊണ്ടുനിർത്താൻ നിർദ്ദേശിച്ചത്. ആയുർവേദ ചികിത്സയും മെഡിറ്റേഷനുമൊക്കെ തുടങ്ങി രോഗത്തെ താല്ക്കാലി

കമായി പിടിച്ചുനിർത്തിയിരിക്കുകയാണ്. എത്രകാലത്തേക്കെന്ന് ഒരു പിടിയുമില്ല. അലോപ്പതിക്കാരുടെ കണക്കനുസരിച്ച് ആറുമാസമാണ് ഗ്യാരണ്ടി.

"എന്തിനാ സുനിയേച്ചീ ആവശ്യമില്ലാത്ത പൊല്ലാപ്പിന് പോകുന്നത്? ജീവിച്ചിരിക്കുന്നിടത്തോളം ഞാൻ സന്തോഷത്തോടെ കയിഞ്ഞോട്ടെ. പടച്ചോൻ എന്നെ വല്ലാണ്ട് പരീക്ഷിക്കൂലാന്ന് എനക്കൊറപ്പാ. ഉള്ളകാലം ഇങ്ങക്ക് വേണ്ടത് ചെയ്തുതരാനുള്ള ആരോഗ്യമുണ്ടായാൽ മതീന്നാ ഇന്റെ ദുആ."

ആയുർവേദചികിത്സ തുടങ്ങിയതോടെ ക്ഷീണവും വിശപ്പില്ലായ്മയും കുറഞ്ഞു. സന്ധിവേദനയ്ക്കും കുറവുണ്ട്. പ്രസാദിന്റെ സുഹൃത്ത് രാമചന്ദ്രന്റെ ഭാര്യ ക്യാൻസർ ബാധിച്ചാണ് മരിച്ചത്. ബ്രസ്റ്റ് ക്യാൻസറായിരുന്നു. കക്ഷത്തിലെ മുഴ ശ്രദ്ധിച്ചില്ല. കണ്ടുപിടിച്ചപ്പോഴേക്ക് പഴകിപ്പോയിരുന്നു. അവസാനനാളുകളിൽ ഒരുപാട് വിഷമതകളനുഭവിച്ചു.. മെഡിസിനു പഠിക്കുകയായിരുന്ന ഏക മകൻ ഇരുപത്തിയഞ്ചാം വയസ്സിൽ കാറപകടത്തിൽ മരിച്ചതോടെ അമ്മ കിടപ്പിലായത് മനഃപ്രയാസം കൊണ്ടാണെന്നാണത്രേ ആദ്യം കരുതിയത്. നിർബ്ബന്ധിച്ച് ആശുപത്രിയിൽക്കൊണ്ടുപോയി പരിശോധനകൾ നടത്തിയപ്പോഴാണ് രോഗം ക്യാൻസറാണെന്ന് മനസ്സിലായത്. അലോപ്പതിയും ആയുർവേദവും മാറിമാറി ചികിത്സിച്ചിട്ടും രോഗം കുറഞ്ഞില്ലെന്നു മാത്രമല്ല ഏറുകയും ചെയ്തു. അവസാനകാലത്ത് വേദനസംഹാരിപോലും പ്രയോജനപ്പെടാതായി. ഭാര്യയ്ക്ക് കൂട്ടിരിക്കാൻ ജോലി രാജിവയ്ക്കേണ്ടിവന്നു. ഇനിയൊരു ക്യാൻസർരോഗിയും അവസാനകാലത്ത് ഇതുപോലെ കഷ്ടപ്പെടരുതെന്ന് കരുതിയാണ് ക്യാൻസറിനെക്കുറിച്ച് കൂടുതൽ ഗവേഷണം നടത്തണമെന്ന തോന്നലുണ്ടായത് എന്നാണ് രാമചന്ദ്രൻ പറഞ്ഞത്. ഭാര്യ മരിച്ച് ഒറ്റയ്ക്കായതോടെ പല രാജ്യങ്ങളിൽ ചുറ്റിസഞ്ചരിച്ച് നാഡീചികിത്സയും അക്യുപങ്ചറുമൊക്കെ പഠിക്കാനിറങ്ങി. ഹിമാലയൻ താഴ്വരകളിൽ ചെന്ന് അവിടത്തെ നാട്ടുവൈദ്യന്മാരെ കണ്ട് പലതരം ഔഷധച്ചെടികളെക്കുറിച്ചും അതിന്റെ ഉപയോഗങ്ങളെക്കുറിച്ചും ഗവേഷണം നടത്തുകയും ചെയ്തിട്ടുണ്ട്. അലോപ്പതിക്കാർ ഇനി ചികിത്സയില്ല, പെയിൻ ആന്റ് പാലിയേറ്റിവിൽ അഭയം തേടുന്നതായിരിക്കും നല്ലതെന്ന് പറഞ്ഞ് കൈയൊഴിയുന്ന രോഗികളാണ് പലപ്പോഴും രാമചന്ദ്രനെ തേടിയെത്തുന്നത്. അത്തരം രോഗികളുടെ അവസാനനാളുകൾ വേദനയില്ലാതാക്കാനാണ് അദ്ദേഹം ശ്രമിക്കാറുള്ളത്. ചികിത്സയെക്കാളുപരി അവരുടെ മനസ്സിനെ ശക്തിപ്പെടുത്തി രോഗത്തെ വെല്ലുവിളിക്കാൻ പ്രാപ്തരാക്കുന്നതാണ് ഇവിടത്തെ ചികിത്സ. അതോടൊപ്പം പ്രിയപ്പെട്ടവരെ നഷ്ടപ്പെടുന്ന രോഗികളുടെ ബന്ധുക്കളെ അവരില്ലാത്ത

ലോകത്തിൽ ജീവിക്കാൻ പ്രാപ്തരാക്കാനുള്ള ശ്രമവും നടത്താറുണ്ട്. ആകെ അവശരായെത്തുന്ന ചിലരെങ്കിലും രോഗം നേരിടാനുള്ള ശക്തിയാർജ്ജിച്ചു പോയ കഥകൾ പ്രസാദ് പറഞ്ഞുകേട്ടിട്ടുണ്ട്..

ഹൈറു ഇല്ലാതെ ജീവിക്കാൻ എന്നെ പാകപ്പെടുത്താനുള്ള ശ്രമത്തിലാണ് പ്രസാദ്. ഒറ്റയ്ക്ക് ജീവിക്കുന്നവർക്ക് താമസിക്കാൻ ഒരു കിടപ്പുമുറിയും കുളിമുറിയും തളവുമുള്ള ഇരുനിലക്കോട്ടേജുകൾ പൂർത്തിയായിക്കൊണ്ടിരിക്കുകയാണ്. പൊതുവായ അടുക്കള, ചികിത്സാസൗകര്യം, യോഗപരിശീലനം - തുടങ്ങിയ മറ്റു സംവിധാനങ്ങളുമുണ്ട്. പ്രസാദ് നിർബ്ബന്ധിച്ച് എന്നെക്കൊണ്ട് ഒരുകോട്ടേജ് ബുക്ക് ചെയ്യിപ്പിച്ചിട്ടുണ്ട്. മറ്റ് ഹൈ ഫൈ വൃദ്ധസദനങ്ങളെ അപേക്ഷിച്ച് വില വളരെ കുറവാണ്. മിതമായ ചെലവിൽ വയസ്സുകാലം കഴിച്ചുകൂട്ടാനുള്ള ഒരിടം എന്നാണ് പ്രസാദ് പറയുന്നത്. ഒറ്റയ്ക്ക് ജീവിക്കാൻ തീരുമാനിച്ച സ്ഥിതിക്ക് ഈയൊരേർപ്പാട് തരക്കേടില്ലെന്നായിരുന്നു സതിയുടെയും മുത്തുവിന്റെയും അഭിപ്രായം. റിട്ടയറായാൽ ഞാൻ വേണം അതിന്റെ അമരത്ത് എന്ന് പ്രസാദും ഗുരുവും നിരന്തരം ഓർമ്മിപ്പിക്കുന്നുമുണ്ട്. ഹൈറുവിന് വയ്യാതായതോടെ ഞാനും അതിനെക്കുറിച്ച് ചിന്തിച്ചുകൊണ്ടിരിക്കുകയാണ്. രണ്ടേക്കറായിരുന്നു പ്രസാദ് ആദ്യം വാങ്ങിയത്. പ്രായമുള്ളവർക്ക് താമസസൗകര്യമൊരുക്കാൻ രണ്ടേക്കർകൂടി സ്ഥലം വാങ്ങുമ്പോൾ ഇത്രയും വിപുലമായ പരിപാടിയൊന്നും പ്രസാദിന്റെ മനസ്സിലുണ്ടായിരുന്നില്ല. കൃപ ആരോഗ്യനികതേനം ഒരു ട്രസ്റ്റിന്റെ കീഴിലാക്കാൻ ഗുരുവാണ് ഉപദേശിച്ചത്. ഉത്തരവാദിത്വം ഏറ്റെടുക്കാൻ താല്പര്യമില്ലാത്തതുകൊണ്ട് മുടക്കിയ കാശിനുള്ള ഷെയർ മതിയെന്നു പറഞ്ഞ് പ്രസാദ് പതുക്കെ പിൻവലിയുകയായിരുന്നു. തന്നെ എവിടെയെങ്കിലും തളച്ചിടാൻ പ്രസാദ് ഒരുക്കമല്ല. ആകാശപ്പറവയായി ഉലകം ചുറ്റുന്ന പ്രസാദിനെ കാണുമ്പോൾ ചിലപ്പോൾ അസൂയ തോന്നാറുണ്ട്. ഒരു കൈസഞ്ചിയുമായി ഉലകം ചുറ്റുന്ന സുനി കല്യാണിയെ അപ്പോഴൊക്കെ സങ്കല്പിച്ചു നോക്കാറുമുണ്ട്. തല്ക്കാലം മനസ്സും ശരീരവും അതിനായി പാകപ്പെട്ടിട്ടില്ല. എന്നെങ്കിലും പാകപ്പെടുമോ എന്നുമറിയില്ല. പെണ്ണായതുകൊണ്ടാണോ അങ്ങനെ എന്നുചോദിച്ചാൽ അതിനുമില്ല മറുപടി.

ഇപ്പോൾ ഗുരുവിന്റെ വിശ്വസ്തരിൽ ചിലരെ ട്രസ്റ്റിലെ അംഗങ്ങളാക്കിയിരിക്കുകയാണ്. അവരിൽ ഞാനും പ്രസാദുമൊക്കെയുണ്ട്. പ്രസാദിന് തരക്കേടില്ലാത്ത വരുമാനം ഷെയറായി കിട്ടുന്നുണ്ട്. എന്നെപ്പോലെ പ്രസാദും വയസ്സാകുമ്പോൾ താമസിക്കാൻ ഒരു കോട്ടേജ് ബുക്ക് ചെയ്തിട്ടുണ്ട്.

"നല്ലൊരു കാര്യാട്ടോ സുനിയേച്ചീ ഇങ്ങള് ചെയ്തത്. വയസ്സുകാലത്ത് നാട്ടില് ഒറ്റയ്ക്ക് കയ്യണ്ടാലോ?" സംഗതി അറിഞ്ഞ ഹൈറു സന്തോഷത്തോടെ പറഞ്ഞു.

ഇടയ്ക്കിടെ വന്ന് എന്നെ ഉപദേശിക്കുന്ന പതിവ് ഈയിടെയായിട്ട് അമ്മ കുറച്ചിരിക്കുകയാണ്. മനസ്സ് വെന്തുരുകി അമ്മേ, നിങ്ങളും എന്നെ കൈവിട്ടോ എന്ന് കരളലിഞ്ഞ് വിളിക്കുമ്പോൾ മാത്രമാണ് അമ്മയിപ്പോൾ എന്റെ അരികിലെത്തുന്നത്.

"വയസ്സുകാലത്തെങ്കിലും ഇങ്ങക്ക് ഒന്നിച്ചു താമസിച്ചൂടെ സുനിയേ?"

ഈ വിവരമറിഞ്ഞപ്പോൾ അമ്മയും ചോദിച്ചിരുന്നു. ഒന്നിച്ചു താമസിച്ചില്ലെങ്കിലും ഇവിടെയാകുമ്പോൾ രണ്ടുപേർക്കും പരസ്പരം തണലാകാമല്ലോ എന്നൊരാശ്വാസമുണ്ട്. വിവാഹം വേണ്ടെന്ന തീരുമാനം ബാലിശമായിപ്പോയോ എന്നൊരു തോന്നൽ ഇടക്കാലത്തുണ്ടായിരുന്നു. അമ്മയും ഹൈറുവും വെള്ളവും വളവും നല്കി ആ ചിന്തയെ പെരുപ്പിക്കുകയും ചെയ്തു. പക്ഷേ, പങ്കാളിയായി സങ്കല്പിക്കാൻ പറ്റിയ ഒരു മുഖവും മനസ്സിലെത്തിയില്ല. അമ്മ കുറച്ചുകാലംകൂടി ജീവിച്ചിരുന്നെങ്കിൽ സമ്മർദ്ദത്തിനു വഴങ്ങി വിവാഹം കഴിക്കേണ്ടി വന്നേനെ. ആദ്യമൊക്കെ അമ്മയുടെ ബന്ധു മോശമല്ലാത്ത വിവാഹാലോചനകളുമായി എത്താറുണ്ടായിരുന്നു. അപ്പോഴൊന്നും വിവാഹം കഴിക്കാൻ എന്റെ മനസ്സ് തയ്യാറെടുത്തിരുന്നില്ല. മനസ്സിൽ അങ്ങനെയൊരു മോഹമുദിച്ചപ്പോഴേക്ക്. നിരന്തരമായ എഴുത്തും നിത്യേനയുള്ള സാംസ്കാരികപരിപാടികളും വിദേശരാജ്യങ്ങളിലെ സർവ്വകലാശാലകളിൽ ഇടയ്ക്കിടെ ചെന്നു ക്ലാസെടുക്കൽ തുടങ്ങിയ തിരക്കുകൾക്കിടയിൽ വിവാഹത്തെക്കുറിച്ച് ചിന്തിക്കാൻ സമയം കിട്ടാതെ പോയി. കഴുത്തിനു ചുറ്റും നാക്കുള്ള ആണുങ്ങളെ അധിക്ഷേപിക്കാൻ കച്ചകെട്ടിയിറങ്ങിയവൾ ... തുടങ്ങിയ വിശേഷണങ്ങളും അപ്പോഴേക്കും പേരിനൊപ്പം ചാർത്തിക്കിട്ടിയിരുന്നു. ഇത് എന്റെ മാത്രം അവസ്ഥയല്ലെന്ന് ചരിത്രം പരിശോധിച്ചപ്പോൾ ബോദ്ധ്യപ്പെടുകയും ചെയ്തു. വ്യക്തിസ്വാതന്ത്ര്യത്തിന് വില കല്പിക്കുന്ന, സ്വന്തം സ്വാതന്ത്ര്യം പണയപ്പെടുത്താൻ ഇഷ്ടപ്പെടാത്ത, സമൂഹത്തിൽ ഉന്നതസ്ഥാനം പൊരുതി നേടിയ പല എഴുത്തുകാരികളും ഈയൊരവസ്ഥ തരണം ചെയ്യേണ്ടിവന്നിട്ടുണ്ട്. ഇനിയുള്ള ജീവിതം ഒറ്റയ്ക്ക് എന്ന തീരുമാനമെടുത്തതോടെ ഇത്തരം ചിന്തകളെയെല്ലാം ബലം പ്രയോഗിച്ച് മനസ്സിൽനിന്നു കുടിയിറക്കി. തീരുമാനം തെറ്റായിപ്പോയെന്ന തോന്നലൊന്നും ഇപ്പോഴില്ല. ഹൈറു എനിക്കുവേണ്ടി കല്യാണമാലോചിച്ചതിന് അവളെ പലപ്പോഴും ശക്തമായ ഭാഷയിൽ വേദനിപ്പിച്ചിട്ടുണ്ട്. ഒരു കൂടപ്പിറപ്പിന്റെ റോളാണ് അവൾ നിറവേറ്റിയതെന്ന തിരിച്ചറിവുണ്ടാകാൻ അവൾക്ക് രോഗം പിടിപെടേണ്ടി വന്നു,

"സുനിയേച്യേ.... മണി എത്രയായെന്നാ വിചാരം. നാസ്ത മാണ്ടേ....?"

താഴെ കുന്നിൻചരിവിൽനിന്ന് ഹൈറു ഉറക്കെ വിളിച്ചു ചോദിക്കുന്നതുകേട്ട് ചിന്തകൾക്ക് അവധികൊടുത്ത് താഴേക്കിറങ്ങി.

"എന്തിനാടോ ആ കുട്ടിയെക്കൊണ്ട് വിളിപ്പിക്കുന്നത്. സമയത്തിനു ചെന്ന് ആഹാരം കഴിച്ചൂടെ?"

പ്രഭാതസവാരി കഴിഞ്ഞ് താഴേക്കിറങ്ങുകയായിരുന്ന പ്രസാദ് പിറകിൽനിന്ന് വിളിച്ചു ചോദിച്ചു.

"ഇവിടിങ്ങനെ അന്തംവിട്ടുനിന്നാൽ ഞാൻ മറ്റൊരു ലോകത്തായിരിക്കും. ഹൈറുവിനെ വീണ്ടും രോഗം പിടികൂടിയതോടെ മനസ്സ് എന്റെ കൈപ്പിടിയിലൊതുങ്ങുന്നില്ല. അവളുടെ ഇപ്പോഴത്തെ അവസ്ഥയെന്താ? ഞങ്ങൾക്ക് എന്നേക്ക് മടങ്ങാനാവും?"

"ഹൈറു കുറച്ചുദിവസംകൂടി ഇവിടെ താമസിക്കേണ്ടി വരുമെന്നാണ് രാമചന്ദ്രൻ പറഞ്ഞത്. അവളിങ്ങനെ ചിരിച്ചുകളിച്ചു നടക്കുന്നത് നോക്കണ്ട. രോഗം അവളെ കുറേശ്ശയായി കാർന്നുതിന്നുകൊണ്ടിരിക്കുകയാണ്. അവള് പറയുന്നതുപോലെ ഈയൊരവസ്ഥയിൽ കീമോ കൊടുത്ത് അവളെ പ്രയാസപ്പെടുത്തുന്നതിൽ വലിയ അർത്ഥമൊന്നുമില്ലെന്നാണ് രാമചന്ദ്രന്റെയും അഭിപ്രായം. ബാക്കി തീരുമാനിക്കേണ്ടത് താനാണ്."

"ഇനി എന്റെ ഒരു തീരുമാനവും അടിച്ചേല്പിച്ച് അവളെ കഷ്ടപ്പെടുത്താൻ ഞാനാഗ്രഹിക്കുന്നില്ല. കീമോ എടുത്താലും ആയുസ്സിന് വലിയ നീളമില്ലെന്നാണ് അലോപ്പതിക്കാർ അവൾക്ക് വിധിച്ചിട്ടുള്ളത്. ഇപ്പോൾ നാലോ അഞ്ചോ കീമോ എടുത്ത് ക്യാൻസറിനെ തളച്ചിടാൻ സാധിച്ചാൽ അവസാനകാലം വേദന ഒരുപരിധിവരെ കുറയ്ക്കാം. കീമോ എടുക്കുമ്പോഴുള്ള അസ്വസ്ഥതകൾ കുറച്ചു ശല്യംചെയ്യുമെങ്കിലും പിന്നീട് വിഷമതകൾ കുറയും എന്നാണ് അവളെ ചികിത്സിക്കുന്ന ഡോക്ടർ പറഞ്ഞത്." പറഞ്ഞു നിർത്തിപ്പോൾ എന്റെ വാക്കുകളിടറി. ഞാൻ കിതച്ചു,

"താനിങ്ങനെ സ്വയം നീറിയതുകൊണ്ട് നിങ്ങൾക്ക് രണ്ടുപേർക്കും യാതൊരു നേട്ടവുമില്ല. ഉള്ളകാലം അവളെ സന്തോഷത്തോടെ ജീവിക്കാനനുവദിക്കുക. ഹൈറു കുറച്ചുദിവസംകൂടി ഇവിടെ നില്ക്കട്ടെ. മറ്റ് അത്യാവശ്യകാര്യങ്ങളൊന്നുമില്ലെങ്കിൽ തനിക്കുമിവിടെ കൂടാം."

"എനിക്ക് അത്യാവശ്യമായി നാട്ടിലെത്തേണ്ടതുണ്ട്. നേരത്തേ ഏറ്റ രണ്ടുമൂന്നു പരിപാടികളിൽ പങ്കെടുക്കാനുണ്ട്. ബർലിൻ യൂണിവേഴ്സിറ്റിയിൽ ഒരു സെമിനാറിൽ പേപ്പറവതരിപ്പിക്കാൻ ക്ഷണമുണ്ട്. ചെന്നിട്ടു വേണം വിസയ്ക്കുള്ള അപ്പോയിന്റ്മെന്റെടുക്കാൻ."

"അതുപറഞ്ഞ് ഹൈറുവിനെ ഇവിടെ നിർത്തിയിട്ട് പോകാൻ നോക്ക്."

"അവള് കൂടെ വരണമെന്ന് വാശിപിടിച്ചാലോ?"

"അതൊക്കെ ഞാൻ പറഞ്ഞു ശരിയാക്കിക്കോളാം." അപ്പോഴേക്കും ഞങ്ങൾ താഴെ എത്തിയിരുന്നു.

"ചേച്ചിന്റൊപ്പരംകൂടി ഇങ്ങളും നാശായീന്നാ എനക്ക് തോന്നുന്നത്. എല്ലാരുടേം നാസ്ത കയിഞ്ഞു. അടുക്കളെലെ ചേച്ചി പായാരം പറേന്നുണ്ട്."

"നിന്റെകൂടെ കൂടി അവര് തലതിരിഞ്ഞൂന്നേ ഞാൻ പറയൂ. മുമ്പാണെങ്കില് എനിക്കുള്ളത് മേശപ്പുറത്ത് അടച്ചുവച്ച് അവര് അവരുടെ പാട്ടിനു പോകുമായിരുന്നു." പ്രസാദ് അവളെ ചൊടിപ്പിക്കാനായി പറഞ്ഞു.

"സുനിയേച്ചിക്ക് എല്ലാം ചൂടായിട്ടു വേണം. അതാ ഞാൻ അടുക്കളേ കേറുന്നത്."

"നിന്റെ സുനിയേച്ചി ഭാഗ്യവതിയാ കേട്ടോ. ആട്ടേ, നീ കഴിച്ചോ?"

"സുനിയേച്ചി തിന്നിട്ടേ ഞാൻ തിന്നൂ."

"നിനക്ക് ട്രീറ്റ്മെന്റിനു പോവാനുള്ളതല്ലെ. സമയത്തിന് ആഹാരം കഴിക്കണം. മരുന്നും. വാ. ഇന്നെന്താ സ്പെഷ്യൽ?"

"ഇന്ന് പൊരിച്ച പത്തിരിയും തക്കാളിക്കറിയും. പൊരിച്ച പത്തിരിക്ക് ചുകചുകാ ചോന്ന മീൻ വരട്ടിയതാ കോമ്പിനേഷൻ. ഈ കുന്നുമ്പുറത്ത് രാവിലെ മീൻ കിട്ടൂലാലോ. ഇങ്ങളെന്തായാലും പച്ചക്കറികൃഷി ചെയ്യുന്നു. ഒരു കുളംകുഴിച്ച് മീനിനെ വളർത്തിക്കൂടെ? ഫ്രഷ് മീൻ കിട്ടൂലേ. പൊരിച്ചും കറിവെച്ചും ഞമ്മക്കങ്ങനെ തിന്നൂടെ?" ആഹാരം വിളമ്പുന്നിതിനിടയിൽ ഹൈറു പറഞ്ഞു.

"അതൊരു നല്ല ഐഡിയ ആണല്ലോ. പച്ചക്കറിത്തോട്ടത്തിനോട് ചേർന്ന് നമുക്കൊരു കുളം കുഴിക്കാം. പുഴക്കരയായതുകൊണ്ട് നല്ല വെള്ളമായിരിക്കും." പ്രസാദ്.

"നീ ഇവിടത്തെ ചിട്ടവട്ടങ്ങളൊക്കെ മാറ്റാനുള്ള പരിപാടിയാ ഹൈറൂ. ഇവിടെ മീനും ഇറച്ചിയുമൊക്കെ വിളമ്പാറുണ്ടോ?" എന്റെ സംശയം.

"പിന്നില്ലാതെ. സായിപ്പന്മാർക്ക് ഇറച്ചിയും മീനുമില്ലാണ്ട് പറ്റ്വോ സുനിയെച്ചീ?"

"നേരാണോ പ്രസാദേ."

"അതേ. ഇവിടെ രണ്ടടുക്കളയുള്ള കാര്യം തനിക്കറിയില്ലേ. ചില ആയുർവേദ ചികിത്സയ്ക്ക് മാംസവും മീനും പഥ്യമാണ്. അല്ലാത്തപ്പോൾ വേണ്ടവർക്ക് മത്സ്യവും മാംസവുമൊക്കെയാകാം. ഇതൊക്കെ നടക്കണമെങ്കിൽ ഹൈറു ഇവിടെ കുറച്ചുദിവസം താമസിക്കേണ്ടിവരും. നിന്റെ മേൽനോട്ടത്തിലാകണം കുളംകുഴിക്കൽ."

"ഞാൻ റെഡി. ഇങ്ങളോ സുനിയേച്ചീ....?"

“സുനി കല്യാണി എന്ന വി ഐ പിക്ക് ഇവിടങ്ങനെ ചടഞ്ഞുകൂടാൻ പറ്റ്വോ? അടുത്തയാഴ്ച ബർലിനിലേക്ക് പോകുന്ന കാര്യം നിന്നോട് പറഞ്ഞോ?” പ്രസാദ്.

“പിന്നില്ലാതെ. ഇങ്ങളെപ്പളാ വിസയെടുക്കാൻ പോണത്?”

“ഉടനെ പോണം. പോയാൽ തിരക്കോട് തിരക്കാണ്.”

“ഞമ്മക്കിന്നുതന്നെ പോയാലോ?”

“കുറേയേറെ യാത്രകളുണ്ടത്രെ. നിന്നെ അവിടെ തനിച്ചാക്കി പോകാൻ പറ്റില്ലെന്നുപറഞ്ഞ് എല്ലാം ക്യാൻസലാക്കുകയാണെന്നാണ് സുനിത പറഞ്ഞത്.” പ്രസാദ്.

“അള്ളോ അതുമാണ്ട. ഇങ്ങള് പോയ്ക്കോളീ സുനിയേച്ചീ ഞാനിവിടെ നിന്നോളാം.”

“എഴുത്തുകാരിയേക്കാൾ ബുദ്ധിയുണ്ട് തോഴിക്ക്. ഇനി തനിക്ക് സമാധാനമായിട്ട് നാട്ടിലേക്ക് തിരിക്കാലോ.” നന്ദിയോടെ പ്രസാദിനെ നോക്കി.

മുപ്പത്തിയൊൻപത്

വരാന്തയിലെ ഊഞ്ഞാലിലിരുന്ന് മുന്നോട്ടും പിന്നോട്ടും കുതിച്ചു. മൂടിക്കെട്ടിയ ആകാശം. വീട്ടിനകത്തും പുറത്തും ഇരുട്ട്. തളത്തിലെ വിടെയോ ഒന്നോ രണ്ടോ വിളക്കുകളെരിയുന്നു.

“ഇങ്ങളെന്താ സുനിയേച്യേ ഇരുട്ടത്തിരിക്കുന്നത്?” പരിഭവം പറഞ്ഞ് വീട്ടിലെ വിളക്കുകൾ തെളിച്ച് വെളിച്ചം വാരിവിതറുന്നവൾ വീട്ടിലില്ലല്ലോ. അവളിനി വരികയുമില്ല. ഇന്നലെ രാത്രി മുതൽ എന്തെല്ലാം ബഹളങ്ങ ളായിരുന്നു. ഒരു കാഫറിന്റെ പെരേന്ന് മുസ്ലിമിന്റെ മയ്യത്ത് പള്ളിയിലെ ടുക്കുന്ന പ്രശ്നമില്ലെന്നു പറഞ്ഞ് ഒരുകൂട്ടർ ഉറഞ്ഞു തുള്ളിയപ്പോൾ കാഫിറിന്റെ രക്ഷകരായി മറ്റൊരു കൂട്ടർ. മുത്തുവിന്റെ വീട്ടിലേക്ക് ബോഡി യെത്തിക്കാൻ ഞാൻ ഒരുക്കമായിരുന്നെങ്കിലും മുത്തുവും മുസ്തഫയും പൊരുതിനിന്നു. ഇവിടന്ന് പടിയിറങ്ങണമെന്ന് ഹൈറു ആഗ്രഹിച്ചിട്ടു ണ്ടെങ്കിൽ അങ്ങനെതന്നെ നടക്കുമെന്ന് മുത്തുവും മുസ്തഫയും ശാഠ്യം പിടിക്കുന്നതിനിടയിലാണ് പ്രസാദ് ഹൈറു എഴുതിവച്ച മരണപത്രം ഉറക്കെ വായിച്ചത്. എന്നിട്ടും, ചിലർ ബഹളം നിർത്തിയില്ല. ഒടുവിൽ പ്രസാദ് എസ് പിയെ വിളിച്ച് കാര്യം പറഞ്ഞപ്പോഴേക്കും അദ്ദേഹത്തിന്റെ നേതൃത്വത്തിൽ പൊലീസെത്തി. കൗജുത്താത്താ സ്ഥലത്തുണ്ടായിരുന്നെ ങ്കിൽ പള്ളിയിൽ വിളിച്ചുപറഞ്ഞ് വേണ്ടതു ചെയ്തേനെ എന്ന് വിചാരിച്ചി രിക്കുമ്പോൾ, ഹൈദറിന്റെ ഉമ്മ അവരുടെ കുടുംബവക പള്ളിയിൽ വിളിച്ചുപറഞ്ഞ് കബറടക്കാനുള്ള ഏർപ്പാടുണ്ടാക്കുന്നതു കണ്ട് അമ്പര ന്നിരിക്കാനേ സാധിച്ചുള്ളൂ. മതാചാരങ്ങളിൽ വിട്ടുവീഴ്ചയ്ക്കില്ലാത്ത ആ ഉമ്മയിൽനിന്ന് ഇങ്ങനെയൊരു നിലപാട് പ്രതീക്ഷിച്ചിരുന്നില്ല.

"മരണംവരെ വിശ്വാസിയായി ജീവിച്ച ഒരു പെൺകുട്ടിയാണ് ഹൈറു. മരിക്കാൻനേരം എന്റെ മരോളാണ് ഓക്ക് കലിമ ചൊല്ലിക്കൊടുത്തത്. ഓളെഴുതിവച്ച ഒസ്യത്ത്... വായിച്ചത് ഇങ്ങളും കേട്ടതല്ലേ മൊയില്യാരെ? ഒരു വിശ്വാസിയുടെ മയ്യത്ത് മറവ് ചെയ്യുന്നതിന് തടസ്സം നിന്നാ ഇങ്ങക്ക് അള്ളാനോട് ഉത്തരം പറയേണ്ടിവരും. ദുനിയാവും ആഖിറവും ഇല്ലാതാവും." ഉമ്മ പറഞ്ഞതുകേട്ട് മുസലിയാർ പരുങ്ങി.

"ഞമ്മളെ കൗമുകാരെ മുഷിപ്പിച്ച്. എനക്കൊറ്റയ്ക്കൊരു തീരുമാനമെടുക്കാൻ......"

"ഇങ്ങള് അള്ളാനെ പേടിച്ചാ മതി മൊയില്യാരെ. ജീവിച്ചിരുന്ന കാലത്ത് ഓളെ തിരിഞ്ഞുനോക്കാത്ത കൗമുകാരെ ഇങ്ങളെന്തിനാ പേടിക്കുന്നത്? ഇസ്ലാമിന്റെ മയ്യത്ത് മറ്റു ജാതിക്കാരെ പൊരേന്ന് പള്ളീലേക്കെടുക്കരുതെന്ന് *ഖുറ്ആനിൽ* പറഞ്ഞിക്കോ? മരിച്ചാ ചൂടാറും മുമ്പ് മയ്യത്ത് കബറടക്കണമെന്ന് ഇങ്ങള്തന്നല്ലേ പ്രസംഗിക്കാറുള്ളത്? അതുകൊണ്ട് ഇങ്ങള് വേണം ഒച്ചയും വിളിയുമുണ്ടാക്കുന്നവരെ പറഞ്ഞ് മനസ്സിലാക്കി കാര്യങ്ങൾ എളുപ്പത്തിലാക്കാൻ. മയ്യത്ത് നിസ്കാരത്തിൽ പള്ളീല് ഓലും കൂടിക്കോട്ടെ." ഉമ്മ.

"എന്നാ പിന്നെ ഇങ്ങളെ പൊരേന്ന് ആയിക്കൂടെ കാര്യങ്ങള്....?"

"എനക്കതിന് തടസ്സമൊന്നുമില്ല. പക്ഷേങ്കില് ഹൈറൂനെ മോളെപ്പോലെ കാണുകയും സൂക്കേടായപ്പോൾ ലക്ഷക്കണക്കിന് പൈശ ചെലവാക്കി ചികിത്സിക്കുകയും ചെയ്ത സുനിതട്ടീച്ചറുടെ മനസ്സ് നോവിച്ച് ഓളെ ഇവിടന്നു കൊണ്ടോയാൽ പടച്ചോൻ എന്നോട് പൊറുക്കൂലാ. പടച്ചോന് നെരക്കാത്തത് ഞാൻ ചെയ്യൂലാന്ന് ഇങ്ങക്കറിയാലോ? ഇങ്ങളല്ലേ ഞമ്മളെ പള്ളീലെ ഖാളി. അതോണ്ട് ഇങ്ങള് മുൻകൈയെടുത്ത് എല്ലാം മേണ്ടതുപോലെ ചെയ്യണം."

"മയ്യത്ത് കുളിപ്പിക്കലും മറ്റുമെങ്ങനാ....? അന്യമതക്കാര് അതൊക്കെ ചെയ്യുന്നത് ഹറാമല്ലേ?" മുസ്ലിയാർക്ക് സംശയം തീരുന്നില്ല.

"ഞാനും മുസ്തരിയും ഇസ്ലാമല്ലേ? ഇസ്ലാം കാര്യങ്ങളും ഈമാൻ കാര്യങ്ങളുമൊക്കെ ഞമ്മക്കറിയൂലാന്ന് ഇങ്ങക്ക് സംശയമുണ്ടോ?"

"അതല്ല....എന്നാലും ...ഒന്നൂടി ആലോയിച്ചിട്ട്.....?"

"ഇനിയെന്താ ഇതില് ആലോയിക്കാനുള്ളത്? ഇബിടെ ഞങ്ങളാ ച്ചെല ഇസ്ലാമീങ്ങളുണ്ട്. ഞങ്ങള് ഓളെ മയ്യത്ത് നിസ്കാരം നടത്തുമ്പം ഇങ്ങള് വേണം ഇമാമ് നിക്കാനും ഓളെ ആഖിറത്തിനുവേണ്ടി ദുആ ചെയ്യാനും..."

ഉമ്മ അകത്തേക്ക് പോയതോടെ മുസ്ലിയാർ പുറത്തിറങ്ങി. പൊലീസുകൂടി ഇടപെട്ടതോടെ ആൾക്കൂട്ടം പതുക്കെ പൻവാങ്ങി. അപ്പോൾ സീനത്തും മുത്തുവും അവളുടെ അരികിലിരുന്നു *ഖുറ്ആൻ* പാരായണം

ചെയ്യുന്നുണ്ടായിരുന്നു. ഒരക്ഷരം ഉരിയാടാനാകാതെ ഞാൻ എന്റെ മുറിയിലെ ചാരുകസേരയിൽ വെറുങ്ങലിച്ച് ഒരേ ഇരിപ്പിരുന്നു. ഇടയ്ക്ക് സതിയും ലിസയും മീനയും വന്ന് എന്തൊക്കെയോ ആശ്വാസവാക്കുകൾ പറയുന്നു. സുഹൃത്തുക്കളും കോളേജിലെ കുട്ടികളുമൊക്കെയായി വീട് നിറയെ ആളുകളുണ്ടായിട്ടും ഏതോ തുരുത്തിൽ ഒറ്റപ്പെട്ടതുപോലെ.

"അവസാനക്കായ്ച കാണാനുള്ളോര് വന്നോളിൻ."

തളത്തിൽനിന്ന് മുസ്ലിയാർ വിളിച്ചു പറഞ്ഞതു കേട്ടിട്ടും ഞാൻ അനങ്ങിയില്ല. അന്യജാതിക്കാരിയായ ഞാൻ കണ്ടതുകൊണ്ട് ഹൈറുവിന്റെ ആത്മാവിന് ശാന്തി കിട്ടാതെ പോകരുതല്ലോ. മുത്തുവും സതിയും സീനത്തുമൊക്കെ നിർബ്ബന്ധിച്ചിട്ടും ഞാൻ മുറിക്കു പുറത്തിറങ്ങിയില്ല. സാമ്പ്രാണിയുടെയും ചന്ദനത്തിരിയുടെയും ഗന്ധം മൂക്കിലടിച്ച് തല പെരുക്കുന്നുണ്ടായിരുന്നു.

"മയ്യത്ത് നിസ്കരിക്കാനുള്ളോര് പോന്നോളീ........" ഹൈദറിന്റെ ഉമ്മ വിളിച്ചു പറഞ്ഞതുകേട്ട് മുത്തുവും സീനത്തുമടക്കമുള്ള മുസ്ലിം സുഹൃത്തുക്കൾ എഴുന്നേറ്റ് പോയപ്പോൾ സതി വന്ന് എന്റെ തോളിൽ കൈവച്ചു. ഞാൻ വെറുതേ മിഴിച്ചുനോക്കി.

"ടീച്ചറേ ഇങ്ങക്കോളെ കാണണ്ടേ...? മയ്യത്തെടുക്കാൻ പോവയാണ്."

സീനത്ത് വന്നു പറഞ്ഞിട്ടും ഞാൻ അനങ്ങിയില്ല.

"ലാഹിലാഹാ ഇല്ലാഹ്........"

ഹൈറു മരിക്കാൻ നേരത്തും ചുണ്ടുകളനക്കുന്നുണ്ടായിരുന്നു. "ലാഹിലാഹാ ഇല്ലള്ളാഹ്........." ആദ്യം ഉറക്കെ. പതുക്കെ ആ ശബ്ദവും നിലച്ചു. ആംബുലൻസ് സ്റ്റാർട്ടാക്കുന്നതുകേട്ട് ജനലരികിലേക്ക് ഓടിച്ചെന്നു. അപ്പോഴേക്കും ആംബുലൻസ് ഗെയിറ്റ് കടന്നിരുന്നു. നെഞ്ചിലൊരാളൽ. കണ്ണുകളിൽനിന്ന് കുടുകുടെ കണ്ണീരൊഴുകി. ശബ്ദം പുറത്തു വന്നില്ല.....

"സുനീ........?"

ആരോ വിളിക്കുന്നതു കേട്ട് കണ്ണു തുറന്നു. മുന്നിൽ അമ്മ.

"ഇനി ഇങ്ങനെ ഇരുന്നിട്ടെന്താ കാര്യം? പോവേണ്ടവള് പോയില്ലേ? ഞാൻ പോയിട്ടും നീ ജീവിച്ചില്ലേ? കാലം മായ്ക്കാത്ത മുറിവുകളുണ്ടോ?"

"ഇപ്പളെങ്കിലും എത്തിയല്ലോ...."

അതുവരെ അടക്കിപ്പിടിച്ച തേങ്ങൽ പൊട്ടിക്കരച്ചിലായി. "അമ്മേ....... ഞാൻ പിന്നേം ഒറ്റയ്ക്കായി..... ഇങ്ങള് പോയപ്പം താങ്ങായി ഹൈറു ഉണ്ടായിരുന്നു."

"ഞാനും നീയും ഒറ്റയ്ക്കല്ലേ അമ്മേന്റെ വയറ്റിന്ന് ഭൂമീല് പിറന്ന് വീണത്? മടക്കവും ഒറ്റയ്ക്കുതന്നെ. മരിക്കാൻ വേണ്ടിത്തന്നെയാ ദൈവം മനുഷ്യനെ സൃഷ്ടിക്കുന്നത്. ഇന്റച്ഛൻ മരിച്ച് ഒറ്റയ്ക്കായിട്ടും ഞാൻ

നിന്നെ പോറ്റി വലുതാക്കിയില്ലേ. അമ്മേന്റെ പൂമക്കുട്ടിയായി ലോകമെന്തെന്നറിയാതെ വളർന്നിട്ടും എന്റെ കാലശേഷം നീ എല്ലാം മറന്ന് ജീവിക്കുന്നില്ലേ. അതാണ് സുനിയേ ലോകം. സുനി കല്യാണി എന്നെക്കാളും പോന്നോളാ. എന്റെ കുട്ടി തളരൂലാന്ന് അമ്മയ്ക്കുറപ്പാ......"

"എന്നാലും......ഇത്ര പെട്ടെന്ന്...."

"ഓളെ ദിവസങ്ങൾ ഇന്റെ മുമ്പ്ന്നല്ലേ ഡോക്ടർമാര് എണ്ണിക്കണക്കാക്കിത്. എന്നിട്ടും നീ ഓളെ ചികിത്സിക്കാതിരുന്നിട്ടില്ലല്ലോ. ആയുസ്സിന്റെ ഏടു കീറിയാ എല്ലാരും മടങ്ങണം. ചെലരെ ചുടുന്നു, ചെലരെ കുയിച്ചിടുന്നു. ഏതാ മെച്ചമെന്ന് മുകളിലിരിക്കുന്നവനേ അറിയൂ. തട്ടും മുട്ടുമില്ലാതെ ഓളെ പള്ളീലേക്കെടുത്തല്ലോ. നീയിനി കുളിച്ച് എന്തെങ്കിലും തിന്ന്. ഇന്നലെയും മിനിഞ്ഞാന്നും നീയൊരുപോള കണ്ണടച്ചില്ലല്ലോ. എല്ലാം കണ്ടും കേട്ടും മാറി നിന്നതാ അല്ലേ.....?".

"അതല്ലേ എനിക്കു പറ്റൂ......?"

"മോളേ നീ അമ്മേന്ന് വിളിക്കുമ്പളത്തിന് അമ്മ അടുത്തെത്തുമെന്ന് കരുതാതെ സ്വന്തമായി തീരുമാനമെടുക്ക്. ഇന്ന് നീ ഒന്നിലും എടപെടാതെ മാറിനിന്നത് തീരെ ശരിയായില്ല.. നീതിക്കുവേണ്ടി പൊരുതേണ്ടവൾ മാളത്തിലൊളിച്ചത് അമ്മയ്ക്ക് തീരെ ഇഷ്ടായില്ല. പൊരുതേണ്ടിടത്ത് പൊരുതണം."

"അമ്മേ........" എന്റെ നിലവിളിക്കിടയിൽ അമ്മയെ കാണാതായി.

"അതേ..... അമ്മ പറഞ്ഞതാണ് നേര്...... വിവരമില്ലാത്തവരുടെ ബഹളം കേട്ട് സുനി കല്യാണി മാളത്തിലൊളിച്ചു...... അത് ഹൈറുവിനു വേണ്ടിയായിരുന്നു."

"ഓല് കുലുമാല് കൂട്ടിയാല് ഇങ്ങള് കച്ചറക്കൊന്നും പോണ്ടട്ടോ സുനിയേച്യേ. മുത്താത്തയും ഉമ്മയും മുസ്തഫക്കയുമൊക്കെ ഇങ്ങളൊപ്പരം നിക്കും. പിന്നെ പ്രസാദ് സാറുമുണ്ടല്ലോ."

ശ്വാസംമുട്ട് ഏറി ആശുപത്രിയിൽ കിടക്കുമ്പോഴും അവൾക്ക് എന്നെക്കുറിച്ചായിരുന്നു ആധി. വയനാട്ടിലെ ചികിത്സ കഴിഞ്ഞെത്തിയപ്പോൾ ഹൈറുവിന് വേദനയ്ക്ക് നല്ല കുറവുണ്ടായിരുന്നു. സീനത്തോ ലിസയോ സഹായത്തിനെത്തിയാൽ അവരെയൊന്നും അടുക്കളയിൽ കയറ്റിയിരുന്നില്ല. എനിക്കിഷ്ടമുള്ള കറികളുണ്ടാക്കുകയും അടുത്തിരുന്ന് തീറ്റുകയുമൊക്കെ ചെയ്യാറുണ്ടായിരുന്നു. പെട്ടെന്നാണ് ശ്വാസതടസ്സമനുഭവപ്പെട്ടത്. അവസാന നാളുകളടുത്തെന്നാണ് ചെക്കപ്പിനു പോയപ്പോൾ ഡോക്ടർ പറഞ്ഞത്. ഓക്സിജനില്ലെങ്കിൽ ശ്വാസം കഴിക്കാനാകാത്ത അവസ്ഥ. ആശുപത്രിയിൽ കൊണ്ടുപോകേണ്ടെന്നും വീട്ടിൽ ഓക്സിജൻ കൊടുത്താൽ മതിയെന്നുമാണ് ഡോക്ടർ പറഞ്ഞത്. മുത്തുവും സീനത്തും ലിസയും മീനയും മാറി മാറി കൂടെയുണ്ടായിരുന്നു.

മിനിഞ്ഞാന്ന് ശ്വാസംമുട്ട് ഏറുമ്പോൾ ഞാനും മുത്തുവും അടുത്തുണ്ടായിരുന്നു.

"മുത്തൂത്താ യാസീനോതിത്തര്വോ.......? വല്ലാത്ത ബേജാറ്." ഹൈറു പറഞ്ഞതുകേട്ട് മുത്തു ഉറക്കെ യാസീൻ സൂറാ പാരാണം ചെയ്തു. ഞാനവളുടെ കൈയുംപിടിച്ച് തലയ്ക്കൽത്തന്നെ ഉണ്ടായിരുന്നു. അപ്പോഴേക്കും വിവരമറിഞ്ഞ് പ്രസാദും എത്തിയിരുന്നു. പ്രസാദിനെ കണ്ടപ്പോൾ അവൾ ഓക്സിജൻ മാസ്ക് വലിച്ചു മാറ്റിയിട്ട് ചോദിച്ചു.

"സംഗതിയെല്ലാം ഓക്കെയല്ലെ?"

"പ്രസാദ് സാറിനെ നിനക്ക് വിശ്വാസമില്ലേ........?"

"ഊം........"

മൂളൽ മാത്രം. നോക്കിനില്ക്കേ കണ്ണുകളുരുണ്ടു കയറി. നെഞ്ച് ഉയരുകയും താഴുകയും ചെയ്യുന്നുണ്ടായിരുന്നു. അപ്പോഴും മുത്തു ചൊല്ലിക്കൊടുത്ത അള്ളാഹുവിന്റെ നാമം അവൾ പണിപ്പെട്ട് ഏറ്റുചൊല്ലി. ശ്വാസം കിട്ടാതെ പിടയുന്നതുകണ്ട് പ്രസാദ് ഓക്സിജൻ മാസ്ക് മുഖത്ത് വച്ചു.

"ഡോക്ടറെ കിട്ടിയിരുന്നോ മുത്തൂ?" ഞാൻ വേവലാതിയോടെ ചോദിച്ചു.

"മൂപ്പരിപ്പമെത്തും" എന്നു മുത്തു പറഞ്ഞുതീരുംമുമ്പ് മുറ്റത്ത് കാറ് വന്നുനിന്ന ശബ്ദം.

ഡോക്ടറെത്തി നാടി പിടിച്ചു പരിശോധിക്കുന്നതിനിടെ അവളുടെ ശ്വാസം പതുക്കെ പതുക്കെ നിലച്ചു. ശരീരം അനക്കമറ്റു. ഡോക്ടർ നെഞ്ചിലമർത്തുകയും ഇടിക്കുകയും ചെയ്തെങ്കിലും അവൾ അനക്കമറ്റു തന്നെ കിടന്നു.

"ഷീ ഈസ് നോ മോർ." ഡോക്ടർ പിൻമാറിയപ്പോൾ മുത്തു അവളുടെ കൺപോളകൾ തഴുകിയടച്ചു. കൈരണ്ടും മാറത്തു കെട്ടി. കാലുകൾ നിവർത്തി അടുപ്പിച്ചുവച്ചു.

"ടീച്ചറേ നേരിയ തുണിക്കഷണം വേണമായിരുന്നു."

ഞാൻ ഒരു പാവ കണക്കെ ഹൈറുവിന്റെ മുറിയിലെത്തി അലമാര തുറന്നു. കഴിഞ്ഞ തവണ പെരുന്നാളിനു വാങ്ങിച്ചുകൊടുത്ത ചുരിദാറിന്റെ കൂടെയുള്ള വെളുത്ത പുത്തൻ ഷോൾ മുത്തുവിനെ ഏല്പിച്ചു. അവൾ കണ്ണീരടക്കി, ഷോൾ വലിച്ചുകീറി അവളുടെ കാലുകൾ രണ്ടും കൂട്ടിക്കെട്ടി. താടിയും കെട്ടിവച്ചു. മുത്തു എന്നോടൊന്നുംപറയാതെ ഹൈറുവിന്റെ മുറിയിൽച്ചെന്ന് അലമാര തുറക്കുന്നതു കണ്ടു. അവൾ ഒരു മക്കനയും വെള്ള ബെഡ്ഷീറ്റുമായി തിരിച്ചെത്തി. ഹൈറുവിന്റെ തല ഉയർത്തി അവളെ മക്കന ധരിപ്പിക്കുമ്പോഴേക്കും സീനത്തും ലിസയും മീനയുമെത്തി.

"മാറ്റിക്കിടത്തണ്ടേ.......?" സീനത്ത്.

"ഹൈറു പുതിയ നിസ്കാരക്കുപ്പായം എന്നെക്കൊണ്ട് തുന്നിപ്പിച്ചുവച്ചിട്ടുണ്ട്......"

ലിസ പ്ലാസ്റ്റിക് കവർ മുത്തുവിനെ ഏല്പിച്ചു.

അവൾ, ഞാനറിയാതെ പോകാനുള്ള ഏർപ്പാടുകളൊക്കെ ചെയ്തു വച്ചിരുന്നു......

മുസ്തഫ എത്തിയപ്പോൾ, അവർ ഹൈറുവിനെ തളത്തിലിട്ട ബെഞ്ചിലേക്കു മാറ്റിക്കിടത്തി വെള്ള പുതപ്പിച്ചു. നിസ്കരിക്കാനൊരു ബെഞ്ച് വേണമെന്ന് പറഞ്ഞ് വാങ്ങിപ്പിച്ചത് ഇതിനായിരുന്നു.

"ഇതെന്താടോ സന്ധ്യയായിട്ടും വിളക്കൊന്നും തെളിക്കാതെ വാതിലും തുറന്നിട്ട് ഇരുട്ടത്തിരിക്കുന്നത്. ഇവിടെ വേറാരുമില്ലേ.....?"

പകച്ചു നോക്കിയതല്ലാതെ എനിക്കൊന്നും മിണ്ടാനായില്ല.

"താൻ ചെന്നു കുളിച്ചേ....... ഞാൻ ഭക്ഷണം ഓർഡർ ചെയ്തിട്ടുണ്ട്."

എനിക്ക് അനങ്ങാനായില്ല.

"സുനിതാ....... എഴുന്നേറ്റേ.........?"

പ്രസാദ് വന്ന് തോളിൽ പിടിച്ചതോടെ നിയന്ത്രിക്കാനാവാതെ ഞാൻ അലമുറയിട്ടു.

അപ്പോൾ സീനത്തും മുത്തുവും ലിസയും മീനയും സതിയും എന്നെ പൊതിഞ്ഞു.

പ്രസാദ് പറയുന്നു:

"കണ്ടോ........ ഞങ്ങളെല്ലാവരുമുണ്ട്....."

www.ingramcontent.com/pod-product-compliance
Lightning Source LLC
LaVergne TN
LVHW060221051026
849517LV00005B/1469
* 9 7 8 9 3 9 3 4 6 8 8 7 1 *